मांदार्य

मंजुल पब्लिशिंग हाउस

व्यावसायिक आणि संपादकीय कार्यालय

दुसरा मजला, उषा प्रीत कॉम्प्लेक्स, 42 मालवीय नगर, भोपाळ - 462 003

विक्री आणि विपणन कार्यालय

सी-16, सेक्टर 3, नोएडा, उत्तर प्रदेश - 201301, इंडिया

www.manjulindia.com

वितरण केंद्रे

अहमदाबाद, बेंगलुरू, भोपाळ, कोलकाता, चेन्नई,
हैदराबाद, मुंबई, नवी दिल्ली, पुणे

मुखपृष्ठ व आतील चित्रे : देविदास पेशवे

मराठी आवृत्ती 2018 साली प्रथम प्रकाशित
प्रस्तुत दुसरी आवृत्ती 2023 साली प्रकाशित

ISBN : 978-93-88241-25-0

लेखक : राजेन्द्र खेर
सहाय्य : चिन्मय पंडित

मुद्रण व बाइंडिंग : मणिपाल टेक्नॉलॉजीज लिमिटेड, मणिपाल

मांदार्य

अगस्त्य ऋषींच्या जीवनकार्याचा
वेध घेणारी अद्‌भुत कादंबरी

राजेन्द्र खेर

मंजुल पब्लिशिंग हाउस

अर्पणपत्रिका

ज्यांच्यामुळे मला ऋषीय कार्याची ओळख झाली आणि ज्यांनी ईश्वरी कार्यासाठी आयुष्यभर चंदनाप्रमाणे झिजून एकविचारी विशाल मानवसागर निर्माण केला त्या आधुनिक 'अगस्त्यां'ना - प. पू. पांडुरंगशास्त्री आठवले यांना, त्याचप्रमाणे लोपामुद्रेप्रमाणे ज्यांनी ऋषीयकार्यात स्वत्वाचा 'लोप' केला त्या निर्मलाताई आठवले यांच्या पवित्र स्मृतीस सविनय समर्पित-

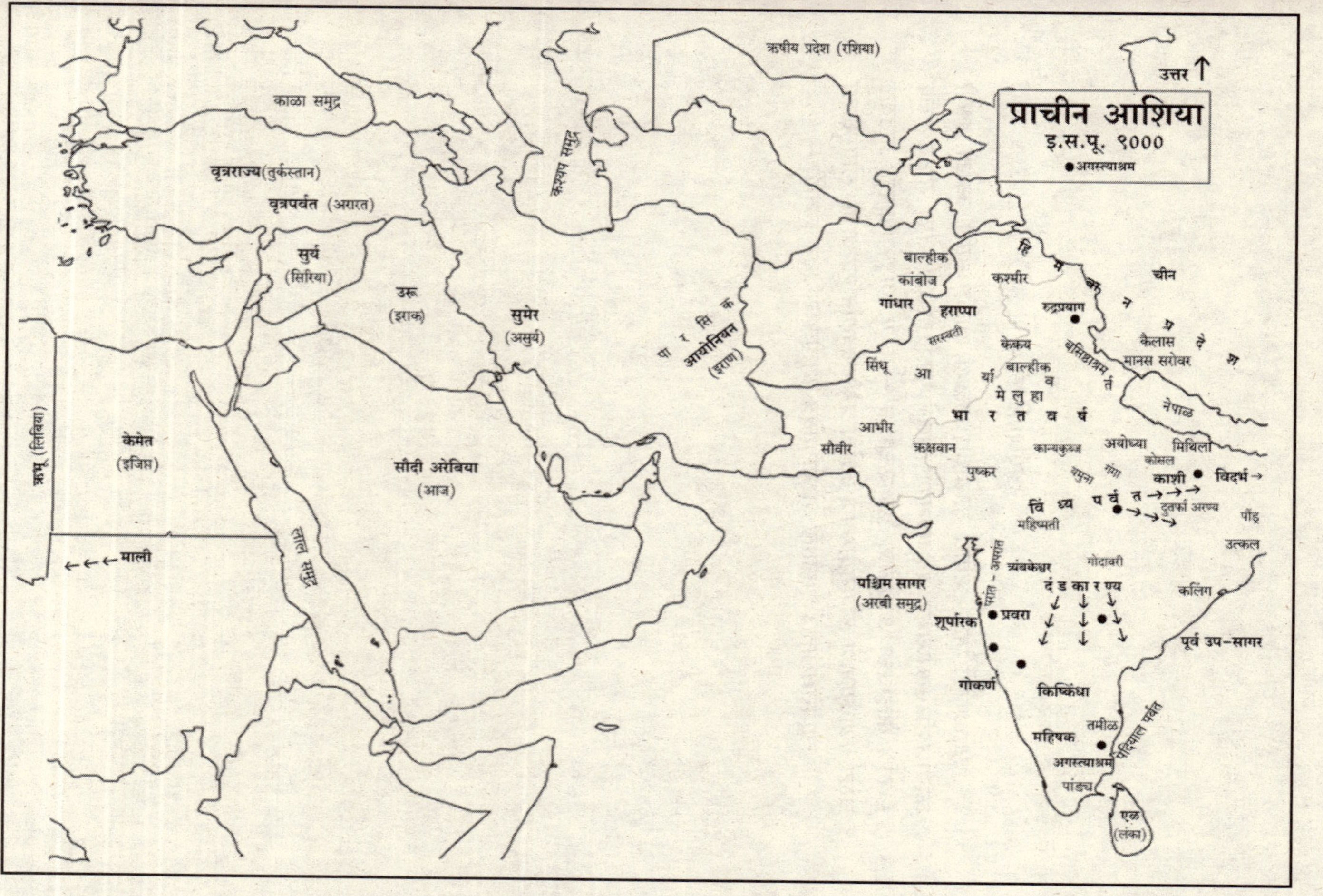

प्राचीन आशिया
इ.स.पू. १०००
● अगस्त्याश्रम
उत्तर ↑
ऋषीय प्रदेश (रशिया)
काळा समुद्र
कश्यप समुद्र
वृत्रराज्य (तुर्कस्तान)
वृत्रपर्वत (अरारत)
सुर्य
(सिरिया)
उरू
(इराक)
सुमेर
(असुर्य)
पा र सि क
आर्यानियन
(इराण)
ऋभू (लिबिया)
केमेत
(इजिप्त)
सौदी अरेबिया
(आज)
लाल समुद्र
← ← ← माली
बाल्हीक
कांबोज
गांधार
हराप्पा
सरस्वती
सिंधू
कश्मीर
रुद्रप्रयाग
हि मा ल य
चीन
कैलास
मानस सरोवर
केकय
वसिष्ठाश्रम
आ र्या व र्त
बाल्हीक
मे लु हा
भा र त व र्ष
नेपाळ
आभीर
सौवीर
ऋक्षवान
कान्यकुब्ज
अयोध्या
मिथिला
कोसल
पुष्कर
यमुना
गंगा
काशी
विदर्भ →
विं ध्य प र्व त
दुतर्का अरण्य
महिष्मती
पौंड्र
उत्कल
अपरांत
त्र्यंबकेश्वर
गोदावरी
दं ड का र ण्य
पश्चिम सागर
(अरबी समुद्र)
कलिंग
शूर्पारक
प्रवरा
पूर्व उप-सागर
गोकर्ण
किष्किंधा
तमीळ
मलयाल पर्वत
महिषक
अगस्त्याश्रम
पांड्य
एळ
(लंका)

अनुक्रमणिका

मनोगत

अगस्त्यऋषींचा संदर्भ निघाला की आपल्या दृष्टीसमोर त्यांची दोन कार्यं प्रामुख्यानं येतात. पहिलं म्हणजे समुद्रप्राशन आणि दुसरं, नाडीग्रंथ. पण या महान ऋषींचं कार्य त्याहीपेक्षा खूप विशाल आहे. त्यांचं सारं जीवनच अद्‌भुत आहे; आपल्या विचारशक्तीच्या पलीकडचं आहे.

अगस्त्यऋषी सुमारे ९,५०० वर्षांपूर्वी होऊन गेले असं मानायला प्रत्यवाय नाही. ही कालगणना इंग्रजांनी लादलेल्या कालगणनेशी साधर्म्य राखणारी निश्चितच नाही. वेद, रामायण, महाभारत या वास्तविक इतिहासाला कल्पित ठरवून त्यांच्या कालगणनेला सुरुंग लावण्याचं काम युरोपीय इतिहासकारांनी केलं. दुर्दैवानं आजही भारतातल्या अनेक शिक्षणसंस्थांमधून तोच लादलेला इतिहास शिकवला जातो.

वेदांचा विकृत अर्थ लावण्यासाठी नियुक्त केल्या गेलेल्या मॅक्समुल्लरनं आपल्या पत्नीला पाठवलेल्या पत्रात म्हटलं आहे, 'वेदांमधे खोटी माहिती आहे हे जितक्या लवकर हिंदूंना समजेल तितक्या जलदगतीनं ते आपल्या धर्मात दाखल होतील.' (संदर्भ : आर्यभारत - हर्षद सरपोतदार).

वेदांचा काळ कमीत कमी इ.स.पूर्व ४,२०० इतका मागे जाऊ शकतो याची कल्पना कालांतरानं मॅक्समुल्लरला आली. तथापि, केवळ बायबल खोटं ठरू नये म्हणून त्यानं तो काळ इ.स.पूर्व १,५०० ते इ.स.पूर्व २००० असा नक्की केला!

विल्यम जोन्स, होरॅस विल्सन, टॉइनबी आदी इतिहासकारांनीही खऱ्या इतिहासाशी प्रतारणा करून विकृत हेतूनं वेदांचा काळ पुढे ओढला. परंतु; जॉन प्लेफेअर यानं मात्र ऋग्वेदाची बऱ्यापैकी योग्य कालनिश्चिती केली. प्राचीन काळी अतिभव्य, कल्पनातीत अशी संस्कृती पृथ्वीवर होऊन गेली, याचे अनेक संदर्भ आज मिळत आहेत. अनेक वस्तूही सापडत आहेत. नाशिक जिल्ह्यातील प्रवरा नदीच्या काठी अगस्त्यांचा आश्रम होता. त्या परिसरात आज अतिप्राचीन काळातली धातूची भांडी, मनुष्याचे सांगाडे एवढंच नाही तर तांदूळही सापडला आहे!

गिझाच्या पिरॅमिडसंदर्भातही असंच म्हणता येईल. आज पिरॅमिडचा काल सुमारे ७,५०० वर्षांपूर्वीचा निश्चित केला गेला आहे. जगातले असंख्य संशोधक त्यावर सखोल अभ्यास करीत आहेत. त्यानुसार पिरॅमिडचा काळ २५,००० वर्षांपर्यंतही मागे जाऊ शकतो! थोडक्यात, आपण मुख्य प्रवाहातील इतिहासकारांनी ठरवलेल्या काळावरच विसंबून राहतो. पण त्याला छेद देणाऱ्या अनेक गोष्टी आणि पुरावे आज मिळत आहेत. यादृष्टीनंच आपण ही कादंबरी वाचायला हवी.

प्रस्तुत कादंबरीत वेदांचा काळ इ.स.पूर्व ८,००० धरला आहे. रामायणाचा काळ इ.स.पूर्व ७,५०० वर्षांपूर्वीचा ठरवला आहे. मला स्वत:ला तो योग्य वाटतो. सुमारे अकरा हजार वर्षांपूर्वी दुसरा प्रलय झाला असं मानलं जातं. तो देवांनी घडवून आणला याचे पुरावे मिळतात. आता प्रश्न पडतो, हे देव कोण होते? परग्रहावरचे अतिमानव? पण तशी शक्यता वाटत नाही. मग या देवांचं वास्तव्य नक्की कुठे होतं? या संदर्भात इतिहासाचार्य वि. का. राजवाडे यांनी स्वप्रज्ञेनं देवांचं वास्तव्याचं ठिकाण हे आजचा सिरिया देश होतं असं ठरवलं. या कादंबरीत मीसुद्धा तेच देवराज्य गृहीत धरलं आहे. हे स्थान ठरवल्यानंतर अनेक संदर्भ जुळू लागले. इंद्र-वृत्रासुर युद्धाला ऐतिहासिक परिमाणं मिळू लागली. सुमेरियन संस्कृतीतल्या अनुत्तरित प्रश्नांना उत्तरं सापडू लागली. कादंबरीत या गोष्टींवर अधिक प्रकाश टाकलेला वाचायला मिळेल.

देवांचा संदर्भ येण्याचं कारण म्हणजे, अगस्त्यऋषी आणि त्यांचे कनिष्ठ बंधू वसिष्ठऋषी यांचा देवांशी संबंध होता. प्रस्तुत कादंबरीत वसिष्ठ-कुलाच्या परंपरेतले 'वसिष्ठ ब्रह्मर्षी' यांचा समकालीन संदर्भ घेतलेला आहे. कारण वसिष्ठ कुलाची परंपरा मोठी आहे. उदा. 'वसिष्ठ आपव', 'वसिष्ठ चैकितानेय', 'वसिष्ठ ऋषी', 'वसिष्ठ देवराज', 'वसिष्ठ श्रेष्ठभाज', 'वसिष्ठ सुवर्चस' आणि 'वसिष्ठ ब्रह्मर्षी.' विश्वामित्रांचा वसिष्ठांशी झालेला संघर्ष हा वसिष्ठकुलातील पूर्वीच्या वसिष्ठांशी झालेला असावा. म्हणूनच वसिष्ठ-पत्नी अरुंधती ही पूर्वीच्या वसिष्ठांची पत्नी होती, असं मला वाटतं. म्हणून या कादंबरीत मी 'ब्रह्मर्षी-वसिष्ठ' हे समकालीन अगस्त्यबंधू होते तर 'ऊर्जा' ही त्यांची पत्नी होती असं मानलं आहे. कादंबरीकार म्हणून मी हे स्वातंत्र्य घेतलं असलं तरी त्यामुळे मूळ कथानकाला धक्का पोचत नाही, हे सुज्ञ वाचक जाणतीलच!

अगस्त्य-वसिष्ठांना कार्यरत करण्यामागे देवांचं मोठं राजकारण होतं. समकालीन देव हे पृथ्वीवरचेच ठरवले आहेत. त्यासंदर्भात प्रस्तुत कादंबरीत पुष्कळ विवेचन केलेलं आहे. या अनुषंगानं असुर-दैत्य-राक्षस यांच्या संदर्भातल्या राजकारणावरही प्रकाश पडलेला दिसेल. श्रीराम जन्माला येण्यापूर्वीचा खूप मोठा कालपटही अनुभवता येईल. अनेक अतर्क्य-अद्भुत वाटणाऱ्या गोष्टींमधील वास्तविकताही उमजेल.

अगस्त्यऋषींचा देवांशी संबंध होता. त्यामागे देवांचं मोठं राजकारण होतं. असुर-दैत्य-राक्षस यांच्या संदर्भातल्या राजकारणावरही या अनुषंगानं प्रकाश पडलेला दिसेल. श्रीराम जन्माला येण्यापूर्वीचा खूप मोठा कालपटही अनुभवता येईल. अनेक अतर्क्य-अद्भुत वाटणाऱ्या गोष्टींमधील वास्तविकताही उमजेल.

थोडक्यात 'सुर्य' देशापासून म्हणजे आजच्या सिरियापासून लंकेपर्यंतच्या विशाल भूमीत खेळल्या गेलेल्या मोठ्या राजकारणावर या कादंबरीत प्रकाश टाकलेला आहे. 'ब्रह्मदेव', इंद्र-मरुत वगैरे देव, कश्यप-गौतम-वसिष्ठ-विश्वामित्रादी ऋषी, राम-रावण-कालकेय दानवादी असुर-दैत्य आणि अर्थातच अगस्त्यऋषींचं जीवन-कार्य वाचताना वाचक थक्क होऊन जाईल याची निश्चिती वाटते.

ही कादंबरी माझ्यासाठी खूप आव्हानात्मक होती. फार मोठा कालपट रंगवताना आणि अनेक संदर्भ जुळवताना खूप परिश्रम पडले. कुठेही धागा सुटू नये आणि या विशाल कालपटावरील आजपर्यंत अनुत्तरित राहिलेल्या प्रश्नांचा उलगडा व्हावा यासाठी अनेक समकालीन संदर्भही तपासून बघितले. त्यासाठी वेद-पुराणं, रामायण-महाभारत अशा ग्रंथांबरोबरच 'बुक ऑफ इनॉक', 'गिलगामेश', 'अ सर्च इन सीक्रेट इजिप्त', 'चॅरिएट्स् ऑफ गॉडस्' यांसारखे अनेक ग्रंथ अभ्यासले. हर्षद सरपोतदार लिखित 'आर्यभारत' या ग्रंथाचाही विशेष उपयोग झाला. त्यातून सिद्ध झाला सुमारे ९,५०० वर्षांपूर्वी घडून गेलेला, थक्क करणारा वास्तविक इतिहासाचा आविष्कार!

अगस्त्यांचं सारं जीवन-कार्य आणि त्याचे संदर्भ जुळवून देण्याचं कार्य माझा नातू चिन्मय पंडित यानं अतिशय उत्साहानं पार पाडलं. त्यामुळेच मी ही कादंबरी सिद्ध करू शकलो. माझी पत्नी सीमंतिनी हिनंही बहुमूल्य सूचना करून कादंबरी अधिक उठावदार करण्यासाठी विशेष सहाय्य केलं. राजश्री गायधनी हिनंही नेहमीप्रमाणे बिनचूक डी.टी.पी. केलं. घरच्याच मंडळींचे आभार तरी कसे मानायचे?

ही कादंबरी 'मंजुल पब्लिशिंग हाउस' या मोठ्या प्रकाशन संस्थेनं प्रकाशनासाठी घेऊन अल्पावधीत अतिशय देखण्या स्वरूपात प्रकाशित केली, त्याबद्दल 'मंजुल' पब्लिशिंग हाउसचे प्रकाशक आणि व्यवस्थापकीय संचालक श्री. विकासजी रखेजा यांचा मी अत्यंत आभारी आहे. 'मंजुल'चे संपादकीय संचालक श्री. मनोजजी कुलकर्णी यांनी त्वरित या कादंबरीची निवड केली. त्यांचेही आभार मानलेच पाहिजेत. 'मंजुल पब्लिशिंग हाउसच्या' मराठी विभागाचे मुख्य संपादक श्री. चेतन कोळी त्याचबरोबर अतिशय बारकाईनं कादंबरी वाचून योग्य सूचना करणाऱ्या संपादक मेधा कुलकर्णी आणि अत्यंत कमी वेळेत सुंदर लेआउट करणाऱ्या कविता पासलकर यांचाही मी अत्यंत आभारी आहे. मुखपृष्ठ आणि आतील रेखाचित्रं आपल्या परंपरेला साजेशी अशा उत्कृष्ट शैलीत चितारणारे श्री. देविदास पेशवे यांचे आभार न मानून कसं चालेल?

अगस्त्य ऋषींचं अद्‌भुत जीवन आणि विशाल कार्य प्रथमच एवढ्या मोठ्या कालपटातून उलगडलं जात आहे. 'देवानं'च हे ऋषिऋण माझ्या आणि प्रकाशन संस्थेच्या मार्फत फेडून घेतलं आहे, अशीच माझी भावना आहे. माझ्या इतर पुस्तकांप्रमाणेच वाचक याही कादंबरीचं उत्साहानं स्वागत करतील याविषयी मुळीच संदेह नाही.

आपला

राजेन्द्र खेर

भाग १

पश्चिम दिग्विजय

१

आचमन

मांढार्यांना कशाचीच तमा नव्हती – ना पुढे खळाळणाऱ्या सागराची ना मागे थोपवून धरलेल्या देवसेनेची. त्यांची प्रशांत वृत्ती होती तशीच होती. अजूनही ते सागराकडे निश्चलपणे पहात राहिले होते.

समोर पसरलेल्या अथांग सागराकडे मांदार्यांनी दृष्टिक्षेप टाकला. काहीवेळ ते तसेच सागराकडे निश्चलपणे पहात राहिले. हेमंत ऋतूतील शुद्ध द्वादशीचा दिवस. सूर्य माथ्यावर आला होता. तरीपण त्याचा उष्मा तापदायक ठरत नव्हता. भरतीच्या सागरलाटा मांदार्यांच्या पायाशी सलगी करायला येत होत्या. क्षणोक्षणी त्या लाटांची सलगी वाढत चालली होती. पावलांपासून घोट्यांपर्यंत आणि मग पुढे पोटर्यांपर्यंत! जणू त्या सागरलाटा त्यांच्या पायाशी लागून म्हणत होत्या, *'ऋषीवर, आम्हाला आमचं अस्तित्व हवं आहे – क्षणिक असलं तरी! ते नाहीसं करू नका!'*

शिष्यांनी सागरजलापाशी आणून ठेवलेल्या चौरंगावर मांदार्य स्तब्धपणे बसूनच होते. पाय जलात सोडले होते. पश्चिम सागरातील ते निळंशार पाणी धुरकट झालेल्या क्षितिजाशी एकरूप होऊन गेलं होतं. अथांग निळ्याशार अवकाशात मांदार्य ऋषी एकटेच बसल्याचा भास त्यांच्या मागे उभ्या असलेल्या देवांना होत होता. इंद्र, मरुत, वरुण आदी तेहतीस उच्च कोटीचे देव मांदार्यांमागे कोंडाळं करून उभे होते; आणि त्यांच्या मागे दक्षिणोत्तर पसरलेली सारी देवसेना अंतिम आज्ञेच्या प्रतीक्षेत होती. जनक-अयोध्या आदी विविध राज्यांच्या सेनाही आपापल्या सैन्य तुकड्या घेऊन त्या निर्णायक युद्धासाठी देवसेनेला येऊन मिळाल्या होत्या. भरतीच्या सागराला जशी किनाऱ्याची आत्यंतिक ओढ लागते तशी सागर किनारी सज्ज असलेल्या देवांच्या सेनेला सागरात शिरण्याची ओढ लागली होती. हा विरोधाभास मांदार्यांच्या ध्यानात येत होता. तरीपण परस्पर विरोधाचा ताण तोलून ते त्या चौरंगावर शांतपणे बसूनच होते. हळूहळू चौरंगाखालची शुभ्र पुळणी भरतीच्या लाटांनी सरकायला लागली आणि त्यामुळे मांदार्य बसले होते तो चौरंग पुळणीत रुतत चालला.

पण मांदार्यांना कशाचीच तमा नव्हती – ना पुढे खळाळणाऱ्या सागराची ना मागे थोपवून धरलेल्या देवसेनेची. त्यांची प्रशांत वृत्ती होती तशीच होती. अजूनही ते सागराकडे निश्चलपणे पहात राहिले होते. परंतु; उसळणाऱ्या सागरलाटांप्रमाणे त्यांच्या मनात हळूहळू विचारलाटा मात्र उसळू लागल्या. आठवणींचे पदर उलगडू लागले. अथांग अंतर्मनात साठलेल्या स्मृती गंगौघाप्रमाणे जागृतीतल्या मनाकडे झेपावू लागल्या. ते सारे प्रसंग त्यांच्या दृष्टीसमोर तरळू लागले. मनात विचारांचं काहूर माजलं.

'प्राप्त परिस्थितीला समर्थपणानं सामोरं जाण्यातच खरा पुरुषार्थ असतो. एखाद्या कटू प्रसंगाला सामोरं जाणं सामान्य मनुष्य येनकेन प्रकारेण टाळू पहातो. तो प्रसंग तात्पुरता टळला तरी भविष्यात मोठं आव्हान घेऊन तो पुन्हा समोर उभा ठाकतोच!... पण मी घाबरून थोडंच ते आव्हान टाळलं होतं? नक्कीच नाही! ती परिस्थितीच अशी होती की... अकाली दाखवलेला पराक्रम अपयशानं ग्रासला जातो हेच खरं! काल अनुकूल असेल तर मातीचं सोनं होतं आणि तो अनुकूल नसेल तर सोन्याचीही माती होते. पण देवेंद्राला हे कोण समजावणार होतं? अर्थात त्याला ते कळत नव्हतं असं थोडंच होतं? काळ पुढे सरकल्यानंतर अरण्यात राहणाऱ्या माझ्यासारख्या ऋषीच्या सहाय्याची त्याला आवश्यकता वाटावी हा नियतीचा केवढा विचित्र आणि विलक्षण खेळ! अर्थात ते माझंही भाग्य म्हटलं पाहिजे. त्यावेळी मी ते आव्हान टाळलं... किंवा माझ्याकडून ते टाळलं गेलं... कदाचित तेव्हा माझा विचार योग्यही असावा; पण आज तेच आव्हान विराट स्वरूप धारण करून माझ्यापुढे उभं ठाकलं आहे.

'वर्तमानात एखादी कटू वाटणारी घटना, उपदेश किंवा निर्णय हा भावी काळात मधुर फळं मिळावीत यासाठीच वाट्याला येत असतो हे माझ्यासारख्या ऋषीला माहीत नसण्याचं कारणच नाही. पण सामान्यत: मनुष्य प्राप्त परिस्थितीचाच विचार करतो; परंतु कालपुरुषाच्या मागे असलेल्या शक्तीला भवितव्यही दिसत असतं. अत्यंत प्रगल्भ बुद्धीच्या इंद्राला ते भविष्य कळलं नसेल कशावरून?

'ते *भविष्यच* आज माझ्यासाठी वास्तव बनून समोर विराट स्वरूपात उभं ठाकलंय्... गेली दोन तपं कालपुरुषानं प्रतीक्षा केली आणि आज कर्मच्युतीच्या फळाचं ताट माझ्या पुढ्यात मांडून ठेवलंय्... त्याला सामोरं जायलाच हवं.

'वास्तविक, गेल्या दोन तपांमधे मी माझ्या कर्मापासून–कर्तव्यापासून यत्किंचितही ढळलेलो नाही. कुठे कुठे गेलो नाही मी? हिमवान प्रदेश, रुद्रप्रयाग, वाराणसी – ती घनदाट अरण्यं, ते राक्षस, ते नरमांसभक्षक...'

विचार करता करता गेल्या दोन तपातले ते विलक्षण अनुभव मांदार्यांना आठवू लागले. त्यांच्या मनात कल्लोळ माजू लागला. त्यांच्या सभोवारही तसाच गदारोळ माजू लागला होता. शस्त्रास्त्रांची खणखण सुरू झाली होती. सैनिकांच्या आरोळ्या आणि सेनानींचे आदेश गगनभेद करीत होते. पुढ्यातला सागर उसळ्या मारू लागला होता. त्याचवेळी मांदार्यांच्या मनातील विचारलाटाही वरवर झेपावू लागल्या होत्या. काळ थबकला होता की काय कुणास ठाऊक? आचमन विधी मात्र थबकला होता... मांदार्यांचं मन भूतकाळात जाऊन दाखल झालं होतं. गेल्या दोन तपातला तो सारा इतिहास त्यांच्या मनोपटलावर साकार होऊ लागला होता– अस्वस्थ करणारा, व्यथित करणारा... आणि थक्क करणाराही!

■

२

आणखी एक आहुती

मांदार्यांनी झटकन् आपली मान फिरवली. त्यांचे नेत्र तेव्हा अश्रूंनी डबडबले होते. हताश दृष्टीनं त्यांनी आपल्या शिष्यांकडे बघितलं. त्या तिघांनाही गलबलून आलं होतं.

इ.पू.९,३००

त्या पर्वतरांगांच्या पायथ्याशी जेव्हा ते चार अश्वस्वार येऊन पोचले तेव्हा सूर्य क्षितिजावर टेकला होता. मांदार्यांनी आपल्या डोईवरचं मलिन झालेलं शुभ्र वस्त्र दूर केलं आणि ते पायउतार झाले. त्यांचे तिघे शिष्यही अश्वांवरून उतरले. जवळच पाण्याचा एक झरा होता. चौघांनी जलपान केलं. अश्वांना जलपान करवून त्यांना वृक्षांच्या बुंध्यांना बांधलं.

''दिवसभरात आपण चाळीस योजनं अंतर काटलं-'' मांदार्य अश्वाला खरारा करत म्हणाले. त्यांचे तीन शिष्यही त्याच कार्यात गुंतले होते.

''होय आचार्य... आपले युवक इथपर्यंतच आले होते. इथून पुढे घनदाट अरण्य सुरू होतं पहा!'' अक्षयनं माहिती दिली.

पूर्वेकडच्या पर्वतरांगांशी सलगी करीत अस्ताव्यस्त पसरलेल्या अरण्याकडे चारही जणांनी दृष्टिक्षेप टाकला. मावळतीच्या सोनेरी प्रकाशात दूरवर पसरत गेलेलं अरण्य अतिशय मोहक दिसत होतं. पण त्याच अरण्यात दडलेल्या विक्राळ स्वरूपाची अद्याप त्यांना कल्पना नव्हती. त्या विराट निसर्गाकडे बघताना ते चौघेही थक्क होऊन गेले होते. त्यावेळी वृक्षांवर असंख्य पक्ष्यांचा कलकलाट सुरू झाला होता. आकाशात वर आलेल्या एकादशीच्या चंद्राच्या पार्श्वभूमीवर विविध पक्ष्यांचे थवेच्या थवे मावळतीच्या सूर्यदेवाचं पूजन करण्यासाठी जणू विशाल मालेचा आकार घेऊन निघाले होते.

त्यांच्याकडे बघत प्रगाथा सहजगत्या म्हणाला, ''या पक्ष्यांसारखं उडता आलं असतं तर...!''

''खरंय प्रगाथा...'' अक्षय म्हणाला, ''यांच्यासारखं उडता आलं असतं तर शोधकार्य सुलभ झालं असतं!''

एव्हाना मांदार्यांनी आपल्या खांद्यापर्यंत रुळलेल्या लालसर काळ्या केसांची डोईवर गाठ मारली होती आणि ते मावळणाऱ्या सूर्याची प्रार्थना करू लागले होते. त्यांचे तीनही शिष्यही हात जोडून उभे राहिले.

सूर्य मावळला तेव्हा ते चौघेजण भूमीवर काही वेळ विसावले. त्यावेळी बोचरा वारा वाहू लागला होता. चौघांनी आपली उत्तरीयं खांद्यांवरून गुंडाळून घेतली. मांदार्यांनी पुन्हा आपलं शुभ्र वस्त्र डोईला गुंडाळलं. मग ते म्हणाले, ''इथून पुढे जाताना अतिशय सावधगिरी बाळगायला हवी. अजून थोडं अंतर आपण अश्वांवरून जाऊ. त्या अरण्यात शिरताच अश्व तिथेच बांधू...''

''ठीक आहे आचार्य... केव्हा निघायचं?'' शंखानं विचारलं.

''अजून थोडा वेळ...''

''मग तोपर्यंत मी चूड सिद्ध करतो... बरोबर राळ आणलीच आहे-'' शंख तत्परतेनं जागेवरून उठला.

त्याला बसवत मांदार्य म्हणाले, ''संकट ओढवून घ्यायचंय् का तुला? वर बघ! आकाशात आलेला तो भुवनदीप आहे ना? तोच आपल्याला मार्ग दाखवील... अश्व बांधल्यानंतर मी सांगतो तसं करायचं... वाळवंटात उत्तरध्रुव पांथस्थांना नेमका मार्ग दाखवतो. इथे उत्तरेकडच्या पर्वतरांगांमुळे ध्रुव दिसू शकत नाही. त्यामुळे या भुवनदीपाच्या-चंद्राच्या आधारानंच आपल्याला अरण्यात शिरकाव करायचा आहे. अन्यथा वाट चुकण्याचीच शक्यता अधिक! अरण्यात प्रवेश केल्यानंतर सुद्धा मी सांगेन तसंच करायचं, समजलं?''

तीनही शिष्यांनी होकारार्थी मान हलवली.

एव्हाना चांगलंच अंधारून आलं होतं. ते चार अश्वस्वार शांतपणे अरण्याच्या दिशेनं मार्गक्रमणा करू लागले. मांदार्यांच्या सांगण्यानुसार वाटेत ते एका जलाशयापाशी थांबले. आपली वस्त्रं आणि अंग त्यांनी चिखलानं माखून घेतलं. वस्त्रं हवेत वाळवत ते पुढे निघाले. आणखी थोडं अंतर काटून गेल्यानंतर दुसऱ्या एका जलाशयापाशी त्यांनी अश्वांना बांधलं. मग चौघे पायीच पुढे निघाले.

काही वेळ रान तुडवून गेल्यानंतर दूरवर त्यांना एक छोटा अग्निपुंज दिसू लागला. ''त्या अग्नीच्या दिशेनंच आपल्याला हळूहळू जायचं आहे-'' मांदार्यांच्या बोलण्यावर त्यांचे तीन पट्टशिष्य अनुमोदन देऊन त्यांच्याबरोबर चालू लागले. प्रत्येकाच्या पायात चामडी पायताणं असल्यामुळे चालताना पायात काटे रुतत नव्हते. पण काट्याकुपाट्यांचा करकर आवाज मात्र त्या भयाण वातावरणात प्रकर्षानं उमटत होता. सभोवतालचा सारा परिसर केव्हाच अंधारात गडप होऊन गेला होता. ऐन हेमंत ऋतूतील ती एकादशीची रात्र असली तरी अर्जुन, पलाश, कैलासपती, पिंपळ, वट यांसह अरण्य व्यापून आकाशाला भिडलेले अनेक वन्यवृक्ष चंद्रकिरणांना भूमीवर उतरू देत नव्हते. माथ्यावरची चंद्रकिरणं क्वचित काही ठिकाणी वृक्षराजींमधून झिरपत होती; आणि तेवढा प्रकाश त्या वाटसरूंना पुरेसा ठरत होता. त्या मार्गाने जाताना मशाली घेऊन जाणं धोक्याचं होतं. त्यामुळे पाझरलेल्या चंद्रप्रकाशाच्या आधारानंच मार्गक्रमणा करावी लागत होती.

चालताना ते शिष्य अडखळत होते. वेलींमधे पाय अडकून त्यांचा तोल जात होता. एकमेकांना ते सावरत होते. पण त्यांचे गुरू – आचार्य मांदार्य मात्र त्या घनदाट वृक्षराजींमधून आणि वेली-झुडुपांमधून दमदार पावलं टाकत पुढे जात होते. जणू हे अरण्य त्यांनी अनेकदा पायतळी तुडवलं असावं इतक्या सहजतेनं ते चालत होते. चालताना त्या सर्वांना अनेक चढ-उतार पार करावे लागत होते. त्यावेळी उंच वृक्षांवर लटकलेल्या वाघुळांचे कुरकुरणारे आवाज वातावरणात गूढता भरत होते. दूरवरून कानी येणारी वाघाची डरकाळी मनाचा थरकाप उडवत होती. रातकिड्यांनी किरकिरीची एकच लय धरली होती. साप अजगरादी सर्पकुल मधूनच सळसळत होतं. टिटव्यांचा 'टी टी' शब्द कानी पडतच होता. पिंगळ्यांसह अनेक निशाचर पक्ष्यांचे कातर आवाज अरण्यात प्रतिध्वनित होत होते. असे अनेकविध प्राणी, कीटक, पक्षी प्रत्यक्षात दिसत नसले तरी त्यांचं अव्यक्त अस्तित्व त्या भयाण अरण्यात जाणवतच होतं. ते अस्तित्व सारं अरण्य व्यापून होतं. त्याचा प्रत्यय मधूनच त्या वाटसरूंना येत होता. दूरवर दिसणारा तो अग्नी मात्र मानवमात्राचं त्या वनामधे असलेलं वास्तव्य दर्शवत होता. अन्यथा मानवजमात त्या अरण्यात रहात असेल अशी कल्पनाही कुणाला आली नसती.

तो अग्नी आता साधारणत: पाव कोस अंतरावर धगधगताना दिसत होता.

''इथून पुढे सावधपणानंच गेलं पाहिजे. आपापली वस्त्रं अंगाभोवती नीट गुंडाळून घ्या!'' मांदार्यांनी चिखलात बुडवून वाळवलेलं उत्तरीय अंगाभोवती गुंडाळून घेतलं. कमरेच्या अंतरीयानं – धोतरानं पायापर्यंतचा भाग झाकून टाकला. त्यांच्या शिष्यांनीही त्यांचं अनुकरण केलं. त्या घनदाट अरण्यात शिरण्यापूर्वीच त्या चौघांनी आपला चेहरा आणि सर्वांग चिखलानं माखून घेतलं होतं. चिखलमय शरीर-वस्त्रांमुळे ते चौघे अरण्यातल्या अंधकाराशी एकरूप होऊन गेले होते. कुणालाही सहजगत्या न दिसण्यासाठी त्यांनी अशी सावधगिरी बाळगली होती. तो अग्नी दृष्टिपथात आला तरी कुणालाही छद्म वेषातील या वाटसरूंची चाहूल लागली नव्हती. भल्यामोठ्या झुडुपांच्या आड ते चौघे थांबले. समोर चाललेला प्रकार तिथे धगधगलेल्या पिवळसर ज्वाळांच्या प्रकाशात आता त्यांना स्पष्ट दिसत होता.

वृक्षराजींनी वेढलेल्या त्या घनदाट अरण्यातच ती काहीशी मोकळी जागा होती. शे-दोनशे रानटी वनचर तिथे बसलेले दिसत होते. हवेत जरासा गारवा असला तरी त्या वनचरांच्या अंगावर कोणतंच वस्त्र नव्हतं. काहींच्या कमरेला केवळ झाडांच्या पानांपासून बनवलेली वल्कलं होती तर काहींनी व्याघ्रचर्मं गुंडाळलेली होती. पिण्याखेरीज पाण्याशी कुणाचा कधीही संपर्क आलेला आहे असं मुळीच वाटत नव्हतं. त्यामुळे त्या स्त्री-पुरुषांची अंगकांती सभोवतालच्या रांगड्या काळपट रंगाशी एकरूप होऊन गेलेली दिसत होती. काहींच्या गळ्यात छोट्या छोट्या हाडांपासून बनवलेल्या माळा होत्या तर काहींनी ओठांमधून आरपार काड्या खोचल्या होत्या.

काहींच्या डोक्याला अजगराच्या कातड्यापासून बनवलेल्या पट्ट्या बांधल्या होत्या तर काहींनी डोईवर जणू गवताची टोपली उपडी घातली होती.

त्या रानटी जनांच्या मधोमध तो अग्नी धगधगत होता.

चार मोठे ओंडके दोन्ही बाजूंना चार हात अंतरावर एकमेकांत गुंफून जमिनीत रोवले होते. त्यावर एखादा प्राणी भाजण्याचा विधी होणार होता, हे कुणाच्याही ध्यानात आलं असतं. त्या मोकळ्या जागेच्या पलीकडच्या बाजूला एक ढेरपोटा काळाकभिन्न माणूस एका दगडावर बसलेला दिसत होता. सहा हात उंच असलेल्या त्या ढेरपोट्यानं अंगभर पांढरे पट्टे ओढले होते. त्याच्या डोईवर बैलाच्या शिंगापासून बनवलेलं शिरस्त्राण होतं. वन्य लोकांचा तो नेता असावा हे मांदार्यांनी तेव्हाच ओळखलं.

त्या नेत्यासमोर झाडाचं मोठं लाकूड जमिनीत खोचलेलं होतं. त्याभोवती रिंगण करून आता काही वन्य स्त्री-पुरुष फेर धरून नाचू लागले होते. बाजूच्या धडाडलेल्या ज्वाळांनीही जणू त्यांच्या नृत्याची लय पकडली होती. त्यांच्यामधे फिरणारे वादक लयीत डफ, वेळू आणि शिंगाचा ध्वनी करीत होते.

थोड्याच वेळात ते नृत्य थांबलं आणि ते नर्तक बाजूला जाऊन बसले. तेव्हा त्या खांबाला वेलींनी करकचून बांधलेला एक विशीतला तरुण मांदार्यांच्या दृष्टीस पडला. त्यांच्या छातीत धस्स् झालं. त्यांच्या तीनही शिष्यांची तीच गत झाली. भेदरलेल्या नजरेनं त्या चौघांनी परस्परांकडे बघितलं. प्रश्नार्थक मुद्रेनं ते पुन्हा समोर बघू लागले.

त्याच वेळी दगडावर बसलेला तो वनवासी नेता त्या वधस्तंभाजवळ आला. त्याच्या समवेत आता एक 'मांत्रिक' होता. तो राजाचा उपाध्याय असावा! तो त्या वधस्तंभापुढे मोठमोठ्या आरोळ्या देत, हातवारे करीत कसले तरी अगम्य मंत्र म्हणत होता. मांदार्यांची दृष्टी त्या वधस्तंभाखाली असलेल्या एका दगडाकडे गेली. तो त्यांचा देव असावा हे त्यांनी लगेच ओळखलं. त्याच वेळी मांत्रिकानं एक दगडी पातं हाती घेतलं. मग तो अंगात आल्यासारखं करून उड्या मारत त्या वधस्तंभाभोवती गोल गोल फेऱ्या मारू लागला; विव्हळायला लागला. त्याचं विव्हळणं ऐकून बाजूला बसलेला जमाव कोल्हेकुई केल्यासारखा आवाज काढू लागला.

मांत्रिकाचे फेर संपले; वधस्तंभाला बांधलेल्या तरुणाचा कर्माचा फेरा आता सुरू होणार होता! मांत्रिकानं ते दगडी पातं नेत्याच्या हातात दिलं. दात विचकत, खिदळत आणि अगम्य शब्द उच्चारत तो नेता पुढे आला. त्यानं ते पातं हवेत उंचावलं. वन्य लोक उच्च स्वरात ओरडू लागले. त्यांची वाद्यं झडू लागली. वधस्तंभाला बांधलेला जीव कर्णकटू आवाज करू लागला - उच्चस्वरात रूदन करू लागला - पण क्षणभरच! नेत्याच्या हातातलं ते दगडी पातं वेगानं त्याच्या

मानेवरून आरपार फिरलं आणि त्याचा विव्हळणारा आवाज त्या रानटी लोकांच्या विजयी कल्लोळात हरवून गेला - कायमचा!

मांदार्यांनी झटकन् आपली मान फिरवली. त्यांचे नेत्र तेव्हा अश्रूंनी डबडबले होते. हताश दृष्टीनं त्यांनी आपल्या शिष्यांकडे बघितलं. त्या तिघांनाही गलबलून आलं होतं.

सुसंस्कृत समाज निर्माण करण्याच्या प्रवासातली - यज्ञातली आणखी एक आहुती आज पडली होती.

■

३

वेध यज्ञाचे

भोगवादी संस्कृती तत्काळ उचलली जाते; पण मानवता जपणारी सात्विक वृत्तीची दैवी संस्कृती कष्टपूर्वकच रुजवावी लागते. ती अनायासे उचलली जात नाही. त्यासाठी ऋषींना प्रचंड तप करावं लागतं.

वाराणसी जवळील आश्रम

'आत्तापर्यंत एकवीस तरुणांची आहुती आपण दिली...'

मांदार्य जोरकसपणे बोलत होते. समोर सुमारे पाचशे तरुण स्नातकांचा संघ जीवाचा कान करून त्यांचा प्रत्येक शब्द टिपत होता; अंत:करणात साठवत होता.

एव्हाना तिन्हीसांज टळून गेली होती. सायंसंध्या नुकतीच पार पडली होती. अग्निहोत्राच्या पवित्र धूमानं सारा आश्रम व्यापून टाकला होता. मुदपाकगृहातून येणारा ताज्या पक्व अन्नाचा खरपूस वास आणि अग्निहोत्राच्या धूमाचा पवित्र सुवास मिसळून एकप्रकारचा सुखद सुगंध हवेला प्राप्त झाला होता. आश्रमातल्या दोनशे गायींचं नुकतंच दोहन करण्यात आलं होतं. ते ताजं निरसं दूध सर्वांनी प्राशन केलं होतं. त्यापूर्वी गायींच्या वासरांना यथेच्छ दूध पिऊ दिलं गेलं होतं.

एव्हाना भोजनाची वेळ टळून गेली होती. एरवी त्या आश्रमात यावेळी अग्निहोत्राबरोबर सायंप्रार्थना म्हटली जात असे; आणि लगेच भोजन होत असे. सूर्यास्तानंतर कुणीच अन्नग्रहण करीत नसे. भोजनानंतर आचार्यवर्ग आपापल्या कुटीत जाऊन विश्राम करीत असत तर विद्यार्थी-स्नातक दिवसभर शिकलेल्या पाठाचा सराव आणि त्यावर चर्चा करीत बसत.

पण आज ही प्रथा काहीशी विस्कळित झाली होती. कारण आश्रमात तीन दिवसांच्या विशेष शिबिराचं आयोजन केलं गेलं होतं. दोन दिवसांपूर्वीच प्रात:काळी या शिबिराला प्रारंभ झाला होता. वाराणसी नगरी आणि आजूबाजूला असलेल्या छोट्या छोट्या पाठशाळांमधून तरुण स्नातक आणि काही निवडक आचार्य या शिबिरासाठी आले होते. मांदार्यांनीच या विशेष शिबिराचं त्यांच्या वाराणसी नजीकच्या आश्रमात आयोजन केलं होतं. तीन दिवस तिथे अनेक विधी संपन्न झाले होते. तात्कालिक विषयांवरची चर्चासत्रं झडली होती. वेदोपनिषदांसह अनेक विषय चर्चिले गेले होते. त्यावर मतमतांतरं झडली होती. शास्त्रार्थ चर्चा झाली होती. कित्येक आचार्य आणि अनेक स्नातकांनीही आपापले विचार मांडले होते.

आता या विशेष शिबिराचा समारोप मांदार्यांच्या निवेदनातून होत होता.

मांदार्य पुढे म्हणाले, 'शेकडो वर्षं ऋषींनी या आर्यावर्तात कार्य केलं. कित्येकांनी संस्कृतीसाठी आत्मसमर्पण केलं. विचार करा; अत्री, कश्यप, भृगू, अंगिरस, कौशिक आदी ऋषींच्या पस्तीस पस्तीस पिढ्यांनी या भूमीत तप केलं. या प्रत्येक ऋषीच्या परंपरेतील कित्येकांना हे संस्कृती-कार्य करताना प्राणांना मुकावं लागलं. तरीही अनेक आव्हानांना तोंड देत त्यांनी मानवी संस्कृती उभी केली. तपःकार्याचा हा प्रवाह गंगौघाप्रमाणे अखंडित सुरू राहिला तरच संस्कृती विकसित होत जाते. तिला स्थैर्य प्राप्त होतं. पण हे सातत्य राखलं गेलं नाही तर त्या कार्यात ढिलाई येते. कार्य विस्कळीत होतं. एवढंच नव्हे तर ऋषींनी योजलेल्या तात्पुरत्या उपायांनाच मग 'संस्कृती' समजलं जातं. समाज त्यालाच चिकटून बसतो; आणि मग एक विकृत अर्थहीन संस्कृती आकाराला येते. म्हणून या कार्यात सातत्य असावं लागतं. बुद्धिनिष्ठा कायम ठेवावी लागते.

'दुर्दैवानं गेल्या काही वर्षांत ऋषींच्या कार्याला मरगळ आलेली आहे. त्या कार्याचं पुनरुज्जीवन करण्याचं काम आपल्याला हाती घ्यायचं आहे... आज सभोवार आपण दृष्टिक्षेप टाका; म्हणजे माझ्या बोलण्याची सत्यता आपल्याला पटेल. मी उत्तरेच्या वसिष्ठाश्रमापासून इथपर्यंत भ्रमण केलेलं आहे. वायव्य प्रांतात महर्षी कश्यपांनी मोठं कार्य उभं केलं. गंधमादन पर्वत आणि उत्तरेकडच्या काही भागात भृगू ऋषी कार्य करून थकले. ऋचिकांनी त्यांच्या कार्याची ध्वजा पुढे नेली. महर्षी विश्वामित्र ब्रह्मर्षी पदाला गेले. प्राचीन वसिष्ठ ऋषींनी तर उत्तरेत केवढी संयत संस्कृती निर्माण केली! माझे बंधू सध्याचे 'वसिष्ठ' तीच परंपरा पुढे नेत आहेत. पण एवढं पुरेसं नाही. दक्षिण सागरापासून हिमवान पर्वतापर्यंत आणि पश्चिम सागरापासून पूर्वेच्या उपसागरापर्यंत व्यापून टाकणारी, एक आचार असणारी, एक-विचारी संस्कृती निर्माण करण्यासाठी आपल्यालाही पुष्कळ झिजावं लागणार आहे. वैदिक ऋषींच्या सर्वसमावेशक मार्गानंच आपल्याला जावं लागणार आहे; आणि त्यासाठीच मी हे कार्य हाती घेतलं आहे...'

क्षणभर थांबून मांदार्य पुढे म्हणाले, 'आपल्याला कदाचित माहीत नसेल... पण पूर्वी शेकडो-सहस्रो ऋषींनी या संस्कृती प्रस्थापन कार्यासाठी रक्त सांडलं, शरीर झिजवलं - अर्थात तप केलं. पण त्याचं फलित काय? तर मृत्यूला कवटाळणं! दक्षिणोत्तर भूमीत आपण ज्या अरण्यात प्रवेश कराल तिथे आपल्याला ऋषींच्या हाडांचे अनेक ढिगारे दिसतील! या ज्ञानी वैदिक ऋषींना कोण ठार मारतं? आणि कशासाठी? आपण विचार केला आहे का कधी?'

सारे स्नातक परस्परांकडे पाहू लागले. त्यांनी असे जाज्वल्य विचार त्यापूर्वी कधीच ऐकले नव्हते. त्यांच्या अस्मितेला आणि तेजस्वितेला फुंकर घातली जात होती. त्यामुळे त्यांचं रक्त सळसळायला लागलं होतं.

सर्वांवरून दृष्टी फिरवून मांदार्य पुढे बोलू लागले- 'विचार करा... शेकडो वर्षांच्या त्यागातून आता कुठे 'आर्यावर्त' निर्माण झाला. पुरु, जनक, काशी, मिथिला,

अयोध्या अशी राज्यं निर्माण झाली. तिथे सुव्यवस्थित, सुसंस्कृत समाजव्यवस्था अस्तित्वात आली. पण उर्वरित पूर्व-पश्चिम आणि दक्षिण सागरापर्यंतच्या भूमीत आज काय परिस्थिती आहे? शेकडो वर्षांनंतरही हा प्रचंड मोठा भूभाग संस्कृतीपासून वंचित आहे...'

बोलताना मांदार्य प्रत्येक स्नातकावरून दृष्टी फिरवत होते. स्नातकांच्या मनातली खळबळ त्यांना प्रतीत होत होती. कार्य करण्याची तत्परता त्यांच्या मुद्रेवरून, उसाशांवरून आणि संयत हालचालींवरून समजून येत होती. त्या स्नातकांच्या मनात अनेक प्रश्न उठत होते हेही त्यांना जाणवत होतं. मांदार्यांना आता त्या स्नातकांचं मन प्रथम जाणून घ्यायचं होतं. म्हणून स्वत:चं निवेदन आवरतं घेत ते म्हणाले-

'आपले विचारसुद्धा मला जाणून घ्यायचे आहेत. इथे सम्मीलित झालेल्या आचार्यांचंही मनोगत ऐकायचं आहे. प्रथम एकेकानं बोलावं; अथवा प्रश्न विचारावेत. मग आचार्य मनोगत व्यक्त करतील... आणि मग मी माझं उर्वरित कथन पूर्ण करीन... उपाययोजना सांगेन-'

तरुण स्नातक मोठ्या आदरानं मांदार्यांकडे पहात होते. ऐन तिशीतले दिसणारे ते तडफदार मांदार्य ऋषी सर्वांनाच आवडत असत. त्यांचा मानेपर्यंत रुळलेला लालसर काळा केशसंभार, कणखर-रेखीव शरीरयष्टी, सुवर्ण कर्णकुंडलं त्यांच्यातलं क्षत्रियत्व दर्शवायची. गळ्यातील यज्ञोपवीत, तेज:पुंज निळसर-पिंगट नेत्र, स्पष्ट, ओघवती वाणी त्यांच्यातलं ब्रह्मतेज प्रदर्शित करायची. शुभ्र अंतरीय - धोतर - आणि तसंच जाडंभरडं स्वच्छ शुभ्र उत्तरीय यातून त्यांची अंतर्बाह्य शुचिता दिसून यायची. हा ऋषी ज्ञानानं आणि कर्तृत्वानं फार महान आहे ही गोष्ट तिथल्या आचार्यवर्गालाही ज्ञात होती. अर्थात त्यांची समज खोटी निश्चितच नव्हती!

मांदार्यांचं पूर्वायुष्य उत्तरेकडच्या वसिष्ठाश्रमात गेलं होतं. बालपण वायव्येकडच्या दूरदेशी अर्थात 'सुर्य' देशी व्यतीत झालं होतं. तिथेच उपनयन विधीनंतर त्यांच्या विद्याभ्यासाला प्रारंभ झाला होता. अतिशय तीक्ष्ण बुद्धी, चौकस दृष्टी आणि विचारी मन असल्यामुळे त्यांची आकलनक्षमता विलक्षण होती. ऋग्वेदाचं आणि वैदिक शास्त्रांचं अध्ययन त्यांनी फार थोड्या कालावधीत पुरं केलं होतं. त्याचबरोबर आयुर्विज्ञान आणि धनुर्विद्येचाही त्यांनी सखोल अभ्यास केला होता. वेद-वेदांग, सारी शास्त्रं आणि भौतिक विज्ञान ऐन विशीपर्यंतच आत्मसात करून झाल्यामुळे पुढे वसिष्ठाश्रमात आल्यानंतर त्यांना शिकण्यासारखं काहीही उरलं नव्हतं.

आपले ज्ञानी बंधू वसिष्ठ यांचा निरोप घेऊन मग ते हिमवान प्रदेशाकडे पायी गेले होते. मार्गात लागणाऱ्या मनुष्यवस्त्यांमधे वैदिक विचारांचं सिंचन करत ते पुढे जात असत. अनेक लहान मोठ्या स्थळांना भेटी देत ते पुढे गंगोत्रीला येऊन स्थिरावले. तिथेच त्यांनी साधनेला प्रारंभ केला. तिथल्या थंड वातावरणात राहूनही त्यांनी साधनेची तीव्रता मोठ्या प्रमाणावर वाढवत नेली. इतकी की त्यांना अनेकदा

परतत्त्वाची अनुभूती मिळाली. शिवतत्त्वाकडून त्यांना अलौकिक विद्या आणि सिद्धी प्राप्त झाल्या. काही तांत्रिक विद्याही त्यांना त्या वास्तव्यात अवगत झाल्या होत्या. हे विद्या-ज्ञानभांडार डोक्यात साठवून ते रुद्रप्रयागला आले. त्यांनी मिळवलेलं हे ज्ञान त्याचप्रमाणे जीवनविषयक उन्नत विचार आणि प्रत्यक्ष त्या प्रवासात दृष्टोत्पत्तीस येणारं मनुष्यजीवन यामधे त्यांना कमालीची तफावत भासू लागली. प्राचीन ऋषींनी निर्माण केलेली संस्कृती सर्वत्र विस्कळीत झालेली त्यांना दिसली. काही ग्रामं वसली होती, लोक कृषीकडे वळले होते – नाही असं नाही; पण मानवी जीवनातला विचार हरवत चालला होता. विचारशून्य भक्ती आणि अर्थहीन कर्मकांडाकडे समाज वळला होता.

मांदार्यांचं अंत:करण अत्यंत व्यथित होऊन गेलं होतं. एक सुसंस्कृत, विचारी आणि ज्ञाननिष्ठ मानवतावादी संस्कृती प्रस्थापित करण्यासाठी ज्या शेकडो ऋषींनी रक्ताचं पाणी केलं होतं तिथे आलेलं कुपरिवर्तन आणि वैदिक धर्माचं अध:पतन पाहून ते खंतावून गेले होते. ती ज्ञाननिष्ठ संस्कृती पुन्हा उभी करण्यासाठीच मला देवानं इथे पाठवलं आहे, असं त्यांना वाटू लागलं.

तो विचार मनात उद्‌भवताच त्यांनी रुद्रप्रयागला स्थिरावण्याचा निर्णय घेतला. तिथे एक कुटी उभारून त्यांनी पुन्हा ऋषींचं कार्य प्रारंभित केलं. केवळ पाच वर्षांत तिथे ऋषीय संस्कृतीची पुन:प्रस्थापना करून ते पुढील कार्यासाठी वाराणसीला आले होते.

वाराणसीचीही अवस्था काही वेगळी नव्हती. वैदिक संस्कृती तिथेही गोडकळीला आली होती. म्हणून आता काही काळ तरी तिथेच राहून त्यांनी कार्य करण्याचं ठरवलं होतं. वाराणसी जवळच्या अरण्यात त्यांनी या नव्या आश्रमाची प्रस्थापना केली होती. तिथून ते वैदिक विचार प्रसृत करू लागले. यज्ञसंस्था दूरदूरच्या अरण्यांमधे नेण्यासाठी समविचारी आणि सुसंस्कारित युवक स्नातकांना प्रवृत्त करू लागले.

त्या तेज:पुंज, तपस्वी ऋषींची विद्वत्ता आणि कार्य माहीत असल्यामुळे त्यांच्यापुढे कुणी विद्वान अथवा आचार्य बोलायला सहसा धजावत नसत.

तरीपण बाजूच्या उच्चासनावर बसलेले एक वयोवृद्ध आचार्य स्नातकांआधी स्वत:च बोलू लागले, ''मांदार्य, आपण म्हणता तसा या भूमीवरचा फार मोठा भाग वैदिक संस्कृतीपासून वंचित आहे हे मान्य... पण संस्कृती-प्रस्थापनाचं हे कार्य आपणच आपल्या शिरावर घ्यायला हवं असं थोडंच आहे? वाराणसीमधल्या पाठशाळांमधून मी अनेक वर्षं विद्यादानाचं कार्य केलं – करतो आहे. अनेक विद्यार्थी माझ्या हाताखाली तयार झाले. ते त्या संस्कृतीचं पाहून घेतील की! आपण आपलं विद्यादानाचं कार्य करावं आणि सारं काही 'त्याच्या'वर सोपवावं! काय...?'' तर्जनीनं आकाशात निर्देश करून त्या वृद्ध आचार्यांनी दंतविहीन हास्य केलं.

काही वयस्क आचार्यांनी त्यांना हसून अनुमोदन दिलं. पण समोर बसलेल्या तरुण स्नातकांना मात्र त्या वृद्ध आचार्यांचं बोलणं फारसं रुचलं नव्हतं.

''मी आपल्या मताचा आदर करतो, आचार्य भद्रदेव...'' मांदार्य शांतपणानं म्हणाले. ''बरं, आणखी कुणाला काही मतं मांडायची आहेत का?''

दुसरे एक आचार्य बोलू लागले, ''ऋषीवर, आत्ताच आपण सांगितलंत की, आत्तापर्यंत एकवीस युवकांनी आपल्या प्राणांची *आहुती* दिली. घनघोर अरण्यातल्या नरमांस भक्षकांनी त्यांना ठार मारून देवपूजा आणि पोटपूजा केली! मी म्हणतो, कशासाठी आपण आपल्या तपस्व्यांना त्या लोकांमधे पाठवायचं? आपल्या इथे राज्यव्यवस्था आहे. इथे आपल्याला त्या नरमांसभक्षकांचा काही उपद्रव नाही. त्यांना त्यांची आदीम संस्कृती जगू द्यावी; आपण आपली जगावी. आपली संस्कृती त्यांच्यावर लादायचं काय कारण? त्यापेक्षा आपण इथेच नव्या मठ-मंदिरांची उभारणी करावी, देवाचं नाव घ्यावं... विद्यादान करावं... पाठशाळा चालवाव्यात, प्रतिष्ठेनं जगावं!'

त्याही ज्येष्ठ आचार्यांच्या विचारांचा साठा संपला होता. धर्म-अध्यात्म हे केवळ मठा-मंदिरांपुरतंच मर्यादित असतं, अशीच त्यांची धारणा होती; आणि त्यातून केवळ प्रतिष्ठा मिळणंच त्यांना अपेक्षित होतं. तो काळाचा महिमा होता. वेदविचारांना छेद देणाऱ्याच त्या गोष्टी होत्या. अज्ञानातल्या सुखात रमणं हा मनुष्यस्वभावच असतो की काय कुणास ठाऊक!

''धन्यवाद कपिलक!'' मांदार्यांनी सर्वांवरून दृष्टी फिरवत विचारलं, 'अजून कुणाला काही मतं मांडायची आहेत का? स्पष्ट शब्दांत निर्भय होऊन मांडावीत... प्रत्येकाच्या मताचा इथे आदर केला जाईल.'

एक-दोन आचार्यांनी भद्रदेव आणि कपिलक यांच्या मताचीच पालखी उचलली.

त्यावर उत्तरादाखल मांदार्य शांतपणे पण ठामपणानं बोलू लागले- 'आचार्य भद्रदेव, आपण तीन-चार दशकं तरी अध्यापनाचं कार्य या काशीक्षेत्री केलंत. शेकडो विद्यार्थी आपल्या पाठशाळेत तयार झाले. संस्कृती संवर्धनासाठी या विद्यार्थ्यांनी काय केलं ते मला प्रथम सांगा...! मी गंगोत्री, रुद्रप्रयाग आणि आता ही वाराणसी इथपर्यंत सारा प्रवास पायी केला. अनेक गावं-वस्त्या यांमधून मी फिरलो. या प्रवासात ऋषींचं सारं कार्य धुतलं गेल्याचं मला दिसलं. एकही वैदिक स्नातक कुठे कार्य करताना मला दिसला नाही. याउलट वैदिकांचे अत्युच्च प्रयोग असणारे यज्ञ थंडावलेले जाणवले. 'तपा'चे भलतेच अर्थ प्रस्थापित झालेले आढळले. एकादशी फळं खाण्यापुरतीच उरलेली दिसली. तीर्थयात्रांमधला मूळ हेतू संपुष्टात आलेला दिसला. मरगळलेल्या समाजावर ऋषीविचारांची फुंकर घालून पुन्हा ऋषीय कार्याला गती देण्याचा मी तिथे प्रयत्न केला...

'या पुरातन नगरीतही मला आज तशीच मरगळ आलेली दिसते. आचार्य भद्रदेव, आपण माझ्यापेक्षा सर्वार्थानं ज्येष्ठ आहात; तरीही मला माझे विचार आपल्यापुढे स्पष्टपणे मांडलेच पाहिजेत.'

'अवश्य ऋषीवर!'

'आकाशात बसून परमेश्वर काहीही करीत नसतो. पृथ्वीवर जर काही सत्कार्य करायचं असेल तर मनुष्यरूपाचंच माध्यम त्याला लागतं... आचार्य कपिलक, आपण जर मानवा-मानवाला जोडणारी, सन्मार्ग प्रकाशित करणारी, अनाक्रमक अशी देदीप्यमान ऋषीय संस्कृती या इथल्या अरण्यवासींकडे घेऊन गेलो नाही तर ते भविष्यात निश्चितच भोगवादी संस्कृतीचे बळी होतील हे ध्यानात ठेवा! ईश्वरवादी सुसंस्कृत लोकांऐवजी असुरी वृत्तीचा भोगवादी समाज आज आपल्यापेक्षा कित्येक पटींनी अधिक कार्यरत आहे. अविवेकी मनुष्याची दिशाभूल करणारे संप्रदायही सांप्रत कार्यरत आहेत. या वृत्तींचा जर या संपूर्ण भारतवर्षातील वन्यजनांमधे शिरकाव झाला तर हेच अरण्यवासी त्वरित भोगवादी बनतील. पर्यायानं त्यांच्या विचारांना आणि जीवनाला चुकीची दिशा मिळेल... राष्ट्रउभारणीच्या दृष्टीनं ती गोष्ट घातक ठरेल.'

क्षणभर सर्व श्रोत्यांवर दृष्टी फिरवून मांदार्य पुढे म्हणाले, 'एक गोष्ट आपण ध्यानात घेतली पाहिजे... भोगवादी संस्कृती तत्काळ उचलली जाते; पण मानवता जपणारी सात्विक वृत्तीची दैवी संस्कृती कष्टपूर्वकच रुजवावी लागते. ती अनायासे उचलली जात नाही. त्यासाठी ऋषींना प्रचंड तप करावं लागतं. ऋषीय संस्कृतीत सहिष्णुता आहे - आक्रमकता नाही, प्रलोभन नाही. आहे ते केवळ तर्कनिष्ठ ज्ञान! पण भोगवादी संस्कृतीत प्रचंड आक्रमकता असते. स्थानिक भोग भोगून संपले की भोगवादी लोक अन्यत्र पाय पसरायला लागतात. कारण अतृप्ती हा भोगवादाचा स्थायिभाव असतो. आपण जर वेळीच हालचाल केली नाही तर एक दिवस असा येईल की, आपल्या अस्तित्वालाच धोका पोचेल... देवांच्या राज्यात असंच घडलं...'

अश्वांच्या रश्मी एकदम खेचाव्यात तसा मांदार्यांनी तो विषय आवरता घेतला.

ती गोष्ट मांदार्यांचा पट्टशिष्य अक्षय याच्या तेव्हाच ध्यानात आली होती. पण या प्रसंगी त्यानं आपल्या आचार्यांना काही विचारलं नाही. भात्यात बाण सांभाळून ठेवावा तसा तो प्रश्न त्यानं आपल्या मनोकोषात सांभाळून ठेवला. योग्यवेळी तो प्रश्न मनोकोषातून बाहेर येणारच होता! देवांच्या राज्यात नक्की काय घडलं हा इतिहास जाणून घेतल्याशिवाय तो आपल्या गुरूला थोडाच सोडणार होता?

मांदार्य बोलायचे थांबले होते. त्यांचे विचार थेट आणि डोळे उघडणारे होते. समोरचे तरुण स्नातक तर त्यांच्या प्रभावी वक्तृत्वानं आणि तेजस्वी वास्तववादी

विचारांमुळे दिपून गेले होते. कुणीच त्यांना प्रतिवाद केला नाही. तो करणंही शक्य नव्हतं. कारण वास्तव तेच होतं.

काही क्षण शांततेत गेल्यानंतर एका तेजस्वी स्नातकानं बसल्या बसल्या प्रश्न उपस्थित केला, ''आचार्य, आपले विचार मला पूर्णत: पटले आहेत. पण हे कार्य करायचं तरी कसं? हे कार्य करण्यासाठी गेलेल्या आपल्या कितीतरी तरुणांना प्राण गमवावे लागले आहेत...''

''त्या गोष्टीचं मलाही अतीव दु:ख आहे... त्यामुळे एक नवी योजना मी आता आखली आहे - अर्थात प्राचीन वैदिक ऋषींच्याच विचारांची ही योजना आहे. या योजनेमुळे या सत्कार्यासाठी कुणाला आता प्राण गमवावे लागणार नाहीत!'

जीवाचा कान करून सारेजण मांदार्यांची योजना ऐकू लागले.

'मी नुकताच काशीराजांना भेटून आलो. माझ्या योजनेसाठी ते सहकार्य करणार आहेत. इथून पंचवीस कोस अंतरावर असलेल्या उत्तर-पूर्व भागातील अरण्यात आपण हे कार्य आता नियोजनपूर्वक करणार आहोत - तेही एका यज्ञानं!'

सारी सभा अवाक् होऊन मांदार्यांकडे पहात राहिली. सर्वांनाच आपापल्या मनश्चक्षूंपुढे यज्ञीय होम, मंत्रजागर, इतर विधी, आहुत्या, जेवणावळी दिसू लागल्या.

त्यांचं मन जाणून मांदार्य मात्र मनातल्या मनात हसत होते.

■

४

यज्ञीय परिक्रमेची मुहूर्तमेढ

मांदार्यांनी सर्वांवरून प्रेमभरल्या अंत:करणानं दृष्टी फिरवली. शुभ्र ढग आणि काळे ढग एकाच वेळी जवळजवळ दिसावेत तसं ते दृश्य दिसत होतं. मात्र 'काळ्या ढगांचं' अंत:करण तितकंच शुभ्र आहे हे मांदार्यांनी जाणलं होतं.

ऐन प्रात:काली वाद्यांच्या गजरानं ते अरण्य निनादून गेलं. झाडाझुडपांमधे लपलेले रानटी लोक आश्चर्यानं त्या देखाव्याकडे पहात होते. एका चालत्या बैलगाड्यावर वादक वाद्यं वाजवत बसले होते. लांब दांडीची सनई, तारशहनाई, बासऱ्या, खंजिऱ्या आदी वाद्यं त्या रानटी लोकांसाठी अगम्य होती. वेळूच्या बासऱ्या मात्र त्यांना माहीत होत्या. सहज उपलब्ध असणाऱ्या बांबूपासून त्या लोकांनी बासऱ्या बनवण्याची कला अवगत केली होती.

इतर वाद्यं जशी त्यांना अगम्य होती तसाच त्या गाड्यांबरोबर येणारा नागरी लोकांचा समूहही त्यांना आश्चर्यकारक वाटत होता. विविध वस्त्र-प्रावरणं परिधान केलेल्या स्त्री-पुरुषांच्या समूहानं त्या अरण्यात येणं त्यांना सर्वस्वी अनोखं होतं. त्यांच्या प्रत्येक हालचालींवर ते अरण्यवासी लक्ष ठेवून होते.

त्या जथ्याच्या सर्वात पुढे एक शुभ्र वस्त्रांकित युवक होता. त्याचं मस्तक पूर्ण भादरलेलं होतं. एक गाठ मारलेली लांब शिखा त्याच्या मस्तकावरून खांद्यावर रुळत होती. त्या तरुणानं एक उंच ध्वजा हाती धरली होती. वाद्यांच्या तालावर तो ती वर-खाली करत होता. त्या तरुणाच्या मागोमाग शुभ्र अंतरीय - कमरेचं सुती वस्त्र - आणि तसंच शुभ्र उत्तरीय - उपरणं - परिधान केलेला पुरोहितांचा मोठा समूह मंत्रोच्चारण करीत येत होता. त्या प्रत्येक पुरोहिताच्या केशविहीन मस्तकावर असलेली शिखा त्याच्या खांद्यावर रुळत होती. प्रत्येकानं आपल्या कपाळावर उभं गंध रेखलं होतं. शे-पन्नास स्नातक, विद्यार्थी आणि व्रती-युवक त्यांच्या मागोमाग चालत येत होते. पाठीमागून आच्छादित बैलगाडे खडखडत येत होते. ते बैलगाडे सामान-सुमान वाहून नेत होत्या. काही बैलगाड्यांमधे स्त्रिया बसल्या होत्या; तर जथ्याच्या दोन्ही बाजूंनी भाला, ढाल-तलवारी आणि धनुष्य-बाण धारण केलेल्या पदाती सैनिकांची संरक्षक फळी शिस्तीत चालली होती.

वाद्यांचा गजर आणि त्यामधून उमटणारा मंत्रघोष ऐकून अरण्यातले अनेक आदिम जमातीचे लोक त्या ठिकाणी आले होते - येत होते. झाडाझुडपांमागे लपून, वृक्षांच्या फांद्यांवर चढून ते तो अगम्य देखावा पहात होते. केवळ आदिम जमातीलाच नव्हे; तर प्राणिवर्गालाही तो देखावा अनोखा होता. त्या जथ्याला पाहून

मृगांचे कळप थबकत होते. माकडं-वानरं 'ची ची' आवाज करीत अस्वस्थ होऊन वृक्षावृक्षांवर हालचाल करीत होती. उड्या मारत होती. केकारव करीत मोरांचा समूह त्या जथ्यापासून दूर दूर जात होता. दूरवरच्या माळरानावर चरणाऱ्या दोन शिंगी गेंड्यांना आणि विशाल गजराजांना मात्र माणसांच्या त्या कार्यात रस नव्हता! ते रानात सुखेनैव चरत होते.

तो जथा जेव्हा एका चिंचोळ्या वाटेवर आला तेव्हा मात्र खळबळ उडून गेली. वृक्षांवरून त्या जथ्यावर एकाएकी तीरांचा वर्षाव होऊ लागला. वाद्यं वाजायची थांबली. वादक गाड्यातून उतरून मागे पळाले. पुरोहितांची धावाधाव सुरू झाली. स्त्रियांनी आरडाओरडा सुरू केला. जेव्हा जथ्यातील स्नातकांच्या अंगात तीर रुतू लागले तेव्हा एकच हाहाकार माजला. संरक्षक दलानं ताबडतोब आपली शस्त्रं उभवली. वृक्षांच्या फांद्यांआड लपलेल्या अरण्यवासीयांवर शस्त्रांचा मारा सुरू केला. बाण-भाल्यांनी काही रानटी लोकांचा वेध घेतला. विद्ध रानटीजन वृक्षांवरून खाली कोसळू लागले. जथ्यातील काही स्नातक आणि पुरोहितही विद्ध होऊन खाली कोसळले होते.

असं काही घडेल याची मांदार्यांना पूर्ण कल्पना होती. म्हणूनच या वेळी त्यांनी काशीराजाची एक सैन्यतुकडी बरोबर आणली होती. पण ती केवळ धाक दाखवण्यासाठी! त्यांना संहार मुळीच अपेक्षित नव्हता. म्हणून आपले दोन्ही हात वर करून ते ओरडले, 'थांबा! कुणीही कुणाला मारू नका!'

त्यांच्या आज्ञेसरशी सैनिकांनी आपली शस्त्रं खाली केली. वृक्षांवरचे रानटी योद्धेही थबकले. साऱ्यांची दृष्टी मांदार्यांवर लागून राहिली होती. त्यावेळी मांदार्य लगबगीनं विद्ध होऊन पडलेल्या अरण्यवासीयांपाशी जाऊन बसले. त्यांच्या शरीरात घुसलेले बाण त्यांनी हलकेच बाहेर काढले आणि त्या वन्यलोकांच्या मस्तकांवरून ते प्रेमानं हात फिरवत राहिले. त्यावेळी जथ्याबरोबर आलेले दोन-तीन वैद्यराज दोन्ही बाजूंच्या विद्ध लोकांवर औषधी लेप-पट्टी करीत होते. जथ्यातील विद्ध जनांच्या शरीरातून बाहेर काढलेल्या तीरांकडे पहात वैद्यराज म्हणाले, ''विषारी लेपन केलेले हे तीर आहेत... बरोबर विषनाशक औषधी आणली होती म्हणून बरं! अन्यथा... विनाकारण आक्रमण केलं या वनवासींनी!''

अरण्यवासीयांवर लेप-पट्टी करून झाल्यावर मांदार्य जागचे उठले. एक सुस्कारा सोडून ते म्हणाले, ''हे अरण्य यांच्याच मालकीचं आहे. आपण त्यांना उद्ध्वस्त करायला आलो आहोत असाच त्यांचा समज झाला असणार... आपल्याबरोबर सैन्य आहे ना! प्रत्येकाला स्वत:चं अस्तित्व अबाधित राखायचं असतं; आणि ते स्वाभाविकही असतं...''

मग ते हलकेच पुटपुटले, ''मोठ्या प्रमाणावर सहिष्णुता प्रस्थापित करताना थोडीफार असहिष्णुता अटळच असते!''

वृक्षांवर बसलेल्या त्या अरण्यवासी योद्ध्यांना त्यांना काही सांगायचं होतं. अनेक वनांतून कार्य करीत फिरल्यामुळे मांदार्यांना अरण्यवासीयांची भाषा चटकन् अवगत होत असे. परंतु; आता भाषेपेक्षा भाव अधिक पोचणार होता. ते म्हणाले, 'हे अरण्यवासीयांनो, आम्ही तुम्हाला मारायला आलेलो नाही तर तुमच्या देवांना नमस्कार करायला आलो आहोत.' आपले हात जोडून ते पुढे म्हणाले, 'आम्हाला आपलं प्रेम हवंय्... आम्ही सुद्धा भावबंधन करण्यासाठीच तुमच्याकडे आलो आहोत. आम्हाला तुमच्याकडून दुसरं काहीही नकोय! या... या खाली!'

इतकं बोलून मांदार्यांनी विशिष्ट अभिप्रायानं आपल्या सैन्य तुकडीकडे बघितलं आणि मूक निर्देश केला. सैनिकांनी भराभर आपली शस्त्रं जमिनीवर फेकली.

हे सैनिक आपल्यापेक्षा सर्वच बाबतीत प्रबळ असूनही त्यांनी शस्त्रं टाकून दिली आहेत, आपल्या विद्ध लोकांवर औषधोपचार केले आहेत; आणि हे तेजस्वी युवक आपल्याशी प्रेमानं भावपूर्ण शब्द उच्चारत आहेत हे पाहून वृक्षावृक्षांच्या फांद्यांवर लपलेले अरण्यवासी युवक हळूहळू खाली उतरले. बिचकत बिचकत ते एका बाजूला उभे राहिले.

मांदार्यांनी त्या सर्वांकडे प्रेमभरल्या दृष्टीनं बघितलं. शस्त्रापेक्षा त्यांच्या नील नेत्रांमधून ओसंडून वाहणारा प्रेमभाव त्या अरण्यवासीयांच्या अंत:करणात खळबळ करून गेला. त्या सर्वांकडे प्रेमानं बघत मांदार्य आपल्या जथ्याबरोबर पुढे निघाले. अरण्यवासीयांनी त्यांना वाट मोकळी करून दिली.

थोड्याच वेळात तो यज्ञीय जथा एका मोकळ्या जागेत येऊन ठेपला. वशिंडरहित बैलांच्या गाड्यांमधलं सामान उतरवलं गेलं. प्रत्येक विभागप्रमुख आपापल्या गटाला सूचना देऊ लागला. राहुट्यांची सिद्धता होईपर्यंत पुरोहितवर्ग मांदार्यांसह एका विशाल शमीवृक्षाखाली जाऊन बसला. गेल्या दोन दिवसात कित्येक कोस अंतर काटून ते या वनात येऊन पोचले होते. आता त्यांना विश्रांतीची नितांत आवश्यकता होती.

थोड्याच अवधीत अनेक राहुट्या उभारल्या गेल्या. छोट्या राहुट्यांमधून पुरोहित वर्ग विश्राम करू लागला. मोठमोठ्या राहुट्यांमधे एका वेळी अनेक स्नातक आराम करू लागले. सैनिकांची छोटी छोटी शिबिरं त्या राहुट्यांभोवती थाटली गेली. चुली तयार करण्यात आल्या. त्यावर भात शिजवला गेला. त्या कार्यात महिलावर्ग व्यग्र झाला. काही स्नातक त्यांना सहाय्य करू लागले. अनेक प्रकारची फळं बरोबर होतीच. भोजन आणि विश्रांती झाल्यानंतर दुसऱ्या दिवसाचं नियोजन केलं जाणार होतं. भल्या पहाटेच यज्ञीय हवनाला प्रारंभ होणार होता.

चिंता होती ती केवळ त्या रात्रीची!

रात्रीचा पहिला प्रहर सरत आला तरी त्या राहुट्यांमधून गप्पा रंगल्याच होत्या. जिकडे तिकडे मशाली धडाडत होत्या. त्या उजेडात विद्ध लोकांची शुश्रुषा केली जात होती. सैनिक गस्त घालत होते. स्नातक–विद्यार्थी सावधपणे हालचाल करीत होते.

त्यावेळी एका प्रशस्त राहुटीत यज्ञीय कार्याचं नियोजन चाललं होतं. ज्येष्ठ पुरोहितांबरोबर मांदार्य चर्चा करीत होते. हवनाचा पहिला मान भगवान विष्णूंना देण्याचं ठरलं होतं. 'अध्वर्यू' आणि 'होता' यांची नियुक्ती झाली होती. ज्येष्ठ ब्राह्मणांवर ते दायित्व सोपवण्यात आलं होतं. आता 'ब्रह्मा'ची नियुक्ती होणं तेवढं उरलं होतं. पण ती नियुक्ती व्हायला फार वेळ लागला नाही. सर्व पुरोहितवर्गानं आणि ब्राह्मणांनी एकमुखानं ते दायित्व मांदार्यांवर सोपवलं. वेदविचारांवर असलेली मांदार्यांची प्रगाढ निष्ठा, त्यांची तेजस्विता, तपस्विता, विद्वत्ता, त्यागवृत्ती या साऱ्याच गोष्टी सर्वांनाच ज्ञात होत्या. अनेक गूढ विद्या आणि शक्ती मांदार्यांच्या अंकित होत्या आणि विशेष महत्त्वाचं म्हणजे ढेपाळलेली ऋषीय संस्कृती पुन्हा प्रस्थापित करण्याची कळकळ त्यांच्यामधे पुरेपूर भिनलेली आहे, हेही सर्वजण जाणून होते.

त्यांची निवड करताना ज्येष्ठ आचार्य कर्दम म्हणाले होते, ''मांदार्य, आपण सर्व विद्यांमधे श्रेष्ठ आहात. वेदांवर आपली पराकोटीची निष्ठा आहे. याचा विचार करता आपण 'ब्रह्मा'पद भूषवावत अशी मी या सर्व पुरोहित आणि ब्रह्मवर्गातर्फे आपल्याला विनंती करतो...''

आचार्य सुव्रत लगोलग म्हणाले, ''...शिवाय हवनानंतर होणारं प्रवचन आपणच करू शकता... यज्ञाचा हेतू लक्षात घेता इथल्या रानटी लोकांना उद्देशून प्रवचन करायला हवं. आपलं अनेक भाषांवर प्रभुत्व आहे. त्यामुळे आपल्याशिवाय कोण प्रभावी प्रवचन करू शकणार?''

पुरोहित वर्गाची विनंती अमान्य करण्याचं काहीच कारण नव्हतं. त्यामुळे 'ब्रह्मा'पद स्वीकारून मांदार्य म्हणाले, ''आपला हा पहिला यज्ञ आहे. दहा दिवस हा यज्ञ चालणार आहे. रोज एक हवन केलं जाईल. ऋषिप्रेरित आणि ऋषिप्रणित अशा यज्ञांमधून ईशपूजा होत असतेच; परंतु सहवासातून प्रेमभाव निर्माण करणं, मित्रत्वाचं नातं निर्माण करणं आणि पुढे जाऊन बंधुत्वाचं नातं संस्कृतिहीनांना समजावणं हा खरा यज्ञाचा हेतू आहे... आज थोडी असहिष्णुता झाली – नाही असं नाही; पण मारून कोणतेही प्रश्न मिटत नाहीत हे ध्यानात ठेवलं पाहिजे. विचार बदलूनच माणसात परिवर्तन होऊ शकतं. माणूस माणसाच्या जवळ येऊ शकतो... प्रेमभावानं बांधला जाऊ शकतो...'

मशालींचा पिवळसर उजेड मांदार्यांच्या मुद्रेवर नाचत होता. त्यामुळे एक अद्भुत तेजच बोलत असल्याचा भास उपस्थितांना होत होता. आपल्या मानेवर रुळलेल्या लालसर काळ्या केशसंभारावरून हात फिरवून ते पुढे म्हणाले, ''लादलेले नियम

फार काळ टिकू शकत नाहीत... असहिष्णूतेतून निर्माण केली गेलेली सहिष्णुताही भ्रामक असते. ती विद्रोहाला जन्म घालते. सद्विचार, मैत्रीकरण आणि साहचर्य यातूनच भावबंधन निर्माण होत असतं. भावबंधनातून विश्वाला व्यापून उरलेल्या समान ईशतत्वाची अनुभूती मिळते. सद्विचारांच्या सततच्या सिंचनानं हे सुपरिवर्तन घडू शकतं. यातूनच स्वयंशासित समाज निर्माण होऊ शकतो... यज्ञाचा हाच उद्देश आहे. 'यज' म्हणजे जोडणं. आपण हेच भावबंधन या वन्य लोकांना समजावणार आहोत. हे लोक निसर्गात राहतात. त्यांच्या बुद्धीवर नको त्या विचारांची जळमटं चढलेली नसतात. त्यामुळे आपले विचार ते अल्पावधीत आत्मसात करतील असा मला विश्वास वाटतो. उद्या आपल्या यज्ञाला प्रारंभ होत आहे. मी 'ब्रह्मा'पदाचा सविनय स्वीकार करत आहे. मात्र असा एक यज्ञ करून भागणार नाही हे आपण ध्यानात ठेवलं पाहिजे. असे यज्ञ वारंवार करावे लागतील. हा केवळ प्रारंभ आहे!''

त्याचवेळी एक स्नातक ओरडत आला- ''आचार्य, आचार्य...''

सारेजण राहुटीबाहेर धावले.

तो स्नातक मांदार्यांना सांगू लागला- ''ते वन्य लोक आले आहेत पहा! सैनिकांनी त्यांना तिथे अडवलं आहे...''

मांदार्य आणि आणखी काही जण त्या अरण्यवासीयांना सामोरे गेले. चार-पाच विद्ध झालेल्या तरुणांना त्या अरण्यवासीयांनी उचलून आणलं होतं. सैनिकांना शस्त्र खाली करण्याची खूण करत मांदार्य त्या अरण्यवासीयांपाशी गेले. त्यांच्या बरोबरच्या स्त्रिया रडत होत्या. कपाळावर हात मारून घेत होत्या. त्या विद्ध तरुणांच्या मस्तकावरून हात फिरवत मांदार्य म्हणाले, ''अंग चांगलंच तापलंय यांचं...'' एवढं बोलून त्यांनी त्या तरुणांना आपल्या राहुटीत नेण्यासाठी खुणावलं.

''आचार्य, वैद्यराजांना...''

''नको... या तरुणांना माझ्या राहुटीत घेऊन चला...''

त्या तरुणांना राहुटीत नेऊन ठेवल्यानंतर मांदार्य एकटेच त्यांच्याबरोबर राहुटीत थांबले. इतर सर्वांना त्यांनी बाहेर जायला सांगितलं. सारेजण बाहेर थांबून राहिले. मांदार्य आत काय करताहेत याची कुणालाच कल्पना नव्हती. अरण्यवासी पुरुष अगतिक होऊन उभे होते. स्त्रिया कांगावा करीतच होत्या. स्नातक शंकित मुद्रेनं मांदार्यांच्या राहुटीकडे बघत उभे होते. पुरोहित वर्ग खाली बसून होता.

पाव घटकेत मांदार्य राहुटीबाहेर आले. त्यांच्या मागोमाग ते विद्ध तरुण चालत चालत बाहेर आले. ते पूर्ण बरे झाले होते! त्यांचा ताप उतरला होता. ते पाहून अरण्यवासीयांनी निरनिराळे आवाज काढून आनंद व्यक्त केला. मांदार्यांकडे कृतज्ञता भावानं पाहून ते जाऊ लागले तेव्हा मांदार्य त्यांना उद्देशून म्हणाले, 'उद्या पहाटे सर्वांनी इथे यायचं आहे! येणार ना?'

हात उंचावून पुन्हा निरनिराळे आवाज काढत ते निघून गेले.

सारे स्नातक आणि पुरोहित तेव्हा मांदार्यांकडे चकित होऊन पहात राहिले होते.

ऐन वसंतऋतूचे ते दिवस होते. भल्या पहाटे पक्ष्यांच्या किलबिलाटाच्या साथीनं यज्ञविधीला प्रारंभ झाला होता. बरोबर आणलेल्या विटांनी यथाशास्त्र यज्ञवेदी बांधली गेली होती. गोमयानं चहूबाजूंनी सारवण केलं होतं. बरोबर आलेल्या महिलांनी त्यावर रंगवल्या रेखल्या होत्या. त्यापूर्वी यज्ञवेदीवर वनातले वाळलेले ओंडके आणि गवत यांच्या सहाय्यानं एक उंच स्तूप उभारला होता. यज्ञवेदीच्या बाजूनं चार 'स्वाहा'कार बसले होते. त्यांच्यासमोर 'ब्रह्मा'रूपी मांदार्य आणि इतर पुरोहित स्थानापन्न झाले होते. उगवत्या सूर्याच्या साक्षीनंच लाकडावर लाकूड घासून एका स्नातकानं अग्नी प्रज्वलित केला होता. हा 'अग्न्यधान' विधी झाल्यानंतर सूर्याची प्रार्थना करून अग्नीत पहिली आहुती पडली होती. विष्णू देवतेला आवाहन करून त्याच्या स्तुतिप्रीत्यर्थ अनेक आहुत्या यज्ञवेदीत पडल्या. यज्ञीय धूमानं तो सारा परिसर व्यापून गेला. उंच वृक्षांमधे तो धूम कोंदून राहिला. त्यावर पडलेल्या सूर्यकिरणांमुळे त्या किरणांचंच अस्तित्व प्रकर्षानं दिसू लागलं होतं.

सूर्य जेव्हा दहा अंगुळं वर आला तेव्हा यज्ञकुंडात विष्णुयागाची शेवटची आहुती पडली. सारे पुरोहित, स्नातक 'ब्रह्मा'च्या उच्च स्वरात स्वर मिळवून अखेरचा मंत्रघोष करून म्हणू लागले–

'समानी व आकूतिः समाना हृदयानि वः ।
समानमस्तु वो मनः यथा वः सुसहासति ।।'

मग 'सर्वेत्र सुखिनः सन्तु...' म्हणून सर्व स्थिरचराचं कल्याण चिंतिलं गेलं.

प्रातःकालापासून होणारा तो मंत्रघोष त्या अरण्यात दुमदुमून उठला होता. मोठ्या उत्सुकतेनं ते अरण्यवासी सभोवती जमा झाले होते. यज्ञकांडाकडे कुतूहलानं बघत होते. यज्ञवेदीपुढे बसलेल्या 'ब्रह्मा'चं प्रेम त्यांनी आदल्या दिवशी अनुभवलं होतं. त्याचा प्रेमळ स्पर्श, निळसर पिंगट नेत्रांमधून वाहणारा प्रेमाचा झरा त्यांच्या अंतःकरणात खळबळ करून गेला होता. लोखंडानं चुंबकाकडे ओढलं जावं तसे ते अरण्यवासी मांदार्यांकडे नकळत आकृष्ट झाले होते. हे लोक वाईट नाहीत आणि ते आपल्याला मारायलाही आलेले नाहीत याविषयी आता त्यांची निश्चिती होऊन चुकली होती. त्यामुळे यज्ञस्थानासभोवती थोडं अंतर राखून ते निर्भयपणे बसले होते – काही उकिडवे तर काही पाय पसरून!

सूर्य जेव्हा दहा अंगुळं वर आला तेव्हा यज्ञनारायणाच्या आराधनेनं त्या दिवशीचा हवनविधी पूर्ण झाला. आता यज्ञविधीतील पुढचा भाग संपन्न होणार

होता. तो म्हणजे 'ब्रह्मा'चं प्रवचन! 'ब्रह्मा'च्या भूमिकेत असलेले मांदार्य पूर्वाभिमुख होऊन एका दर्भासनावर स्थानापन्न झाले. शुभ्र अंतरीय, उघडी, काहीशी स्थूल गौर शरीरयष्टी, पिळदार बाहू-दंड, भव्य छाती, खांद्यावरील यज्ञोपवीत, पाठीवर रुळलेला लालसर काळा केशसंभार आणि भालप्रदेशावरील रेखीव गंध उपस्थितांवर प्रभाव पाडत होतं.

सूर्यनारायणाला वंदन करून त्यांनी सर्वांवरून दृष्टी फिरवली. स्नातकगण आणि पुरोहितवर्ग समोर शिस्तीत दर्भासनांवर स्थानापन्न झाला. स्त्रिया डाव्या बाजूला थोड्या अंतरावर बसल्या. मागे बसलेल्या अरण्यवासीयांना मांदार्यांनी पुढे येऊन बसण्यासाठी खुणावलं. पण ते जागचे हलले नाहीत. समोरच्या 'शुभ्र' समुदायामधेही थोडी चलबिचल झाली.

तेव्हा मांदार्य ठामपणानं म्हणाले, 'हा यज्ञ आपल्यासाठी नाही किंवा भगवंतासाठीही नाही. तो याच लोकांसाठी आहे. त्यांना सामावून घेण्यासाठी आहे. यज्ञाचा हाच उद्देश असतो. मनुष्यमात्राला प्रेमानं जोडण्यासाठी, परस्परांमधे स्नेहबंध निर्माण करण्यासाठी यज्ञ असतो. खीर-पुरी, लाडू खाण्यासाठी नाही! अशा यज्ञानंच परमेश्वर संतुष्ट होत असतो; नारायणी शक्ती यज्ञात प्रगट होत असते.'

'यज्ञ' म्हणजे तूप-तीळ-तांदळाचं मंत्रघोषात हवन करून आणि मग यथेच्छ पक्वान्नांवर ताव मारणं, हा संकुचित विचार रुजलेल्या समोरच्या पुरोहितवर्गाच्या मनात मांदार्यांच्या बोलण्यामुळे चलबिचल झाली होती. पण तरुण स्नातक आणि मोठ्या संख्येनं उपस्थित असलेल्या ब्राह्मणवर्गाला मांदार्यांचे विचार ठाऊक होते. त्यांच्या प्रभावी आणि जाज्वल्य विचारांमुळेच ते कार्यतत्पर झाले होते. 'यज्ञा'चा खरा अर्थ मांदार्यांनी त्यांच्यामधे रुजवला होता.

त्याचवेळी मांदार्य त्या अरण्यवासीयांना पुढे येऊन बसण्यासाठी पुन्हा साद घालत होते. अक्षय आणि एक-दोघे स्नातक त्यांना पुढे आणून बसवत होते. स्नातक आणि पुरोहितवर्गामागे हे अरण्यवासी अंग चोरून बसले. त्यांच्या नेत्रात उत्सुकता सामावली होती. इतक्या सन्मानानं त्यांना याआधी कुणीच आमंत्रित केलं नव्हतं. एका महान ऋषीकडून मिळणाऱ्या प्रेमामुळे ते भारावून गेले होते. अंत:करण उचंबळून येण्याचा अनोखा अनुभव त्यांना आज मिळत होता.

मांदार्यांनी सर्वांवरून प्रेमभरल्या अंत:करणानं दृष्टी फिरवली. शुभ्र ढग आणि काळे ढग एकाच वेळी जवळजवळ दिसावेत तसं ते दृश्य दिसत होतं. मात्र 'काळ्या ढगां'चं अंत:करण तितकंच शुभ्र आहे हे मांदार्यांनी जाणलं होतं.

त्यांनी प्रवचनाला प्रारंभ केला. परमेश्वराचं अस्तित्व केवळ आकाशात नाही तर ते प्रत्येक व्यक्तीच्या हृदयात आहे हे त्यांनी छोट्या छोट्या गोष्टींमधून समजावलं. जीव-जगत आणि जगदीश यांचा संबंध साध्या-सोप्या सरळ भाषेत समजावला. अरण्यवासीयांना बऱ्याच गोष्टी समजल्या; पुष्कळशा कळल्याही नाहीत. त्या

समजावण्यासाठी पुढचे नऊ दिवस होतेच की! आणि ज्ञानदानापेक्षा भावबंधन अधिक महत्त्वाचं होतं!

प्रवचन संपल्यानंतर मांदार्य सर्व स्नातक-ब्राह्मणवर्गाला उद्देशून म्हणाले, 'याच वन्य लोकांबरोबर आपल्याला आत्ता त्यांच्या वस्तीत जायचं आहे...'

अक्षयनं जवळ येऊन विचारलं, ''तिथे जाऊन काय करायचं आचार्य? त्यांना काय सांगायचं?''

''सांगायचं काहीही नाही – प्रेमसंबंध प्रस्थापित करायचे; नदी होऊन जायचं!''

''म्हणजे?''

''नदी जमीन सुपीक करत जाते – पण मागे वळून ती आपलं ते कर्म बघत नाही... त्याच भूमिकेतून आपण जायचं. प्रवाही बनायचं; प्रेमसंबंध प्रस्थापित करायचे. फळ मात्र परमेश्वरावर सोपवून द्यायचं!''

''ठीक आहे... पण बरोबर सैन्य...''

''मला आवश्यकता वाटत नाही... पण या पुरोहित वर्गाला विचार!''

कुणालाच सैन्य नेण्याची आवश्यकता वाटली नाही.

सारा पुरोहित-ब्राह्मण-स्नातकवर्ग मांदार्यांसह त्या अरण्यवासीयांबरोबर जाऊ लागला.

हां हां म्हणता नऊ दिवस कसे उलटले हे कुणालाही समजलं नाही. प्रातःकालापासून यज्ञीय कर्म, हवन, मध्यान्हपूर्वी अरण्यवासीयांच्या वस्त्यांवर जाणं, त्यांच्याशी सौहार्दाचं नातं प्रस्थापित करणं, मध्यान्हीच्या सुमारास साधंसुधं भोजन, विश्रांती, पुन्हा अरण्यवासीयांच्या भावविश्वात जाणं आणि मग यज्ञस्थळी सायंप्रार्थना, अग्निहोत्र करून सर्वांचा दिवस संपत असे. त्या नऊ दिवसात सारे यज्ञीय लोक एकभुक्त राहत होते. त्यामुळे सूर्यास्तानंतर थोडावेळ गप्पा-टप्पा करून सारेजण निद्राधीन होत असत.

आता उद्याच्या दिवशी यज्ञाची पूर्णाहुती होणार होती. नऊ दिवसांचा कार्यक्रम यथोचित पार पडला होता. मांदार्यांच्या विचारांमुळे अरण्यवासी चांगलेच प्रभावित झाले होते. देवाला बळी देणं, माणसानं माणसाला मारून खाणं, दुसऱ्याचं धन लुबाडणं, चोरी करणं, या विरोधात त्या नऊ दिवसात मांदार्यांनी आणि त्यांच्या बरोबरच्या ब्रह्मवर्गानं अरण्यवासीयांपुढे पुष्कळ विवेचन केलं होतं. त्याचा परिणाम भविष्यात निश्चितच दिसून येणार होता. पुष्कळ अरण्यवासीयांना ते विचार भावले होते. नरबळीऐवजी प्राणिबळीचा पर्याय मांदार्यांनी त्यांना दिला होता.

त्याच विषयावर प्रश्न करताना अक्षय म्हणाला होता, ''आचार्य, प्राणी तरी का मारून खावा? आपण त्यांना शाकाहार-फलाहार का सांगितला नाहीत?''

मांदार्यांनी त्यांच्यापुढे बसलेल्या अक्षय, प्रगाथा आणि शंख या तीनही शिष्यांकडे प्रेमानं बघितलं. प्रत्येकाची केशविहीन मस्तकं मशालींच्या पिवळसर प्रकाशात चमकत होती. त्यांचे तेजस्वी नेत्र मांदार्यांच्याच बोलण्याचा वेध घेत होते.

''एक गोष्ट ध्यानात ठेवा तुम्ही...'' मांदार्य हळू आवाजात बोलू लागले, ''पूर्णत्वाची जाणीव होण्यापर्यंतचा हा विकासमार्ग आहे. विकासमार्गावरचा एक पर्याय देऊन परिवर्तन घडवून आणायचं असतं. एकदम बदल करायला सांगितलं तर त्याचा विपरीत परिणाम होऊ शकतो. म्हणून खाण्यातून वृत्ती, वृत्तीतून संस्कार आणि संस्कारातून समज येईपर्यंतसुद्धा कित्येक पिढ्या मागे सरकतात. शिवाय या विकास मार्गावर सातत्य राहिलं तरच परिणाम मिळतो; अन्यथा नाही. आज ते नरमांस खातात. त्यांना एकदम शाकाहार करायला लावला तर त्याचा विपरीत परिणाम होण्याचीच शक्यता अधिक असते. सहस्रो वर्षांचे संस्कार काढायला वेळ हा लागणारच... प्रथम त्यांना नरमांसापासून प्राण्याच्या मांसापर्यंत आणावं लागेल; आणि मग त्यांची समज जितक्या शीघ्र गतीनं वाढेल तसं त्यांना शाकाहारावर आणावं लागेल...''

तिघांनाही मांदार्यांचं अनुभवनिष्ठ बोलणं तेव्हाच पटलं होतं.

शंखानं मग वेगळाच प्रश्न उपस्थित केला, ''आचार्य, आपल्याला अनेक विद्या ज्ञात आहेत. युद्धशास्त्रातले गहन मंत्र-तंत्रही आपल्या अंकित आहेत. असं असूनही आपण आजपर्यंत इतके बळी का जाऊ दिलेत? या नरमांसभक्षक अरण्यवासीयांना आपण शस्त्राच्या धाकानं सहज बदलू शकला असता...''

''मी मागेच या विषयावर बोललो आहे. दहशतीनं निर्माण केलेले किंवा दंडशक्तीनं निर्माण केलेले नियम-कायदे फार काळ टिकत नाहीत. मी जर त्या नरमांसभक्षकांना मारत राहिलो तर केवळ विद्वेष आणि विद्रोह वाढत राहील. आपल्याला अपेक्षित संस्कृतीची प्रस्थापना होऊ शकणार नाही. अशा असंस्कृत लोकांमधे विचारांनीच परिवर्तन घडून येईल. विचारांनी उचललेली संस्कृतीच टिकाव धरू शकते...''

मांदार्यांचं बोलणं संपतं न संपतं तोच एक सैनिक दोन अरण्यवासीयांना घेऊन मांदार्यांच्या राहुटीत आला.

''माझं नाव गेमू...'' बोलताना त्याच्या नेत्रांमधे अश्रू दाटून आले होते. मशालीच्या प्रकाशात ते चमकत होते.

''आम्हाला वाचवा... ते राक्षस आणि त्यांचे साथीदार आत्ता आमच्या वस्तीवर येऊन गेले. त्यांनी खूप जणांना मारलं... आम्ही काय करावं सांगा...'' तो अश्रू ढाळत बोलत होता.

''का? का मारलं त्यांनी?'' अक्षयनं प्रश्न केला.

''आम्ही तुमच्या इथे येतो म्हणून... तुम्हीपण आमच्या वस्तीवर येता म्हणून...''

''पण आम्ही कुणाचेच शत्रू नाही-'' शंख म्हणाला.

''पण ते तुम्हाला शत्रू मानतात. तुमच्यापासून दूर राह्यला सांगतात. आम्ही करावं तरी काय? तुम्ही चांगले लोक आहात. पण...''

एक सुस्कारा सोडून मांदार्य म्हणाले, ''तुम्ही चिंता करू नका. उद्या यज्ञाची सांगता आहे. मग संध्यासमयीच आम्ही तुमच्या वस्तीवर येऊ...''

धीर देऊन मांदार्यांनी गेमूची पाठवणी केली. तीनही शिष्य मांदार्यांकडे चिंताग्रस्त मुद्रेनं पहात राहिले होते.

राहुटीतली मशाल तेव्हा मंदावली होती.

ऐन मध्यरात्री यज्ञस्थळी हाहाकार माजला. रक्षक सैनिकांना काही कळायच्या आत सहा हात उंचीच्या धिप्पाड रानटी लोकांनी यज्ञीय समूहावर आक्रमण केलं. रक्तानं माखलेले मांसाचे गोळे त्या दहा-पंधरा राक्षसांनी यज्ञकुंडात टाकले. कुंडातल्या सुप्त अग्नीतून दर्पयुक्त धूम वर निघू लागला. मग त्या राक्षसांनी सर्वत्र नासधूस सुरू केली. मोठमोठ्या काटेरी तोमरांनी त्यांनी यज्ञवेदीवर घाव घातले. वरचा स्तूप तोडून टाकला. प्रचंड आरडाओरडा करत राहुट्या उखडल्या. भीषण आरोळ्या ठोकत त्यांनी सर्वांना मारायला सुरुवात केली. किंकाळ्यांनी सारं वन आक्रंदून उठलं. महिला वर्ग किंचाळत वाट फुटेल तिकडे पळू लागला. पुरोहितांनाही पळता भुई थोडी झाली.

मांदार्य मात्र यज्ञभूमीत पाय रोवून खंबीरपणानं उभे होते. त्यांनी आपलं दिव्य धनुष्य हाती घेतलं. रक्षक सैनिक एव्हाना भानावर आले होते. तेही शस्त्रसज्ज झाले. मांदार्य त्या सैनिकांना उच्च स्वरात म्हणाले, 'हे राक्षस, संस्कृती-विघातक आहेत. उन्मत्ताला ठार मारणं हा धर्म आहे - चालवा शस्त्र त्यांच्यावर!''

मांदार्यांच्या धनुष्यातून सपासप बाण सुटू लागले. सैनिकांनीही त्यांचं अनुकरण केलं. दहा-बारा राक्षसांचा नि:पात करायला कितीसा वेळ लागणार होता? पाव घटकेतच सारे अक्राळ विक्राळ राक्षस भूमीवर कोसळले.

भेदरून गेलेल्या स्त्रिया, पुरोहित-स्नातकवर्ग मांदार्यांभोवती जमा झाला. त्यांचे उसासे, आक्रंदन अद्याप थांबलं नव्हतं. मांदार्यांनी सर्वांना धीर देत म्हटलं, 'शांत व्हा... नशिबानं यावेळी आपली जीवितहानी झालेली नाही. केवळ राहुट्याच अग्नीच्या भक्ष्यस्थानी पडल्या आहेत एवढंच!'

साऱ्या राहुट्या तेव्हा धगधगत होत्या. अग्नी सर्वत्र धडाडत होता. जणू यज्ञीय अग्नीनं आपलं अस्तित्व विस्तारलं होतं; आणि सारा परिसरच एक अग्निकुंड

बनून गेलं होतं! ज्वाळा-धूर आकाशाला जाऊन भिडत होता. वृक्षांवरचा पक्षिगण भरकटत दुसरीकडे उडून जात होता. जे थोडं आकाश वृक्षराजींमधून दिसत होतं त्याला दर्पयुक्त धूमानं ग्रासून टाकलं होतं.

काही पुरोहित तेव्हा मांदार्यांजवळ येऊन म्हणत होते, ''यज्ञाचा उद्याचा एकच दिवस राहिला होता; आणि हे विघ्न आलं! आता यज्ञीय देवाची शांती...''

''काही आवश्यकता नाही!'' मांदार्य ठामपणानं म्हणाले, ''आपला यज्ञ यशस्वीच झाला आहे! सहिष्णू लोकांवर जेव्हा असहिष्णू लोक आक्रमण करतात तेव्हा सहिष्णूंचं कार्य यशस्वी होत असल्याचंच ते निदर्शक असतं! पाप-पुण्याची मुळीच चिंता करू नका! आपला यज्ञ पुरा झाला आहे. यज्ञीय कुंड केवढं विस्तारलं आहे पहा! हेच विशाल हवन आणि हीच भव्य पूर्णाहुती! उद्या पहाटेच आपण काशीराज्यात जाण्यासाठी निघायचं आहे!''

यावर मांदार्यांना कुणी विरोध करणं शक्यच नव्हतं. पहाट होण्याची वाट न पाहता भराभर बैलगाडे सज्ज केले गेले. सामानसुमान गाड्यांमधे भरलं गेलं. भेदरलेल्या स्त्रिया एकमेकींना आधार देत गाड्यांमधे स्थानापन्नही झाल्या. अंधारातच तो यज्ञीय जथा पुन्हा काशी राज्याकडे निघाला - नरमांसभक्षकांच्या प्रदेशात यज्ञीय परिक्रमेची मुहूर्तमेढ रोवून!

मजल-दरमजल करीत जेव्हा तो जथा मांदार्यांच्या काशीतल्या आश्रमात येऊन पोचला तेव्हा पश्चिम सागराकडून आलेला एक अभ्यागत मांदार्यांची प्रतीक्षा करीत थांबला होता.

■

५

आव्हानांचा अंधकार आणि विचारांची सुप्रभात

कार्य रुजणं आणि कार्याची समज येणं या भिन्न गोष्टी असतात. नुसता धावणारा, आज्ञापालन करणारा समाज आपल्याला निर्माण करायचा नाही तर विचारपूर्वक गतिशीलता राखणारा एकविचारी मानवसंघ आपल्याला निर्माण करायचा आहे. संस्कृतीसाठी कोणतंही आव्हान पेलण्याची – प्रसंगी प्राणत्यागही करण्याची सिद्धता असलेला मानवसंघ निर्माण करावा लागेल.

तो अभ्यागत जेव्हा मांदार्यांच्या कुटीत आला तेव्हा सूर्य झपाट्यानं अस्ताचली निघाला होता. अक्षयनं तेवढ्यात कुटीतले तेलदिवे प्रज्वलित केले आणि तो मांदार्यांच्या डाव्या बाजूला येऊन बसला.

''प्रवास कसा झाला?''

''अश्वांवरून आलो... तीन दिवस लागले यायला.''

''वाटेत काही त्रास?''

''नाही... बरोबर दोन सहकारी होते - शस्त्रसज्ज-''

''बरं, विश्रांती...?''

''थोडी झाली... भोजनोत्तर होईलच!''

त्या अभ्यागताचं बोलणं काहीसं तुटक होतं. मन खिन्न होतं. मांदार्यांनी ती गोष्ट मनोमन जाणली होती. कोणतीतरी कटुवार्ता तो घेऊन आला असणार हे त्यांनी ओळखलं होतं.

''ऋषीवर,'' तो खिन्नपणेच सांगू लागला, ''पश्चिम प्रांतातून मी आलो. धौम्य ऋषींचा मी शिष्य. माझं नाव आयुष.''

''अरे वा! धौम्य ऋषींचं कार्य फार मोठं!''

''होय ऋषीवर! ते अविरतपणे आणि अविचलपणे कार्य करीत आहेत... अनेकदा विघ्नं येऊनही!''

''नवीन कोणतं विघ्न आलं?''

''ऋषीवर, पश्चिम सागरतट मोठ्या संकटात आहे... ते दानव... किनारपट्टीवरील सागरीजनांना उपद्रव करतातच; पण...''

''पण काय?''

मग त्यानं धौम्य मुनींच्या आश्रमात नुकताच घडलेला, अंत:करणाचा ठाव घेणारा तो प्रसंग जसाच्या तसा सांगितला-

मध्यरात्रीची वेळ होती. धौम्य मुनींचा आश्रम अंधारात लपेटून गेला होता. प्रतिप्रदेचा चंद्र केव्हाच मावळला होता. आकाश चांदण्यांनी खचाखच भरलं होतं.

आकाशदर्शन करीतच दोघे स्नातक हातात दंड आणि दीप घेऊन आश्रमातून गस्त घालत होते.

एवढ्यात त्या दोघांना दूरवरून काही मशाली वेगानं येताना दिसल्या. कुणी अभ्यागत वाटसरू आहे का राक्षस आहेत या विचारात ते काही वेळ तिथेच थबकले. नेत्र विस्फारून त्या धावत्या मशालींकडे ते पाहू लागले. त्यांना पुढे काही कळायच्या आतच त्या मशाली आश्रमात येऊन थडकल्या. अश्वांवरच्या विक्राळ कालकेय दानवांना त्यांनी तेव्हाच ओळखलं. आरडाओरडा करीत ते स्नातक इतस्तत: धावू लागले. सारे आश्रमवासी कुट्यांबाहेर आले. कुणाला काही कळायच्या आतच कालकेय दानवांनी आश्रमाचा विध्वंस आरंभला. गोरे, रंगीत केशसंभार; आणि भीषण चेहरे असणाऱ्या त्या सहा-सात हात उंच दानवांना पाहून सारे आश्रमवासी भेदरून गेले. पुष्कळांचं अवसान गळालं. कित्येक मूर्च्छित होऊन भूमीवर कोसळले. नंग्या तलवारी नाचवत त्यांनी हैदोस सुरू केला. अश्वांच्या खुरांखाली कित्येक जण चिरडले गेले. आकांत करत कित्येक स्नातक वाट फुटेल तिकडे पळू लागले.

त्या दानवांना अडवण्याचा काहींनी प्रयत्न केला पण तो निष्फळ ठरला. आश्रमात धुडगूस घालताना ते कुणाला तरी शोधत होते. इतक्यात त्यांना हवं ते गवसलं! धौम्य मुनींच्या आश्रमात राहून सागरप्रदेशात तप करणारे ते तपस्वी ब्राह्मण त्यांना सापडले. वेगानं दौडत जाऊन त्यांनी काही ब्राह्मणांना गाठलं. त्यांच्या लांब शिखा पकडल्या आणि ते त्यांना फरफटत नेऊ लागले. त्यावेळी ते ब्राह्मण विव्हळत होते. आक्रोश करीत होते. त्यांची शरीरं काही क्षणातच रक्तबंबाळ होऊन गेली. त्याच अवस्थेत त्या दानवांनी त्या ब्राह्मणांना उचलून अश्वांवर घातलं; आणि जसे ते वाऱ्यासारखे दौडत आले तसेच दौडत सागरतटाकडे निघून गेले. त्यावेळी एकच रणकंदन माजलं होतं. अवचित उद्भवलेल्या त्या संकटामुळे सर्वांनाच पराकोटीचा धक्का बसला होता. मानवतेचे धिंदवडे उडालेले सर्वांनी बघितले होते. ऐन मध्यरात्री आश्रम अस्ताव्यस्त होऊन हुंदके देत राहिला होता.

नुकतीच घडलेली ती भीषण घटना सांगून आयुष म्हणाला, ''आतापर्यंत दोन आश्रमांमधे अशा घटना घडल्या. ऋषीवर, आपले आश्रमही त्या परिसरात आहेत. आपले तपस्वीही तिथे कार्यरत असतात. म्हणून मी आपल्या कानावर ही वार्ता घालायला आलो. धौम्य मुनींनी अनेक आश्रमांमधे ही कटू वार्ता घेऊन माझ्यासारखे स्नातक पाठवले आहेत...''

ती कटू वार्ता ऐकून मांदार्यांना कमालीचा धक्का बसला होता. त्यांनी विचारलं, ''ब्राह्मणांखेरीज आणखी कुणाकुणाला नेलं त्यांनी?''

''कुणालाही नाही... फक्त यज्ञीय ब्राह्मण... त्यांना त्या दुष्ट दानवांनी ठार मारलं असावं...''

मांदार्य खंतावून गेले. ऋषीय कार्यापुढे भीषण संकट उभं राहिलं आहे ही गोष्ट त्यांनी ताडली होती. ते स्वत: आणि इतर ब्राह्मण-ऋषी मानव परिवर्तनाची गती वाढवून वाढवून किती वाढवणार होते? संस्कृतिप्रसारक ब्राह्मणांना अशा प्रकारे निवडून मारलं जाणार असेल तर यज्ञीय कार्य तरी कुणी करायचं? आणखी किती आहुत्या या कार्यासाठी द्यायच्या?

गंभीरपणे ते म्हणाले, ''आयुष, ब्रह्मर्षींच्या मार्गात हे फार मोठं संकट उभं राहिलेलं आहे असं दिसतं. राक्षस-दानव हे शारीरिक शक्तीनं प्रबळ असतात. त्यांच्यापुढे सद्विचार ठराविक मर्यादेपर्यंतच मांडायचे असतात. ज्यावेळी विचारशस्त्र बोथट होतं तेव्हा शस्त्रविचारच उचलावा लागतो! तू आता भोजन आणि आराम कर... दोन दिवस विश्रांती घे... परंतु जाशील तेव्हा धौम्य ऋषींना सांग, मी वसिष्ठऋषींना या संदर्भात त्वरित भेटत आहे. लवकरच त्या आव्हानावर मात कशी करता येईल याबाबत मी त्यांच्याशी वार्ता करीन...''

मांदार्यांना प्रणाम करून आयुष निघून गेला. त्याची सारी रीतसर व्यवस्था करून अक्षय पुन्हा मांदार्यांच्या कुटीत येऊन बसला.

''केली त्याची सारी व्यवस्था?''

''होय आचार्य...'' काही क्षण शांततेत गेले. अक्षयच्या मनात काहीतरी चलबिचल होत होती. ''आता काय काम आहे?''

अक्षयनं अडखळत पुढे विचारलं, ''आचार्य, पश्चिम सागरतटावर... कोणतं संकट आहे?... कोण ते कालकेय दानव?''

''तो फार मोठा इतिहास आहे... अतिशय भीषण... देवांशी संबंधित... पण त्या दानवांचं आव्हान एक ना एक दिवस उभं ठाकणारच होतं. त्याविषयी आत्ता काही बोलायला नको. तू तुझ्या कामाला लाग...''

इतकं बोलून मांदार्य जागचे उठले. कुटीबाहेर जाऊ लागले.

पण त्यांच्याबरोबर चालतानाही अक्षयनं विषय लावून धरला- ''आचार्य, मागेही आपण देवांचा उल्लेख केला होता. देवांचा इथे काय संबंध? देव तर आकाशात...''

''अक्षय तो फार मोठा विषय आहे. आत्ता अग्निहोत्र आणि सायंप्रार्थनेची वेळ झाली आहे. त्याच्या सिद्धतेला लागा... पुढे केव्हातरी निवांत वेळी तुला सारं काही सांगेन... चल आता-''

तो विषय मग पुढे न वाढवता अक्षय त्याच्या गुरूंबरोबर चालू लागला.

मात्र, पश्चिम सागरतटाला धोका उत्पन्न होणं, कालकेय दानवांनी मांडलेला उच्छाद आणि आकाशातले 'देव' या सर्वांचा कार्यकारणभाव त्याच्या मुळीच ध्यानात येत नव्हता. सायंप्रार्थनेनंतरही त्यानं मनातल्या मनात तो गुंता सोडवण्याचा

पुष्कळ प्रयत्न केला. पण गुंता सुटण्याऐवजी तो वाढतच गेला. त्याच्या मनात विचारांचं काहूर माजलं.

सत्य समजल्याशिवाय ते विचारांचं काहूर आता शमणार नव्हतं!

ॐ भूर्भुवः स्वः तस्य वितुर्वरेण्यम् ।
भर्गो देवस्य धीमहि धियो यो नः प्रचोदयात् ।।

अर्घ्यदान विधी संपन्न झाला. तरीही मांदार्य अजूनही उगवत्या सूर्याकडे बघत कमरेपर्यंतच्या जलात उभेच होते. ऐन तिशीच्या *दिसणाऱ्या* त्या तरुणाच्या लालसर गौरकांतीवर सूर्याची प्रभा फाकली होती. त्यांच्या घनदाट केसांवर पाण्याचे थेंब उडाले होते. कोवळ्या उन्हात ते चमकत होते. त्यांच्या मूळच्या तेजात ते तेज मिसळून एक देदीप्यमान झळाळणारं तेजच जणू गंगाजलात उभं असल्याचा भास त्यांच्या शिष्यगणाला होत होता.

गंगाजलातच आजूबाजूला उभ्या असलेल्या त्या पंधरा-वीस शिष्यांचं आपल्या गुरूकडेच लक्ष लागून राहिलं होतं. गुरूची तेजस्वी, बांधेसूद शरीरयष्टी, मर्यादशील सळसळणारं तारुण्य, मानेवर रुळलेला लालसर काळा केशसंभार, प्रमाणात असणारी रेखीव दाढी, सरळ नासिका आणि ओठांवरची प्रमाणबद्ध मिशी त्या शिष्यांच्या दृष्टीत भरली.

अरुणोदय होण्याच्या सुमारास प्रतिदिनी मांदार्य आपल्या शिष्यांसह गंगेवर येत. यथोचित स्नान करून ते उगवत्या सूर्याला अर्घ्यदान देत. सूर्य क्षितिजावर आला की ते गंगेकाठच्या पुळणीत दर्भासनावर बसून संध्या करीत. सृष्टिचालक रविराजाची संध्येतून कृतज्ञता व्यक्त करून ते लगेच शिष्यांना घेऊन आपल्या आश्रमात परतत.

परंतु आज सूर्यदेव दोन अंगुळं वर येऊनही ते गंगाजलातून बाहेर आले नव्हते. नेत्र मिटून त्यांचं मनातल्या मनात कसलं तरी मंत्रपठण चाललं होतं. निदान बरोबरच्या शिष्यांना तरी तसं वाटलं. त्याविषयी शिष्यांना आश्चर्य वाटत होतं. त्यांच्याकडे बघत तेही गंगाजलात थांबून होते.

सूर्य जेव्हा दहा अंगुळं वर आला तेव्हा मांदार्यांनी आपले नेत्र किलकिले केले. सूर्यदेवाला अतिशय कृतज्ञतापूर्वक झुकून वंदन केलं. धूत वस्त्राचा पिळा खांद्यावर टाकला आणि शिष्यांसह ते आश्रमाकडे परतू लागले. चालताना ते काहीच बोलत नव्हते. नदीचा काठ चढून वर आल्यानंतर मात्र त्यांनी मौन सोडलं. गंभीरपणानं ते बरोबरच्या शिष्यांना म्हणाले, ''पश्चिम सागरतट धोक्यात आहे मुलांनो! आपल्याला तिथल्या कार्याची गती वाढवावी लागेल...''

''पण आपलं कार्य तिथे चांगलं रुजलं आहे की आचार्य!'' शंखानं त्यांची समजूत काढण्याचा प्रयत्न केला.

''हो, हो आचार्य...'' इतर दोन शिष्यांनीही त्याला अनुमोदन दिलं.

शंखाचं म्हणणं अयोग्य मुळीच नव्हतं. गेली दीड-दोन वर्षं मांदार्यांनी त्या भागात स्नातक पाठवून - प्रसंगी स्वत: जाऊन संस्कृती प्रस्थापनेचं कार्य अविरतपणे केलं होतं. महर्षी कश्यपांच्या सहकार्यामुळे वायव्य प्रांतापासून पश्चिम सागरतटापर्यंत वैदिक कार्याचा विस्तार झाला होता. लोकांचं जीवनमान बदलू लागलं होतं. विचार-परिवर्तन होत होतं. जीवनात सात्विकता येत चालली होती.

तथापि, नजीक दिसणाऱ्या आव्हानाची मांदार्यांना चिंता वाटत होती. म्हणून ते म्हणाले, ''कार्य रुजणं आणि कार्याची समज येणं या भिन्न गोष्टी असतात. नुसता धावणारा, आज्ञापालन करणारा समाज आपल्याला निर्माण करायचा नाही तर विचारपूर्वक गतिशीलता राखणारा एकविचारी मानवसंघ आपल्याला निर्माण करायचा आहे. त्यासाठी पश्चिम सागरपरिसरात वैदिक विचारांचा प्रसार अधिक जोमानं करावा लागेल. त्यात सातत्य ठेवावं लागेल. तिथल्या अरण्यवासीयांपर्यंत संस्कृती न्यावी लागेल. त्यांची अस्मिता जागवावी लागेल. संस्कृतीसाठी कोणतंही आव्हान पेलण्याची - प्रसंगी प्राणत्यागही करण्याची सिद्धता असलेला मानवसंघ निर्माण करावा लागेल. आज तिथे कार्य नाही असं नाही; परंतु प्राप्त आव्हानांचा विचार करता आपल्या कार्यानं अजून तिथे म्हणावी तितकी गती घेतलेली नाही...''

एक वळण घेऊन सारेजण चढावर आले. आश्रम परिसर समोर दिसू लागला होता.

मांदार्यांच्या बोलण्यावर सारे शिष्य-स्नातक अंतर्मुख झाले होते. त्यांच्या मनात अनेक प्रश्न उठत होते. पण कुणीच काही बोलत नव्हतं.

काही वेळानंतर मांदार्यच म्हणाले, ''मुलांनो, मी आपल्या या महत्कार्याचं नियोजन केलं आहे. कुणी कुठे जायचं, कशा पद्धतीनं कार्य रुजवायचं हे मी सांगीनच. तुम्ही... विशेषत: अक्षय-शंख, तुम्ही आता एक काम करायचं...''

''आज्ञा आचार्य!''

''संस्कृती प्रचारकांची एक बैठक शक्यतो आजच आयोजित करायची. बैठकीत मी सारं नियोजन मांडीन... भोजनोत्तर तुम्ही दोघं माझ्या कुटीत या. आश्रमाची अन्य व्यवस्था आज इतर स्नातक पाहतील!''

''ठीक आहे आचार्य!'' अक्षय म्हणाला.

चौकस शंखाच्या मनातून अद्याप प्राप्त आव्हानाचा विषय दूर झाला नव्हता. आचार्यांची आज्ञा शिरसावंद्य मानून त्यानं प्रश्न केलाच, ''आचार्य, आपण म्हणाल तसं नियोजन आम्ही करूच... पण... पश्चिम सागरतटावर असं कोणतं संकट आलं आहे...?''

''तो इतिहास सांगण्याची ही का वेळ आहे शंखा? थोडा धीर धर... त्यासाठी केव्हातरी निवांतपणानं बसू...!''

तो सारा इतिहास ऐकण्याची शंखाला सुद्धा उत्सुकता लागून राहिली होती. त्याच्या मनातलं विचारांचं वादळ शमलं नव्हतं - तो इतिहास ऐकल्याशिवाय कुणाचंच शमणारही नव्हतं!

मांदार्य दिवसरात्र कार्यमग्न असायचेच. पण आयुषनं आणलेल्या त्या वार्तेमुळे ते आणखी कार्यरत झाले होते. पश्चिम सागरतटावर निर्माण झालेल्या आव्हानामुळे त्यांचं मन काहीसं सैरभैर होऊन गेलं होतं. ते आव्हान कोणतं होतं, का होतं याविषयीची चर्चा ते सांप्रत आश्रमात कुणाशीही करू शकत नव्हते. म्हणून त्यांनी आपल्या बंधूला जाऊन भेटण्याचं ठरवलं. त्यानुसार त्यांनी थेट उत्तरेकडचा वसिष्ठाश्रम गाठला होता. योगायोगानं महर्षी विश्वामित्रही वसिष्ठाश्रमात आले होते. त्यामुळे तीन ऋषींच्या चर्चेमधे रंग भरला नसता तरच नवल! एका कुटीत त्या तीन ऋषींची चर्चा ऐन रंगात आली होती. चर्चेचा विषय नर्मविनोदाचा नव्हता किंवा मनोरंजनाचा नव्हता. वैदिक संस्कृती प्रस्थापनाचं कार्य, त्यापुढील आव्हानं आणि त्यावरची उपाययोजना अशा विषयांवर गंभीर चर्चा चालली होती. या चर्चेतूनच पुढील कार्याची दिशा ठरणार होती.

रात्रीचा तिसरा प्रहर उलटून गेला होता तरी त्यांच्या चर्चेत खंड पडला नव्हता.

एव्हाना सारा आश्रम परिसर शांतदान्त होऊन गेला होता. सभोवतालचं सारं वस्तुजात निद्रिस्त झालं होतं. आश्रमीय जनही केव्हाच निद्राधीन झाले होते. भल्या पहाटेच आश्रमीय जन उठायचे. मग स्नान-अर्घ्यादी विधी आणि होमशालेत अग्निहोत्र झाल्यानंतर त्यांची इतर कार्यं प्रारंभित होत असत. सायंसंध्या आणि पाठोपाठ हलका आहार घेतल्यानंतर ते आपापल्या कुटिरात जात आणि निद्राधीन होत. मग मात्र आश्रमावर निद्रादेवी पांघरूण घालत असे. गोशाळेतील गाई-बैलांच्या गळ्यातल्या घंटिका, रातकिड्यांची मधूनमधून होणारी किरकिर आणि चांदण्यारात्री टिटव्यांची होणारी 'टिव टिव' केवळ जीवसृष्टीचं अस्तित्व जाणवून देत असे. आताही दूरवरून टिटव्यांचा टिवटिवाट कानी येत होता.

त्याचवेळी कुटीचं द्वार उघडून वसिष्ठ पत्नी ऊर्जा आत आली. तिनं खापराच्या तीन भांड्यांमधे गायीचं गरम दूध आणलं होतं.

''या वेळी दूध?'' मांदार्यांनी आश्चर्य व्यक्त केलं.

''किती वेळ आपली चर्चा चालली आहे... घशाला कोरड पडली असेल म्हणून...!''

''पण त्यासाठी इथे हा जलकुंभ आहे की! आणि सूर्यास्तानंतर मी अन्नग्रहण करीत नाही ऊर्जा!''

''एक दिवस... म्हणजे या एका रात्रीपुरता हा नियम मोडायचा हं भाऊजी!'' ऊर्जानं आपला धाकट्या भावजयीचा प्रेमळ हक्क बजावला.

मांदार्यांचा नाईलाज होता. त्यांनी खापराचं भांडं हाती घेतलं. वसिष्ठांनीही त्यांचं अनुकरण केलं.

खापराचं भांडं हाती घेऊन विश्वामित्र तेव्हा म्हणत होते, ''मला आत्ता अरुंधतीची आठवण येते. ती असाच प्रेमळ हक्क बजावायची. वसिष्ठांच्या कार्यात तिनं केवढी साथ दिली! वसिष्ठांसारखे ऋषी महान असतातच; पण अशा ऋषीच्या मागे असणाऱ्या अरुंधतीसारख्या पत्नीचा त्याग फार मोठा असतो. पतीच्या कार्यात त्या एकरूप होतात... त्यांच्या कार्याचं नियोजनही त्या उत्तमप्रकारे पार पाडतात. सूर्य दिसतो; पण त्यामागे असलेला आणि अढळपणे तेवणारा पवित्र नंदादीप कधी दिसून येत नाही... ऊर्जा, तूही नावाप्रमाणे तशीच!''

काहीही न बोलता ऊर्जा मंद स्मित करीत निघून गेली.

विश्वामित्रांचे नेत्र तेव्हा भरून आले होते. उपरण्यानं नेत्र टिपत ते पुढे म्हणाले, ''त्या ऋषींची महानता मी लवकर ओळखू शकलो नाही. त्यांची कामधेनू - अर्थात स्वयंशासित रीतीरिवाजाची आचारसंहिता मी *पळवली* होती. पण मला त्याचा काही उपयोग झाला नाही. कारण मुळात विचारांनी मनुष्यपरिवर्तन झाल्याशिवाय कोणतेही नियम-आचारसंहिता उपयुक्त ठरू शकत नाही; उलट ती कुचकामी ठरत असते, हे माझ्या लक्षात आलं.''

दूध प्राशन करता करता समोरचे दोघे ऋषी शांतपणे त्या ज्येष्ठ ऋषीचं हृदगत् ऐकत होते.

आपल्या हातातील दुधाचं भांडं खाली ठेवत विश्वामित्र पुढे गदगदून बोलत होते, ''त्या पूर्वीच्या वसिष्ठांचा मी फार द्वेष करायचा याचं मला आज अतीव दु:ख होतं. त्यांचं कार्य मारण्यासाठी मी अनन्वित कृत्यं केली. कल्माषपाद राजाला माध्यम बनवून मी एक कृत्या म्हणजे दुष्कृत्य करणारी विनाशक शक्ती वसिष्ठांवर सोडत असे. वसिष्ठांचे पुत्र मी मारले. आणखी काय काय केलं नाही मी? पण महात्मा वसिष्ठ आणि त्यांची धीरोदात्त पत्नी अरुंधती यांनी कधीही माझ्याशी वैर केलं नाही. त्यावेळी मला एका गोष्टीचं ज्ञान झालं... दुसऱ्याचा द्वेष करून स्वत:चा विकास होऊ शकत नाही; किंवा दुसऱ्याचं कार्य उखडून स्वत:चं कार्य उभं राहू शकत नाही... आज मला त्या दोघांची फार आठवण येते...''

त्या वयोवृद्ध विश्वामित्रांच्या नेत्रांमधून घळाघळा अश्रुधारा ओघळायला लागल्या. सुरकुतलेल्या कपोलांवर त्या अश्रुधारा खोळंबून राहिल्या. त्यांची वयाची सत्तरी उलटलेली होती. काळी-पांढरी दाढी, तशाच डोईवर बांधलेल्या जटा, तरीही आत्यंतिक तेजस्वी असणारे भेदक नेत्र त्यांच्या जाज्वल्य व्यक्तिमत्वाचं दर्शन घडवीत होते. वय झालं तरी तरुणाला लाजवील अशी कार्यतत्परता

त्यांच्याकडे होती. वैदिक संस्कृतीचा प्रसार करीत ते राज्या-राज्यांमधून, वनावनांमधून अजूनही फिरत होते. फक्त वयानुरूप त्यांच्यामधे भाववृद्धी झाली होती एवढंच. प्रचंड तपश्चर्येनं त्यांनी स्वत:ची एक जीवनप्रणाली - अर्थात *प्रतिसृष्टी* निर्माण केली होती. ऋषीय संस्कृती अंगीकारलेला सहस्रो जनांचा एक आगळा वेगळा समाज त्यांनी प्रस्थापित केला होता. ब्रह्मरूप होऊनही ते अजूनही कार्यतत्पर असायचे. मात्र पूर्वेतिहास आठवला म्हणजे ते चटकन् भावनाविवशही होत असत. विशेषत: पूर्वीचे वसिष्ठ आणि अरुंधतीचा विषय निघाला की त्यांच्या भावनांना अश्रूरूपी वाट मिळत असे.

मांदार्य आणि त्यांचे धाकटे बंधू सध्याचे वसिष्ठाश्रमाचे कुलपती वसिष्ठ या दोघांना तो पूर्वेतिहास माहीत नव्हता असं थोडंच होतं? पण तो विषय पुढे न वाढवता वसिष्ठ म्हणाले, ''महर्षी, दूध घ्यावं... मग आपण थोडा फेरफटका मारून येऊ...''

यथावकाश तिघे तपस्वी ऋषी आश्रमाबाहेर पडले.

ऐन वसंतातली चांदणी रात्र होती. चतुर्दशीचा चंद्र केव्हाच माथ्यावर आला होता. दृश्य सृष्टीवर चंद्रप्रकाशानं निळी झिलई पांघरली होती. त्यामधून दूरवर दिसणारे निळसर करडे पर्वत प्रकर्षानं उठून दिसत होते. आश्रम परिसरातील गवताचं आच्छादन असलेल्या असंख्य कुट्या चंद्रप्रकाशात न्हाऊन निघाल्या होत्या. आश्रमपरिसराला लागूनच असलेल्या जवस आणि राजमाच्या शेतातील हिरवी पिकं नीलरंगाशी सलगी करीत होती.

''किती सुंदर आहे ही सृष्टी!''

विश्वामित्र लगोलग म्हणाले, ''विश्वनियंत्याची दिव्य प्रतिभाच जणू इथे साकारली आहे... ते सुंदर पर्वत, झुळझुळ वाहणारे शुद्ध पाण्याचे झरे-निर्झर, ही हिरवाई, ती वनराई... खरोखर! या चांदण्यात साकारलेलं दैवी, अद्भुत सौंदर्य असंच टिकून राहिलं पाहिजे...''

''खरं आहे आपलं म्हणणं महर्षी-''

''पण हे टिकवणं सात्विक वृत्तीच्या लोकांच्याच हातात असतं...''

विश्वामित्रांसमवेत चालताना मांदार्य लगेच म्हणाले, ''पण भोगवादाची कीड जेव्हा मनुष्यामधे शिरते तेव्हा सर्वप्रथम त्याच्या जाणिवाच बोथट होतात. परमेश्वरी प्रतिभेचं आकलन होण्याची क्षमताच मनुष्य गमावून बसतो. हे असं सौंदर्य त्याच्या अंत:करणापर्यंत पोचतच नाही; इतक्या जाणिवा बोथट होऊन जातात. मग मनुष्य भोगातच सौंदर्य पहात राहतो - तृप्ती मिळवण्याचा प्रयत्न करतो. त्यासाठी अशा सुंदर परमेश्वरी प्रतिभेवर आक्रमण करून तिचा विनाश करतो. निसर्ग मारतो - त्या जागी मनुष्यनिर्मित भोगाची साधनं निर्माण करतो. पण यातून तृप्ती आणि मन:शांती तर सोडाच; उलट मनुष्य स्वत:च एका दुष्टचक्रात अडकून आयुष्याचा सत्यानाश ओढवून घेतो.''

पुढलं बोलणं मांदार्यांनी एकदम आवरतं घेतलं.

पण तोच धागा पकडून विश्वामित्र म्हणाले, ''खरं आहे मांदार्य! मीही राजसी आणि तामसी वृत्तीची कास धरली होती. त्यामुळेच माझ्या हातून अनन्वित वाईट कृत्यं घडली. पण मागच्या वसिष्ठांमधेच मी सात्विक वृत्तीची पराकाष्ठा अनुभवली आणि मी स्वत: सात्विक वृत्तीचा बनलो. म्हणूनच आज मी पराकोटीची तृप्ती अनुभवत आहे... सात्विक वृत्तीची कास आणि सात्विकांची संगत धरली तरच समाज तृप्त आणि शांत होतो. त्याचप्रमाणे मनुष्याच्या जीवनात खरी तृप्ती आणि शांती आली तरच त्याच्या जाणिवा समृद्ध बनतात. तो प्रतिभेच्या प्रांताकडे वळतो. याउलट धावपळीच्या जीवनातून खरी आनंददायी प्रतिभाच निघून जात असते...''

या चर्चेतून विषय पुन्हा भोगवादाकडे आला होता.

वसिष्ठ म्हणाले, ''महर्षी, यथा राजा तथा प्रजा... राजानंच भोगवादाची कास धरली तर प्रजाही तोच मार्ग अनुसरणार... त्यामुळे आपण करीत असलेल्या तपातून एक सात्विक वृत्तीची, स्वयंशासित राज्यव्यवस्था निर्माण झाली तरच समाजात तृप्ती, शांती, समृद्धीबरोबरच प्रतिभेचा प्रांतही प्रकाशित होईल. हिमवान प्रदेशातील जनक राजा आणि त्याची मिथिला नगरी याच मार्गाचं अनुसरण करीत आहे. मागील वसिष्ठ ऋषींनी अशीच एक स्वयंशासित राज्यव्यवस्था अपार तपातून प्रत्यक्षात आणली होती...''

''आणि ती राज्यव्यवस्था अर्थात 'कामधेनू' उद्ध्वस्त करण्याचा मी प्रयत्न केला-'' पश्चात्तापदग्ध विश्वामित्र पुन्हा म्हणाले.

पण वसिष्ठ आपल्याच विषयावर ठाम राहून पुढे म्हणाले, ''पण ती 'कामधेनू' वसिष्ठांनी इक्ष्वाकू कुळाकडे देऊन टाकली... कारण... जोपर्यंत एक राज्य दुसऱ्या राज्याचं शोषण करू इच्छितं तोपर्यंत अशी 'कामधेनू' टिकवून ठेवणं फार कठीण असतं. म्हणून इक्ष्वाकूंच्या 'अयोध्ये'कडे ही स्वयंशासित प्रणाली - *कामधेनू* मागच्या वसिष्ठ ऋषींनी सोपवली.''

तो सारा इतिहास मांदार्य जाणून होते. ज्या राज्याला जिंकणं सर्वस्वी कठीण ते राज्य म्हणजे 'अयोध्या.' इंद्राच्या अमरावती नगरीप्रमाणेच सांप्रतच्या दशरथ राजानं अयोध्येला शोभा आणली होती. रघू, अज, दिलीप या आपल्या पूर्वजांची परंपरा तरुण दशरथ राजानं पुढे चालवली होती. मनू ऋषींच्या मार्गदर्शनाखाली त्यानं ही सुंदर नगरी निर्माण केली होती. प्राचीन वसिष्ठ ऋषींसह इतर ऋषींच्या विचारानंच इक्ष्वाकू कुल राज्ययंत्रणा चालवीत असे. आवश्यकता असेल तेव्हाच क्षत्रिय योद्धागण युद्ध करील आणि इतर समाज प्रत्यक्ष युद्धात गुंतलेला राहणार नाही अशी राज्ययंत्रणा पूर्वीच्या वसिष्ठ ऋषींनी निर्माण केली होती आणि आपली ती प्रणाली त्यांनी पूर्वीच्याच इक्ष्वाकू राजवंशाला देऊन टाकली होती. त्याचवेळी स्वयंशासनाचा अवलंब करून समाज आपली आणि राज्याचीही सर्वतोपरी प्रगती

करील अशी 'कामधेनू' वसिष्ठांनी इक्ष्वाकू वंशजांना दिल्यामुळेच इक्ष्वाकूंनी आपल्या नगरीचं 'अयोध्या' हे नाव सार्थक केलं होतं. अत्यंत सुंदर, तृप्त, समाधानी प्रजाजनांची ती अयोध्या नगरी म्हणजे आर्यावर्तातील एक आश्चर्य होतं.

मांदार्य म्हणाले, ''अत्यंत प्रबळ, सैन्याची स्वतंत्र व्यवस्था असणाऱ्या अयोध्येचं आपल्याला संस्कृतिप्रस्थापन कार्यात निश्चितच सहकार्य मिळेल.''

तिघेही बरंच अंतर चालून आले होते. चंद्र पश्चिमेकडे झुकला होता. चांदणं पिकू लागलं होतं. अभावितपणे तिघे ऋषी मागे फिरले. त्या रात्रीच्या गुप्त चर्चेची सांगता करताना विश्वामित्र म्हणाले, ''कृण्वन्तो विश्वम् आर्यं ही उद्घोषणा सत्यात आणायची असेल आणि अखिल मनुष्यमात्रांच्या कल्याणासाठी वैदिक संस्कृती या संपूर्ण भूमीवर प्रस्थापित करायची असेल तर कार्याचं सुनियोजन करणं यापुढे अत्यंत आवश्यक आहे. वसिष्ठ, या कार्यात आपल्याला देवांचंही सहाय्य मिळणार आहे. किंबहुना देवांनाच हे कार्य करण्यात अधिक रस आहे. तुम्हाला ते सांगण्याची आवश्यकता नाही. तुम्ही सारं जाणताच. म्हणून तुम्ही त्वरित देवेंद्राकडे एक संदेश रवाना करावा असं मला वाटतं...''

मग सोबत चाललेल्या मांदार्यांना उद्देशून विश्वामित्र म्हणाले, ''या भूमीतल्या वेगवेगळ्या प्रदेशात आणि दक्षिण सागरापर्यंत पसरलेल्या घनदाट अरण्यांमधे दुष्ट राक्षसांनी आपलं बस्तान बसवलं आहे. सामान्य अरण्यवासीयांना आपल्याशी नातं जोडायला आवडतं. किंबहुना आपण त्यांच्यापर्यंत नेत असलेल्या यज्ञात सहभागी होण्यासाठी ते उत्सुक असतात. कित्येक वनांमधल्या जमातींनी नरमांसभक्षण सोडून दिलं आहे आणि ते प्राणीभक्षण करू लागले आहेत. हळू हळू ते शेतीवर येतील... त्यासाठी सतत त्यांच्यामधे जाऊन यज्ञ केले पाहिजेत.

''पण त्यांच्यावर अधिराज्य गाजविणारे राक्षस यज्ञांमधे विघ्न आणतात. ऋषी-ब्राह्मण-पुरोहित वर्गाला ठार मारतात. या उभ्या-आडव्या सागरापर्यंतच्या भूमीत या संस्कृती-प्रसारक वर्गाच्या हाडांचे ढिगारे साचले आहेत. सद्विचारांनी सामान्य अरण्यवासीयांमधे परिवर्तन घडून येईल; पण या राक्षसांना सुपरिवर्तनच नको आहे. कारण तसं झालं तर त्यांचं वर्चस्व कमी होईल. सुसंस्कृत, तृप्त, समृद्ध, शांत समाजापेक्षा अशा राक्षसांना आपलं अधिपत्य अधिक महत्त्वाचं वाटतं. या मानवताविरोधी नराधमांना आता एकच शासन... ते म्हणजे त्यांचा संपूर्ण नि:पात! या आपल्या कार्याला देवांचा आशीर्वाद आहेच. त्यासाठी आपण देवेंद्राचं सहाय्य घेणार आहोत. आणि मांदार्य, देवांचं सहाय्य मिळेपर्यंत तुम्ही तुमच्या यज्ञीय कार्याचा वेग वाढवायचा आहे... आणि मी स्वत: इक्ष्वाकू राजाशी यासंदर्भातले संबंध अधिक दृढ करीन. वैदिकांच्या कार्याची व्याप्ती आपण सुनियोजित पद्धतीनंच वाढवणार आहोत. त्यासाठी आपण उत्तरेत गंधमादन पर्वत परिसरात काम करणारे जमदग्नी ऋषी आणि दंडकारण्याच्या मुखाशी काम करणारे

गौतम ऋषी यांनाही या विशाल कार्यात सहभागी करून घेणार आहोत. यापुढे आपण नेहमी संपर्कात राहूच.''

विश्वामित्रांनी थोडक्या शब्दात त्या रात्रीच्या बैठकीचा सारांश त्या दोघांपुढे मांडला. प्रत्येकाच्या कार्याची निश्चित दिशा आता ठरली होती. नि:शंक मनानं सारेजण आपापल्या कार्याला लागणार होते. पश्चिमेकडे झुकलेल्या चंद्रमाचं चांदणं आता पिकलं होतं - त्या तीनही ऋषींच्या अंत:करणात मात्र विचारांची सुप्रभात झाली होती!

अनायसे विश्वामित्रांचं वसिष्ठाश्रमात आगमन झाल्यामुळे ऋषीय कार्याची भावी दिशा ठरली होती. वसिष्ठ आणि कश्यप ऋषींचा देवांशी नित्य संपर्क होता. संपूर्ण भारतवर्षात पाय रोवण्याच्या देवांच्याही काही योजना होत्या. वैदिक ऋषी, आर्य आणि देव यांच्या परस्पर सहकार्यातून एक विशाल योजना त्यासाठी आखली जात होती. त्याचं पद्धतशीर नियोजन केलं जात होतं. प्राप्त आणि प्रस्थापित आव्हानांवर मात करण्यासाठी ऋषीय यंत्रणा कार्यरत झाली होती. मिथिला, अयोध्या, काशी इत्यादी आर्यावर्तातील राज्ययंत्रणांचंही त्यासाठी सहाय्य होणार होतं. भारतवर्षात दडून राहिलेल्या दुष्ट, नरमांसभक्षक राक्षसांप्रमाणेच पश्चिम सागरकिनारीही एक मोठं आव्हान निर्माण होत होतं - वैदिक संस्कृती प्रस्थापन कार्यासाठी ते मोठं घातक ठरणार होतं. त्यामुळे दक्षिण भारताऐवजी पश्चिम सागरतटी कार्याचा वेग प्रथम मोठ्या प्रमाणावर वाढवावा लागणार होता. तरुणांना हाताशी धरावं लागणार होतं. अस्मितापूर्ण दैवी भ्रातृभावाचा समाज तिथे निर्माण करावा लागणार होता. मांदार्यांसारखे तपस्वी ऋषी आणि त्यांचे स्नातक त्या प्रदेशात कार्य करीतच होते. पण तेवढंच पुरेसं नव्हतं. पुढेमागे शस्त्रबळाचाही वापर करावा लागणार होता हे वसिष्ठ-मांदार्य पूर्णत: जाणून होते. कारण देव आणि वैदिक आर्य यांच्या विरोधातलं ते फार मोठं आव्हान ठरणार होतं.

पश्चिम सागरप्रदेशातून आलेल्या वार्तेमुळेच मांदार्य तातडीनं वसिष्ठाश्रमात येऊन दाखल झाले होते. त्यांना आपल्या बंधूंशी गुप्तपणे चर्चा करायची होती. विश्वामित्र ऋषी आपल्या कुटीत गेले होते. आता वसिष्ठांच्या कुटीत त्या दोघा भावांचीच गुप्त बैठक होणार होती. ती किती वेळ चालणार होती हे त्या दोघांनाही सांगता आलं नसतं. कारण समोर आव्हानच तसं होतं. विशेष म्हणजे त्या आव्हानाचा संबंध भारतवर्षातील इतर कोणत्याही ऋषीपेक्षा थेट वसिष्ठ आणि मांदार्यांशीच होता! देवांचीच तशी योजना होती! ती योजना ते दोन ऋषीही जाणून होते. ते आव्हान पश्चिम सागरात पूर्णत: गाडून टाकणं हा त्या दोन ऋषींसाठी पापक्षालन विधी ठरणार होता!

■

६

कलंक मानव्यावरचा

एक गोष्ट ध्यानात असू द्या... संघशक्तीच प्रभावी कार्य करू शकते. एक आचार आणि एकविचाराची संघशक्ती आपल्याला निर्माण करायची आहे. वस्तीवस्तीला जोडण्याचं काम इथून पुढे करायचं आहे.

शुद्ध पक्षातील एकादशीची मध्यरात्र उलटून गेली होती. 'शरदा'तलं चांदणं पिकलं होतं. चंद्रमा झपाट्यानं पश्चिम सागरजलात बुडी मारायला निघाला होता. सागराकाठच्या पुळणीनं पिवळसर चंदेरी प्रकाशाची दुलई अंगावर ओढून घेतली होती. भरतीच्या लाटा त्या पुळणीशी सलगी करायला येत होत्या. सागरजल जसजसं पुढे सरकत होतं तसतशी टिटव्यांची कर्कश्य टी टी सागरजलाच्या खळखळाटात विरून जात होती. पुळणीतली त्यांची अंडी सागराला गट्टम करायची होती! एव्हाना थंडीची चाहूल लागली होती तरी तिचा कडाका मुळीच नव्हता. ऊबदार सागरी हवेत थोडाफार गारवा मात्र नक्कीच आला होता.

तथापि किनाऱ्यावरून गस्त घालणाऱ्या बरच्या आणि सरम्या या दोघा युवकांच्या कमरेला केवळ एक रानवस्त्र होतं; बाकी शरीर उघडंबंब. किनाऱ्याला लागूनच सागरीजनांच्या छोट्या छोट्या कुट्या होत्या. सागरीजन त्या कुट्यांमधून निद्राधीन झाले होते. त्यांच्या रक्षणाचं काम आज बरच्या आणि सरम्या या दोन युवकांवर होतं. प्रतिदिनी दोन युवक गस्तीचं काम आळीपाळीनं करीत असत. आज या दोघांची पाळी होती. वाळूत काठ्या खोचत ते किनाऱ्यावर गस्त घालत होते. मधून मधून गप्पा मारत होते. झोप आली तर सागरजलात जाऊन पाय बुडवत होते.

बरच्यानं एक जांभई दिली. त्याच्या डोळ्यांवर झापड आली होती.

सरम्या म्हणाला, "चल, पाण्यात पाय बुडवून येऊ..."

दोघेही पाण्यात पाय बुडवून उभे राहिले. त्यावेळी खेकड्यांची छोटी छोटी पिल्लं त्यांच्या पायांशी सलगी करू लागली. छोटे मासे पायांना चुभत होते. भरतीच्या लाटा त्यांच्या पायांखालची वाळू सरकवत होत्या. पायाखालची वाळू सरकण्याचा अनुभव त्यांना नवीन नव्हता!

सागरजलाच्या स्पर्शामुळे दोघांनी निद्रादेवीची यशस्वीपणे पाठवणी केली! दोघेही आता क्षितिजाकडे दृष्टी लावून उभे होते. मावळतीच्या चंद्रमानं क्षितिजावरच्या सागरजलावर चंदेरी रेघोट्या ओढल्या होत्या. जलावर उमटणाऱ्या तरंगांमुळे त्या रेघोट्या पुन्हा पुन्हा नवीन रूपानं व्यक्त होत होत्या. त्या रेघोट्यांमधे आता चमक दिसू लागली होती - पण ती किमया चंद्रप्रकाशाची नव्हती किंवा सागरजलाचीही नव्हती.

बरच्या आणि सरम्या त्याकडे निरखून पाहू लागले. त्या चमकीतून आता अनेक ठिणग्या निघू लागल्या. किनाऱ्याच्या दिशेनं त्या वेगात सरकू लागल्या. त्या दोघांची खात्री होऊन चुकली.

सरम्या ओरडला, "बरच्या, त्यांच्याच नावा आल्या बघ!"

"खरंच की! त्यांची जहाजं बघ... क्षितिजावर!"

"चल पटकन्-"

दोघेही झपाट्यानं सागरजलातून बाहेर पडले; कुट्यांकडे धावत सुटले. धावताना ओरडू लागले- 'सावध... उठा! पळा... नावा आल्या त्यांच्या... उठा! उठा... कालकेय दानव...!'

दोघांच्याही आरोळ्या निद्राधीन सागरवासीयांच्या कानात तीरासारख्या घुसल्या. त्यांची झोप सावधच असायची. केव्हा उठावं लागेल हे सांगता यायचं नाही. कुटीतले सागरजन नेसत्या वस्त्रांनिशी धडपडत बाहेर पडले. काहींनी पोराटोरांना कडेवर घेतलं आणि ते वाट फुटेल तिकडे पळू लागले. पळताना सारेच ओरडत होते, किंचाळत होते- 'कालकेय आले! पळा-धावा!'

धावताना स्त्रियांच्या आर्त किंकाळ्या सागरजलावर उलटे तरंग उमटवून गेल्या. उथळतेकडून अथांगतेकडे! पोरंटोरं रडत होती. वृद्ध आकांत करत होते. तरुण सर्वांना किनाऱ्यापासून दूर ओढून नेत होते. काही धाडसी युवक तीरकमटे घेऊन आपापल्या नावांकडे निघाले होते. पण विचारी तरुणांनी त्यांना त्या अवास्तव धाडसापासून परावृत्त केलं होतं. आता सारेजण धावत चढ चढू लागले होते. त्यावेळी अनेक जण ठेचकाळत होते, पडत होते, विद्ध होत होते. पण त्याहीपेक्षा त्यांना जीवाची चिंता अधिक होती; आणि स्त्रियांना आपल्या अब्रूची!

एव्हाना कालकेयांच्या दहा एक नौका किनाऱ्याला लागल्या होत्या. सहा हात उंचीच्या त्या गौरवर्णी दानवांनी किनाऱ्यावर उतरताच मोठमोठ्यानं आरोळ्या ठोकल्या. त्यावेळी त्यांच्या वारेमाप वाढलेल्या दाढ्या हलत होत्या. मानेपर्यंत रुळलेले डोईवरचे लालसर केस उडत होते. भाले, तलवारी, काटेरी तूणीर वगैरे हत्यारं हवेत उंचावत ते आता सागरवासीयांच्या मागे धावू लागले. त्यावेळी पुळणीत त्यांचे आडदांड पाय खोलवर रुतत होते. पळताना ते एकसारखे ओरडत होते - आरोळ्या ठोकत होते.

पण त्यांचं बोलणं कुणालाच समजत नव्हतं. आत्तापर्यंतच्या अनुभवांवरून ते त्यांना उमजत मात्र होतं. 'आम्हाला मद्य द्या, स्त्रिया द्या... आम्ही तुम्हाला काही करणार नाही,' हा त्यांच्या आरोळ्यांमधला भाव सागरवासीयांना समजला नव्हता असं थोडंच होतं? आपापल्या स्त्रियांना बरोबर घेऊन ते धावतच होते. स्त्रिया किंचाळत होत्या. पोरं रडत होती.

कालकेयांच्या मागे विशाल सागर होता. पण त्यांच्या अंत:करणात भावनेचा पाझरसुद्धा नव्हता! संधी मिळेल तेव्हा उपभोग घेणं एवढीच त्यांच्या जीवनाची इतिकर्तव्यता होती. भोग मिळवण्यासाठी वाटेल ते कुकर्म करण्याचीही त्यांची तयारी होती.

त्यांच्यातल्या पाशवी शक्तीपुढे सामान्य सागरवासी हतबल ठरले. मध्यम चणीच्या त्या सागरवासीयांना गाठायला त्या महाकाय दानवांना कितीसा वेळ लागणार होता? एकेका झडपेत त्यांनी सागरवासीयांना पकडलं. त्यांच्या खांद्यांवरच्या पोरांना खाली फेकून दिलं. पुरुषांना दोन-चारच फटके दिले. त्यांनी भूमीवर लोळण घेतली. स्त्रिया आकांत करत आपापल्या पतीच्या अंगावर पडल्या.

ते दानव तेव्हा किडलेले दात दाखवत विक्राळ हास्य करीत होते. कित्येकांच्या तोंडातून लाळ गळत होती. त्यांनी तरण्याबांड स्त्रियांवर झडप घातली. इतरांना त्यांनी ओरडून विचारलं, 'मद्य?'

सागरवासीयांना त्यांची भाषा समजत नव्हती तरी मागणी कळत होती. दोघा-तिघांनी आपल्या कुटिरांकडे निर्देश केला. मग बायकांना ओढत - खांद्यावर टाकत ते कुटिरांच्या दिशेनं जाऊ लागले. त्यावेळी काही धाडसी तरुणांनी मागून जाऊन त्या पंचवीस-तीस दानवांवर दगडांचा मारा केला. काहीजण भाले घेऊन पुढे सरसावले. पण त्या महाकाय दानवांवर ते साहस कितीसा प्रभाव पाडणार होतं? त्यांनी भाले तोडून टाकले. त्या साहसी तरुणांना एका आघातातच बेशुद्ध केलं. एक-दोन जणांचे हात तोडून टाकले.

त्यावेळी एकच आकांत सुरू झाला. हाहाकार माजला. त्या तरुणांच्या स्त्रिया दानवांच्या हातातून सुटण्याचा प्रयत्न करू लागल्या. म्हातारे-कोतारे गदगदू लागले. हतबल युवक इतरांना सावरू लागले. कालकेयांच्या असुरी शक्तीपुढे त्या सामान्यांची साधारण शक्ती पूर्णत: निष्प्रभ ठरली होती. पाव घटकेतच सारा खेळ खलास झाला!

कालकेयांच्या नावा भर सागराकडे झपाट्यानं निघाल्या. त्यातल्या स्त्रियांचं विव्हळणं आणि आकांत काही क्षणातच आसमंतात विरून गेला.

उद्ध्वस्त झालेली मानवता दूरवर जाणाऱ्या त्या असुरी शक्तीकडे हताश होऊन बघत राहिली.

तसेच हताश होऊन मांदार्य शून्य दृष्टीनं सागराकडे बघत बसले होते. त्यांच्या नेत्रांमधून घळाघळा अश्रुधारा वहात होत्या. त्यांच्यासमोर बसलेल्या त्या तीन-चारशे सागरवासीयांचीही तशीच अवस्था झाली होती. दिवस मावळायला आला होता. त्रयोदशीचा चंद्र उगवला होता. पण अद्याप त्याचा प्रभाव दिसून येत नव्हता. नारिंगी सूर्यबिंब अद्याप आपला प्रभाव राखून होतं.

काही वेळानं शून्यातली दृष्टी काढून मांदार्यांनी उत्तरियानं आपले नेत्र टिपले. समोरच्या सागरीजनांकडे ते दयार्द्र अंतःकरणानं बघत राहिले. दोन दिवस उलटले होते तरी अद्याप ते सागरवासी त्या धक्क्यातून सावरले नव्हते. त्यांच्याकडे पाहून मांदार्य गदगदत्या स्वरात बोलू लागले, 'सत्प्रवृत्तीवर जेव्हा असुरी वृत्ती प्रभाव गाजवते तेव्हा मनुष्यधर्माला ग्लानी येते. अशावेळी असुरी वृत्तीचा उच्छेद करून पुन्हा मानवताधर्माची प्रस्थापना करण्यासाठी आणि असुरांना शासन करण्यासाठी देवांचा अवतार येतच असतो!'

खंतावलेले सागरवासी त्यांच्याकडे खिन्नपणे बघत बसले होते. अद्याप त्यांचा त्यांच्या आचार्यांवरील विश्वासाला तडा गेला नव्हता. सातत्यानं येऊन मांदार्यांनी त्यांच्यामधे अस्मिता भरली होती. कृतज्ञताभाव समजावला होता. सुसंस्कृत जीवनपद्धतीची रुजवात केली होती. कुटुंबव्यवस्था प्रस्थापित केली होती. परिणामी त्यांचे आपापसातले भांडणतंटे थंडावले होते. स्त्रियांना होणारी मारहाण थांबली होती. मद्यपान बंद झालं होतं. त्यामुळे मांदार्यांवर त्यांची नितांत श्रद्धा होती. आपले आचार्य-गुरूच यातून काहीतरी मार्ग काढतील यावर त्यांचा विश्वास होता.

'मी काही दिवसांपूर्वी याच सागरकिनाऱ्यावरून खाली दक्षिणेकडे गेलो होतो. तिथेही काही ठिकाणी त्या दानवांनी असाच उच्छाद मांडला होता... आज मला इथे तेच अनुभवायला मिळत आहे... फार फार सहन करताहात तुम्ही!'

मांदार्यांच्या नेत्रांमधून पुन्हा अश्रू ओघळायला लागले. अक्षयनं त्यांना तत्परतेनं थोडं पाणी दिलं.

त्यावेळी एक तरुण मांदार्यांना त्याची व्यथा सांगू लागला, ''माझ्या बायकोवर अत्याचार करून त्या दानवांनी तिचे तुकडे तुकडे करून टाकले. ते तुकडे... किनारी...'' त्याला पुढे बोलवलं नाही.

दुसरी एक मध्यमवयीन स्त्री सांगू लागली, ''माझ्या दोन्ही तरण्याबांड पोरी त्यांनी पळवून नेल्या... काय करावं आम्ही?'' तिनं टाहो फोडला.

प्रत्येक जण आपापली व्यथा सांगू लागला. कुणाची पोरं त्यांनी मारली होती; तर कुणाच्या बायका पळवून नेल्या होत्या. एक तरुण उभा राहिला तेव्हा मांदार्यांचा अश्रूंचा बांध पुन्हा फुटला. कारण त्या तरुणाचे दोन्ही हात त्या दानवांनी छाटले होते.

उत्तरियानं नेत्र टिपत ते गदगदत्या स्वरात म्हणाले, 'तुम्हाला फार फार सहन करावं लागतंय! तिकडे राक्षस, इकडे दानव!'

मांदार्यांचा कंठ दाटून आला होता. ते काही क्षण बोलायचे थांबले.

तेव्हा एका युवकानं त्या परिस्थितीतही आपल्या कार्याचा अहवाल दिला, ''आचार्य, हे अत्याचार सहन करूनही आम्ही आमच्या कार्यात खंड पडू दिलेला

नाही. आम्ही एकत्र जमून प्रार्थना करतो. ईश्वराप्रती कृतज्ञता व्यक्त करतो. आपण सांगितल्याप्रमाणे दुसऱ्या वस्त्यांवर आपले विचार नेतो...''

दुसरा लगोलग सांगू लागला, ''वर पठारावर तिथल्या वस्तीतील वनवासींनी शेती सुरू केली आहे... पण आम्ही अजून मासे खातो...''

''ठीक आहे... परिवर्तन एकदम घडून येत नसतं,'' मांदार्य थोडे सावरले होते.

सत्कार्याची फळं मिळायला वेळ हा लागतोच.

''पण गेल्या तीन-चार वर्षांत तुम्ही स्वत:मधे पुष्कळ परिवर्तन घडवून आणलं आहे. कुटुंबं तयार झाली आहेत. अजून आपल्याला पुष्कळ पल्ला गाठायचा आहे. त्यासाठी मी सातत्यानं इथे येतच राहणार आहे. आपले स्नातक, पुरोहित आणि ब्राह्मणही येतच राहतील...''

वसिष्ठाश्रमातून परतल्यानंतर मांदार्यांनी पश्चिम सागरपरिसरावर आपलं सारं लक्ष केंद्रित केलं होतं. कार्याचं रीतसर नियोजन केल्यामुळे सहस्रो सागरीय जन त्यांच्या कार्याला जोडले गेले होते. त्यांच्यामधले भांडणतंटे मिटले होते. अर्वाच्च्य भाषा जाऊन त्याची जागा वैदिक मंत्रांनी घेतली होती. गटागटानं जाऊन ब्राह्मण त्यांना संथा देत होते. वैदिक संस्कृती त्यांच्यामधे रुजवत होते. एकविचाराचा आणि एक उपासनापद्धती अवलंबणारा समाज त्या किनारपट्टीवर तयार होत होता.

संस्कृती रुजली होती; पण आव्हानं संपली नव्हती. कालकेय दानवांचं आव्हान तर दिवसेंदिवस उग्र स्वरूप धारण करीत होतं. त्या दानवांचा उच्छेद करणं ही गोष्ट साधी नव्हती. कारण त्या दानवांचं सागरावर प्रभुत्व होतं. कोणीही राजा सागरात सैन्य घालून त्यांचा बीमोड करू शकणार नव्हता. ती गोष्ट मांदार्य जाणून होते.

ते पुढे शांतपणे बोलू लागले, 'खरंच, आपण सर्वांनी खूप सहन केलेलं आहे. आपलं दु:ख सांत्वनापलीकडचं आहे. अशा परिस्थितीत तुम्ही ईश्वरीकार्यात दृढ आहात ही फार मोठी गोष्ट आहे. दु:ख-संकटं पाठवून परमेश्वर आपली परीक्षाच घेत असतो. तुम्ही त्याच्या परीक्षेला समर्थपणे सामोरे जात आहात. आज तुम्हाला अपार दु:ख सहन करावं लागतंय्, डोंगराएवढ्या संकटांचा सामना करावा लागतोय् याची मला पूर्ण जाणीव आहे. यातून तुमचं आणि तुमच्या पुढच्या पिढ्यांचं भलंच होणार आहे. माझ्यावर विश्वास ठेवा. हे प्राप्त संकट लवकरच दूर होईल.'

काही क्षण त्यांनी सर्वांवरून दृष्टी फिरवली. मग ते पुढे बोलू लागले, 'या सागरकिनारी अनेक वस्त्यांमधे आपलं कार्य स्थिरावत आहे. कुटुंब निर्माण होऊ लागली आहेत. जीवनात रीत आली आहे. कुकर्मं थांबली आहेत. स्त्रिया निर्भय बनल्या आहेत. मानवीजीवन सुसंस्कृत आणि तृप्त बनू लागलं आहे.

'आता राहता राहिला कालकेय दानवांचा प्रश्न. हे दानव सागरातून अवचित येतात आणि उन्माद करून जातात असा किनारपट्टीवरील सर्वांचाच अनुभव आहे.

याला एकच उपाय आहे. तो म्हणजे त्या दानवांचा समर्थपणे सामना करून त्यांचा संहार करणं...!'

'त्या दानवांचा बीमोड करणं आपल्यासारख्या सामान्य लोकांना कसं शक्य आहे?' प्रत्येकाच्या मनात असाच प्रश्न उठला होता. पण त्याबाबत कुणीही आचार्यांना विचारणा केली नाही. आपले आचार्य योग्य तोच मार्ग दर्शवतील असा त्यांचा ठाम विश्वास होता.

मांदार्य तोच मार्ग सांगत होते, 'सागरी किनाऱ्यावरच्या प्रत्येक वस्तीनं त्या दानवांशी स्वतंत्रपणे लढण्याचं ठरवलं तर ते मुळीच शक्य नाही. पण जर सर्वांनी एकत्र येऊन लढायचं ठरवलं तर मात्र विजयाची शक्यता निश्चितच आहे. एक गोष्ट ध्यानात असू द्या... संघशक्तीच प्रभावी कार्य करू शकते. एक आचार आणि एकविचाराची संघशक्ती आपल्याला निर्माण करायची आहे. वस्तीवस्तीला जोडण्याचं काम इथून पुढे करायचं आहे. आश्रमीय ब्राह्मण त्यासाठी इथे गटागटानं येतच राहतील. संस्कृतीसाठी झिजणारा तो ब्राह्मण! इथून पुढे ठराविक दिवशी तुम्हालाही हे ब्रह्मकर्म करावं लागणार आहे. त्यातच तुमचा विकास आहे.

'तपाच्या माध्यमातून पूर्वेकडे आणि दक्षिणेकडे यज्ञसंस्था प्रभावी ठरते आहे. सागरकिनारी एकादशी प्रभावी ठरेल. हे कार्य तुम्हाला उचलायचं आहे. विकासाबरोबर संघशक्तीतून तुम्हीच अनेक आव्हानांवर मात करू शकाल... ब्रह्मवर्गाबरोबर मी सारं नियोजन पाठवीनच. सर्वांनी विशेषत: युवकांनी हे तप:कार्य उचलायचं आहे. पुढच्या वस्तीत विचार पोचवायचे आहेत. वस्ती-वस्ती जोडत जायची आहे. ज्या वेळी आवश्यकता वाटेल तेव्हा एका सूचनेद्वारा सारे सागरीजन एकत्र येतील अशी संघशक्ती निर्माण व्हायला हवी. मान्य आहे सर्वांना?'

सर्वांनी हात वर करून अनुमोदन दिलं.

मांदार्यांच्या बोलण्यामुळे त्या सागरवासीयांना थोडा धीर आला. सकारात्मक ऊर्जेनं ते प्रभावित झाले. महापुरुषांकडून नेहमीच सकारात्मक ऊर्जेचं प्रक्षेपण होत असतं. त्यांच्या प्रभावळीत जो येतो त्यालाच तो अनुभव मिळू शकतो; इतरांना नाही!

दु:ख-संकटांनी ग्रासलेल्या त्या सागरवासीयांना आत्ता तोच अनुभव मिळत होता.

मग मांदार्यांनी प्रत्येकाजवळ जाऊन विचारपूस केली. खंतावलेल्या जनांना धीर दिला. जे विद्ध झाले होते - ज्यांना हात-पाय गमवावे लागले होते त्यांना प्रेमानं जवळ घेतलं. लेप-पट्टीची पाहणी केली.

त्यावेळी सूर्य मावळला होता. सागराला भरती आली होती. तो उचंबळू लागला होता.

मांदार्य तिथून निघाले तेव्हा त्या वस्तीतल्या सर्वांचं अंत:करणही तसंच उचंबळून आलं होतं.

पूर्वेकडून नाचत नाचत वर आलेलं पण डागाळलेलं चंद्रबिंब तेव्हा काहीसं तेजाळलं होतं!

पौर्णिमेचा दिवस उजाडला होता.

चार अश्वस्वारांची दौड अविरतपणे चाललीच होती. गेले पंधरा-वीस दिवस त्या चौघांचा अश्वांवरूनच प्रवास चालला होता. अक्षय, प्रगाथा आणि शंखासह मांदार्य पश्चिम सागरपरिसरात संस्कृतीच्या कार्यासाठी गेले होते. वसिष्ठाश्रमातून परतल्यानंतर त्यांनी काही दिवसातच या सागरकिनारी येण्यासाठी काशीच्या आश्रमातून प्रस्थान ठेवलं होतं. काशी, अयोध्या असा प्रवास करीत ते मग पश्चिम सागरप्रदेशात येऊन पोचले होते. कालकेय दानवांनी प्रभावित केलेल्या परिसराला भेट देऊन ते आता उत्तरेकडे निघाले होते.

दोन दिवसांतच ते वाळवंटी प्रदेशाला उजवी घालून पुन्हा पूर्वेकडे वळले होते. त्यांनी बरोबर शिधा-सामग्री बाळगली होतीच. त्यामुळे वाटेत ते कुठेही थांबत होते, अन्न शिजवत होते, सुरक्षित स्थळी निवास करीत होते आणि पुढे जात होते.

त्या परतीच्या प्रवासात ते आता एका पठारी प्रदेशात येऊन पोचले. तिथेच त्यांनी विश्राम करायचं ठरवलं. अश्वांना बांधलं. मग ऐन संध्यासमयी जवळच्या ओढ्यावर जाऊन ते चौघे ताजेतवाने झाले. सूर्यवंदन केलं; आणि मग दगड मांडून त्यांनी चूल तयार केली. भात-डाळ शिजवली. वनभोजन आटोपलं. शतपावली करून मांदार्य गवतावरच आडवे झाले. तीनही शिष्य त्यांच्या बाजूला मांडी घालून बसले.

एव्हाना पौर्णिमेचा चंद्रमा बराच वर आला होता. निळ्या रंगात धरणी न्हाऊन निघाली होती. चंद्रबिंबाकडे रोखून बघत मांदार्य सहजगत्या म्हणाले, ''किती शीतल आणि सुंदर प्रकाश देतो हा रजनीनाथ! चांदण्यात शुभ्रतेचं आणि अद्भुततेचं दर्शन घडतं. अव्यक्त दैवी सृष्टी व्यक्त झाल्यासारखी भासते. सात्विक जनांना त्याची पुरेपूर अनुभूती मिळते. पण असुरी लोक...''

कालकेय दानवांनी सागर परिसरात घातलेला असुरी थयथयाट अद्याप त्यांच्या विचारातून दूर झाला नव्हता - तो कधी होणारही नव्हता. त्यांच्या तीनही शिष्यांनी ती गोष्ट तेव्हाच ओळखली होती.

त्या विषयाला पुन्हा वाचा फोडण्यासाठी अक्षय म्हणाला, ''आचार्य, आपल्या परिसरातल्या अरण्यांमधे अनेक राक्षस आहेत. पण पश्चिम सागरपरिसरातले ते दानव त्यांच्यापेक्षाही महाभयंकर आहेत असं दिसतं...''

''हो... सहा हात उंचीचे ते गौरवर्णी दानव आहेत. पण त्यांचं अंतरंग काळंकुट्ट आहे. क्रौर्याची परिसीमा म्हणजे ते कालकेय दानव. एकवेळ अरण्यातले राक्षस सुधारतील. पण ते दानव सुधारणं शक्य नाही. त्यांची निर्मिती-''

''एखाद्या राज्याचं सैन्य नेलं तर त्यांचा उच्छेद करता येईल की!''

''नाही प्रगाथा! त्यांचं सागरावर वर्चस्व आहे. ते सागरातील भल्या मोठ्या जहाजांवर राहतात. गरज पडेल तेव्हा जमिनीवर येतात. त्यांना मारण्यासाठी मोठं आरमार हवं. आर्यावर्तातल्या कोणत्याही राजाजवळ आरमार नाही... त्यासाठी आपल्यालाच काहीतरी करावं लागेल. सागरीजनांना त्यासाठी प्रेरणा द्यावी लागेल. त्यांची संघशक्ती निर्माण करावी लागेल. येत्या वर्षातच आपल्याला हे कार्य करायचं आहे...''

''त्यानंतर कालकेयांचा नि:पात करणं शक्य होईल, नाही का आचार्य!''

''देव जाणे, प्रगाथा!''

अनायसे देवांचाच विषय निघाला होता.

अक्षयला ती योग्य संधी वाटली होती!

■

७

आकाशस्थ अद्‌भुत यंत्रणा

व्यक्तीचा आत्मिक विकास व्हावा यासाठीच भौतिकतेचा खेळ उभा केलेला असतो. पण भौतिकता ही केवळ साधन-स्वरूप असते. ती प्राप्त करणं हा जीवनाचा उद्देश नसतो. व्यक्ती जर त्यातच अडकली तर मात्र देवांच्या मूळ उद्देशालाच तडा जातो. मग सुरू होतो पृथ्वीवरच्याच पुनर्जन्माचा खेळ!

“आचार्य, मागे आपण देवांविषयी काहीतरी सांगत होता... तेव्हापासून मला देवांविषयी जाणून घेण्यात रस होता-”

“खरंच आचार्य! सांगा ना!” शंखही लगेच म्हणाला.

त्या दोघांकडे प्रेमानं बघत मांदार्य म्हणाले, “कशाला जाणून घ्यायच्या नाही त्या गोष्टी?”

यावेळी प्रगाथानं प्रतिप्रश्न केला, “देवांविषयी जाणून घेणं हे नाही त्या गोष्टी जाणून घेण्यासारखं आहे का आचार्य?”

प्रगाथाचं बोलणं ऐकून अक्षयनं त्याची मानेवर रुळलेली शिखा खेचली. “असं औद्धत्याचं बोलणं शोभतं का आचार्यांशी?” त्यावर प्रगाथानं अक्षयच्या पाठीवर प्रेमानं हलकेच गुद्दा घातला. “मी काय उपमर्द करतोय का आचार्यांचा?”

“झालं का तुमचं खेळून?”

तिघेही आता शांत बसले.

“मी अशासाठी नाही त्या गोष्टी म्हणालो की, ते फार मोठं गूढ आहे. त्यावर कदाचित तुमचा विश्वास बसणार नाही. जो परमेश्वराला मानत नाही, ज्याचा गुरूच्या शब्दावर विश्वास नाही त्याला कोणतंही गूढ ज्ञान सांगू नये असं शास्त्र आहे. म्हणून-”

“पण आचार्य आम्ही तसे नाही.” शंखानं ठामपणे सांगितलं. “आमचा *आमच्या* गुरूवर पूर्ण विश्वास आहे... बरं, पश्चिम सागरतटाशी देवांचा संबंध आहे असं मागे आपण म्हणाला होता. काय पार्श्वभूमी आहे त्याची? सांगा ना आचार्य!”

“पश्चिम सागरतटाशी संबंधित इतिहास नंतरचा आहे.” मग अनंत आकाशात दृष्टी लावून मांदार्य उताणं पडल्या पडल्या बोलू लागले, “त्यापूर्वीचा वास्तविक पण मनुष्यासाठी गूढ असा इतिहास फार मोठा आहे शंखा - कमीत कमी वीस सहस्र वर्षांपूर्वीचा! अतिशय अद्‌भुत असा! तो जाणून घेतल्याशिवाय तुम्हाला पश्चिम सागरतटावरच्या इतिहासाची पार्श्वभूमी मुळीच समजणार नाही.”

“तो सारा इतिहास आम्हाला ऐकायचा आहे - आज वेळ आहे... तेव्हा...”

शंखाप्रमाणेच उर्वरित दोन्ही शिष्यांची अवस्था झाली होती. त्यांची उत्सुकता शिगेला पोचली होती.

मांदार्य लगेच उठून बसले. तीनही शिष्यांकडे प्रेमानं बघत त्यांनी प्रास्ताविक केलं, ''प्रथम तुम्हाला तुमची भूमिका ठरवली पाहिजे. तुम्ही कुठे आहात... तुमचं स्थान कुठे आहे, हे तुमचं तुम्ही जाणलं पाहिजे...''

तिघेही संभ्रमावस्थेत त्यांच्याकडे बघत होते.

''आपल्या सभोवतालचं अनुभवाला येणारं जीवन जगताना व्यक्तीची एकप्रकारची वैचारिक बैठक तयार होत असते. चाकोरीबद्ध शिक्षण, बाह्य इंद्रियांकडून मिळणारे अनुभव आणि अविवेकी बुद्धिनिष्ठा व्यक्तीला अतर्क्य गोष्टींपासून परावृत्त करत असते. याउलट जी व्यक्ती बुद्धीऐवजी केवळ भावनेला प्राधान्य देते ती कोणत्याही अतर्क्य गोष्टींवर, चमत्कारांवर चटकन् विश्वास ठेवते. म्हणून परंपरागत रूढी, संकुचित अविवेकी बुद्धिनिष्ठा आणि बुद्धिविरहित भाव हे सारं बाजूला ठेवूनच तुम्हाला हे अतर्क्य ऐकावं लागेल... यापैकी तुम्ही कुठे आहात हे ठरवावं लागेल.''

''आपणच बुद्धीसह भाव आमच्यात भरला आहे! आम्ही ऐकायला सिद्ध आहोत!'' प्रगाथा म्हणाला आणि उर्वरित दोघांनी माना डोलवून त्याला अनुमोदन दिलं.

''ऐका तर मग...'' मांदार्यांनी क्षणभर नेत्र मिटले. अभावितपणे ते डोलू लागले. चंदेरी प्रकाशात भूमीवर पहुडलेली त्यांची सावलीही डोलू लागली. चंद्रप्रकाशात वनस्पतींमधे रस भरला जातो. इथे तीन शुभ्रवस्त्रांकित जीव साक्षात् शुभ्रतेकडून ज्ञानरसाचं पान करू लागले होते!

नेत्र किलकिले करून मांदार्य बोलू लागले, ''देवांविषयी जाणून घ्यायचं असेल तर प्रथम 'देव' आणि 'परमेश्वर' यांच्यामधील भेद जाणून घ्यायला हवा.

''या सर्व चराचरात भरून राहिलेला, सर्वव्यापक, सर्वांतर्यामी वसून असणारा, अविनाशी असा तो परमेश्वर! आणि देव हे परमेश्वराच्याच विशाल परिवारातले आपल्यासारखेच - पण आपल्यापेक्षा अतिउन्नत असे अतिमानव! तथापि, व्यवहारात आपण परमेश्वरालाच 'देव' म्हणून संबोधतो. आपण द्वैतभावानं देवांना पाहू शकतो; पण परमेश्वर केवळ अनुभवू शकतो - आपण तो होऊ शकतो; पण पाहू शकत नाही!''

तीनही शिष्यांना आता धक्के बसू लागले होते.

''देव हे मूळचे पृथ्वीग्रहावरचे नाहीत. 'देव' ही एक वेगळी योनी आहे... आपल्यासारखीच! किंबहुना पृथ्वीवरच्या माणसांमधे दोन तृतीयांश अंश या देवांचा आहे! सहस्रो वर्षांपूर्वी देव पृथ्वीवर येऊन स्थिरावले. त्याला कारणही तसंच होतं. देवांचं अवकाशातलं मूलस्थान म्हणजे स्वर्ग. त्याला एक स्तर म्हणा

हवं तर! आपल्या नजीकच्या अवकाशातील अनेक ग्रहांवर देवांचं अधिपत्य आहे. भौतिकतेबरोबरच इतर अनेक विद्या देवांना अवगत असतात. ते व्यक्त असतातच; पण अव्यक्तही होऊ शकतात. आपण जसे स्वविकासासाठी जीव धोक्यात घालून निरपेक्ष भावनेनं रानावनात जातो, आदिम जमातींना विचारांनी उभं करण्याचा प्रयत्न करतो तीच देवांची भूमिका आंतरग्रहीय असते! अरण्यात यज्ञीय संस्था नेण्यासाठी आपण रथ, बैलगाडे इत्यादी वाहनांचा जसा आधार घेतो तसाच आधार देवही घेतात – देहातीत वाहनाचा! पण काही वेळा ते भौतिक वाहनाचाही आधार घेतात.''

''म्हणजे? हे समजलं नाही आचार्य...'' शंखानं विचारलं.

''आपला जसा हा देह आहे तसाच पण दिव्य असा देवांचा देह असतो. भौतिक देहामुळे जीवाला पुष्कळ मर्यादा येतात. पण देहातीत अवस्थेत जीवाला कमालीचा वेग प्राप्त होऊ शकतो. त्या अवस्थेचाच देव आधार घेतात!''

''पण देहच नसेल तर आत्मा...?''

''तसं नाही अक्षय, आत्म्याशिवाय काहीच संभवत नाही. मनुष्यदेह – भौतिक देह जीवाला मर्यादा आणतो. हा देह कायमचा किंवा तात्पुरता सोडता आला तर जीवाला चिकटून असलेलं 'दैवी' शरीर कार्यरत होतं. त्या शरीराला कल्पनातीत वेग असतो. देव त्या 'दैवी' शरीरानं क्षणात पृथ्वीवर येऊ शकतात आणि नवीन भौतिक शरीरही धारण करू शकतात.''

''पण हे उपद्व्याप करण्याचं कारण काय?'' शंख!

''विकास! पूर्ण विकसित जीवच परमेश्वराला प्राप्त होऊ शकतं. आत्मविकास करण्यासाठीच जीवन असतं; उपभोगासाठी नाही. ऋषी पृथ्वीवर निरपेक्ष कार्य करतात. आपणही पृथ्वीवरच्या एका छोट्या भागात विकासार्थ निरपेक्ष कार्य करीत आहोत. तेच कार्य देव नजीकच्या अवकाशातल्या अनेक ग्रहांवर करतात. हेतू एवढाच; आत्मविकास करत परमेश्वराच्या दिशेनं उन्नत स्तर गाठत जाणं! देवांच्या कार्याचा आवाका मनुष्य देहधारी व्यक्तीपेक्षा फार मोठा आहे. देहातीत राहण्याची विद्या त्यांना अवगत आहे. म्हणूनच त्यांच्या कार्याची व्याप्तीही फार मोठी आहे.

''पृथ्वीवर 'दैवी' कार्य करण्याचं जेव्हा देवांनी ठरवलं तेव्हा पृथ्वीवरच्या अवकाशात एक अतर्क्य आणि अद्भुत अशी यंत्रणा देवांनी निर्माण केली... तो उत्तर ध्रुव पहा! त्या भोवती फिरणाऱ्या सप्तर्षी तारकासमूहातील एका ग्रहावर वास्तव्य करणाऱ्या अतिप्रगत, ईश्वर-जाणत्या ऋषींना देवांनी आपल्या कार्यात सहभागी करून घ्यायचं ठरवलं. प्राचीन ऋषी सप्तर्षी तारकासमूहातून पृथ्वीवर – थेट या भारतवर्षात अवतीर्ण झाले. हीच भूमी त्यांनी 'दैवी' कार्यासाठी निवडली. कारण, इथे सुनियंत्रित ऋतुमान आहे. अतिसुंदर वनश्री आहे. अनेक पवित्र नद्या आहेत. हिमवान प्रदेशासारखं नितांत सुंदर स्थान आहे! सूर्याचं सातत्यानं दर्शन आहे...!

“अनेक ऋषी पृथ्वीच्या मध्य भागातही स्थिरावले. देव आणि सात ऋषी अवकाशातून पृथ्वीवर आल्याची नोंद पृथ्वीवरच्या अनेक शिलांवर कोरण्याचं काम सध्या पृथ्वीवरच्या वेगवेगळ्या भागांत सुरू आहे.

“देव आणि ऋषी यांना असलेल्या ज्ञानाची आणि सिद्धींची आपण कल्पनाही करू शकत नाही... परमेश्वरप्राप्ती ही काही साधी गोष्ट नाही! त्यासाठी उपासनेबरोबरच कर्मशुचिता, विचारशुचिता, साधनशुचिता, तपाचरण आणि निष्काम कर्म यांचं आचरण अत्यंत आवश्यक असतं हे देवांना आणि जाणत्या वैदिक ऋषींना ठाऊक होतं. अंतराळात जिथे जिथे देव आणि ऋषी जात होते तिथे तिथे ते हेच कार्य करीत होते. जीवांना घडवत होते – विकसित करीत होते. सहस्रो वर्षांपूर्वी पृथ्वीवर आदिम मनुष्य राहत होता. त्याचं जीवन पशुवत् होतं – आजही पुष्कळ ठिकाणी तसंच आहे. त्यांना विकसित करून त्यांच्यामधे परमेश्वराची जाणीव निर्माण करणं आणि विचारांनी त्यांचं जीवन घडवून त्यांना ईश्वराभिमुख करण्यासाठी देव आणि ऋषी कार्य करू लागले...”

चकित होऊन ते तिघे शिष्य ते ज्ञान ग्रहण करण्याचा प्रयत्न करीत होते.

मग मांदार्यांनी देवांची अत्यंत गूढ अशी यंत्रणा त्या तिघांना सांगितली –

स्वत: शुद्ध होऊन शुद्ध बीज परमेश्वरापर्यंत पाठवणं हाच देवांचा उद्देश! जीव भयमुक्त आणि चिंतामुक्त झाला तरच तो विकसित होऊ शकतो. भीतीकडे पाठ फिरवून भीती जाऊ शकत नाही. भीतीवर मातच करावी लागते. जीव भीतीवर मात करेपर्यंत भीतीयुक्त गोष्टींची वारंवारिता देव वाढवत राहतात. चिंता निर्माण होण्याचं मूळ कारण जोपर्यंत व्यक्ती शोधत नाही तोपर्यंत देव व्यक्तीला चिंतेत ठेवतात. चिंतन सुरू होतं तेव्हाच चिंतांचं स्वरूप आणि त्यावरचे उपाय व्यक्तीला उमजायला लागतात. तीच विकासाची पहिली पायरी असते.

“भौतिकतेची प्रेरणा देऊन देव व्यक्तीच्या स्वप्नरंजनाला, महत्त्वाकांक्षांना आणि जिद्दीला प्रेरणा देतात. स्वप्नांच्या पूर्ततेसाठी मग व्यक्ती भौतिक जगतात धावत राहते. त्यावेळी देव यश-अपयश आणि चिंताही उभ्या करतात. व्यक्तीचा आत्मिक विकास व्हावा यासाठीच हा भौतिकतेचा खेळ उभा केलेला असतो. पण भौतिकता ही केवळ साधन-स्वरूप असते. ती प्राप्त करणं हा जीवनाचा उद्देश नसतो. व्यक्ती जर त्यातच अडकली तर मात्र देवांच्या मूळ उद्देशालाच तडा जातो. मग सुरू होतो पृथ्वीवरच्याच पुनर्जन्माचा खेळ! जोपर्यंत व्यक्तीला जीवनाचा मूळ उद्देश उमजत नाही तोपर्यंत व्यक्ती पृथ्वीवर जन्म घेते – घेतच राहते! मग पुन्हा स्वप्नरंजन, महत्त्वाकांक्षा, जिद्द, यश-अपयश, दु:ख आणि चिंता...!

“देह सोडल्यानंतर जीवाला जीवनाचा उद्देश पुन्हा उमजतो. मग तो विकासासाठी पुन्हा पृथ्वीवर जन्म घेतो. जन्मानंतर व्यक्तीची पूर्वजन्माची स्मृती सुप्तावस्थेत जाईल अशीही देवांची योजना असते. कारण पूर्वजन्मीची स्मृती राहिली तर व्यक्ती संभ्रमित

होईल आणि ती विकास करूच शकणार नाही. जी व्यक्ती आत्महत्या करते तिनं जणू परीक्षाच चुकवलेली असते. मग उर्वरित शिक्षणासाठी त्या व्यक्तीला पुन्हा पृथ्वीवर जन्म घ्यावाच लागतो.''

एवढी माहिती देऊन मांदार्य पुढे सांगू लागले, ''जेव्हा देवांनी पृथ्वीवरच्या आदिम लोकांमधे बदल घडवून आणला तेव्हा त्यांनी त्यातल्या काही समजूतदार, सात्विक व्यक्तींना आपल्या अवकाशस्थित यंत्रणेचं अल्पसं दर्शन घडवलं. जीवनाचा हेतू समजावला. विकासाची दिशा दाखवली आणि अशा मानवांकडून ईशकार्याची प्रतिज्ञा घेतली. त्या 'ज्ञानी' व्यक्तींनी ते ज्ञान इतर सामान्य जनांपर्यंत पोचवलं. त्यानुरूप पृथ्वीवरचा माणूस देवांच्या अपेक्षेनुसार विकासार्थ जीवन जगू लागला.

''पण जसजशा अनेक पिढ्या मागे सरकल्या तसतसा जीवनाचा मूळ उद्देश दूर झाला. देवांना दिलेली 'प्रतिज्ञा' विस्मृतीत गेली. आणि मग अशा ज्ञानरहित काळात देवांना आणि ऋषींना पृथ्वीवर सदेह येऊन सतत कार्य करावं लागलं – आजही ते कार्यरत आहेत... हे कार्य आकाशात राहून होत नाही. म्हणून ते सदेह पृथ्वीवर येतात!''

''म्हणजे पश्चिम सागरपरिसरातील घटना...'' शंखानं पुन्हा पहिलाच विषय लावून धरला.

''थांब, थांब! एवढी घाई कशाला करतोस? देवांची अवकाशस्थित गूढ यंत्रणा जाणून घ्यायची आहे ना प्रथम? का नको सांगू?''

''हो तर!... क्षमा करा आचार्य!'' तिघेही पुन्हा एकचित्तानं श्रवण करू लागले.

मग मांदार्यांनी ती अवकाशीय अद्भुत यंत्रणा त्यांना समजावली –

पुनर्जन्म घेणारा जीव, विकसित होणारा जीव, विकसित झालेला जीव आणि विकासापासून पूर्ण ढळलेला जीव अशा देह सोडलेल्या पृथ्वीवरच्या जीवांची व्यवस्था कशी करायची हा देवांपुढे प्रश्न होता. त्यासाठी त्यांनी देह सोडलेले लक्षावधी जीव आपापल्या कर्मांनुसार योग्य स्तरावर आपोआप जातील अशी एक अतिशय विशाल, गूढ आणि मनुष्यासाठी सर्वस्वी अतर्क्य अशी अदृश्य यंत्रणा अवकाशात उभारली. त्या अद्भुत यंत्रणेत त्यांनी प्रमुख दोन मार्ग निर्माण केले. एक 'देवयान मार्ग' आणि दुसरा 'पितृयान मार्ग'. पृथ्वीवर तपाचरण करून ज्या जीवांचा योग्य विकास झाला आहे, ज्यांचं सर्वप्रकारचं आत्मिक शिक्षण झालं आहे, पराकोटीची सात्विकता ज्यांनी आयुष्यभर जोपासली आहे आणि परार्थासाठी अर्थात ईश्वरी कार्यासाठी जे झिजले आहेत असे विकसित जीव 'देवयान' मार्गानं थेट स्वर्ग-स्तरावर देवांपर्यंत जातील अशी व्यवस्था केली.

एखाद्या व्यक्तीनं जीवनात चांगली-वाईट कर्मं केली, प्रलोभनांना ती बळी पडली किंवा स्वार्थपरायण कर्मं केली तर अशा व्यक्तींसाठी 'पितृयान' मार्गाची योजना केली. मृत्युपश्चात असा जीव पितृयान मार्गानं अवकाशातल्या ठराविक

द्वारातून एका विशिष्ट ठिकाणी आत्यंतिक वेगानं नेला जातो. तिथे जीवाच्या अंतर्मनाला चिकटून आलेला कर्मसंचय क्षणात आपोआप तपासला जातो आणि कर्मानुसार त्या जीवाचं पुढचं वास्तव्याचं ठिकाण आपोआप ठरवलं जातं.

काही जीवांसाठी या दोन मार्गांची आवश्यकताच पडत नाही. ते विकासार्थ त्वरित पुनर्जन्म घेतात. तशी कूस त्यांना पृथ्वीवर लगेच उपलब्ध असतेच!

एखादी व्यक्ती स्वार्थापोटी आणि राक्षसी महत्त्वाकांक्षेपोटी जीवनभर अनन्वित कृत्यं करते, दुसऱ्याचा सतत उपमर्द करते, कृतघ्न होते, खून, मारामाऱ्या करवते, दुसऱ्याचं सतत वाईट चिंतिते, सत्कार्यात अडथळा आणते, जीवनाचा हेतू विसरते, पिशुनता - अर्थात चहाडी करण्याचा स्वभाव जोपासते, हृदयस्थ परमेश्वराला विसरून स्वप्रतिष्ठेसाठी वाटेल त्या थराला जाते, परपीडा हाच जिचा 'धर्म' बनतो अशी व्यक्ती मृत्युपश्चात अत्यंत निम्न स्तरावर जाते. त्यालाच 'नरक' म्हणतात. जसजसा जीवनाचा मूळ हेतू विस्मृतीत जातो तसतशी अशा राजसी-तामसी वृत्तींच्या लोकांची संख्याही वारेमाप वाढत जाते. या लोकांनी बाह्यशुचिता जरी दर्शवली तरी ते ईश्वर-विरोधीच कार्य करीत असतात. एवढ्या मोठ्या संख्येनं असणारे असे जीव कर्मानुसार एकाच हीन स्तरावर नेऊन उपयोगाचं नसतं. म्हणून देवांनी नरकाचे सत्तावीस स्तर निर्माण केले. अत्यंत हीन कर्मांच्या प्रतवारीनुसार ते जीव मृत्युपश्चात नरकातल्या ठराविक स्तरावर आपोआप जातात. पृथ्वीवर सोडलेल्या देहाचं 'भूतसूक्ष्म शरीर' त्यांना चिकटलेलंच असतं. त्या शरीराद्वारा अशा नरकस्थित जीवांना अत्यंत कटू आणि भयानक अनुभव 'जीवन'भर मिळत राहतात. सहस्रो वर्षंसुद्धा ते तिथे सडत पडतात. धान्य निवडताना खडे आपोआप बाजूला व्हावेत आणि शुद्ध धान्यच पुढे जावं अशाच प्रकारची देवांची ती यंत्रणा आहे.

पृथ्वीच्या अवकाशात - चंद्रमंडळात देवांनी ही अद्भुत यंत्रणा उभारली आहे. ब्रह्मांडात असे कोट्यवधी तारकासमूह आहेत. प्रत्येक ठिकाणी तिथल्या तिथल्या अधिपतींनी अर्थात देवांनी अशा यंत्रणा उभारल्या आहेत. जीव अशा अनेक यंत्रणांतील स्तरांमधून फिरून अंतिमत: परमेश्वराला प्राप्त होतो.

शंखानं नेमका धागा पकडून प्रश्न केला, ''अधिपती म्हणजे मला नाही समजलं...''

''शंखा, पृथ्वीवरचा मुख्य देव अग्नी. त्याचे इतर दहा सहकारी असतात. ते म्हणजे जातवेद, वैश्वानर, द्राविणोदा, तनूनपात, नाराशस, त्वष्टा, वनस्पती, ग्रावाण, रथ आणि आप.

''आपल्या अंतरिक्षातला मुख्य देव वायू. त्याचे इतर सहकारी देव असे - वरुण, रुद्र, इंद्र, पर्जन्य, बृहस्पती, यम, मित्र, वाक्, विश्वकर्मा आणि सविता.

द्यूलोकात – म्हणजे आणखी उन्नत स्तरावर मुख्य देव आदित्य असतो. त्याचे इतर सहकारी असे – अश्विनौ, उषा, सूर्या, त्वष्टा, सविता, भग, पूषा, विष्णू, यम, अश्व आणि एकपात्! हे असे एकंदर तेहतीस उच्च 'कोटी'चे देव! ही सारी नावं व्यक्तिवाचकही आहेत आणि गुणवाचकही आहेत. या तेहतीस देवांचा प्रभाव तीन स्तरांवर असतो. यांच्या प्रभावाबाहेरची एकही वस्तू या तीन लोकांत – म्हणजेच त्रैलोक्यात नाही!''

देवांविषयी विचार करताना आता मांदार्यही उत्साहात आले होते. ज्ञानाची तितिक्षा असणारे तीन शिष्य समोर बसलेले असताना गुरूला उत्साह येणार नव्हता असं थोडंच होतं? त्याच उत्साहात ते पुढे सांगू लागले, ''सहस्रो वर्षं कार्य केल्यानंतर पृथ्वीवर खरोखरच 'स्वर्ग' निर्माण झाला. भौतिक जीवनाचा परिमित उपभोग घेत सर्व पृथ्वीवासी आत्मोन्नती करू लागले. नरकाचे स्तर रितेच राहू लागले. वैदिक ऋषींच्या अविरत तपामुळे पृथ्वीवर सत्ययुग अवतरलं...

''पण काळ जसजसा पुढे सरकू लागला तसतसा मनुष्य-जीवनाचा मूळ उद्देश विस्मृतीत जाऊ लागला. भोगाची अपेक्षा वाढू लागली. भोगवादाची अखेर सर्वनाशच ओढवून घेत असते. भोगविचार बळावला की ज्ञानविचार मावळतोच. उपभोगाची वृत्ती दोन पायांवर चालणाऱ्या 'पशूं'नाच जन्म घालते...''

''हे असं घडण्याचं कारण काय?'' अक्षयनं विचारलं.

''कोणतीही विचारनिष्ठा तीन किंवा चार पिढ्यांपर्यंतच टिकते. पुढे तिला चुकीचं वळण लागतं... विपरीत काळ येण्यासाठी देवांचे सदेह पृथ्वीवर येणारे निरीक्षकच कारणीभूत ठरले...''

''निरीक्षक?''

''होय प्रगाथा! त्यांना 'देवदूत' असंही म्हणतात! हे देवदूत सदेह अवतीर्ण होतात आणि अदृश्यही राहतात. पृथ्वीवरच्या मनुष्याला योग्य कार्यासाठी प्रेरणा देणं, त्यातून मानव्याचं जतन करणं, आपल्या कार्याचा अहवाल देवांकडे पोचवणं अशी कामं हे देवदूत करतात. या देवदूतांमधील काही देवदूत भ्रष्ट झाले. त्यांना पृथ्वीवरच्या आदिम, रानटी स्त्रियांविषयी मोह उत्पन्न झाला. मोह बळावला की व्यक्तीची विचारशक्ती कुंठित होते. व्यक्ती विवेकभ्रष्ट होते. काममोहित व्यक्ती मग कोणतंही कुकर्म करायला सिद्ध होते. विचार मावळला की विकार बळावतो आणि विकारात विकृतीचाही शिरकाव होतो.

''कामविकारानं ग्रासलेल्या त्या निरीक्षकांमुळे देवांच्या सुनियंत्रित यंत्रणेलाच धक्का बसला. तामसी वृत्ती बळावली. निरीक्षकांनी रानटी स्त्रियांचा मनुष्यदेहानं अपरिमित उपभोग घेतला. तामसी वृत्तीतून जेव्हा उपभोग घेतला जातो तेव्हा त्याची फलप्राप्तीही तशीच असते. त्या स्त्रियांच्या पोटी सहा हात उंच, आडदांड असे राक्षस

जन्माला आले. परपीडा, अविवेकी उपभोग, मोह, तामसी वृत्ती, ऐतखाऊपणा, भ्रष्ट आचार इत्यादी अवगुणांचं मूर्तिमंत स्वरूप म्हणजे राक्षस! मोहातून जन्म झाल्यामुळे असे अवगुण ओघानंच येतात.

''याच राक्षसांनी आणि त्यांच्यासारख्याच वृत्तीच्या असुरांनी पृथ्वीवर हैदोस माजवला. या भारतवर्षातल्या घनदाट अरण्यांमधून या राक्षसांचं आजही वास्तव्य आहे. काही राक्षस पृथ्वीच्या खालच्या भागात म्हणजे पाताळात आहेत. संकरातून जन्माला आलेले हे जीव असल्यामुळे त्यांचं वृत्तीपरिवर्तन होणं मुळीच शक्य नाही. त्यांचा नायनाट करणं एवढाच उपाय उरतो.''

इतकं बोलून मांदार्य जागचे उठले. पाठोपाठ तिघेही शिष्य तत्परतेनं उठून उभे राहिले. माथ्यावर आलेल्या चंद्रमाकडे मांदार्य काही क्षण बघत राहिले. हवेत चांगलाच गारवा आला होता. सृष्टीला नीलप्रभा लाभली होती. दूरवरचे डोंगर धुरकट दिसू लागले होते. त्या पठारावरून दूरवर उतरत जाणारी हिरवाई चंद्रप्रकाशातही आपला रंग राखून होती. मधूनच आकाशातून काही वाघुळं आणि टिटव्या उडत जात होत्या.

जवळच्या बोचक्यातून मांदार्यांनी एक शाल बाहेर काढली आणि अंगाभोवती गुंडाळून घेतली. डोईला मुंडासं बांधलं.

त्यांच्या शिष्यांनीही अंगावर शाली घेतल्या. डोक्याला शुभ्र फडकी बांधली. आता सारेजण चंद्रप्रकाशात न्हाऊन निघालेल्या सभोवतालच्या नितांत सुंदर जगताकडे पहात राहिले. चंद्रप्रकाशानं कमलिनी प्रमुदित होतात तसंच त्या चारही मानवांचं मन प्रगुदित झालं होतं. देवांच्या अद्भुत यंत्रणेविषयीचं नुकतंच मिळालेलं ज्ञान ऐकून तिघा शिष्यांना तर उत्साहाचं भरतं आलं होतं. चंद्रप्रकाशात शुभ्र, तरल देवदूत अवतीर्ण होत आहेत की काय असंच त्यांना वाटत राहिलं.

''चला, थोडे पाय मोकळे करू...''

ते चौघे त्या पठारावर फिरू लागले. मग पठार उतरून ते खालच्या ओढ्यापाशी आले. झुळूझुळू वाहणाऱ्या ओढ्यातलं पाणी त्यांनी प्राशन केलं. पुन्हा पठार चढून ते वर आले. चांदण्यात न्हाऊन निघालेल्या सृष्टीचं अवलोकन करीत ते आपल्या जागेवर येऊन बसले.

मग ते तीनही शिष्य मांदार्यांकडून ऐकलेल्या ज्ञानाची उजळणी करू लागले. आपल्या गुरूला विश्वाचं हे एवढं गहन ज्ञान कुठून प्राप्त झालं याविषयीही त्यांना आश्चर्य वाटत होतं. शंखाला त्या बाबतीत आपल्या गुरूला विचारायचं होतं; पण तेवढ्यात अक्षयनं विचारलं, ''देवदूत भ्रष्ट झाल्यामुळे देवांनी त्यांना शासन केलं का?''

''अतिशय अघोरी शासन, अक्षय! त्यांना नरकाच्या शेवटच्या स्तरावर कायमचं ढकलून दिलं. तिथे ते सहस्रो वर्षं अत्यंत हीन जीवन जगत राहतील. केलेल्या

कुकर्मांचा पश्चात्ताप होऊन, परमेश्वराची आत्यंतिक आर्ततेनं आणि पराकोटीच्या प्रेमभावानं जर प्रार्थना केली तरच नरकातल्या जीवांची सुटका होते...''

''मग आता देवांनी पृथ्वीवरचं जीवन दैवी बनवण्यासाठी वेगवेगळे मार्ग अवलंबायला प्रारंभ केला. पृथ्वीवरचा मनुष्य भोगवादी बनल्यामुळे आणि प्राणीमात्रांसह निसर्गावर आक्रमण करू लागल्यामुळे त्यांनी दोन वेळा प्रलय घडवून आणला. त्यानंतर असुरी वृत्तीचा नायनाट करण्यासाठी आपला 'दैवी' अंश पृथ्वीवर पाठवायला प्रारंभ केला. 'साम' आणि 'दंड' हे दोनच उपाय देवांचे हे 'अवतार' योजत असत; पुढेही योजतील! असुरी वृत्तींना वळणावर आणण्यासाठी सामोपचाराचा उपाय योजतील. आणि तो उपाय व्यर्थ ठरला तर विनाशही घडवून आणतील. ऋषी, साधू आणि सात्विक जनांना भेटून ते अवतार त्यांच्या सहकार्यानं पुन्हा शुद्ध मनुष्यधर्माची प्रस्थापना करतात.

''वायूदेव प्रमुख असला तरी इंद्राच्याच अधिपत्याखाली देवांची अवकाशस्थित विशाल यंत्रणा कार्यरत असते. इंद्रदेव हा पराकोटीचा न्यायनिष्ठूर! पण तितकाच तो तपस्वी आणि सात्विक वृत्तीचा असावा लागतो. शंभर अश्वमेध यज्ञ केलेली व्यक्तीच इंद्रपद भूषवू शकते. त्याच्यापुढे सारे देव नतमस्तक होतात. पृथ्वीवर मनुष्यधर्माची प्रस्थापना करण्याची एक विशाल योजना इंद्रदेवाच्या विचारानंच पुढे कार्यान्वित झाली.''

''काय योजना होती ती?'' शंखानं उतावीळपणे विचारलं.

''तेच सांगतोय ना मी? ऐका... 'अवतारां'ना पाठवण्यापूर्वी देवांच्याच काही कुटुंबांनी पृथ्वीवर येऊन वास्तव्य करावं आणि आपल्या विकसित जीवनपद्धतीचा प्रभाव पृथ्वीवरच्या लोकांवर पाडावा असं ठरवलं. या योजनेनुसार देवांची सुमारे दोनशे कुटुंब पृथ्वीवर येऊन स्थिरावली. त्यावेळी त्यांना भौतिक शरीरं धारण करावी लागली. ओघानंच त्यांना मानुषी मर्यादा स्वीकाराव्या लागल्या. मुळात सर्व ज्ञानशाखा त्यांना पूर्णपणे ज्ञात असल्यामुळे त्यांनी असामान्य भौतिक प्रगती केली. वास्तुकला, शिवणकला, मूर्तिकला, गायनकला, शिल्पकला यांबरोबर भौतिक शास्त्र, रसायनशास्त्र, भूगर्भशास्त्र, विमान विद्या, खगोलविद्या इत्यादी असंख्य विद्या त्यांना मुळात अवगत होत्याच.

''आता या विद्यांचा दृश्य आविष्कार पृथ्वीवर घडवण्यासाठी त्यांना काम करणाऱ्या हातांची आवश्यकता होती. म्हणून त्यांनी स्वत:च्याच अंशाचा इथल्या आदिम जीवांच्या अंगभूत सूत्राशी संयोग करून एकसारखे दिसणारे कामगार निर्माण केले. हे कामगार धिप्पाड होते. राक्षसी काम करू शकणारे होते. आज आपण त्यांना 'राक्षस' म्हणून ओळखतो. देवदूतांपासून निर्माण झालेले असुर आणि हे राक्षसच पुढे देवांवर उलटले... पण पूर्वी याच राक्षसांच्या सहाय्यानं देवांनी पृथ्वीवर अवाढव्य – कल्पनातीत अशी बांधकामं निर्माण केली. त्याचबरोबर ऋषींच्या सहकार्यानं 'दैवी' संस्कृतीही प्रस्थापित केली...''

''बापरे! म्हणजे आजही ती बांधकामं आणि ती 'दैवी' संस्कृती पृथ्वीवर अस्तित्वात आहे म्हणायची!'' अक्षयनं भावना प्रकट केल्या.

पाठोपाठ प्रगाथानं स्वप्न रंगवलं, ''देवांना प्रत्यक्ष बघता आलं तर काय बहार येईल!''

शंख केवळ भावनेत रमणारा नव्हता. त्याला साद्यंत इतिहास आणि भूगोलही जाणून घेण्यात विशेष रस होता. त्यानं विचारलं, ''ती दोनशे कुटुंब वास्तव्यासाठी केव्हा आली?''

''सुमारे पंधरा सहस्र वर्षांपूर्वी!''

''आणि कुठे?''

''देवांची कुटुंब प्रथम जेव्हा पृथ्वीवर उतरली तेव्हा स्वाभाविकच त्यांना इतरांपासून अलिप्त आणि सुरक्षित ठिकाणं वास्तव्यासाठी हवी होती. म्हणून उत्तर ध्रुवप्रदेशात त्यांनी प्रथम वास्तव्य केलं. तिथे काही वैदिक ऋषींनाही त्यांनी ठेवून घेतलं. सुमारे पाच सहस्र वर्षांपूर्वी त्या प्रदेशात उलथापालथ झाली. हिरवाई जाऊन तिथे हिमयुग अवतरलं. त्यामुळे देवांना विस्थापित व्हावं लागलं. वायव्येकडच्या पर्वतरांगा ओलांडून पश्चिमेकडे सहस्रो योजनं गेल्यानंतर एक विशाल पर्वत लागतो. त्याचं नाव *वृत्र पर्वत*...''

भविष्यात 'तुर्कस्तान' म्हणून ओळखल्या जाणाऱ्या देशाच्या सीमेवरचा 'वृत्र पर्वत' हा अपभ्रंश होऊन 'अरारत पर्वत' म्हणून ओळखला जाणार होता; तर त्याच्या पायथ्याशी असणारा 'सुर्य' देश हा 'सिरीया' म्हणून परिचित होणार होता. त्यावेळी त्या चौघांना नावांचा हा अपभ्रंश माहीत असण्याचं काहीच कारण नव्हतं!

मांदार्य पुढे सांगत होते, ''वृत्रपर्वताच्या पायथ्याशी मग देवांनी वसाहत केली. आज देवांच्या त्या राज्याचं नाव आहे 'सुर्य' देश! आणखी दक्षिण-पश्चिमेकडे सहस्रो योजनं गेल्यानंतर एक विशाल महासागर लागतो. तिथे उंचच उंच आणि अतिशय दुर्गम अशा पर्वतरांगा लागतात...''

त्या पर्वतरांगा भविष्यात 'ॲन्डिज् पर्वतरांगा' म्हणून ओळखल्या जाणार होत्या. भावी कालात 'इजिप्त' म्हणून नावारूपाला येणाऱ्या देशात किंवा 'सुमेरियन संस्कृती' म्हणून ओळखल्या जाणाऱ्या प्रदेशातसुद्धा देवांनी भव्य वास्तू उभारून वास्तव्य केलं होतं.

''त्या सागरकाठच्या पर्वतरांगांमधे देवांनी वस्ती केली,'' मांदार्य सांगत होते, ''भारतवर्षातील हिमवान प्रदेशातही देवांनी वास्तव्य केलं; आजही ते तिथे राहतातच. पहिल्या प्रलयातून आपला बचाव करण्यासाठी देवांना अशा अनेक दुर्गम स्थळी काही वर्षं जाऊन राहावं लागलं. पृथ्वीवर पिढ्यान् पिढ्या राहणाऱ्या देवांच्या वंशजांना मार्गदर्शन करण्यासाठी अनेक आकाशस्थ देव-देवता-अप्सरा-

गंधर्व-यक्ष भारतवर्षाच्या उत्तरेकडच्या हिमवान प्रदेशातही वास्तव्यासाठी आले - अदृश्य स्वरूपात!''

मांदार्य एकेक रहस्य उलगडत होते आणि पुन्हा नव्या रहस्यात आपल्या शिष्यांना अडकवत होते! तिघेही शिष्य संभ्रमात पडलेले पाहून ते हसले. मग त्यांनी देवांचं ते अद्भुत स्वरूप थोडक्यात उलगडलं –

''ब्रह्म जाणत्या देवांच्या अर्थात 'ब्रह्मदेवां'च्या कल्पनेतून उत्तरेकडच्या हिमवान प्रदेशातील एका दुर्गम स्थळी 'मानस सरोवर' निर्माण झालं. त्यामागे असलेला 'कैलास' नामक पर्वत म्हणजे साक्षात् परमात्म्याची मूर्तिमंत अनुभूती! त्या पर्वतात असलेलं गूढ कुणालाही उलगडणं शक्य होणार नव्हतं. मानस सरोवरापाशी देवांनी अत्यंत अद्भुत आणि रमणीय सृष्टी निर्माण केली. सरोवरात अनेक राजहंस सोडले. अनेक देव आणि अप्सरा पृथ्वीवर उतरण्यापूर्वी आकाशातच आपला देह तरल बनवून जलविहारासाठी ऐन चांदण्या रात्री मानस सरोवरात उतरतात. त्यावेळी यक्ष-किन्नर त्या जलाचं संरक्षण करतात; तर देवगंधर्व चांदण्यारात्री सरोवराकाठी बसून नितांत सुंदर संगीत सादर करतात. सहस्र दलांचं कमलपुष्प आणि इतर अनेक दिव्य पुष्पवाटिकांची देवांनी त्या हिमवान प्रदेशात लागवड केली.''

मांदार्यांचे नेत्र अभावितपणे मिटले गेले. जणू मानस सरोवरावरच आता ते जाऊन दाखल झाले होते. त्या भरात ते बोलू लागले- ''अशाच, ऐन चांदण्यारात्रीचं शुभ्र कैलास पर्वताचं स्वरूप, मानस सरोवराचं निळंशार जल, त्यात स्वच्छंदीपणे विहार करणारे राजहंस, प्रकाशकणांच्या स्वरूपात देव-अप्सरांचं आकाशातून होणारं अद्भुत आगमन; आणि वीणेसदृश्य अगम्य वाद्यांच्या संगतीत होणारं गंधर्वगान म्हणजे सौंदर्यपूर्ण दैवी जीवनाची ती पराकाष्ठाच!''

काही क्षणांनंतर नेत्र उघडून मांदार्यांनी आपल्या तीनही शिष्यांकडे मोठ्या प्रेमानं बघितलं. त्यांच्यासह त्या तिघांचेही नेत्र भरून आले होते. जणू प्रत्येकाला त्या अद्भुततेचा ऐन चांदण्या रात्री साक्षात् अनुभव मिळत होता. त्याचं वर्णन करण्यासाठी शब्दच मूक बनले होते!

भावना आवरून मांदार्य पुढे सांगू लागले, ''आजही आकाशस्थ देवांचं तिथे वास्तव्य आहे - अत्यंत तरल अवस्थेत! सहजी कुणाला ते दिसत नाही.''

''म्हणजे ध्रुवीय प्रदेशात किंवा त्या वृत्रपर्वतापाशी देवांचं पूर्णत: मानुषी स्वरूपात वास्तव्य आहे आणि हिमवान प्रदेशात अवकाशातले देव त्यांच्या मूळ स्वरूपात उतरतात, बरोबर!'' शंखानं सारांश सांगितला.

''बरोबर! अवकाशातल्या देवांच्या कार्यभाराप्रमाणेच प्रारंभी पृथ्वीवरच्या देवराज्यात कार्यविभागणी झाली. कोणतंही राज्य आणि राज्यातील विविध पदं ही संदर्भानंच निर्माण होत असतात. पृथ्वीवर जेव्हा देवराज्य प्रथम स्थापन झालं

तेव्हा स्वाभाविकच त्यांनी त्यांच्या आकाशस्थ प्रणालीचा संदर्भ घेतला. म्हणूनच पृथ्वीवरचा देवांचा अधिपतीसुद्धा 'इंद्र' म्हणूनच ओळखला जातो... अग्नी, वरुण अशीच इथल्याही देवांची नावं!

''सहस्रो वर्षांनंतर पृथ्वीवरच्या देवांची नावं तीच राहिली परंतु; स्वरूप मात्र बदललं...! पृथ्वीवर जी देवराज्यं निर्माण झाली ती मनुष्य स्वरूपात दृढ झाली. प्रथम त्यांचा त्या आकाशस्थ तरल 'देवां'शी संपर्क होत असे. त्यांच्याकडून ते मार्गदर्शन घेत असत. पण काळ जसा पुढे सरकला तसा देवांच्या पुढच्या पिढ्यांना त्या आकाशस्थ देवांचा आणि त्यांच्या मार्गदर्शनाचा विसर पडू लागला. असा विसर पडू नये म्हणून अनेक वैदिक ऋषींनी त्या अवकाशस्थित तरल देवांविषयी मंत्रांमधून स्मृती जपली. तथापि, पुढच्या पिढ्या देवांना आणि स्वत:मधल्या देवत्वाला विसरल्या. देवांच्या सूचना त्यांच्या मनापर्यंत पोहोचेनाशा झाल्या. म्हणूनच देवांनी थेट स्वत:चे अवतारच पाठवायला प्रारंभ केला. त्यामुळे आज मानस सरोवरापाशी अव्यक्त दैवी संस्कृती आहेच; पण वृत्रपर्वत पायथा आणि इतरत्र आता दैवी संस्कृतीचा विसर पडून मानुषी संस्कृती उभी राहिली आहे - आपणही त्यातलेच!''

''आपणही देवच...?''

आपणही देवांचेच अंश आहोत, या विचारानं तिघे शिष्य काही काळ सुखावले.

मांदार्य म्हणाले, ''हो, आपणही देवच! पण काळ जसा बदलला तसा मनुष्याला स्वत:मधील 'देवत्वा'चा विसर पडला. त्याच्या हातून अनन्वित कृत्यं घडू लागली. आपली कृत्यं कुणी बघत नाही आणि विचार कुणी जाणत नाही, असंच मनुष्याला वाटू लागलं. मग नरकाचे स्तर भरू लागले!''

''का?''

''जीवन हे उपभोग घेण्यासाठीच आहे; आणि उपभोग मिळवण्यासाठी वाट्टेल ती कुकर्मं केली तरी चालतील, अशी पाशवी वृत्ती बनली, त्याचा परिणाम आहे हा, अक्षय!... परस्परांना पुष्टी देऊन जीवन जगण्याचा विचार मावळत चालला. निष्काम कर्म करणं तर दूरच राहिलं. भोग मिळवण्यासाठी मनुष्य कोणत्याही थराला जाऊ लागला. प्रत्यक्ष-अप्रत्यक्ष दुसऱ्याचा गळा कापू लागला. सहयोगात्मक विकासाचा विचार मागे पडला. स्वार्थपरायणतेनं एवढा कळस गाठला की, व्यक्तीच्या हातून राजसी आणि तामसी कर्मं होऊ लागली. त्याचा परिणाम म्हणजे नरकाचे स्तर भरू लागले. व्यक्तीच्या कर्माचा हा परिणाम दुसरं काय!''

''मग देवांची कर्मं भिन्न असतात का?'' प्रगाथानं प्रश्न केला. ''त्यांच्या कर्मांचा त्यांनाही बंध होत असेल ना?''

''देवांची कर्मं विकासार्थच असतात. कर्मांचा सिद्धान्त त्यांना माहीत असतो. म्हणूनच दीर्घकाल जगून ते विकास करीत आणखी वरच्या स्तराला जातात.

परलोकातील कर्मं ही पृथ्वीवरच्या कर्मांपेक्षा अन्य कर्मांनी बांधली आहेत. परमात्मा त्यापलीकडे आहे. आपल्याला ते जाणणं शक्य नाही...''

इतकं बोलून मांदार्यांनी चंद्राकडे बघितलं. चंद्र पश्चिमेकडे झुकला होता. चांदणं पिकू लागलं होतं.

ते म्हणाले, ''किती वेळ बोलत बसलो समजलंही नाही. आता, इथेच पथाऱ्या पसरा... पहाटे ओढ्यावर स्नान करून लगेच निघायचं आहे...''

तिघा शिष्यांनी बोचक्यातून घोंगड्या काढल्या. अंथरूण तयार झालं. काही क्षणातच दोघे शिष्य आणि त्यांचे गुरू निद्राधीन झाले.

शंखाला झोप लागू शकली नाही. त्याचं मन अद्याप देवांच्या विचारातच गुंतलं होतं.

पश्चिम सागरतटाशी असलेल्या देवांच्या संबंधाचा उलगडा अद्याप त्याला झाला नव्हता.

■

८

भावजागृतीचा मंत्र

मांदार्यांच्या बोलण्यामुळे सारेजण स्तब्ध झाले. त्यांची वैचारिक ‘पाटी’ कोरी होती. त्यामुळे सद्‌विचार त्वरित उचलले जायचे. आपण पतीरूपी किंवा पत्नीरूपी परमेश्वरालाच क्लेश देऊन पाप केलं आहे, असंच जणू त्यांना वाटू लागलं.

कालचक्र गतिमान होतं; ऋतुचक्र फिरत होतं. नवीन आव्हानं येत होती. त्यावर मात केली जात होती. वायव्य प्रांतातल्या गांधारापासून उत्तर भारतवर्षात अर्थात आर्यावर्तात अनेक राज्यव्यवस्था आकाराला आल्या होत्या. ऋषींच्या मार्गदर्शनाखाली सुसंस्कृत नगरं निर्माण झाली होती. आर्यांचे वायव्येकडच्या 'पणी' समुदायांशी असलेले तणाव निवळले होते. कश्यप ऋषींनी वाणिज्याला चालना देऊन त्या त्या राज्यांमधे समृद्धी आणली होती. अयोध्या नगरी तर भरभराटीचा कळस ठरला होता. एक आदर्शवत् समाज रघुकुलानं ऋषींच्या मार्गदर्शनाखाली प्रस्थापित केला होता.

रुद्रप्रयाग, काशी इत्यादी ठिकाणी असलेल्या मांदार्यांच्या आश्रमांचं कार्यक्षेत्र पुष्कळ विस्तारलं होतं. भारतवर्षाच्या उत्तर-पूर्व आणि पूर्व प्रांतापर्यंत मांदार्यांनी आश्रमांच्या साखळ्या निर्माण केल्या होत्या. अनेक युवकांना स्वत: घडवून मोठा आचार्यवर्ग त्यांनी प्रत्येक आश्रमात नियुक्त केला होता. वेदविद्येबरोबर व्यावसायिक शिक्षणही त्या आश्रमांमधून दिलं जात होतं. आंतरिक ज्ञानाबरोबरच विद्यार्थ्यांच्या उपजीविकेचीही सोय त्यांनी केली होती. उत्तर-पूर्व आणि पूर्व प्रांतापर्यंत त्यांनी आपले विचार पोहचवले होते. घनदाट अरण्यांत असंख्य यज्ञ करून त्यांनी रानटी लोकांमधे परिवर्तन घडवून आणलं होतं. आचार-विचारात सात्विकता आणली होती. अमानुषी रीतिभाती बदलल्या होत्या. सहस्रो युवक त्यांच्या कार्यात सहभागी होत होते. विशेष म्हणजे परिवर्तन झालेल्या अरण्यवासीयांमधे त्यांनी शेतीवर अवलंबून असणारी कुटुंबव्यवस्था रुजवली होती. ऋषक आणि कृषक संस्कृती रुजवण्यासाठी ते अविरत फिरत होते - तप करीत होते; सातत्यानं अरण्यात जाऊन लोकांना भेटत होते. दिशादर्शन करीत होते.

त्या दिवशी दुपारी मांदार्य आपल्या शिष्यपरिवारासमवेत असेच काशीच्या पूर्वेला पन्नास कोस अंतरावर असलेल्या अरण्यात गेले होते. तिथल्या अरण्यवासीयांमधे पूर्ण परिवर्तन झालं होतं. सभोवताली उभारलेल्या कुट्यांच्या मधोमध असलेल्या विशाल प्रांगणात तीन-चारशे अरण्यवासी शिस्तीत स्थानापन्न झाले होते. ते अंगण गोमयानं सारवलं होतं. रंगावल्या रेखल्या होत्या. मांदार्यांसाठी बांबूपासून एक

उच्चासन बनवलं होतं. वर तागापासून तयार केलेलं तरट अंथरलं होत; आणि त्यावर केकताडाच्या बारीक धाग्यापासून बनवलेलं वस्त्र अंथरलं होतं.

आसनावर बसून मांदार्य त्या अरण्यवासीयांकडे भावपूर्ण दृष्टीनं बघत होते. मांदार्यांकडे बघताना त्यांचं अंत:करण उचंबळून आलं होतं. काहींचे नेत्र डबडबले होते. स्त्रियांचं जाडंभरडं वस्त्र तर सतत नेत्रांकडे जात होतं. मांदार्य ऋषींच्या अत्यंत तेजस्वी पण तितक्याच भावुक दृष्टीला दृष्टी देणं नेहमीच कठीण होऊन बसत असे. मग बघणाऱ्याची दृष्टी नकळत त्यांच्या पायांकडे वळायची; आणि सहजगत्या त्याचे हात जोडले जायचे.

कित्येक अरण्यवासी असेच हात जोडून होते. कृतज्ञता भाव सर्वांच्या नेत्रांमधे भरून आला होता. शब्द मूक बनले होते. ते स्वाभाविकच होतं. यज्ञ, तप यांच्या माध्यमातून अथक परिश्रम करून आणि सातत्य राखून त्या ऋषीनं त्या अरण्यवासीयांचं जीवन पार बदलून टाकलं होतं. त्यांची कुकर्मं सुटली होती. मुखात थोडेफार मंत्र आले होते. जीवनाचा उद्देश समजला होता. शेती आणि कुटुंबव्यवस्था त्यांच्यात रुजली होती. परस्परांना पुष्टी देऊन ते आता सुखी जीवन जगू लागले होते. मांदार्यांप्रती त्यांच्या मनात कृतज्ञता होतीच; पण पराकोटीचा आदरभावही होता.

त्या सर्वांना शांत बसलेलं पाहून मांदार्यांनीच त्यांना बोलतं करायचं ठरवलं. ''बोला, कसं काय चाललंय कार्य?''

''आपल्या मार्गदर्शनाखाली उत्तम चाललंय!'' समोर बसलेल्या एकानं तत्परतेनं माहिती दिली.

''शेती? पीक येतं ना चांगलं?''

''हो, म्हणजे अजून काही प्रश्न आहेत... गवत केव्हा काढायचं, खुरपणी कधी करायची ते एकदम समजत नाही...'' दुसऱ्यानं स्पष्टपणे सांगितलं.

''ठीक आहे... त्यातले जाणकार तुम्हाला मार्गदर्शन करतीलच... आणि आज मला तुमची शेती बघायची आहे हं!''

मग सर्वांकडे प्रेममय दृष्टीनं बघून त्यांनी विचारलं, ''पूर्वेकडच्या अरण्यात कार्य सुरू आहे ना? तुमचे गट जातात ना तिथे?''

मधे बसलेल्या एकानं माहिती दिली, ''होय आचार्य... तिथलं कामही असंच सुरू आहे. तिथले लोक त्यापुढच्या तीन वस्त्यांवर जातात...''

''मी जाणारच आहे तिकडे... बरं, आणखी काही प्रश्न आहेत का? अडचणी आहेत का?''

कुणीच काही बोललं नाही.

''स्पष्टपणे बोला... परमेश्वरी कार्यात लपवाछपवी असता कामा नये. मनातलं स्पष्टपणे सांगता आलं पाहिजे... काय मंडू? बजा, तुझं काय मत आहे?''

आपल्याला नावांनिशी ओळखलेलं पाहून बजा-मंडूचं अंत:करण उचंबळून आलं. त्यांचे नेत्र ओलावले. खांद्यावरच्या जाड्याभरड्या कपड्यानं अश्रू टिपून बजानं तोंड उघडलं, ''आचार्य, आपण सातत्यानं आमच्या वस्तीत येत होता. पुढल्या वस्त्यांमधेही आपण यज्ञसंस्था पोचवली. गेल्या पाच वर्षांतच आमच्या आणि आमच्या पुढे घनदाट अरण्यांमधे असलेल्या वस्त्यांमधेही कमालीचं परिवर्तन घडून आलं आहे...''

''रानटी टोळ्यांनी वाईट काम करणं सोडलं आहे, आचार्य!'' मंडू उत्साहानं सांगू लागला, ''खाण्यासाठी आम्ही आता माणूस मारत नाही... फक्त जनावर मारतो... आणि शेतीपण करतो...''

बजाही उत्साहात आला, ''आचार्य, आम्ही सुधारलो ते आपल्यामुळेच! आमच्यामधले भांडणतंटे मिटले. पूर्वी आम्ही एकत्र राह्यचो. कुणीही कुठलीही बाई...''

''आलं ध्यानात!'' मांदार्यांनी विषयाला बगल दिली.

डाव्या बाजूला बसलेल्या सुपल्यानं लगेच माहिती दिली, ''आचार्य, आपण सांगितल्याप्रमाणे एका तरुणानं एकच तरुणी निवडणं सुरू केलं आहे... वेगवेगळ्या कुट्या प्रत्येक जोडीसाठी तयार केल्या आहेत. ब्राह्मणांनी आमची वैदिक पद्धतीनं लग्न लावून दिली...''

सुपल्याच्या बोलण्यावर मंडू पुन्हा सांगू लागला, ''आपण म्हणता तशी कुटुंबव्यवस्था आमच्या भागात अस्तित्वात आली आहे, आचार्य.''

''वा, वा! उत्तम काम करताय तुम्ही - भगवंताला आवडणारं! पण प्रार्थना वगैरे...?'' मांदार्यांनी त्यांचं कौतुक करत विचारलं.

बजा सांगू लागला, ''आपल्या ब्राह्मणांनी प्रार्थना शिकवल्या. तोंडपाठ झाल्या आता. पोरंबाळं पण प्रार्थना म्हणतात... तीन वेळा! आचार्य, आपल्यामुळे आम्हाला मनुष्यजीवनाचा हेतू कळला-''

''नुसता कळला काय म्हणतोस बजा? आचार्य, आपण आम्हाला माणूस बनवलंत!'' मंडू!

''भगवंतच तशी प्रेरणा देत असतो बरं...!''

''अजून काही प्रश्न?'' मांदार्यांनी विचारलं.

काही क्षण शांततेत गेले.

बजा चाचरत सांगू लागला, ''आचार्य, वस्ती-वस्तीतले भांडणतंटे मिटले... पण हे नव्या घरातले...''

मांदार्यांनी प्रश्नार्थक मुद्रा केली.

''आमचं घरातच भांडण सुरू झालं. माझं ती ऐकत नाही-''

''आणि तुम्ही माझं ऐकता होय?'' महिलांच्या गटात बसलेल्या मंडूच्या बायकोनं हिशेब चुकता केला. तीच पुढे म्हणाली, ''आचार्य, हे मला सारखी कामं सांगतात... एखाद्या दासीसारखं वागवतात-'' तिचं उत्तरीय नेत्रांकडे गेलं. ती मुळूमुळू रडू लागली.

''थांब, रडू नकोस... मंडू... तू असं का वागतोस?''

''आचार्य, पूर्वी आम्हाला फारसं काम नसे. एकत्र राह्यचे. कुणीतरी जनावर मारायचं. सारी वस्ती एकत्र खायची... पण आता किती काम करावं लागतं प्रत्येकाला! शेतीचं काम थोडं आहे होय?'' सुपल्याच्या मागे बसलेल्या मोलूनं त्याची री ओढली, ''आम्ही संध्याकाळच्याला दमूनभागून घरी येतो... मग यांनी नको का आमची सेवा करायला?''

''सेवा? यांनी कसली सेवा करायची तुमची?'' मांदार्य कडाडले, ''ती तुमची सेविका नाही - पत्नी आहे! आणि तुम्ही मुलींनो, एक गोष्ट ध्यानात घ्या... प्राणी मारणं सोपं आहे - मारला की खाल्ला! पण शेती करणं फार कठीण असतं. अन्नधान्य मिळवण्यासाठी चार-पाच मास प्रतीक्षा करावी लागते. अनेक अवजारं आपण या नव्या शेतकऱ्यांना दिली आहेत. तरीपण कष्ट आहेतच की! बैलांना वळवायचं, जमीन नांगरायची - थोडे का कष्ट आहेत? तुम्ही पण त्यांना समजून घ्यायला हवं-''

आता मंडूच्या बायकोनं तोंड उघडलं, ''आचार्य, आम्ही पण काम करतो की! अन्न शिजवतो, कुट्या स्वच्छ करतो, नदीवरून खापराचे मटके भरून पाणी आणतो, पोरंबाळं सांभाळतो-''

''आणि आम्ही आचार्यांनी सांगितल्याप्रमाणे धान्यधुन्य आल्यानंतर आपल्यापुरतं ठेवून काशीराज्यात नेऊन विकतो... त्यामुळे गाठीशी धन जमा होतं. तेच पुढे आपल्या कामी येईल. पोरंबाळं सांभाळायचं काय ते विशेष!'' बजानं त्याचं 'तत्त्व'ज्ञान सांगितलं!

''अहॅहॅ, म्हणे पोराबाळांचं काय!'' त्याची बायको उसळली. ''सांभाळून बघा दोन दिवस म्हणजे समजेल!''

''पण त्याहीपेक्षा आम्ही धन मिळवतो हे महत्त्वाचं नाही का चंबी?''

''हो ना! तुम्ही काय मिळवता? पोरंटोरं सांभाळता आणि अन्न शिजवता - आम्ही कष्टानं मिळवलेलं खाता!'' मंडूनं बजाची पाठराखण केली.

त्यांना शांत करत मांदार्य म्हणाले, ''मला आता तुमचा प्रश्न समजला... पूर्वी तुम्ही टोळ्यांनी जे जीवन जगत होता तिथे हा कौटुंबिक प्रश्न नव्हता. आता कौटुंबिक प्रश्न उपस्थित झाले आहेत - बरोबर ना?''

चौघांनी होकारार्थी माना हलवल्या. ''हा बजा मला-''

''थांब चंबे... बजा तुझा नवरा आहे ना आता?''

''हं-''

''आणि बजा, चंबी तुझी बायको!''

''हो-''

''मग असा एकमेकांचा उपमर्द करायचा? हीच कुटुंबव्यवस्था मी समजावली का तुम्हाला?''

एक सुस्कारा सोडून मांदार्य त्यांना पुढे समजावून सांगू लागले –

''टोळ्यांचं परिवर्तन अशा विस्कटलेल्या कुटुंबात व्हावं हे मला मुळीच अपेक्षित नाही. तुमच्या परिसरातल्या कार्यात मला आणखी समज आणावी लागेल असं दिसतं... हे पहा, कुटुंबात एक समज निर्माण झाली पाहिजे. नवरा-बायकोला परस्परांचा आदर करता आला पाहिजे... शेतात नांगर फिरवणं हे पुरुषाचंच काम आहे... पण याचा अर्थ असा नाही की पोरंटोरं सांभाळणं, नदीवरून पाणी भरून आणणं किंवा स्वयंपाक करणं हे हलकं काम आहे... दोन्ही कामं भिन्न आहेत पण तिथे उच्चनीचता नाही. तुम्ही धन कमावलंत म्हणजे तुमच्या जीवनात परिपूर्णता आली आणि तुम्ही कुठले राजे झालात असं वाटतं का तुम्हाला? स्त्रीनं तुमच्यासारखं धन मिळवलं नाही तरी तिच्या श्रमाचं-कष्टाचं मोल तुम्ही कमावून आणलेल्या धनापेक्षा अधिकच आहे हे सतत ध्यानात ठेवा... कारण तुम्ही धनासाठी काम करता. पण तिच्या कार्यात निरपेक्षताच असते. तिचे कष्ट कोणत्याही धनात मोजता येणार नाहीत. ती पोटात बाळाला पोसते-वाढवते... स्वतःच्या शरीराची झीज पत्करून बाळाला जन्म देते. कशात मोजणार तिचा हा त्याग? तुम्ही तुमचं शरीर कष्टवता – एकदम मान्य! पण तुमची बायको तुमची सेवाही करते... करता ना ग चंबी?''

चंबीनं हळूच मान हलवली.

''बायको तुझी सेवा करते, त्यांचं मोल काय? मोजता येईल ते कशात? बरं, तिचे हात-पाय कधी दुखले तर तू दाबून देतोस का रे बजा?''

बजाची मान खाली गेली. जीवनात तत्त्वज्ञान हळू हळू मुरू लागल्यामुळे बजाला खोटं बोलता आलं नाही.

''मला माहीत आहे, परिवर्तन एकदम होणार नाही... पण सुरुवात तर झाली पाहिजे! ब्राह्मण तुम्हाला सांगतात ना की, प्रत्येकाच्या शरीरात परमेश्वर असतो म्हणून? त्या परमेश्वराला असे क्लेश द्यायचे? परमेश्वर असतो म्हणूनच चंबी बोलते, काम करते... ही लिमी काम करते, बजा, तू बोलू शकतोस, काम करू शकतोस... परमेश्वर शरीरात नाही तर बजा नाही, मंडू नाही, चंबी नाही, लिमी नाही आणि मीही नाही! बाहेरचं रूप केवळ आपल्या ओळखीसाठी असतं – ही चंबी, हा बजा हे ओळखण्यासाठी! प्रत्यक्षात परमेश्वरच काम करत असतो. मग परस्परांशी असं भांडायचं? दूषणं द्यायची? काय वाटत असेल त्या परमेश्वराला?''

मांदार्यांच्या बोलण्यामुळे सारेजण स्तब्ध झाले. त्यांची वैचारिक 'पाटी' कोरी होती. त्यामुळे सद्‌विचार त्वरित उचलले जायचे. आपण पतीरूपी किंवा पत्नीरूपी परमेश्वरालाच क्लेश देऊन पाप केलं आहे, असंच जणू त्यांना वाटू लागलं. त्यांचे भाव त्यांच्या मुद्रेवर स्पष्टपणे उमटले होते. चौघांच्याही नेत्रांमधून अश्रू ओघळायला लागले. मांदार्यांनी त्यांना फार मोठं गहन तत्त्वज्ञान मुळीच सांगितलं नव्हतं. फक्त परस्परांच्या हृदयातील परमेश्वराची जाणीव करून दिली होती. तत्त्वज्ञानाची माहिती असणं वेगळं असतं आणि तत्त्वज्ञान अंगी पुरेपूर मुरलेलं असणं वेगळं असतं. त्या भावुक जनांना तत्त्वज्ञानाचे गहन सिद्धान्त अद्याप मुळीच ठाऊक नव्हते – पण तत्त्वज्ञानाचं सार हळूहळू त्यांच्यात मुरायला लागलं होतं.

त्या चौघांकडे प्रेमभरल्या दृष्टीनं बघत मांदार्य म्हणाले, ''स्त्रीचे गुण वेगळे, पुरुषाचे वेगळे. त्यांची बरोबरी कधीच होऊ शकत नाही... फक्त त्यांचं साहचर्य मात्र कुटुंबाला सुखी करू शकतं...''

कौटुंबिक प्रश्नावर मांदार्यांनी तिथल्या कार्यकर्त्यांशी मागाहून बोलायचं ठरवलं. त्यांनी मग पुन्हा विचारलं, ''बरं, अजून काही प्रश्न आहेत का?''

सुपल्यानं बसल्या बसल्या सांगायला सुरुवात केली, ''आचार्य, आम्ही शेतीत खूप खपतो... रातच्यालाही जागतो... पीक येताना रानडुकरं येतात. कधीतरी गेंडे आणि हत्तीसुद्धा येतात. त्यांच्यापासून शेतीचं संरक्षण करावं लागतं... पण त्याहीपेक्षा हरणांचा फार त्रास आहे. कळपच्या कळप येतात आणि उभं पीक फस्त करून जातात; सांगा! कशी करायची शेती!''

''आणि आम्ही शेतीला काटेरी कुंपणही टाकलं होतं. पण हरणं त्यावरून उड्या मारून येतात आणि पीक फस्त करतात...'' मंडूनं अधिक माहिती पुरवली.

एक-दोघांनी सुपल्याची री ओढली. तीच गोष्ट पुन्हा पुन्हा वेगवेगळ्या शब्दात सांगितली. ती ऐकून मांदार्य काहीसे गंभीर झाले. मग ते म्हणाले, ''आधीच शेती करणं कठीण... त्यात मृगांपासून शेतीचं रक्षण करणं महाकठीण... पण चिंता करू नका... त्याविषयी मी उपाय सांगीन पुढे. मृगया करणं हा ऋषिमंडळानं 'राजधर्म' ठरवला आहे!''

मग मांदार्यांनी ॐकार म्हटला. पाठोपाठ त्या अरण्यवासीयांनीही ॐकाराचा गजर केला.

मांदार्य त्या उच्चासनावरून पायउतार झाले. त्या परिसरातले त्यांचे कार्यकर्ते पुढे सरसावले. दबक्या आवाजात मांदार्य त्यांना म्हणाले, ''त्या कुटीत चला... आपण थोडी चर्चा करू...''

त्या अरण्यात जाऊन राहणारे मांदार्यांचे स्नातक, ब्राह्मण आणि शिष्य असे सुमारे दहा जण मांदार्यांच्या मागोमाग कुटीत गेले. सारे स्थानापन्न झाल्यानंतर मांदार्य गंभीरपणे बोलू लागले–

''या वनवासीयांमधे आपण कुटुंबसंस्था निर्माण केली... पण अजून खूप काम करावं लागणार आहे. कार्याचं सातत्य राखलं नाही तर ते पुन्हा टोळीजीवन स्वीकारतील. म्हणून आपल्याला कार्याची गती वाढवावी लागणार आहे. कौटुंबिक जीवनाची समज त्यांच्यामधे भिनवावी लागेल. कारण कौटुंबिक जीवन सुदृढ नसेल तर व्यक्ती स्वैर बनू शकते. स्वैरतेत तात्पुरतं सुख मिळतं - पण अंतिमतः दुःखच दुःख असतं. तीन-तीन पिढ्या जेव्हा यांच्यामधे कौटुंबिक जीवन स्थिर होईल तेव्हा कुटुंबव्यवस्थेचं पालन करणं हा संस्कार बनेल. ते एक स्वीकृत बंधन होईल. पुढच्या पिढ्या अनायसे या जीवनपद्धतीत अडकतील. मानवाच्या सर्वांगीण उन्नतीसाठी कुटुंबव्यवस्था सुदृढ असणं अतिशय महत्त्वाचं आहे!

''कुटुंब एकजिनसी ठेवायचं असेल तर व्यक्तिगत जीवनात तपाचरणाचा भाव आणावा लागतो. त्याचप्रमाणे कुटुंबात प्रेमभाव निर्माण करावा लागतो. त्यागभावना कुटुंबाला भावपुष्टी देते. परस्परांनी परस्परांसाठी भौतिक वस्तूंचा केलेला त्याग! या त्यागात एकप्रकारचा आनंद असतो. मंत्रघोषात विवाह लावून पत्नीनं पतीमधे सर्वस्व अर्पण केल्याचा विचार रुजवावा लागतो. त्यात दोन जीवांचं साहचर्य आणि एकरूपता अपेक्षित असते. पत्नीचा त्याग सर्वश्रेष्ठ असतो. म्हणून उच्चनीचतेचा भाव कुटुंबात शिरकाव करणार नाही याची खबरदारी घ्यावी लागते. परस्परांमधे अलौकिक प्रेमभाव निर्माण झाला तरच कुटुंब सुखी होतं. त्यासाठी परस्परांचा 'अहं' परस्परांमधे विरघळून गेला पाहिजे. परस्परांच्या दायित्वाचा आदरही राखता आला पाहिजे. परस्परांच्या कार्यक्षेत्राचा सन्मानही करता आला पाहिजे. अर्थात त्यात यांत्रिकता अथवा दिखाऊपणा असता कामा नये. किंबहुना मूकपणे भावप्रकटन करता आलं पाहिजे. त्यासाठी कोणत्याही शब्दांची अथवा उपचारांची आवश्यकता पडता कामा नये. परस्त्री आणि परपुरुष हे कुटुंब उद्ध्वस्त करू शकतात. मोह हा त्यासाठी कारणीभूत ठरत असतो. या संदर्भात पती-पत्नीमधे परस्पर सामंजस्य आणि विश्वास असेल तरच कुटुंब भंगत नाही.

''कौटुंबिक जीवनाला तडे केव्हा जाऊ शकतात? किंवा ते केव्हा ढासळू शकतं? जेव्हा पतीचा किंवा पत्नीचा अथवा दोघांचाही 'अहं' बळावतो तेव्हा! मी मिळवतो तर मी कसाही वागेन, काहीही करीन असा अहंकारग्रस्त भाव जर मनात रुजला तर कुटुंबाला तडे जायला लागतात. व्यक्ती जितकी अहंकारी होते अथवा ती जेवढी 'अहं'चं पोषण करू लागते तितके अधिक प्रश्न निर्माण होतात. तेढ वाढत जाते आणि कुटुंब भंगतं.

''यश, तारुण्य आणि अविवेकी महत्त्वाकांक्षा व्यक्तीला आत्मकेंद्रित करू शकतात. मग व्यक्ती स्वविकासासाठी अधिक प्रयत्न करते. पती-पत्नी दोघेही धन कमवायला लागले तर आत्मकेंद्री वृत्तीचा अधिक प्रादुर्भाव होऊ शकतो. त्यातून कुटुंब उद्ध्वस्त होतं. मग पद, धन आणि प्रतिष्ठा असूनही व्यक्ती सैरभैर होते.

ऐन तारुण्यात अहंभाव फुलतो, आत्मकेंद्री वृत्तीतून व्यक्ती सहज विभक्त व्हायला तयार होते, पण उतारवयात मात्र ती मनोविकारानं ग्रासून जाते. सर्व असून नसल्यासारखं होतं. हे टाळायचं असेल तर विवाहानंतर पती-पत्नीनं आपापल्या 'अहं'पोषित भावाचा त्याग करायला हवा. अहंभाव परस्परांमधे विसर्जित व्हायला हवा. आणि सर्वात महत्त्वाचं म्हणजे परस्परांच्या कष्टाचं मोजमाप धनाच्या आधारानं कधी करता कामा नये.''

एवढे विचार सांगून मांदार्य अखेरीस म्हणाले, ''अक्षय, कुटुंबव्यवस्था केव्हा स्थिरपद होईल? जेव्हा कुटुंबात एक आचार असेल, एक विचार असेल, एकाच ठिकाणी निष्ठा असेल आणि एकच उपासना पद्धती असेल तर! परमेश्वर कसा आहे, कुठे आहे यापेक्षा तो मूर्तीत आहे ही निष्ठा त्यासाठी रुजवावी लागेल. मूर्ती हे अतिशय प्रभावी माध्यम आहे. त्यात परमेश्वराला पाहणारी कुटुंबच्या कुटुंब निर्माण करावी लागतील. ती निरपेक्ष प्रेमभावनेनं जोडावी लागतील. त्यातून एक सज्जनांचा संघ उभा राहील. मानसशास्त्राच्या आधारानंच कुटुंबव्यवस्था स्थिर करावी लागेल. उत्सव आणि व्रतवैकल्यं यामुळे घरीदारी उत्साह संचारतो. लोक एकत्र येतात. सकारात्मक ऊर्जा खेळू लागते. कुटुंबाला त्यात गुंतवावं लागेल. त्यातून सत्संघ तयार होईल. हे सर्व कशासाठी करायचं? तर सुखी कौटुंबिक जीवनासाठीच! व्यक्तीचं मन सैरभैर होऊ नये म्हणून! किंवा एकाकीपणा येऊ नये अथवा व्यक्ती नैराश्यानं ग्रासू नये म्हणून! हेच ऋषींचं दैवी काम आहे...''

सारेजण थक्क होऊन आपल्या गुरूचे विचार ऐकत होते.

मांदार्य अखेरीस म्हणाले, ''आज हे अरण्यवासी नुकतेच कौटुंबिक झाले आहेत. कुटुंब कसं एकजिनसी ठेवायचं, त्यासाठी परस्परांच्या भावविश्वात कसं जायचं, परस्परांचा आदर कसा करायचा हे संस्कार अद्याप यांच्यामधे नाहीत. त्यासाठी तुम्हाला पुष्कळ परिश्रम घ्यावे लागणार आहेत. आत्ताच त्यांच्यामधे भाव आणि विचार भरले नाहीत तर कालांतरानं आत्ता वर्णन केली तशी परिस्थिती निर्माण होईल. म्हणून उपाय वेळीच करायला हवा. त्यासाठीच मी हे विचार तुमच्यापुढे मांडले. प्रथम कुटुंब एकविचाराचं होईल आणि पुढे वस्तीतलं प्रत्येक कुटुंब एकविचारानं कसं जोडलं जाईल यावर आता तुम्ही लक्ष केंद्रित करायचं आहे...''

इतकं बोलून मांदार्य आपल्या आसनावरून उठले. शिष्य परिवाराला घेऊन त्यांना आणखी पूर्वेकडच्या अरण्याकडे जायचं होतं - दिवस मावळायच्या आत!

■

९

'अग्नि'परीक्षेच्या समीप

इंद्राकडे भावपूर्ण दृष्टीनं बघत मांदार्य म्हणाले, ''देवराज, मी पुन्हा देव बनू शकत नाही! माझी तशी इच्छाही नाही... या तप:पूत ऋषीय जीवनातच मला समाधान मिळतंय, आनंद मिळतोय!''

❦

एके संध्यासमयी मांदार्य काशीराजासह एका विशाल अश्वत्थ वृक्षाच्या पारावर जाऊन बसले. आश्रमात राजासाठी सुयोग्य आसनव्यवस्था केली गेली होती. पण राजा आश्रमीयांना म्हणाला होता, ''मला इथे माझं राजपद मिरवायचं नाही. मला हे साधं जीवनच आवडतं. मी ऋषीवरांसमवेत पारावरच बसणार!''

दोघेजण पारावर एका दर्भासनावर स्थानापन्न झाले. मांदार्यांचे पट्टशिष्य दूर विनयानं उभे राहिले.

मांदार्यांनी चर्चेला तोंड फोडलं, ''राजेश्री, मृगया कशी झाली?''

राजानं मृगयेचा वृत्तान्त थोडक्यात कथन केला –

सूर्य अस्ताचली चालला होता. त्यावेळी विक्राळ आकार धारण करणाऱ्या काळ्या ढगांना नारिंगी छटा लाभली होती. काही ढगांना चंदेरी किनारीचा साज चढला होता. पक्ष्यांच्या माळा त्यावर शोभून दिसत होत्या. पाऊस ओसरला होता तरी हवेत सुखद गारवा होता. गेले तीन महिने अविरत पडलेल्या पावसानं त्या अरण्यातल्या माळरानावर हरितरंगी चादर पांघरली होती.

एका वृक्षावर दबा धरून बसलेल्या काशीराजाला त्या निसर्गाशी आणि त्यात स्फुरणाऱ्या काव्यप्रतिभेशी काही कर्तव्य नव्हतं. त्याचं सारं लक्ष समोरच्या तलावाकडे आणि त्यापलीकडे असणाऱ्या शेतीकडे लागून राहिलं होतं. माळरानावर मृगांसाठी भरपूर तृण होतं. पण नव्यानं निर्माण होत असलेल्या उभ्या पिकांमधे त्यांना अधिक रस होता. हिरवीगार लुसलुशीत पिकं पोटात ढकलणं आणि उर्वरित पिकांची नासधूस करणं हाच त्या मृगांचा आवडता छंद बनला होता. गज, गेंडे, रानडुकरं या प्रजातीही शेतीची नासधूस करायच्या पण याबाबतीत मृगांशी ते मुळीच बरोबरी करू शकत नसत. तरस–वाघ–सिंहिणीच्या शिकारीला बळी पडूनही मृगांची संख्या वारेमाप वाढली होती. हिरवी पिकं पोटात ढकलून झाली की पाणी पिण्यासाठी मृगांचे कळप तलावावर येत असत.

राजा त्यांच्याच प्रतीक्षेत होता.

थोड्याच अवधीत मृगांचे कळप तलावावर आले. राजानं वेळ न दवडता सपासप बाण सोडले. त्याचा भाता लगेच रिता झाला. वीस–पंचवीस मृग प्राणाला मुकले.

उर्वरित मृग वायूवेगानं दूर अरण्यात गडप झाले. राजाबरोबर मृगया करण्यासाठी आलेल्या काही क्षत्रिय वीरांच्या बाणांनीही अनेक मृगांचा वेध घेतला. सर्वजण वृक्षांवरून खाली उतरले. धनुष्य उंचावून एकच गलका केला. राजाच्या नावानं जयघोष केला. मरून पडलेल्या मृगांना नेण्यासाठी सेवक वर्ग पुढे सरसावला. प्रत्येक मृगाचे चारही खूर बांबूला बांधून ते नेऊ लागले.

एवढा वृत्तान्त सांगून राजा म्हणाला, ''आचार्य, मृगांना मारताना मनाला क्लेश होतात हो!''

''खरं आहे राजा! ऋषींनाही ते आवडत नाही. पण एक संस्कृती प्रस्थापन करताना अशी असहिष्णुता होतेच. विचार करा, तुमच्या राजप्रासादात बेसुमार मूषक वाढले, इतर कीटकांनी राजप्रासाद व्यापून टाकला, राजप्रासादाच्या छतावर असंख्य वाघुळं लटकू लागली, राजसभेत विंचू फिरू लागले तर मग त्यांचं काय करायचं? प्रासाद स्वच्छ करायचा का नाही? या जीव-जंतूंना प्रतिबंध करायचा का नाही? ज्या प्रजातींची संख्या बेसुमार वाढते - वाढत राहते त्यांचं नियमन करावंच लागतं. अन्यथा मनुष्याला पृथ्वीवर राहणं अवघड होऊन बसेल!''

''आपण म्हणता ते योग्य आहे ऋषीवर... केवळ जीव-जंतूंचंच नव्हे; तर दोन पायांवर चालणाऱ्या पशूंचंही नियमन करावं लागतं!''

संभ्रमित मुद्रेनं मांदार्य राजाकडे बघत राहिले.

हसून राजा सांगू लागला- ''पश्चिम सागर प्रदेशात अशा द्विपाद पशूंचं नियमन करण्याची वेळ समीप आली आहे ऋषीवर! त्यांच्या अत्याचाराला आता सीमाच राह्यलेली नाही!''

मांदार्य एकदम गंभीर झाले. म्हणाले, ''मी सातत्यानं त्या प्रदेशात जात असतो. कालकेय दानवांच्या अत्याचाराच्या अनेक घटना मला ऐकायला मिळतात. त्या दानवांच्या विरोधात समर्थपणे आणि संघटितपणे उभी राहील अशी संघशक्ती निर्माण करण्याच्या प्रयत्नात गेली अनेक वर्षं मी होतो. तशी संघशक्ती आता तिथे अस्तित्वात आली आहे राजेश्री...!''

राजा लगेच म्हणाला, ''ऋषीवर, देवांनी आता त्या प्रश्नाचा कायमचा सोक्षमोक्ष लावायचं ठरवलं आहे. देवसेना सज्ज होत आहे. त्या सेनेला आमची सेना सहाय्य करणार आहे. अयोध्या, मिथिला इथल्याही सेना या मोहिमेत सहभागी होत आहेत. पण तेवढं पुरेसं नाही!''

त्या विषयाची पुढची दिशा मांदार्यांना पुरती ठाऊक होती.

''ऋषीवर, मी मृगयेच्या निमित्तानं या परिसरात आलो खरा; पण माझा मूळ उद्देश आपल्याला भेटण्याचाच होता. इंद्रदेवांच्या आदेशानुसारच मी इथे आलो आहे... देव आपल्याला भेटू इच्छितात. काशीराज्यात सध्या देवांचं वास्तव्य आहे.

देव इथे येणार होते... पण आपण माझ्या राज्यात आलात तर माझा सन्मान होईल म्हणून मी तातडीनं इथे आलो आहे...''

मांदार्य काहीसे गंभीर झाले. त्यांचं मन भूतकाळात जाऊन दाखल झालं. त्यांनी मनाला समजावलं, 'कार्यपूर्तीची वेळ आता अगदी समीप येऊन ठेपली आहे... मनाची सिद्धता कर *अग्नी*!'

उघडपणे ते म्हणाले, ''देवांनी - विशेषत: इंद्रदेवानं मला भेटायला इथे यावं असा आग्रह मी मुळीच धरणार नाही. तसा उद्धटपणा मी करणार नाही. कारण त्या विषयाशी माझाच अधिक संबंध आहे. माझ्याच अकर्मण्यतेमुळे राहून गेलेलं देवकार्य पुरं करण्याची वेळ प्राप्त झाली आहे. इंद्रदेवांच्या आज्ञेनंच मी इतकी वर्षं या भूमीत ऋषीय कार्य केलं...''

मग ते ठामपणानं म्हणाले, ''राजेश्री, इंद्रदेवांना भेटण्यासाठी मी येतो तुमच्या राज्यात - केव्हा निघायचं सांगा.''

''त्वरा तर आहेच!''

''आजची रात्र आपण इथे मुक्काम करा... उद्या पहाटेच निघू.''

राजानं समाधानानं मान डोलावली.

काशीराजाच्या भव्य प्रासादातील अंत:पुरात मांदार्यांचं यथोचित स्वागत झालं. त्यांची पाद्यपूजा केली गेली. त्यांच्या समवेत आलेला शिष्यगण आणि काही ब्राह्मण यांचंही पाद्यपूजन झालं. स्वत: काशीराजा आणि त्याची प्रथम पत्नी - पट्टराणी मंदाकिनी यांनी जातीनं त्या ऋषीगणाचं पाद्यपूजाविधी करून स्वागत केलं. मध्यान्ह भोजन आणि थोडी विश्रांती घेतल्यानंतर मांदार्यांना राजा आदरपूर्वक मंत्रणाकक्षात घेऊन गेला. सारे देव केव्हाच तिथे येऊन बसले होते. मांदार्यांचीच त्यांना प्रतीक्षा लागून राहिली होती.

मांदार्यांनी मंत्रणाकक्षात प्रवेश करताच एका भव्य आसनावर बसलेला इंद्रदेव तत्परतेनं उठला आणि मांदार्यांना सामोरा गेला. इतर देवांनीही उत्थापन दिलं. मांदार्यांना कडकडून मिठी मारताना इंद्र म्हणाला, ''दोन तपांनंतर आपलं दर्शन होतंय् ऋषीवर!''

''खरंच! काळ किती पटकन् पुढे सरकला!''

''आणि ऋषीवर, आपल्या व्यक्तिमत्वात केवढं हे परिवर्तन! हे रापलेलं शरीर, मानेवर रुळलेला केशसंभार, गळ्यातील रुद्राक्षमाला! देवकार्यात केवढं झिजवलंत स्वत:ला!'' इंद्राचे नेत्र भरून आले.

मांदार्य हसून म्हणाले, ''ईशकार्यासाठी झिजणं हीच तर ऋषींची ओळख असते देवाधिदेव! तुम्ही मात्र आहात तसेच आहात हं! छान वाटलं..''

''नियमित सोमपान होतं ना! म्हणून तारुण्य टिकून आहे!''

मांदार्य इंद्रांकडे बघत राहिले.

उंच शरीरयष्टी, लालसर गौरकांती, विशाल भालप्रदेश, त्यावर रेखलेलं सूर्य-गंध, सुवर्णाचं रत्नजडित शिरस्त्राण, त्यामागे रुळलेला पिंगट काळा केशसंभार, छातीवर रुळलेले अनेक दिव्य अलंकार, झुळझुळीत रेशमी वस्त्रं आणि निळसर पिंगट नेत्र पाहून मांदार्य भारावून गेले. त्यांचं मन एकदम भूतकाळात गेलं.

पण इंद्रानं लगेच त्यांना भानावर आणून एका बैठ्या आसनावर बसवलं. जमलेल्या साऱ्या देवांनी मांदार्यांचं भावपूर्ण अंत:करणानं दर्शन घेतलं. काशीराजासह सारे देव मग विशाल आसनांवर स्थानापन्न झाले. परस्परांची विचारपूस झाल्यानंतर इंद्रानं गंभीरपणे बोलायला प्रारंभ केला- ''ऋषीवर, आपण जाणताच... देवांना दिवसेंदिवस अनेक आव्हानांना तोंड द्यावं लागत आहे.''

''हो मी जाणतो-''

''देवांनी केलेल्या त्या प्रलयानंतर देवराज्य काही काळ विविध भागांमधे विस्थापित झालं. चाळीस दिवसांनी जल ओसरताच आम्ही हळूहळू पुन्हा 'सुर्य' देशात गेलो. पुन्हा नव्यानं देवराज्याची निर्मिती केली. प्रलयात अनेक दानव वाहून गेले. कित्येकांना आम्ही पाताळात - पृथ्वीच्या खालच्या भागात घालवून दिलं. पण ते उर्वरित राक्षस, दानव, दैत्य कालांतरानं पुन्हा शिरजोर झाले. पूर्वी त्यांनी देवांकडूनच तंत्रज्ञान मिळवलं होतं; शस्त्रं मिळवली होती. ते तंत्र, ती शस्त्रं त्यांनी देवांविरुद्धच वापरायला सुरुवात केली...''

''हो, हेही मी जाणतो सारं-'' मांदार्य गंभीरपणानं म्हणाले.

''पण आता देवराज्याच्या अस्तित्वाचाच प्रश्न उभा राहिला आहे. उरू आपलाच प्रदेश आहे. उरूराज विष्णू हे देवच आहेत. पण मधला 'असुर्य' देश मात्र देवराज्याचा कडवा शत्रू आहे. राक्षस आणि हे 'असुर्य'वासी असुर हे देवराज्यासाठी अतिशय त्रासदायक ठरत आहेत. चहूबाजूंनी ते देवराज्याचे लचके तोडत आहेत... आपणच निर्माण केलेले हे जीव आपल्यालाच कमालीचे त्रासदायक ठरत आहेत. त्या पठारी प्रदेशापासून या भारतवर्षाच्या वायव्य प्रांतापर्यंत देवांना वास्तव्यासाठी स्थानच उरलेलं नाही...!''

मग इंद्रानं 'सुर्य' देशापासून आर्यवर्तातल्या पंचनद प्रांतापर्यंतच्या प्रदेशातील एकंदर राजकीय आणि सामरिक परिस्थितीचं वर्णन केलं-

देवांनी इंद्राच्या अधिपत्याखाली अर्बुद सागर उल्लंघला होता. कुत्स, त्रिता आदी वंशांना सहाय्य देऊन शुष्ण, शंबर आदी शत्रूंना ठार मारलं होतं. दिवोदास या राजानं करंज आणि पर्णय या राजांचा पराभव केला होता. देवांच्या सहकार्यानंच ऋजिश्वनानं वंगृदाची शंभर शहरं बेचिराख करून टाकली होती. तरू वंशातील सुश्रावा यानं

पुन्हा शस्त्रास्त्रं जमवून कुत्स, आयू आणि दिवोदास यांसारख्या श्रेष्ठ राजांना पराभूत केलं होतं. त्यामुळे दिवोदास अतिशय क्रुद्ध झाला. त्यानं वज्राच्या सहाय्यानं प्रचंड संहार आरंभला. कुत्स, आयू आणि दिवोदास या तिघांनी मग अनेक राजांचा पराभव करून त्यांच्या राज्यांची अपरिमित हानी केली. देवांना त्रासदायक ठरणाऱ्या उंचापुऱ्या, लाल-गोऱ्या दस्यूंचाही दिवोदासानं प्रचंड संहार केला.

त्याचवेळी उरूवासी विष्णूनं तीन मोठ्या प्रांतांमधे स्वत:चं वर्चस्व निर्माण केलं होतं. इंद्रदेवांकडून विष्णूदेवांना सहाय्य मिळत होतं - मिळतही राहणार होतं. सरस्वती नदीकाठी वैदिक आर्यांची अत्यंत प्रगल्भ अशी संस्कृती वर्षानुवर्षं वास्तव्य करून होती. वैदिक ऋषींनीच आर्यसंस्कृती उत्कर्षाप्रत आणली होती. ही आर्यसंस्कृती देवराज्यापासून उत्तर भारतवर्षापर्यंत प्रस्थापित झाली होती. भारतवर्षातली उत्तरेकडची राज्यं ही 'आर्यावर्त' म्हणूनच ओळखली जाऊ लागली होती. पंचनद प्रांतातही आर्य स्थिरावले होते. सुमेर संस्कृती वगळता आर्यावर्तापासून वृत्र पर्वतापर्यंत आर्य संस्कृती विस्तारली होती. सहिष्णू वृत्तीचे आर्य, लिंगपूजक दास प्रजाती आणि सुसंस्कृत 'पणी' हे समूह त्या प्रदेशात वास्तव्य करून होते.

इंद्राला दुजोरा देऊन मांदार्य म्हणाले, ''आर्यावर्तातल्या विविध राज्यांमधेही ते दास आणि पणी आर्यांसमवेत राहत आहेत. याशिवाय 'व्रात्य', 'नाग', 'गरुड', 'अज', 'शीघ्र', 'याक' वगैरे जमातीही या राज्यांमधे एकत्र नांदत आहेत.''

इंद्रानं विचारलं, ''पण हे समुदाय परस्पर स्नेहभावानं राहत आहेत का?''

''देवाधिदेव, अनेक जमाती एकत्र नांदत असताना थोडीफार कुरबूर ही होतच असते. विविध जमातींचे सामान्य जन गुण्यागोविंदानं - एकत्वाच्या भावनेनं जीवन जगत असतात; पण त्यांच्यावर अधिकार गाजवणारे त्या त्या जमातींचे नेते स्वार्थापोटी तेढ निर्माण करण्याच्या सतत प्रयत्नात असतात. पण वैदिक ऋषींनी अनेकांमधून एकत्व निर्माण केलं आहे. सर्व जमातींना सद्भावनेनं एकत्र बांधून ठेवण्यासाठी ऋषी अक्षरश: झिजले आहेत. देवराज, त्या प्रत्येक जमातीचं आराध्य दैवत वेगवेगळं! कुणी नाग-सर्पपूजक, कुणी लिंगपूजक, कुणी पक्षीपूजक तर कुणी राक्षसपूजकही! या सर्व जमातींना एका सूत्रात बांधण्यासाठी वैदिक ऋषींनी अशा सर्व आराध्य दैवतांचा स्वीकार केला. त्यांना स्वत:साठीही पूजार्ह बनवलं...''

इंद्रानं समाधानानं मान डोलावली. त्यावेळी वरच्या गवाक्षातून आलेल्या प्रकाशझोतात त्याच्या मुकुटावरची दिव्य रत्नं चमकली.

एवढ्यात दासी विविध फळं आणि फळांच्या रसांनी भरलेली पात्रं घेऊन आल्या. काही दासींनी आक्रोड, काजू, बदाम आदी सुकामेवाही सुवर्णपात्रांमधून आणला होता. तर काही दासींच्या हातातील पात्रात केशरयुक्त लाडू आणि मिठाईचे इतर प्रकार होते. पदार्थांनी भरलेली ती पात्रं दासींनी बसक्या मंचकावर ठेवून दिली.

एक काजू तोंडात टाकून मांदार्य पुढे सांगत होते, ''या भूमीत राहणारे आर्य-द्रविड-दास-पणी आदी समूह आणि घनदाट अरण्यांमधे राहणाऱ्या अनेक टोळ्या-वनचर यांना एका सूत्रात बांधण्यासाठी ठिकठिकाणी राज्यव्यवस्था निर्माण करण्यात आली. ऋषींनी राज्यांची आचारसंहिता - नियमावली ठरवली. राजा अंमलबजावणी करू लागला... पण केवळ राज्ययंत्रणा निर्माण करून उपयोगाचं नसतं. कारण राज्ययंत्रणा मनुष्याला विचारांनी घडवू शकत नाही. परस्परांमधला स्नेहभाव वृद्धिंगत करू शकत नाही. त्यासाठी ऋषीविचारच आवश्यक ठरतो. त्यांचं 'तप'च कारणी येतं.

''सर्वांना प्रेमभावनेनं समान सूत्रात बांधणारे वैदिक ऋषी या भारतभूमीत स्थिरावले ही इथल्या जनांची अतिशय भाग्याची गोष्ट आहे... देवाधिदेव, पठारी प्रदेश आणि पश्चिमेकडच्या प्रदेशांमधील कटू परिस्थितीचं आपण आत्ताच वर्णन केलंत. वैदिक ऋषींच्या विचारांमुळे इथल्या राज्यांमधला समाज विचारांनी आणि प्रेमभावनेनं बांधला गेल्यामुळे तिथल्यासारखा हिंसाचार आता या भूमीत होत नाही!''

आपल्या हातातील रसाचा चषक मंचकावर ठेवत मरुतदेवानं हात जोडले. तो मांदार्यांना म्हणाला, ''आपणांसारख्या ऋषींपुढे आम्ही देव नतमस्तक आहोत!'' त्यानंच पुढे विचारलं, ''कोणकोणते ऋषी कुठे कुठे तप करतात ऋषीवर?''

''देव, हे कुणा एका ऋषीचं काम नाही. पिढ्यान् पिढ्या असंख्य ऋषींनी मानवता प्रस्थापनेच्या कार्यात आपल्या प्राणांची आहुती दिली आहे. त्यांच्या पुढच्या पिढ्यांनी कोणताही प्रतिशोध न घेता आपलं कार्य पुढे चालू ठेवलं आहे. पूर्वेकडे कौशिक, यवक्रीत, गार्ग्य, गालव आणि कण्व हे ऋषी तप करीत आहेत. दक्षिणेकडे स्वस्त्यात्रेय, नमुची, प्रमुची, अत्री, सुमुख आणि निमुख हे ऋषी कार्यरत आहेत. पश्चिमेकडे नृषंगू, कवषी, धौम्य आणि कोषेय हे ऋषीमंडळ तपाचरण करीत आहे; तर उत्तरेकडे वसिष्ठ, कश्यप, अत्री, विश्वामित्र, जमदग्नी, भरद्वाज आणि गौतम हे सप्तर्षी तपश्चर्या करीत आहेत-''

''आणि उत्तर तसंच पूर्व-पश्चिम एवढ्या मोठ्या परिसरात एक महान ऋषी प्रचंड तप करीत आहेत. त्या त्या परिसरातील ऋषींच्या सहकार्यानं एक विशाल संस्कृती प्रस्थापित करीत आहेत. त्यांनी असंख्य आश्रम आणि आश्रमशालांची निर्मिती केली आहे. सहस्रो स्नातक तिथे विद्यार्जन करतात. स्वत: झिजून त्यांनी अरण्या-अरण्यात यज्ञसंस्था नेली. प्रचंड तप करून एकविचाराचा मानवसंघ निर्माण केला. पश्चिम सागर प्रदेशात सहस्रावधी जनांना एकविचारानं प्रेरित केलं. या संपूर्ण कार्यक्षेत्रात त्यांनी कुटुंबव्यवस्था आणि शेती प्रस्थापित केली... ते महान ऋषी कोण?'' एका दमात बोलून इंद्रानं सर्वांपुढे प्रश्न ठेवला.

तेव्हा सर्व देव एकसुरात ओरडले- 'मांदार्य!'

ते ऐकून मांदार्यांचं अंत:करण उचंबळून आलं. त्यांची मान विनयानं खाली गेली. ते काही बोलणार एवढ्यात इंद्रच पुढे बोलू लागला, ''आम्ही सारे देव

आपल्यापुढे आणि त्या तपस्वी ऋषींपुढे नतमस्तक आहोत... ऋषींमुळेच भृगू, मिथिला, काशी, अयोध्या, कान्यकुब्ज अशी राज्यं आर्यावर्तात अस्तित्वात आली. अयोध्या तर अत्यंत प्रबळ राज्य आहे... नाही का काशीनरेश?''

शेजारी बसलेला काशीराजा म्हणाला, ''हो तर! आम्ही अयोध्येचंच अनुकरण करीत असतो.''

इंद्रानं काशीराजाला अनुमोदन देऊन म्हटलं, ''ती मनुनिर्मित नगरी आहे. अयोध्येच्या निर्मितीत ऋषींचं तप कारणी लागलं आहे. राज्यव्यवस्थेच्या पाठीशी प्रबळ ऋषिविचार असेल तर त्या राज्यात सुख-शांती आणि समृद्धी नांदते. देवराज्याच्या सभोवतालच्या राज्यांमधे ऋषिविचार नव्हता – आजही नाही. त्यामुळे आम्हाला इतकी वर्षं संघर्षात घालवावी लागली. त्यातून मानव्याचंच अध:पतन झालं. पराभूत शत्रू विद्रोही विचारानं तडफडत राहतो. संधी मिळताच पुन्हा आक्रमक होतो. त्यामुळे शांतताप्रिय राज्याचाही विकास खुंटतो.

''म्हणूनच आम्ही विचारपूर्वक देवराज्यातून विस्थापित व्हायचं ठरवलं आहे. पण देवांचे परंपरागत शत्रू या भूमीत येऊनही आम्हाला त्रास देतात. त्यांचा नि:पात करण्यासाठी स्थानिक राजांसह शस्त्र उचलावंच लागतं. दक्षिणेकडे दैत्यांनी असाच उत्पात माजवला होता. त्यासाठी मला स्वत:ला युद्धात उतरावं लागलं... त्यावेळी मला अयोध्येची महती पटली! त्या तरुण दशरथ राजाचं शौर्य प्रत्ययाला आलं. विशेषत: त्याची पत्नी कैकेयी – ती वीरांगना! तिचंही धैर्य अनुभवायला मिळालं!''

इंद्राचं म्हणणं मुळीच अतिरंजित नव्हतं. प्रसंगच तसा घडला होता!

त्यावेळी दंडकारण्यामधे 'शंबर' नावानं प्रसिद्ध असलेला तिमिध्वज नावाचा दैत्य राजा राज्य करीत होता. 'वैजयंत' नावाचं त्याचं राजधानीचं नगर होतं. देवांचा आणि आर्यांचा तो कट्टर विरोधक होता. राक्षस कुळातील तो राजा ऋषीगणांसह सर्वांना पीडा देत असे. नव्या भूमीत स्थिरावण्यासाठी देवांना त्या दैत्यांशी युद्ध करावंच लागलं. त्या युद्धात देवांनी अयोध्येच्या पराक्रमी दशरथ राजाचं सहाय्य घेतलं होतं. दशरथानं आपल्या कुळाला शोभेल अशी पराक्रमाची शर्थ केली. तिमिध्वज आणि त्याची पश्चिमेकडून विस्थापित झालेली असुरी सेना अमानुषी होती. जे सैनिक रणांगणावर विद्ध होऊन पडलेले असत त्यांच्या शरीरांचे हे असुर रात्री येऊन लचके तोडत. जे सैनिक शुश्रुषागृहामधे असत त्यांनाही ते अवचित येऊन मारून टाकीत. त्या असुरांची मनोवृत्ती हिंस्र श्वापदांपेक्षाही भयावह होती. देवांच्या बाजूनं त्या असुरांशी युद्ध करता करता राजा दशरथ विद्ध झाला आणि मूर्च्छित होऊन रथात कोसळला. त्याच्या शरीरातून रक्ताच्या धारा वहात होत्या. त्यावेळी त्याच्या रथात त्याची शस्त्रनिपुण पत्नी कैकेयी होती. दशरथ मूर्च्छित होताच दैत्यांनी त्याच्या रथावर उड्या घेतल्या आणि मूर्च्छित झालेल्या राजाच्या शरीरावर तीक्ष्ण शस्त्रांनी वार करायला सुरुवात केली.

ते पाहून कैकेयी संतापली. तिनं दैत्यांचा प्रतिकार करायला सुरुवात केली. विद्ध होऊन दैत्य भूमीवर कोसळू लागले. मग तिनं चटकन् रथाच्या रश्मी हाती घेतल्या. भरधाव वेगानं रथ निघाला. तरीपण दैत्यांनी तिचा पाठलाग केलाच. पुन्हा काही दैत्यांनी चालत्या रथात उड्या टाकल्या. विद्ध दशरथाला ते मारू लागले. तेव्हा रथ थांबवून कैकेयीनं एक खड्ग हाती घेतलं; आणि ते विद्युल्लतेप्रमाणे फिरवून रथातल्या सर्व दैत्यांचा तिनं एकटीनं संहार केला.

दशरथ राजा भानावर आला तेव्हा त्याला आपल्या ऐन विशीतल्या वीरांगनेचा पराक्रम समजला. कैकेयीचं कौतुक करून दशरथानं तिला काही वर दिले. 'वर' म्हणजे अलिखित करार. तो वज्रलेपासारखा असे. वर देणारा दिलेल्या वराचं कसोशीनं पालन करीत असे. त्याकाळचा तो अलिखित दंडक होता.

''इक्ष्वाकूंचं रघुकुल हे परंपरागत पराक्रमी आहे...'' इंद्र म्हणाला, ''त्यांच्या स्त्रियाही तशाच वीरांगना! वसिष्ठ–विश्वामित्र ऋषींच्या मार्गदर्शनाखाली राजा दशरथानं एक अभेद्य, स्वयंशासित राज्यव्यवस्था अस्तित्वात आणली आहे. हा दशरथ राजा दूरदर्शी आहे, अतिरथी आहे, महाप्रतापी आहे तसाच धर्मनिष्ठही आहे. तो वेदवेत्ता असून यथाविधी यज्ञयाग करणारा आहे. तो मनोनिग्रही आणि जितेंद्रियही आहे. तो इतका बलाढ्य आहे की एकही शत्रू त्याच्यापुढे टिकाव धरू शकत नाही. देवराज्यातही असा पराक्रमी नृपती झालेला नाही.''

मग नेत्र मिचकावून इंद्र मांदार्यांना म्हणाला, ''पुढच्या योजना मी आपल्याला सांगायची आवश्यकता नाही!''

मांदार्यांनीही हसून अनुमोदन दिलं.

मग इंद्र गंभीरपणे बोलू लागला, ''ऋषीवर, अर्बुद सागरातून असंख्य दैत्य, राक्षस या भूमीतल्या दक्षिण किनारपट्टीवरच्या प्रदेशात येऊन राहू लागले आहेत. देवांचे ते परंपरागत शत्रू आहेत. इथेही ते देवांना शांततेत राहू देणार नाहीत. त्यांचा नि:पातच करावा लागेल. त्यासाठी दंडकारण्यात जावं लागेल. तिमिध्वज राक्षसाला नमवण्यासाठी देवसेना दक्षिणेकडे गेली होती. पण केवळ सैन्य नेऊन प्रश्न मिटणार नाही हे आमच्या लक्षात आलेलं आहे! राक्षस–दैत्य दंडकारण्यातल्या घनदाट अरण्यात लपून बसतात. त्यांना शोधून मारणं कठीण होऊन बसतं. शिवाय ते सैन्यावर अवचित चढाई करून सळो की पळो करून सोडतात. स्थानिक वनचरांवर त्यांचंच अधिपत्य आहे... अशा परिस्थितीत ऋषींची यज्ञसंस्थाच कार्य करू शकते. आपण...''

''देवराज,'' मांदार्य शांतपणे म्हणाले, ''वसिष्ठ–विश्वामित्रांशी या संदर्भात माझं बोलणं झालं आहे. त्यानुसार ऋषीमंडळाची एक योजना आकाराला येत आहे. विंध्याचल ओलांडून पुढे दंडकारण्यात जाण्याचं धाडस मी करणार आहे...''

इंद्रानं समाधानानं मान हलवली.

थोडा वेळ शांततेत गेला.

मग इंद्र काहीसा गंभीर झाला. त्यानं मुख्य मुद्दा उपस्थित करताना म्हटलं, ''ऋषीवर, ज्या कारणासाठी आपण इथे तपश्चर्या करायला आलात आणि ज्यासाठी आजची बैठक आयोजित करण्यात आली तो महत्त्वाचा विषय–''

तो विषय मांदार्यांना मुळीच नवीन नव्हता. किंबहुना त्या विषयाशीच त्यांचं तपाचरण संबंधित होतं.

इंद्र सांगू लागला, ''दक्षिणेची मोहीम ऋषी आणि राजसत्ता यथोचित पार पाडतील याबाबत मी नि:संदेह आहे. राजसत्तेची त्या कामी योजना करण्यासाठी मी या देवसमूहासह अयोध्येत जाणारच आहे. पण त्यापूर्वी आर्यावर्ताशी निकट असलेला प्रश्न प्रथम सोडवायलाच हवा. तो प्रश्न सुटताच देव भारतवर्षात स्थिरपद होऊ शकतील. दोन तपं भिजत पडलेला तो प्रश्न म्हणजे कालकेय दानव! ऋषीवर, त्या दानवांचा साद्यंत इतिहास आपण जाणताच. पश्चिम सागरप्रदेशात ते घालत असलेला हैदोस आपल्याला नवीन नाही. तो सागरी प्रदेश आपल्या कार्यामुळे प्रभावित झाला आहे. त्या संपूर्ण प्रदेशावर आपलं अधिपत्य आहे. अनुचर – भाडोत्री सैन्यापेक्षा विचारांनी उभा राहिलेला मनुष्य अधिक सामर्थ्यवान असतो. तो सागर जणू आपल्या चरणांशी आहे! तुम्ही 'शाप'मुक्त होण्याची वेळ समीप आली आहे. कालकेय दानवांचा समूळ उच्छेद करणं केवळ आपल्यालाच शक्य आहे ऋषीवर!''

काशीनरेश त्यावर तत्परतेनं म्हणाले, ''आमची आणि अयोध्येची सेना या कामी देवसेनेला सहाय्य करणार आहे... पण कालकेयांचा नि:पात केवळ सैन्य करू शकत नाही...''

''खरंय्!'' मरुतदेवानं वास्तव मांडलं, ''कालकेयांचं सागरावर प्रभुत्व आहे. सागरातल्या असंख्य नौकांवरच ते राहतात. गरज लागली की किनाऱ्याला येतात. आर्यावर्तातल्या राज्यांकडे आरमार नाही. त्यामुळे सागरी युद्धाचा ते विचारही करू शकत नाहीत. हे सर्व जाणता आपणच हे आव्हान स्वीकारू शकता!''

मरुताकडे बघून इंद्रानं हसून मान डोलावली.

मग मांदार्य शांतपणे म्हणाले, ''देवाधिदेव, मी आपल्या शब्दाबाहेर नाही. या कार्याची पूर्तता करणं हे माझंच दायित्व आहे हे मी जाणतो. ते पार पाडून मला लवकरात लवकर 'शाप'मुक्त व्हायचं आहे...!''

''त्यानंतर आपलं पुन्हा देवराज्यात स्वागत होईल, ऋषीवर!''

इंद्राकडे भावपूर्ण दृष्टीनं बघत मांदार्य म्हणाले, ''देवराज, मी पुन्हा देव बनू शकत नाही! माझी तशी इच्छाही नाही... या तप:पूत ऋषीय जीवनातच मला समाधान मिळतंय, आनंद मिळतोय!''

आपादमस्तक दागदागिन्यांनी नटलेला सारा देवसमूह त्या शुभ्र वस्त्रांकित ऋषीकडे परम आदरानं बघत राहिला!

प्रात:समयी अंत:पुरातील पुष्करणीजवळ अर्घ्यदान विधी यथोचित पार पाडल्यानंतर मांदार्य आपल्या मंदिराकडे निघाले. काशीराज्यात आल्यानंतर दोन दिवस मांदार्यांनी राजगृहातच मुक्काम केला होता. कालकेय दानवांविरुद्धच्या मोहीमेसंदर्भात त्यांचं त्या दोन दिवसात देवांशी पुष्कळ विचारमंथन झालं होतं. मोहिमेचं नियोजन ठरलं होतं. सारे देव अप्सरांसह त्या दिवशी संध्यासमयी अयोध्येसाठी प्रस्थान ठेवणार होते. मांदार्यही आपल्या शिष्यांसह दुसऱ्या दिवशी प्रात:काली निघणार होते.

राजप्रासादातील उद्यान ओलांडून मांदार्य एव्हाना अंत:पुरातील एका विशाल बंदिस्त चौकात आले. विविध शयन मंदिरांच्या पुढे हा चौक होता. त्याबाजूनं अग्निशाला आणि मुदपाकगृहांसह काही दालनं होती. एका बाजूला मंत्रणा कक्ष होता. राजाच्या अत्यंत निकटच्या लोकांची किंवा अभ्यागत ऋषींची तिथे राजाबरोबर मंत्रणा होत असे. देवांबरोबरची मंत्रणा त्याच दालनात झाली होती.

त्या चौकात मधोमध एक आयताकृती तलाव होता. त्यातल्या शुद्ध सुवासिक जलामधे असंख्य प्रकारची फुलं तरंगत होती. काही बदकं आणि मानस सरोवरातून आणलेले एक-दोन शुभ्र राजहंस त्यात तरंगत होते. तलावाच्या बाजूला असलेल्या ओवऱ्यांमधे झेंडूच्या फुलांचे गालिचे पसरले होते आणि त्यामधून बैठी आसनं मांडली होती. प्रत्येक आसनावर फुलापानांनी सजवलेली कामट्यांची छत्रं होती. राजा, त्याच्या राण्या या सुंदर छोट्या तलावात जलक्रीडा करीत असत. त्यापूर्वी राजाच्या अंगाला सुवासिक तेलानं मर्दन केलं जात असे. कुशल चंपीवाला लाटण्यानं राजाचं अंग रगडत असे. तलावात जलक्रीडा झाल्यानंतर बाजूच्या आडोशाला राजाचं अंग पुसून दास-दासी त्याला सुती वस्त्रं चढवीत असत. मग जवळच्याच अग्निगृहात जाऊन पुरोहितांसह राजा वैदिक मंत्रांनी अग्नीला आहुती देत असे.

प्रतिदिनीच्या या कार्यक्रमात गेले दोन दिवस बदल झाला होता.

राजाऐवजी त्याच्या राण्या चार-पाच अप्सरांसह त्या जलाशयात जलक्रीडा करीत होत्या. त्यांचं हसणं-खिदळणं चाललं होतं. एकमेकींवर त्या पाणी उडवत होत्या.

त्या प्रकाराकडे पाहून न पाहिल्यासारखं करून मांदार्य आपल्या दालनाकडे निघाले.

त्याच वेळी एक अप्सरा त्या तलावातून तडकाफडकी बाहेर आली आणि मांदार्यांपुढे जाऊन उभी राहिली. तिच्या अवचित सामोरं येण्यामुळे मांदार्य जागीच थबकले. त्यांना आश्चर्यही वाटलं.

तिनं विचारलं, ''मला ओळखलंत देव?''

''मी आता देव नाही...''

''आमच्यासाठी आपण देवच आहात!''

मांदार्य तिच्याकडे निरखून पाहू लागले. ती अप्सरा ऐन चाळीशीतील असावी. तिची उंच अंगकाठी, सुदृढ बांधा, पिंगट-निळसर नेत्र, डोईवर एका बाजूला केलेली केशरचना, लांबसडक कर्णफुलं मांदार्यांच्या दृष्टीत भरली. तिच्या कमनीय कमरेला रत्नजडित मेखला आणि लज्जानिवाराणार्थ एक वस्त्र होतं. तसंच धपापणाऱ्या उरोजांवर तलम कंचुकी बांधलेली होती. तिच्या गौरवर्णी प्रमाणबद्ध शरीरावरून पाण्याचे ओघळ भूमीवर उतरत होते. उजव्या हातानं मुखावरचे जलबिंदू पुसून ते ऐन चाळीशीतलं परिपक्व सौंदर्य बोलू लागलं, ''देव, मला ओळखलंत?''

''हो, म्हणजे तू अप्सराच ना? देवांबरोबर आलेली?''

''अप्सरा तर होतेच... पण आता!'' मग ती मांदार्यांना थोडं बाजूला घेऊन गेली. त्यांच्याकडे उत्सुकतापूर्ण दृष्टीनं बघत ती सांगू लागली, ''आपण देवराज्यात होता तेव्हा मी फक्त पंधरा-सोळा वर्षांची असेन... आपलं व्यक्तिमत्त्व माझ्या मनात तेव्हाच ठसलं होतं... पण माझ्या सौंदर्यामुळे माझी उर्वशी अप्सराकुलात रवानगी झाली. देवांचा नित्य सहवास मिळू लागला. अप्सरेचं दायित्व पार पाडल्यानंतर आपल्याशी विवाहबद्ध होण्याचा मी मनोमन संकल्प सोडला होता... पुष्कळ वर्षं मी आपल्या भेटीच्या प्रतीक्षेत होते. देवगण आपल्या भेटीसाठी इथे येणार आहेत हे जेव्हा मला समजलं तेव्हा मला आपल्या भेटीची ओढ लागली. देवपथकामधे मी शिताफीनं प्रवेश मिळवला आणि इथे आले... आपण माझं 'पाणिग्रहण' कराल? मी संसार थाटू इच्छिते... आपल्याला हवं तेवढं सुख देईन... त्या उद्यानात जाऊन आपण बोलू या?''

तिचं अवचित येणं आणि विवाहाचा प्रस्ताव मांडणं हा मांदार्यांसाठी अनपेक्षित धक्का होता. काय बोलावं हे क्षणभर त्यांना सुचेना. पुरुषाची जीवननिष्ठा आणि विचारनिष्ठा एक सौंदर्यवती क्षणात मातीमोल करू शकते. विवेकी व्यक्तीच मोहजालात अडकू शकत नाही. मांदार्य निश्चितच विवेकी होते. म्हणूनच ते परिपक्व मादक सौंदर्य त्यांच्यावर प्रभाव पाडू शकलं नाही.

ते तिला शांतपणे म्हणाले, ''मला वाटतं, तुझं नाव कंकणा... तू उर्वशी कुळात होतीस! मला आठवलं...''

मांदार्यांनी आपल्याला ओळखलेलं पाहून ती सुखावली.

''कंकणा, तुझा प्रस्ताव मी ऐकला. पण गेली दोन तपं जे कार्य मी करत आहे त्यात सध्या तरी विवाहबंधनाला मी न्याय देऊ शकत नाही. शिवाय तुझं 'उर्वशी'कुल मला मातेसमान आहे... आणि तू कन्येसमान...''

मांदार्यांचं पुढचं बोलणं ऐकायला ती मुळीच थांबली नव्हती.

रागारागात जाऊन तिनं जलात उडी घेतली. पाणी उसळलं. जलातल्या 'जलपऱ्या' तेव्हा किंचाळल्या.

उडालेल्या जलानं मांदार्यांच्या पायांवर मात्र अभिषेक केला होता!

दोन दिवसांचा मुक्काम संपवून मांदार्य काशीराजाच्या अंत:पुरातून निघाले तेव्हा दिवसाचा तिसरा प्रहर सुरू झाला होता. मांदार्यांचा निवडक शिष्यपरिवार केव्हाच प्रासादाचे तीन कक्ष ओलांडून बाहेर पडला होता. त्यांची प्रतीक्षा करत राजा राजप्रासादाच्या भव्य लाकडी द्वारापाशी थांबला होता.

आपलं सामानाचं गाठोडं घेऊन मांदार्य अंत:पुरातून बाहेर पडणार इतक्यात दोघे-तिघे राजपुत्र आणि परिवारातली इतर मुलं पळापळी करत तिथे आली. त्यांचा पकडापकडीचा खेळ चालला होता. एकच गलका करीत ती मुलं मांदार्यांच्या पुढे-मागे फिरू लागली. मांदार्यांना पुढे जाणं अशक्य होऊन बसलं.

ते पाहून राणी मंदाकिनी धावत आली. ''अरे, ऋषीवरांना इजा होईल ना! पळा तिकडे... नाहीतर मागे उद्यानात जा - पळा!''

मुलं आपल्याच क्रीडाविश्वात दंग होती. कुणी कुणाला पकडलं, चुकीचं पकडलं का बरोबर पकडलं अशातऱ्हेचा आरडाओरडा करीत ती उद्यानाच्या दिशेनं पळाली.

राणीनं ऋषींचे पाय धरले. ''क्षमा करा ऋषीवर!''

''आयुष्यमान भव! अग, मी या पुत्रांच्या क्रीडेमुळे संतप्त थोडाच होणार आहे? दुर्वास मुनींसारखा मी कोपिष्ट नाही म्हटलं!''

''त्यासाठी नाही म्हटलं, ऋषीवर! मी आपल्याला अडवलं म्हणून...''

मांदार्य काही बोलणार एवढ्यात राणीच पुढे म्हणाली, ''मला... आपल्याशी...''

''बोल मंदाकिनी, मुळीच संकोच करू नकोस-''

''आपण या ओरीत आसनस्थ व्हा... म्हणजे-'' तिनं मांदार्यांना एका आसनावर बसवलं. जवळ एक दासी उभी होती. त्या दासीच्या कानात राणी कुजबुजली, 'राजेश्रींना बाहेर जाऊन सूचित कर... ऋषीवर येतच आहेत... थोडी प्रतीक्षा करा...'

''बोल राणी, काय आहे तुझ्या मनात?''

क्षणभर राणी शांत राहिली. मग उभ्या उभ्याच बोलू लागली. त्यावेळी तिचे नेत्र पाणावले होते. ती म्हणाली, ''ऋषीवर, हे राजप्रासादातलं जीवन समृद्ध आहे. स्त्रीला जन्मजात ज्या ज्या गोष्टींचं आकर्षण असतं त्या त्या सर्व इथे अपरिमित आहेत. दागदागिने आहेत, सेवेला दासी आहेत. अनेक व्यापारी ठिकठिकाणांहून

मोत्यांची-हिऱ्यांची आभूषणं घेऊन अंतःपुरात येतात. माझा व्यक्तिगत कोश तर आभूषणांनी, तलम वस्त्रांनी भरून गेला आहे...''

''मग...?''

''माझे दोनही पुत्र राजर्षींकडे अध्ययन करतात... माझ्या दोन सवती माझा आदर करतात - मान ठेवतात...''

''मग तरीही चिंता कसली?''

''ऋषीवर, तरीही हा राजप्रासाद म्हणजे अनेक सुखसोयींनी आणि समृद्धीनं बनवलेला एक विशाल पिंजरा आहे अशी माझी दिवसेंदिवस भावना होत चालली आहे... महाराज तर...''

तिचा कंठ दाटून आला.

''मोकळेपणानं सांग तुझी व्यथा-''

''आपल्याला कसं सांगायचं...?''

''मी जाणली तुझी व्यथा-'' सौम्यपणे हसत मांदार्य म्हणाले, ''इतकं असूनही तुला राजाचं हवं तेवढं सान्निध्य मिळत नाही, असंच ना?''

तिनं मान खाली घालून मूक संमती दिली. त्यावेळी तिच्या नेत्रांमधून घळाघळा अश्रू ओघळत होते.

''ऋषीवर,'' मग ती स्पष्टपणे बोलू लागली, ''आपल्यासारख्या ऋषींनी कुटुंबव्यवस्था प्रस्थापित केली. या सोनेरी पिंजऱ्यात राहण्यापेक्षा माझ्यावरच प्रेम करणारा, एखाद्या छोट्या गृहात राहणारा, सतत माझ्या सन्निध असणारा एखादा छोटा व्यावसायिक, एखादा शिल्पी - अगदी एखादा सेवक-!''

''काय बोलतेस तू हे मंदाकिनी? या समृद्ध संसाराला एवढ्यात कंटाळलीस? अग, राजधर्म पाळताना राजाचीही दिवस-रात्र कसरत होत असते. अनंत विषय मस्तकात असतात... एक गोष्ट ध्यानात ठेव! व्याप वाढला की व्यस्तताही वाढतेच वाढते! कोणत्याही राजाची यातून सुटका होऊ शकत नाही. किंबहुना जे जे व्याप वाढवतात त्यांच्या कुटुंबियांची अवस्था अशीच असते. व्याप्ती वाढवताना आयुष्यच सरून जातं. त्यातून सुख आणि आनंद मिळवायचाच राहून जातो... बरं, मला सांग, राजाचं वर्तन...?''

''अतिशय शुद्ध... त्यांचं एकसारखं प्रेमही आहे आम्हा तिघींवर! पण त्यांचा सहवासच मिळत नाही... म्हणून वाटतं...''

''मंदाकिनी, श्रीमंत व्यक्तीला वाटतं, साधंसुधं जीवन चांगलं. तर गरिबाला वाटतं, श्रीमंती आली की मी सुखी होईन! पण तसं नसतं. दोन्ही ठिकाणी म्हटलं तर दुःख असतं, म्हटलं तर सुख असतं! सुख आणि दुःख या अंतरीच्या भावना असतात. जे जीवन आपल्या वाट्याला आलं आहे त्यात सुख मानून, ते अधिकाधिक कसं

सुंदर; सर्वार्थानं समृद्ध होत जाईल याचा विचार व्हायला हवा... आज मी निघतो... पुन्हा केव्हातरी येईन तेव्हा अधिक बोलू...

''आणि हो... तुझ्या, म्हणजे राजाच्या सर्व पुत्रांनी गुरुकुलात जायला हवं. सर्व थरातल्या सहाध्यायींबरोबर त्यांच्यासारखंच साधेपणानं राहून विद्यार्जन-ज्ञानार्जन केलं तर राजपुत्रांचा खरा विकास होईल... येतो मी!''

मंदाकिनीनं त्यांना वाकून नमस्कार केला.

''आयुष्यमान भव!''

तिचा निरोप घेऊन मांदार्य राजप्रासादाबाहेर पडले. राजानं दिलेल्या रथात ते शिष्यांसह स्थानापन्न झाले. राजानं आणि उपस्थित अमात्यगणानं हात जोडून त्यांना अभिवादन केलं.

रथ मांदार्यांच्या काशीनजीकच्या आश्रमाकडे निघाला.

ते जेव्हा आश्रमात जाऊन पोचले तेव्हा वसिष्ठाश्रमातून आलेली भीषण वार्ता त्यांची प्रतीक्षा करीत होती.

■

१०

रहस्यभेद

उजव्या हाताची तर्जनी त्या दोन्ही अधिपती देवांवर रोखून इंद्र कडाडला– ''तुम्हाला आता देवराज्यात स्थान नाही! 'अग्नी', 'वरुण' ही सामरिक पदं तुम्ही गमावली आहेत! तुम्ही पदभ्रष्ट झाला आहात! माझा तुम्हाला शाप आहे – आज्ञा आहे. तुम्ही 'मर्त्य' लोकात जा – ऋषीय कार्य करा! हीच तुम्हाला शिक्षा आहे.''

“आज मी सारा पूर्वेतिहास तुमच्यापुढे उलगडणार आहे-” मांदार्यांनी गंभीरपणे बोलायला प्रारंभ केला.

आज त्यांनी तातडीनं आश्रमवासीयांची एक सभा घेण्याचं ठरवलं होतं. त्यांच्या इतर काही आश्रमांमधले निवडक स्नातक आणि आचार्यही या विशेष सभेसाठी एकत्र आले होते.

काशीराज्यातून परतल्यानंतर मांदार्यांनी लगेचच आयोजित केलेल्या या तातडीच्या सभेविषयी साऱ्या आश्रमवासीयांनाच आश्चर्य वाटत होतं. किंबहुना तिथून परतल्यानंतर आपल्या आचार्यांच्या स्वभावात फरक पडल्याचंही सर्वांनाच जाणवत होतं. नेहमी स्थिरचित्त असणारे आचार्य आज मनानं काहीसे अस्थिर झालेले भासत होते. कोणता तरी गंभीर विषय त्यांना बोलायचा आहे हेही सर्वांना कळून चुकलं होतं.

सूर्यास्त समयीच भोजन उरकून सारेजण शेणानं सारवलेल्या मधल्या अंगणात स्थानापन्न झाले होते. त्यावेळी त्या अंगणाच्या चारही बाजूंनी तेलदिवे आणि मशाली प्रज्ज्वलित केल्या होत्या. हिवाळ्याची चाहूल लागली होती. प्रत्येकानं शाली अथवा उत्तरीय अंगाभोवती लपेटून घेतलं होतं. डोईला फेटे बांधले होते.

समोरच्या उच्चासनावर मांदार्य सहजासनात ताठ बसले होते. त्यांनी खांद्यावरून शुभ्र उपरणं पांघरून घेतलं होतं. अंगणात ऊब रहावी म्हणून दोन-तीन ठिकाणी मातीच्या शेगड्या चेतवल्या होत्या. तेलदिवे, मशाली यांचा पिवळसर प्रकाश मांदार्यांच्या मुद्रेवर पडला होता. त्या मंद प्रकाशातही मांदार्यांच्या मुद्रेवरचे गंभीर भाव सर्वांनाच स्पष्ट दिसत होते.

‘मी जो साद्यंत इतिहास सांगणार आहे तो देवराज्यात घडलेला आहे.’

त्यांनी बोलायला प्रारंभ केला -

‘इतकी वर्षं तो इतिहास तुम्हाला सांगण्याचं काही कारण नव्हतं. पण आता तो सांगण्याची वेळ प्राप्त झाली आहे. त्या इतिहासाचा या भारतवर्षातील पश्चिम सागराशी संबंध आहे. पश्चिम सागरप्रदेश आज फार मोठ्या संकटात सापडला आहे. त्यावर वेळीच उपाययोजना केली नाही तर तिथली परिस्थिती आणखी उग्र बनेल.

मग केवळ पश्चिम सागरप्रदेशासाठी नाही; तर या संपूर्ण भारतभूमीसाठी ते एक मोठं आव्हान ठरेल. त्या आव्हानावर मात करण्यासाठी आपण पुष्कळ वर्षं पश्चिम सागरपरिसरात एकविचारी मानवसंघ निर्माण करण्याचा प्रयत्न केला. सहस्रावधींचा धीवर – कोळी समाज आज आपल्या कार्याशी जोडला गेला आहे.

'तरीही तो सागरप्रदेश सुरक्षित नाही. किंबहुना तो दिवसेंदिवस असुरक्षित होतो आहे. कालकेय दानवांनी त्या परिसरात अमानुष थैमान घातलं आहे. त्यांचं प्रभावक्षेत्र आता केवळ सागरप्रदेशापुरतं सीमित न राहता ते उत्तरेच्या वसिष्ठाश्रमापर्यंत जाऊन भिडलेलं आहे. त्यांनी धौम्यांचा आश्रम उद्ध्वस्त केला. च्यवन ऋषींच्या आश्रमात जाऊन फल–मूलांवर गुजराण करणाऱ्या शंभर मुनींना ठार मारलं. केवळ वायूभक्षण आणि जलसेवन करून राहणाऱ्या भरद्वाज ऋषींच्या आश्रमातील वीस ब्रह्मचार्यांना त्यांनी जीवे मारलं. एवढंच नाही तर दोनच दिवसांपूर्वी त्यांनी वसिष्ठाश्रमातील ऐंशी ब्राह्मणांना आणि नऊ तपस्व्यांना ठार मारून त्यांना खाऊन टाकलं.

'रात्री–अपरात्री आश्रमांमधे जाऊन ते कालकेय दानव ब्राह्मण, तपस्वी आणि मुनींनाच लक्ष्य करतात – भक्ष्य बनवतात, का? कारण हे सारे जन निरपेक्ष भावनेनं तप करतात, रानावनात यज्ञसंस्था घेऊन जातात. आर्य, ऋषी आणि देव यांची प्रगत संस्कृती ते शेवटच्या माणसापर्यंत नेतात... या मानवतेच्या संस्कृतीचे हे कालकेय दानव कट्टर विरोधक आहेत तसेच मानवतेचे उच्छेदकही आहेत. त्यांनी निर्माण केलेल्या दहशतीमुळे संपूर्ण सागरपरिसरातील यज्ञ थंड पडले आहेत. तप आणि स्वाध्यायावर मळभ आलं आहे... देवांशी असलेलं हाडवैर हे त्यांनी आरंभलेल्या विध्वंसाचं मुख्य कारण आहे.

'या कालकेय दानवांचा संपूर्ण विनाश करण्याची वेळ आता समीप येऊन ठेपली आहे. देव आणि आर्यावर्तातले काही राजे त्यासाठी एक विशाल योजना आखत आहेत. आपलाही त्यात सहभाग असणार आहे – विशेषतः माझा! तत्पूर्वी कालकेय दानव कोण, त्यांचा देवांशी काय संबंध होता, हे आता तुम्हा साऱ्यांना सांगण्याची वेळ आली आहे. म्हणूनच आज या विशेष सभेचं आयोजन केलं आहे.'

थक्क होऊन सारे आश्रमवासी मांदार्यांचं कथन ऐकत होते. तो इतिहास जाणून घेण्याची प्रत्येकालाच उत्सुकता लागून राहिली होती.

मग मांदार्य ती सारी पूर्वपीठिका सांगू लागले –

'वायव्येकडच्या पर्वतरांगा ओलांडून पश्चिमेकडे शेकडो योजनं गेल्यानंतर उत्तर दिशेला वृत्रपर्वत नावाचा एक विशाल पर्वत लागतो. वृत्रपर्वत सुमारे आठ सहस्र हात उंच आहे. पर्वतावरचं पठार आणि त्यापलीकडे असणाऱ्या विस्तीर्ण प्रदेशात वृत्र नावाच्या आसुराचं पूर्वी राज्य होतं. वृत्रपर्वताच्या पायथ्याशी 'वन' आणि 'सेवन' नावाचे दोन महाजलाशय आहेत. पर्वताच्या डाव्या अंगाला काळा समुद्र तर उजव्या

अंगाला कश्यप सागर आहे. कश्यप ऋषींच्या महान कार्यामुळेच त्या सागराला त्यांचं नाव पडलं...

'वृत्रपर्वताच्या साधारण दक्षिण-पश्चिम दिशेला देवांचा 'सुर्य' देश आहे. 'सुर्य' देशाच्या पूर्वेला देवांचाच 'उरू' देश आहे. 'सुर्य'चा अधिपती आहे इंद्रदेव तर 'उरू'चा अधिपती विष्णुदेव. 'सुर्य' देशाच्या खाली लाल समुद्र आहे. 'उरू'च्या दक्षिण-पश्चिमेकडे केमेत नावाचा देश आहे. केमेतच्या पश्चिमेकडे ऋभू तर ऋभूच्या पश्चिमेला माली नावाचा देश आहे.

'हा भूगोल समजल्याशिवाय तुम्हाला इतिहास समजणार नाही. म्हणून मी त्याविषयी थोडं सविस्तर सांगितलं.'

आश्रमीय जन यापूर्वी यज्ञानिमित्त जवळच्या वनांमधे गेले होते. काहींनी काशी-अयोध्या ही नगरंही पाहिली होती तर काहीजण हिमवान प्रदेशातही जाऊन आले होते. पण त्यापलीकडचा हा भूगोल त्यांना फारसा माहीत नव्हता. मांदार्यांना तो भूगोल माहीत आहे याविषयी त्यांना आश्चर्यही वाटत होतं.

या आश्रमीय जनांना सहस्रो वर्षांनंतरच्या भविष्यात डोकावून बघता आलं असतं तर त्यांनी ते देश पालथेही घातले असते किंवा घरबसल्या त्यांना त्या देशांचं दर्शनही घडलं असतं! भविष्यात बदललेली अथवा अपभ्रंशित झालेली त्या त्या देशांची नावंही कदाचित ध्यानात आली असती.

पण आता वर्तमानात ते मांदार्यांच्या मुखातून तिथला समकालीन इतिहास ऐकू लागले होते –

'वृत्रपर्वतावरून उगम पावलेल्या दोन नद्या देवांच्या 'सुर्य' राज्याच्या दोन्ही बाजूंनी वहात सागराला जाऊन मिळतात. त्या दोन नद्यांच्या दुआबात देवराज्य असल्यामुळे देवांना अतिशय सुपीक जमीन लाभली. मुबलक धनधान्य, व्यापार आणि या अनुषंगानं येणारी भौतिक समृद्धी देवराज्यात सुखेनैव नांदत होती.

'कालांतरानं देवांच्या 'सुर्य' राज्याच्या दक्षिण-पूर्वेला 'असुर्य' देश निर्माण झाला. अर्थातच ते लोक भोगवादी आणि देवांचे कट्टर विरोधक होते. म्हणूनच त्यांनी देवांच्या देशाच्या विरुद्ध हेतूपुरस्सर 'असुर्य' हे नाव आपल्या राज्याला दिलं. असुरवंश म्हणून ते पुढे नावारूपाला आले. वृत्रासुराचे जसे देवांशी हार्दिक संबंध नव्हते तसे दक्षिण-पश्चिमेला असणाऱ्या केमेत देशाचेही नव्हते; आजही नाहीत. कारण ऋभू राज्य देवांचं मित्रराज्य. ऋभूंचं केमेतशी वैर. पर्यायानं केमेत राज्य देवांना मित्रराज्य वाटत नाही.

'याच केमेतमधल्या वाळवंटात सहस्रो वर्षांपूर्वी एक त्रिकोणी विशाल बांधकाम केलं गेलं. ते बांधकाम म्हणजे आजही विश्वातील एक आश्चर्य आहे. त्यापुढे विशाल सिंहांची अथवा विक्राळ प्राण्यांची दोन बैठी शिल्पं आहेत. ती भव्य बांधकामं देवांनीच निर्माण केली होती. पहिल्या जलप्रलयात ती कित्येक

काळ बुडाली होती. कालांतरानं जल आटलं. एवढंच नव्हे; तर तो सारा परिसर वालुकामय झाला.

'देवांचं तुमच्यापैकी काहींनी दर्शन घेतलं आहेच! उंच, सडसडीत बांध्याचे, गौरवर्णी देव नित्य सुखी असत; तृप्त असत. भव्य कलात्मक वास्तू, प्रशस्त रस्ते, सुंदर उद्यानं, विस्तीर्ण मैदानं यांसह उंची रंगीबेरंगी वस्त्रं आणि अनेकविध सुवर्णालंकार यांची देवराज्यात रेलचेल होती. अनेक सुंदर रूपवती स्त्रियांचे समूह हे देवराज्याचं भूषण होतं. त्या सुंदर स्त्रियांना 'अप्सरा' म्हणतात. त्या अप्सरांची ऊर्वशी, मेनका, रंभा अशी घराणी आहेत. या अप्सरा तीस वर्षांपर्यंत अविवाहित राहतात. त्या त्या अप्सरा-कुलाचा तो नियमच आहे. शरीरसंबंध आला तरी त्या मूल होऊ देत नाहीत. चुकून मूल झालंच तर त्या मुलाचा त्याग करतात...'

मांदार्य सांगत असलेला इतिहास आणि सद्यपरिस्थितीत पश्चिम सागरतटावर उद्भवलेलं आव्हान यांचा कोणताही कार्यकारणभाव श्रोत्यांना अजून उमजत नव्हता. तथापि ते देत असलेली माहिती त्या साऱ्यांना थक्क करीत होती.

'देवांची प्रगती वृत्रासुरांच्या नेहमीच डोळ्यात खुपत असे,' मांदार्य पुढचा इतिहास कथन करीत होते. 'दुसऱ्याचं चांगलं झालेलं न बघवणं ही असुरी वृत्तीच असते. वृत्रासुर म्हणजे पराकोटीच्या असुरी वृत्तीचं मूर्तिमंत रूप! त्याचा दिवसेंदिवस जळफळाट होऊ लागला. देवांच्या प्रगतीमधे खीळ कशी घालता येईल याचा तो रात्रंदिवस विचार करू लागला.

'दुसऱ्याच्या प्रगतीमधे येनकेन प्रकारेण अडसर निर्माण करण्याचा जी व्यक्ती प्रयत्न करते ती अप्रत्यक्ष रीत्या स्वत:साठीच खड्डा खणत असते. पण हे त्या व्यक्तीला समजत नाही. ज्याचा त्याचा विकास किंवा अध:पतन हे ज्याच्या त्याच्या कर्मानुसार होत असतं. दुसऱ्याचा द्वेष करून आपला विकास कधीच होत नसतो! पण वृत्रासुराला हे तत्त्वज्ञान सांगण्याचं धाडस कोण करणार होतं? अहंकारानं उन्मत्त झालेली व्यक्ती कधीच कुणाचं ऐकत नसते. अशा व्यक्तीला सदुपदेश करण्यात केवळ कालापव्ययच होत असतो. ती व्यक्ती तिचा दुष्ट स्वभाव बदलत नाही.

'वृत्रासुराचं असंच झालं. द्वेषभावनेनं त्याला पछाडून टाकलं. देवांच्या प्रगतीमधे अडसर घालण्याचा तो सतत प्रयत्न करू लागला. देवांच्या प्रगतीला खीळ घालण्याचा एक प्रभावी उपाय त्याच्याकडे होता. तो म्हणजे त्याच्या पर्वतावरून देवराज्यात जाणाऱ्या पाण्याला अडसर घालणं - ते दुसरीकडे वळवणं. आपल्या दुष्ट योजनेनुसार त्यानं देवराज्यात उतरणाऱ्या त्या दोन नद्यांवर बांध घातले. त्यामुळे पर्वताच्या पायथ्याशी असणारे 'वन' आणि 'सेवन' हे दोन्ही जलाशय आटू लागले. देवराज्याला पाणी मिळेनासं झालं. मग देवांच्या शिष्यमंडळानं वृत्रासुराशी संवाद साधून सामोपचारानं तो प्रश्न मिटवण्याचा प्रयत्न केला - एकदा नव्हे; अनेकदा! पण वृत्रासुरानं देवांच्या प्रस्तावाला झिडकारलं. 'जल' ही जीवनावश्यक

गोष्ट असल्यामुळे त्यावरून वृत्र आणि देव यांच्यामध्ये संघर्ष सुरू झाला. गुप्त सैन्य पाठवून आणि उपलब्ध शस्त्रं वापरून देवांनी अनेकदा वृत्रासुरानं बांधलेल्या बंधाऱ्यांवर घाव घातले. पण वृत्रानं ते पुन्हा बांधून काढले. देवराज्याला जलाची कमालीची कमतरता भासू लागली. जल आटत चाललं. सर्वत्र हाहाकार माजला. पाण्याच्या प्रश्नानं उग्र स्वरूप धारण केलं.

'आता देवांपुढे दोनच मार्ग उरले होते - आपल्या राज्यातून दूर कुठेतरी विस्थापित होणं किंवा वृत्रासुराशी युद्ध करून पाण्याचा प्रश्न कायमचा सोडवणं. अनेक देवगण इतरत्र विस्थापित होऊ लागले. या आर्यावर्तातल्या उत्तर भागात, हिमवान प्रदेशात आणि सहस्रो योजनं दूर असलेल्या पश्चिम सागराकाठी उंचच उंच पर्वत रांगांमधे पुष्कळ देवगण जाऊन राहिले. कारण सहस्रो वर्षांपूर्वी या सर्व ठिकाणी देवांनी हेतूपुरस्सर वस्ती केलीच होती. ती अतिशय सुरक्षित अशी स्थानं होती.

'आर्य, देव आणि ऋषी ही एकविचारी वैदिक संस्कृती आहे. पूर्वी या संस्कृतीची व्याप्ती भारतवर्षापासून पृथ्वीच्या मध्यभागापर्यंत - अर्थात वृत्रपर्वतापर्यंत होती. 'कृण्वन्तो विश्वम् आर्यम्' हा आर्यांचा उद्घोष आहे. सर्वेपि सुखिन: सन्तु: सर्वे सन्तु निरामय:, सर्वे भद्राणि पश्यन्तु मा कश्चित दु:ख माद्भवेत, ही आर्यांची वैश्विक भावना आजही कायम आहे. त्यांचं त्यामागे तप होतं; आजही आहे. तुम्हाला माहीत आहेच 'आर्य' हे संबोधन सभ्य जनांसाठी वापरलं जातं. वेदनिष्ठा ही त्यांची सांस्कृतिक ओळख. देवांनाही 'ऋग्वेद' शिरोधार्य आहे. ही एकविचारी - सर्वांना सामावून घेणारी संस्कृती असल्यामुळे देवांना हिमवान प्रदेशात विस्थापित होणं मुळीच कठीण गेलं नाही.

'विस्थापित होण्याशिवाय देवांपुढे दुसरा एक मार्ग होता. तो म्हणजे अतिसंहारक अस्त्रांनी वृत्रपर्वतावरचे बंधारे पूर्णत: उद्ध्वस्त करून वृत्राला ठार मारणं. पर्यायानं त्याच्या राज्याचा विध्वंस करणं...'

एखादी रंजक गोष्ट ऐकावी तसे ते आश्रमीय मांदार्यांचं कथन ऐकत होते. मांदार्यांनी त्या 'कथे'त सर्वांना गुंग करून टाकलं होतं.

'दुसऱ्या मार्गाचा विचार करताना त्याचे दोन परिणाम होणार होते. त्यांना युद्धही करावं लागणार होतं; आणि विस्थापितही व्हावं लागणार होतं. एवीतेवी देवगण विस्थापित होतच होते; मग वृत्रासुराचा संपूर्ण उच्छेद का करू नये, असाही विचार देवांनी केला. सुमारे दीड-दोनशे वर्षांपूर्वी देवांनी हा उपाय योजला होता. पण त्याचे परिणाम खूप काळ सहन करावे लागले होते...'

मग मांदार्यांनी तो पूर्वी योजलेला उपाय वर्णन करून सांगितला -

त्यावेळी असुर आणि राक्षस देवराज्याला पीडा देऊ लागले होते. देवांच्या निरीक्षकांनी मोहापायी केलेला प्रमाद देवराज्याला भोवला होता. रानटी स्त्रियांशी

तामसी भावानं केलेल्या संगामुळे हे राक्षस आणि दैत्य उत्पन्न झाले होते. त्यांचा नायनाट करण्यासाठी देवांनी जलप्रलय घडवून आणला. त्यापूर्वी त्यांनी काही सात्विक वृत्तीच्या लोकांना हाताशी धरलं. मनू नावाची व्यक्ती त्यांपैकीच एक. 'लवकरच जलप्रलय होणार आहे; तुम्ही तुमच्या कुटुंबासह दूर कुठेतरी विस्थापित व्हा', अशी पूर्वसूचना देवांनी सात्विक-सज्जन लोकांना दिली होती.

मनूला त्यांनी एक विशाल नौका बांधायला सांगितली. त्यामधे प्रत्येक प्राण्याचं-अन्नधान्याचं-जीवाचं बीज जपून ठेवायला सांगितलं. निवडक लोकांच्या सहाय्यानं मनूनं एक विशाल चौकोनी नौका बांधली. त्या नौकेच्या लाकडी भिंती साठ हात इतक्या उंच होत्या. त्यावर त्यानं भक्कम छत उभारलं. नौकेत त्यानं प्रत्येक प्राण्याच्या, पक्ष्याच्या; एवढंच नव्हे तर जीवजंतूंच्याही जोड्या घेतल्या. डांबर, तेल, मद्य, पुष्कळ महिने पुरेल एवढं अन्नधान्य आणि प्रचंड लाकूडफाटाही घेतला. देवांच्या संमतीनं देवांच्या मित्रांना आणि इतर काही सज्जनांना त्यानं नौकेत सामावलं. मग ती विशाल नौका लाल समुद्रातून निघाली – भारतवर्षाच्या पश्चिम किनारपट्टीची दिशा पकडून! प्रलयाची वार्ता गुप्तपणे ठराविक लोकांमधे प्रसृत केल्यानंतर देवांनी जलप्रलय घडवून आणला. पृथ्वीचा मध्यवर्ती भाग जलमय होऊन गेला. नदी-सागरजल एकरूप होऊन हिमालयापर्यंत चढलं.

हा फार पूर्वीचा प्रसंग कथन करून मांदार्य पुढे सांगू लागले –

'म्हणूनच हिमवान प्रदेशात माशांचे, शंख-शिंपल्यांचे अवशेष आजही सापडतात. त्या प्रलयामुळे अनेक निष्पाप जीवांची हानी झाली. वाईटाबरोबर चांगलंही वाहून गेलं... वृत्रासुरानं बांधलेले सर्वच्या सर्व बंधारे कायमचे नष्ट केल्यानंतर पूर्वीइतका नाही तरी त्या मध्यभागात जलप्रलय होणारच होता. केमेत देशाच्याही खालचा प्रदेश जलमय होऊन जाणार होता. या दुसऱ्या जलप्रलयाचा पर्यायच देवांना योग्य वाटला. देवराज्याला सतावून सोडणारे असुर, दैत्य, दानव या सर्वांनाच त्यामुळे जलसमाधी मिळणार होती. निदान देवांना तसं वाटलं! ऋभू देशाला धोका नव्हता. पण विष्णूंच्या 'उरू' देशाला मात्र नक्कीच धोका पोचणार होता. संभाव्य धोका ओळखून विष्णूंनी इंद्रदेवांशी विचारविनिमय करून आपल्या राज्याभोवती शंभर हात उंच अशी भक्कम तटबंदी बांधली. देवकृत जलप्रलयात त्याची 'उरू'नगरी त्यामुळे सुरक्षित राहणार होती.'

एवढा पूर्वेतिहास सांगून मांदार्य म्हणाले, 'देवराज्यातलं राजकारण आणि त्यासभोवतालच्या राज्यांची एकंदर परिस्थिती तुमच्या ध्यानात आली असेलच. ही सारी परिस्थिती समजल्याशिवाय पुढे घडलेल्या घटनेचा संदर्भ आणि तीव्रता तुमच्या ध्यानात आली नसती. म्हणून तो भूगोल आणि पूर्वी घडलेल्या घटनांचा संदर्भ मी माझ्या विस्तृत कथनातून सांगितला...'

इतकं बोलून मांदार्यांनी जलपान केलं. मग ते बराच वेळ शांत बसून राहिले. श्रोत्यांमधेही कुणीच काही बोलत नव्हतं. पश्चिम सागर-परिसरात निर्माण झालेलं

कालकेयांचं आव्हान आणि मांदार्य सांगत असलेला विस्तृत इतिहास यांची सांगड अजूनही कुणालाही घालता येत नव्हती. सारेजण मूकपणे ते संदर्भ जुळवण्याचा प्रयत्न करीत होते.

कुणीच काही बोलत नाही हे पाहून श्रोत्यांमधे बसलेल्या शंखानं धाडस करून त्या विषयाला वाचा फोडली. देव-दानव आणि पश्चिम सागरतटी उद्भवलेलं कालकेयांचं आव्हान याविषयी त्यानं आपल्या आचार्यांना पूर्वी अनेकदा छेडलं होतं. पण अद्याप त्याला समर्पक उत्तर मिळालं नव्हतं. ती शांतता ही त्याला आता योग्य संधी वाटली. म्हणून त्यानं तत्परतेनं विचारलं, ''आचार्य, जलप्रलय झाला म्हणून कालकेय दानव भारतवर्षाच्या किनाऱ्याला लागले का?''

''याचं उत्तर होकारार्थी आहे आणि नकारार्थी सुद्धा आहे!'' मांदार्यच पुढे म्हणाले, ''आज मी सारं काही सांगणार आहे... घडलेले प्रसंग जसेच्या तसे सांगणार आहे... ऐका...''

ते सारे घडलेले प्रसंग मांदार्यांना डोळ्यांसमोर दिसू लागले. ते त्या प्रसंगांचा जणू साक्षात् अनुभव घेऊ लागले – समोरच्या श्रोतृगणालाही आपल्या कथनातून अनुभूती देऊ लागले –

हिमवान प्रदेशात उभारलेल्या वसाहतीतील आपल्या मंत्रणा कक्षात इंद्र येरझाऱ्या घालत होता. मधूनच नकारार्थी मान हलवत होता. समोर विनयानं उभ्या असलेल्या त्याच्या दोन सहकारी देवांकडे रागानं कटाक्ष टाकत होता.

''घोडचूक केलीत तुम्ही दोघांनी! वृत्राचा संपूर्ण नि:पात करण्यासाठी केवढी मोठी योजना मी आखली होती! पण तुम्ही दोघं-''

समोर उभा असलेला अग्निदेव म्हणाला, ''देवराज, आपण वृत्रासुराचे सहस्रो दानव मारले. पण उर्वरित कालकेय दानव कश्यप समुद्रात उतरले...''

''आम्ही त्यांचा पाठलाग केला-'' अग्नीच्या शेजारी उभा असलेला वरुणदेव मधेच सांगू लागला, ''त्यांच्या विशाल नौका कश्यप सागरात आधीच सज्ज होत्या. असंख्य नावा किनाऱ्याला होत्या. आम्ही तिथपर्यंत त्यांचा पाठलाग केला; पण त्यांना मारू शकलो नाही...''

इंद्र कडाडला, ''वरुणदेव, सागरात शिरून युद्ध करायची विद्या तुम्हाला अवगत नव्हती? जलावर तर तुमचं अधिपत्य! म्हणून सागरात शिरून त्या दानवांचा उच्छेद करण्याचं दायित्व तुमच्यावर सोपवलं गेलं होतं...''

''खरंय देवराज! पण आम्ही मुद्दामहून त्या दानवांना सोडून दिलं असं तर आपल्याला म्हणायचं नाही ना?''

वरुणापाठोपाठ अग्निदेव म्हणाला, ''आपल्या आरमारानं त्या कालकेयांचा खूप पाठलाग केला. मी सतत अग्निवर्षाव करत होतो. पण ते निसटले. उरू राज्याला

उजवी घालून त्यांनी दक्षिणेकडचं पारसिक राज्य ओलांडलं. दक्षिण सागरकिनाऱ्यावर तरंगणारं पारसिकांचं आरमार त्या दानवांना सहज उपलब्ध झालं. ते बळकावून ते दानव पूर्वेकडे मेलुहा देशाकडे गेले - अर्थात भारतवर्षाकडे गेले. आम्ही त्या सागरकिनाऱ्यापर्यंत त्या दानवांचा पाठलाग केला. पण-''

''मला समजत नाही, तुम्ही उरूतून त्यांना पुढे जाऊच कसं दिलंत?''

''देवराज,'' अग्नी सांगू लागला, ''ते दानव दक्षिणेकडे जातील असं मुळीच वाटलं नव्हतं. दक्षिण सागरात आपलं आरमार नव्हतं...''

इंद्राच्या येरझाऱ्या थांबल्या होत्या. तावातावानं तो पुन्हा आपल्या भव्य रत्नखचित सिंहासनावर जाऊन बसला. मग पुन्हा तो कडाडला, ''केवळ वृत्रासुराला मारणं एवढंच माझं उद्दिष्ट नव्हतं; तर संपूर्ण कालकेयांचा संहार मला करायचा होता. पायात घुसलेला काटा पूर्ण काढावा लागतो. अन्यथा त्याचा थोडासा अंशसुद्धा संपूर्ण पाय पोखरू शकतो हे मी तुम्हाला सांगण्याची आवश्यकता नाही.''

इंद्रदेव किती अस्वस्थ झाला होता हे त्याच्या हालचालींवरून समजून येत होतं. तो पुन्हा आपल्या आसनावरून उठला आणि पावलं आपटत गवाक्षापाशी गेला. काही क्षण शून्यात दृष्टी लावून बाहेर बघत राहिला. बाहेर एव्हाना अंधारून आलं होतं. संधिप्रकाश समोरच्या हिमाच्छादित सृष्टिजाताला व्यापून होता. अजूनही देवांची विमानं आकाशातील अंधकाराला शून्य बनवत दूरवर उतरत होती. त्यामुळे दशदिशा कंपित होत होत्या. काळ्याकभिन्न मेघांमधे उल्का चमकावी तसे ते आकाशगामी देवरथ आकाशात चमकत होते. शस्त्रास्त्रं वाहून नेणाऱ्या महारथांवरचे स्वयंप्रकाशित दीपही चमकत होते. अनेकविध आकाराची खड्गं, भयानक शक्ती, भयंकर गदा, दिव्य प्रभाव करणारे प्रास, महातेजस्वी विद्युल्लता, अशनी, वायूस्फोटक आणि इतर स्फोटक पदार्थ विविध गाड्यांमधून शस्त्रागाराकडे नेले जात होते. एकावेळी अनेक गोळे फेकणारी भलीमोठी यंत्रं नियोजित ठिकाणी निघाली होती.

गवाक्षापासून दूर होत इंद्र पुन्हा मागे उभ्या असलेल्या त्या दोन देवांसमोर येऊन उभा राहिला. आपल्या डोईवरचं उंच, रत्नजडित सुवर्ण-शिरस्त्राण काढून त्यानं हातात धरलं. त्याचा काहीसा चिकट झालेला लांबसडक लालसर-काळा केशसंभार मोकळा झाला. त्याची भव्य सरळसोट नासिका, गौरवर्ण त्या दोन्ही देवांच्या दृष्टीत भरला. पण ती गौरकांती आज काहीशी आरक्त होऊन गेली होती.

इंद्र पुन्हा बोलू लागला, ''शस्त्र, अस्त्रं, प्रास, शक्ती यांचे तुम्ही अधिपती म्हणून तुम्ही 'अग्निदेव' हे पद भूषवता...! आणि संपूर्ण आरमार-नौदल तुमच्या अधिपत्याखाली म्हणून तुम्ही 'वरुणदेव!' वायूदलाचे अधिपती ते 'मरुतदेव!' आणि ब्रह्मशिरस अस्त्रं, वज्र इत्यादी अस्त्रांचा मी स्वामी म्हणून इंद्रज! वृत्राचे सर्व बंधारे एकाच वेळी फोडण्याचं काम मी ब्रह्मशिरस अस्त्रानं केलं. त्याचा आणि त्याच्या

पुष्कळ सेनेचा मी विविध अस्त्रांनी संहार केला. आता त्या संहारातून निसटलेल्या दानवांचा पाठलाग करणं तुम्हा तीन अधिपतींचं कार्य होतं. या कार्यात सुसूत्रता का आली नाही? एवढं नियोजन करूनही ते दानव निसटलेच कसे? तुम्ही विचार करा... मला अहवाल द्या! आता मरुतदेवांनाही प्रश्न विचारण्याची वेळ आली आहे...''

इंद्रानं अग्नी आणि वरुण या दोन अधिपती देवांची त्वरित कानउघाडणी केली होती. पण मरुतांशी तो अद्याप काही बोलला नव्हता. गेले काही दिवस त्या दोघांमधे अनेक कारणांवरून दुरावा निर्माण झाला होता. त्यामुळे त्यांच्यावरचा राग आत्ता तो या दोन देवांवर काढत होता.

तो पुढे म्हणाला, ''उरू देशाला उजवी घालून ते दानव सागराकडे पळून गेले. मग आकाशमार्गानं जाऊन त्यांचा संहार नसता का करता आला? अगदी त्यांचं आरमारही नसतं का नष्ट करता आलं? मरुतदेवांनी-''

तो विषय इंद्रानं आवरता घेतला. इंद्राचा सर्वाधिक राग मरुतांवर होता; पण रोष मात्र अग्नी-वरुण या देवांनी ओढवून घेतला होता!

पुन्हा येरझाऱ्या घालत इंद्र पुढे म्हणाला, ''वास्तविक केवढी विशाल योजना आपण आखली होती. त्यासाठी विष्णूदेवांचं आपल्याला केवढं सहाय्य झालं होतं! असुर हे देवांचे शत्रू असल्यामुळेच विष्णूंनी आपल्याला सहाय्य केलं होतं - विनाशर्त!''

इंद्राचं म्हणणं खरंच होतं. पाण्याची समस्या 'सुर्य' देशाप्रमाणेच उरू राज्यालाही भेडसावू लागली होती. त्यातून मार्ग काढण्यासाठी 'सुर्य' आणि 'उरू' या दोन्ही देशांचं शिष्टमंडळ परस्परांना भेटलं होतं. त्यात वृत्राचा प्रश्न कायमचा मिटवण्याचं ठरलं होतं. कोणत्याही सामान्य शस्त्रानं वृत्र नमू शकणार नाही किंवा त्याच्या बंधाऱ्यांना खिंडारं पाडून प्रश्न मिटणार नाही हे ओळखून अस्त्रयोजना करण्याचं त्या दोन देवांच्या शिष्टमंडळानं निश्चित केलं होतं. त्यासाठी दधिची ऋषींचं सहाय्य घेण्याचं ठरलं होतं.

दधिची ऋषी हे विविध सामरिक अस्त्रांचे संशोधक आणि निर्मातेही होते. इंद्रानं मग दधिची ऋषींची स्वत: भेट घेतली होती. त्यांनी इंद्राला अस्त्रं देण्याचं मान्य केलं. पण त्यासाठी पुष्कळ वेळ मागून घेतला होता. इकडे पाण्याचा प्रश्न दिवसेंदिवस उग्र बनत चालला होता. आता फार काळ थांबणं देवांना शक्य नव्हतं; उलट शक्य तितक्या लवकर तो प्रश्न निकालात काढावा लागणार होता. दधिचींनाही त्या प्रश्नाच्या तीव्रतेची कल्पना होती. इंद्रानं दधिची ऋषींना - संशोधकांना - सर्व प्रकारचं सहाय्य देऊ करून अस्त्रनिर्मिती लवकरात लवकर व्हावी अशी गळ घातली.

मग आपल्या सहकाऱ्यांसह रात्रंदिवस संशोधन करून – *हाडाची काडं* करून दधिची ऋषींनी दोन अतिसंहारक अस्त्रांची निर्मिती केली. त्यापैकी एक होतं वज्र आणि दुसरं होतं ब्रह्मशिरस अस्त्र.

अस्त्रनिर्मिती करताना रात्रंदिवस झिजावं लागल्यामुळे दधिची ऋषींच्या प्रकृतीवर विपरीत परिणाम झाला आणि त्यातच त्यांचा अंत झाला.

देवांकडे आता दोन अतिसंहारक अस्त्रं आली होती. त्या अस्त्रांचा वापर करण्यामुळे एका दगडात दोन पक्षी मारले जाणार होते. वृत्रपर्वताचे बंधारे उद्ध्वस्त करून वृत्रासुराला त्याच्या सेनेसह मारणं शक्य होणार होतं. आणि त्यामुळे होणाऱ्या जलप्रलयामुळे देवशत्रू 'असुर्य' देशही जलमय होऊन जाणार होता. अनेक असुर अनायसे मारले जाणार होते. फक्त या मोहिमेसाठी देवांना काही काळ विस्थापित व्हावं लागणार होतं. देवांची अनेक कुटुंब त्यानुसार भारतवर्षातील हिमवान प्रदेशात आणि पाताळाजवळच्या अतिउंच दुर्गम पर्वतरांगांमधे जाऊन राहिली होती. अतिपूर्वे कडच्या काही भूभागात जाऊनही त्यांनी वास्तव्य केलं होतं. वृत्रपर्वतावरचे बंधारे उद्ध्वस्त केल्यानंतर 'सुर्य', 'असुर्य', 'उरू' हे देश जलप्रलयानं प्रभावित होणार होते. पण त्या पलीकडच्या पश्चिमेकडील भागात जल जाणार नव्हतं. तिथे देवांनी भूमिगत नगर उभारलं होतं. देवांचे काही समूह तिथे गुप्तपणे राहणार होते.

एवढी सिद्धता केल्यानंतर उरू देशातून देवांची विमानं वृत्रपर्वताकडे निघाली. पर्वतावरचे सर्वच्या सर्व बंधारे आणि अनेक पुरं – नगरं इंद्रानं आपल्या अस्त्रांनी उद्ध्वस्त केली. त्यामुळे वृत्रानं अडवून धरलेल्या नद्या महाकाय धबधब्याप्रमाणे एकाच वेळी त्या विशाल पर्वतावरून खाली कोसळू लागल्या. घनगंभीर नाद करणाऱ्या त्या नद्यांचे प्रपात एवढे प्रचंड होते की काही घटकांमधेच पर्वताखालची राज्यं जलौघानं गिळंकृत करून टाकली. उरू वगळता इतर राज्यांत हाहाकार उडाला. त्या प्रलयात अगणिक असुर वाहून गेले. देवांच्या इतर विमानांनी मग वृत्रपर्वतावरच्या वृत्रसुराच्या नगरीवर ब्रह्मशिरस अस्त्राचा प्रयोग केला. त्या प्रलयंकारी आक्रमणात वृत्रासुर ठार झाला. त्याचं नगर पूर्णपणे बेचिराख झालं.

इंद्र अजूनही संतापलेलाच होता. ''दधिची ऋषींनी आपल्यासाठी प्राणत्याग केला. विष्णूदेवांचं सहाय्यही मोलाचं होतं. त्यांचं स्मरण ठेवून आपण शत्रूचं संपूर्ण अस्तित्वच नष्ट करायला हवं होतं. नागानं जरी गांडुळाचे गुण दाखवले तरी एक ना एक दिवस तो फणा काढून आपलं खरं रूप दाखवतच असतो.'' इंद्र एका दमात बोलला.

''पण आम्ही प्रयत्न–'' वरुण.

''प्रयत्न या शब्दातच संदिग्धता असते! मला प्रयत्न नको होता... निर्णय हवा होता. लक्षात घ्या, रोगाचं आणि शत्रूचं समूळ उच्चाटनच करायचं असतं – शत्रूला बदलून तरी नाहीतर मारून तरी! शत्रूचा उर्वरित अंशसुद्धा भविष्यात त्रासदायक ठरत असतो हे मी तुम्हाला सांगायला हवं!''

अग्नी समर्थन करू लागला, ''पण आम्ही आणखी काय करायला हवं होतं असं आपल्याला वाटतं?''

''त्याचा विचार तुम्ही करायचा; मी नाही! तुमच्या नियोजनात कुठे अभाव झाला याचा विचार तुम्ही करायचा; मी नाही!''

इंद्र पुन्हा आपल्या आसनावर जाऊन बसला. काही वेळ सिंहासनाच्या व्यालमुद्रांवर तळहात फिरवत राहिला. मग एकदम उजव्या हाताची तर्जनी त्या दोन्ही अधिपती देवांवर रोखून कडाडला– ''तुम्हाला आता देवराज्यात स्थान नाही! 'अग्नी', 'वरुण' ही सामरिक पदं तुम्ही गमावली आहेत! तुम्ही पदभ्रष्ट झाला आहात! माझा तुम्हाला शाप आहे – आज्ञा आहे. तुम्ही 'मर्त्य' लोकात जा – ऋषीय कार्य करा! हीच तुम्हाला शिक्षा आहे.''

ती भयंकर शिक्षा ऐकूनही वरुणदेव शांत राहिला. मात्र अग्निदेव भडकला. तो उच्चस्वरात म्हणाला, ''देवाधिदेव! आपण आमच्यावर अन्याय करताहात! ठीक आहे! आम्हाला ही शिक्षा मान्य आहे. पण एक ना एक दिवस आम्ही शापमुक्त होऊनच दाखवू! त्यावेळी तुम्हाला आमचीच आवश्यकता भासेल! चला वरुणदेव!''

इंद्राला झुकून अभिवादन करून ते दोन देव हताशपणे इंद्राच्या कक्षातून बाहेर पडले. त्याचवेळी इंद्राची आज्ञा त्या कक्षात घुमली होती– ''प्रतिहारी! मित्रावरुणांना घेऊन या! त्वरित!''

ते दोन्ही देव खाली मान घालून बाहेर गेले तेव्हा काही अप्सरा आणि सेविका तिथे उभ्या असलेल्या त्यांना दिसल्या. त्या दोन देवांकडे बघून त्या कुत्सितपणे हसत होत्या. त्यांना सारा प्रकार कळला होता. स्त्रीनं केलेला किंवा स्त्रीसमोर झालेला अपमान हा पुरुषांच्या वर्मी लागत असतो. शरीरावरची क्षती कालांतरानं बरी होते, पण अंत:करणावर उमटलेला व्रण कधी जात नाही!

इंद्रदेवांनी आपल्यावर मोठा अन्याय केला आहे, असा विचार त्या दोघांच्या मनात घोळत असतानाच मृत्युलोकात जाऊन ऋषीय कार्य करण्याच्या शिक्षेनं त्यांचं मन व्याकुळ होऊन गेलं. कारण 'मर्त्य' लोकात जाणं ही मोठी भयंकर शिक्षा होती. जिथे जीवनाला किंमत नाही तो मृत्युलोक – अर्थात भारतवर्षातली घनदाट अरण्यं! वैदिक आर्यांच्या संस्कृती–प्रस्थापन कार्यामुळे भारतवर्षातील उत्तरेकडचा भाग सुधारला होता. हा मोठा प्रांत 'आर्यावर्त' म्हणून ओळखला जाऊ लागला होता. परंतु; आर्यावर्ताच्या खाली दक्षिण महासागरापर्यंत पसरलेल्या विशाल भागात पर्वतांनी वेढलेली घनदाट अरण्यं होती. तिथे गेलेल्या असंख्य ऋषींना नरमांसभक्षकांनी ठार मारलं होतं. जिकडे तिकडे ऋषींच्या हाडांचे ढिगारे साठले होते. वैदिक ऋषींसाठी हा मोठा प्रदेश म्हणजे *मर्त्यलोक* – अर्थात मृत्यूला जवळ करण्याचं ठिकाण बनलं होतं. अशा ठिकाणी जाऊन ऋषीय कार्य करायचं म्हणजे घोर शिक्षा होती.

एवढा प्रदीर्घ पूर्वेतिहास जसाच्या तसा सांगून मांदार्य काही काळ थांबले. सर्व आश्रमीय जनांवरून त्यांनी दृष्टी फिरवली. सारेजण त्यांच्या कथनात रंगून गेले होते.

मांदार्य पुढे म्हणाले, ''देव'पद जाणं हा देवांच्या राज्यात मृत्यू ठरतो. ज्या देवाचा असा 'मृत्यू' होतो तो देवसमूहात राहण्यासाठी पात्र ठरत नाही. त्याला ती भूमी सोडावीच लागते. शिक्षा दिलेल्या भूमीत स्थलांतर करावंच लागतं. देवांच्या राज्यातला हा कडक नियम आहे. त्यामुळे अग्निदेव आणि वरुणदेव या दोन देवांची 'देव' म्हणून असलेली ओळख देवराज्यासाठी संपुष्टात आली. ते 'मनुष्य' झाले. हिमवान प्रदेशातून ते ऐन पंचविशीतच या भारतवर्षात आले...'

मग सर्वांकडे प्रेमभरल्या दृष्टीनं बघत मांदार्यांनी गूढ उकललं, 'आश्रमीय जनहो, या भारतवर्षात आलेला वरुणदेव म्हणजे वसिष्ठाश्रमाचे सध्याचे कुलपती वसिष्ठ ऋषी आणि अग्निदेव म्हणजेच मी– मांदार्य!

■

११

सिद्धी–असिद्धी आणि तप:सिद्धी

सिद्धी या परमेश्वराकडे जाणाऱ्या मार्गातील सापळे असतात. त्याचप्रमाणे त्या परमेश्वराच्या प्रेमाचे पुरावेही असतात. सिद्धी न वापरणाऱ्या सिद्धाला परमेश्वराचं प्रेम सतत मिळत राहतं – त्याचा साक्षात् अनुभव मिळत राहतो. पण स्वार्थासाठी सिद्धी वापरल्या तर मग सिद्ध नावापुरता 'सिद्ध' राहतो – सिद्धी त्याला सोडून गेलेल्या असतात.

मांदार्य नित्याप्रमाणे ध्यान लावून बसले होते. पण काही केल्या आज ध्यान लागत नव्हतं. त्या रात्रीचे ते सारे प्रसंग त्यांना आठवत होते. कालकेय दानवांच्या अनुषंगानं प्रथमच त्यांनी त्या रात्री स्वत:चं 'देव'स्वरूप सर्वांपुढे उघड केलं होतं. त्यामुळे साऱ्या आश्रमीयांना सुखद धक्का बसला होता. पण त्यानंतर मांदार्यांनी त्या सर्वांना पश्चिम सागरकिनाऱ्यावर कुणी जायचं, केव्हा जायचं आणि निर्णायक युद्धात देवांना कशाप्रकारे सहाय्य करायचं याचं नियोजन समजावलं होतं.

इतकी वर्षं मनात धरून ठेवलेला - कुणाहीपुढे कधीही न उलगडलेला तो इतिहास उघड केल्यानंतर त्यांच्या मनावरचा भार कमी झाला होता. त्यांना निश्चित झोप लागणं आता शक्य होतं. तथापि, आज त्यांना झोप लागत नव्हती. मनावरचा भार जरी उतरला असला तरी देवराज्यात घडलेले प्रसंग त्यांना एकसारखे आठवत होते. आश्रमीय जनांपुढे त्यांनी आपलं मनोगत मांडलं होतं. ते मनोगत त्यांना पुन्हा पुन्हा आठवत होतं. त्यातून बाहेर पडण्यासाठी त्यांनी ध्यान लावण्याचं ठरवलं. तरीही त्यांचं मन त्या मनोगतातच अडकलेलं होतं.

''अग्निदेव' म्हणजेच मी - मांदार्य!' असं स्व-स्वरूप उघड केल्यानंतर ते सर्वांना उद्देशून म्हणाले होते, 'देवराज्यात मी सुखात होतो. माझा पदभार रीतसर सांभाळत होतो. सारी सुखं तिथे होती. पण त्या सुखातही तोच तो पणा आला होता. कोणताही बदल नव्हता. भौतिक सुखसोयींमधे मनाला कायमची तृप्ती कधीच मिळत नाही. त्यामुळे नवीन नवीन शारीरिक उपभोग घेण्यासाठी मन तळमळतं. याउलट विकसित जीवनाला भौतिक सुखसोयींची कमीत कमी आवश्यकता असते. व्यक्तीचा आंतरिक विकास हा भौतिक सुखसोयींनी होत नसून संघर्षानंच होत असतो. सुखोपभोग सहज मिळत असतील आणि समोर कोणतंही आव्हानच नसेल तर जीवनही निरस बनून जातं.

'असुरांशी देवांचा सामुदायिक संघर्ष सुरू होता. पण व्यक्तिगत जीवनात फारशी आव्हानं नव्हती. अशा वेळी इंद्रदेवानं मला आणि वरुणाला दिलेली शिक्षा हा म्हणजे आमच्यावर 'अनुग्रह'च होता. पण त्यावेळी आम्हाला तो मोठा अपमान

वाटला होता. इंद्रसभेत तेव्हा काही स्त्रीसेविका होत्या. त्याच्या कक्षाबाहेरही काही अप्सरा होत्या. त्यांच्यासमोर इंद्रदेवानं आम्हाला दूषणं दिली होती - देवराज्यातून शाप देऊन हकालपट्टी केली होती. स्त्रीनं केलेला अथवा स्त्रीसमोर झालेला अपमान पुरुषाला अधिक झोंबतो. संतापानं मी थरथर कापत होतो. मनाची तडफड होत होती. आमचा निर्णय योग्यच होता असं एकसारखं वाटत होतं. इंद्रदेव आमच्यावर विनाकारण अन्याय करतो आहे असंही वाटत होतं.

'पण आज समजतं, आमचा तो अपसमज होता. काळ उलटला की आपल्या पूर्वीच्या चुका उमजतात. गरज असते ती भावीकालात तशी चूक पुन्हा न करण्याची! आज मी आणि वसिष्ठांनी जाणीवपूर्वक स्वत:ला विकसित केलं आहे - करीत आहोत. मन शांत आणि प्रगल्भ झालं म्हणजे आपल्याला पूर्वी केलेल्या चुका-अपराध उमजतात. नातेसंबंधातले ताणतणाव असेच छोट्या छोट्या चुकांमधून, गैरसमजेतून आणि अहंमन्यतेतून उद्‌भवत असतात. अहंकारातून व्यक्ती दुसऱ्याला दुखावते - तिची चेष्टा करते. त्यामुळे दुखावलेल्या व्यक्तीच्या मनावर ओरखडे उमटतात. त्यातून मनात गाठी तयार होतात. मग अशी व्यक्ती प्रतिशोध घेण्यासाठी सज्ज होते.

'पण तो मार्ग योग्य नसतो. इंद्रदेवानं मला दुखावल्यानंतर आम्ही या भारतवर्षात आलो. मित्रावरुणांनी आमचं पितृत्व स्वीकारलं आणि 'ऊर्वशी'नं मातृत्व! आम्ही 'देव' राहिलो नव्हतो. पूर्वीचे सारे पाश तुटले होते. एखाद्या आश्रमात राहून वेदाभ्यास आणि ऋषीय कार्य करण्यासाठी आम्हाला स्वत:ची ओळख सांगावी लागणार होती. मातापित्याची नावं सांगावी लागणार होती. ऊर्वशी माता आणि मित्रावरुण पिता यांचं ते कवच आम्हाला लाभलं. आश्रमीय जीवनात आम्ही झाल्या गोष्टींचा साकल्यानं विचार करायला लागलो. विचार करता करता आम्ही या निर्णयाप्रत आलो की, त्या त्या वेळचा अपमान व्यक्तीनं मुकाट्यानं सहन करायचा असतो. काळ अनुकूल असेल तर मातीचं सोनं होतं; पण तो अनुकूल नसेल तर सोन्याचीही माती होते! प्रतिकूल काळावर मात करून व्यक्तीनं हळूहळू स्वत:ला कर्तृत्वानं सिद्ध करायचं असतं. स्वत:ला सिद्ध करीत असताना व्यक्तीच्या अंतरंगात 'अस्मिते'चा उदय होत असतो. त्यासाठी दु:खावर विचारांचीच फुंकर घालायची असते. स्वत:ला सिद्ध करण्यातूनच चेष्टेखोरांना किंवा ज्यांनी आपला अपमान केला आहे त्यांना उत्तरं दिली जात असतात. आपल्याला नाउमेद करणाऱ्या व्यक्ती आपल्या विकासासाठीच जीवनात आलेल्या असतात, हा दृष्टिकोन जर स्वीकारला तर व्यक्ती अशा आव्हानांवर सहज मात करून पुढे जाते. अशातऱ्हेनं संकटाचं संधीत रूपांतर करण्यातच खरा पुरुषार्थ असतो.

'देवराज्यात मी राह्यलो असतो तर आज मी जे ज्ञान मिळवलं ते निश्चितच मिळालं नसतं. सुखोपभोगात आणि मौजमजेत मानवी जीवनाचा खरा हेतू मुळीच

ध्यानात आला नसता. ज्ञानमार्गावर मुळीच वाटचाल झाली नसती. हातून तप घडलं नसतं. त्याचबरोबर संस्कृतीपासून वंचित असलेला, रानावनात राहणारा मनुष्य कसा जगतो हेही अनुभवायला मिळालं नसतं. मनुष्याच्या सर्वांगीण उन्नतीसाठी ऋषिविचाराची किती नितांत आवश्यकता आहे हेही कळलं नसतं... मग इंद्रदेवांनी 'शाप' देऊन आम्हाला इथे पाठवलं ते आमच्यावर अपकार केले का उपकार?'

आपलं मंतव्य मांदार्यांना पुन्हा आठवत होतं. आपल्या बोलण्याची पुन्हा मनात उजळणी केल्यानंतर ते शांत झाले. मनातला विचारांचा खळखळाट शमला. त्यांचं चित्त एकाग्र होऊ लागलं. त्यांनी त्वरित दीपदानामधला दीप विझवला. काही वेळातच अंतर्यामीचं तेज त्यांच्या मनश्चक्षूंसमोर प्रज्ज्वलित होऊ लागलं!

आश्रमात गस्त घालणं आता अनिवार्य ठरलं होतं. पश्चिमेकडच्या आणि उत्तरेकडच्या विविध आश्रमांमधे कालकेय दानवांनी अनेकदा धुडगूस घातला होता. अनेक ब्राह्मणांना, मुनींना, तपस्वींना प्राणाला मुकावं लागलं होतं. काशीराज्य ओलांडून जरी ते दानव येऊ शकणार नव्हते तरी सावधगिरी बाळगायलाच हवी होती. पाच-पाच स्नातकांचा गट प्रतिरात्री आश्रम परिसरात गस्त घालत असे.

त्या रात्री अंबरीश, सुकेतू यांच्यासह अक्षय, प्रगाथा आणि शंख या मांदार्यांच्या तिघा पट्टशिष्यांवर गस्तीचं दायित्व होतं. संपूर्ण आश्रम परिसरात फिरून झाल्यावर ते पाचही जण मांदार्यांच्या कुटीबाहेर काही वेळ निस्तब्ध बसत. आपल्या गुरूची - आचार्यांची त्यांना विशेष काळजी वाटत असे. त्यांच्या मुखातून तो सारा मती कुंठित करणारा इतिहास ऐकल्यानंतर तर सारे स्नातक-विद्यार्थी मांदार्यांची विशेष काळजी घ्यायला लागले होते. अर्थात मांदार्यांना कुणाचीही भीडभाड नव्हती. तरीपण त्यांच्या शिष्यांना त्यांच्या प्राणांची चिंता वाटायची.

एव्हाना मध्यरात्र उलटून गेली होती. सारा आश्रमपरिसर शांतदान्त होऊन गेला होता. ते पाचही स्नातक पुन्हा गस्त घालण्यासाठी निघाले. अंबरीश, सुकेतू आणि प्रगाथा थोडं अंतर चालून गेले. अक्षय आणि शंख मागोमाग निघाले. सावधगिरीच्या हेतूनं अक्षयनं सहजगत्या मांदार्यांच्या कुटिराकडे दृष्टिक्षेप टाकला - आणि तो कुटिराच्या द्वाराकडे बघतच राहिला. वेळूपासून बनवलेल्या त्या द्वाराखालून फिकट निळसर प्रकाश पाझरलेला त्याला दिसला.

अक्षयनं काहीही न बोलता शंखाच्या खांद्याला धरून त्याला थांबवलं. न बोलण्याविषयी खूण केली. अंबरीश, सुकेतू आणि प्रगाथा बरेच दूर गेले होते. अक्षयनं शंखाचं लक्ष कुटिराच्या द्वाराकडे वेधलं. त्या द्वारातून पाझरलेला प्रकाश पाहून तोही थक्क झाला.

‘दीपदानामधला प्रकाश पिवळसर असतो. मग हा निळसर शुभ्र प्रकाश कशाचा? आचार्य ठीक तर आहेत?’

दोघांनी परस्परांकडे प्रश्नार्थक मुद्रेनं बघितलं. मग दोघेही हलकी पावलं टाकत कुटिरापाशी गेले. कुडाच्या भिंतीच्या फटीतून त्यांनी आत बघितलं. आतलं दृश्य पाहून मात्र ते पराकोटीचे चकित होऊन गेले. मांदार्य ध्यानस्थ बसले होते. पण ते भूमीपासून चार अंगुळं वर उचलले गेले होते. त्यांच्या सभोवती विशेषत: मस्तकाच्या मागे अतिशय पवित्र, सुंदर असा फिकट निळसर-शुभ्र प्रकाश पसरला होता. त्यांच्या मुद्रेवर दिव्य प्रभा पसरली होती. ब्रह्मानंदात ते डुंबत असावेत असंच त्या दोघा शिष्यांना वाटून गेलं. दिव्य, पारलौकिक तरंगांनी ती कुटी प्रभारित झाली होती. इतर कुणालाही ते तरंग, ते दिव्यत्व सहन होण्यासारखं नव्हतं.

त्या दोघा शिष्यांना तिथे थांबणं अशक्य होऊन गेलं. त्यांचे शब्द खुंटले. मौनातूनच परस्परांच्या भावना परस्परांना समजल्या. त्या दिव्य अनुभवाविषयी कुणाशीही न बोलण्याचा त्यांनी मनोमन निर्धार केला - त्यांचे गुरू सोडून!

दुसऱ्या दिवशी संध्यासमयी मांदार्यांनी अक्षय आणि शंख या आपल्या दोघा शिष्यांना मुद्दाम बोलावून घेतलं होतं. त्या दिवशी एकादशी होती. स्नातकगण ब्राह्मणवर्गासह जवळच्या वस्तीमधे जाऊन आला होता. विचारांचं आदानप्रदान झालं होतं. वस्तीतल्या लोकांसमवेत आश्रमीय जनांनी फलाहार केला होता. संपूर्ण दिवस भगवद्‌कार्यात व्यतीत केल्यानंतर आश्रमीय जन संध्यासमयी परतले होते. एकादशी असल्यामुळे रात्रीचं भोजन नव्हतं. अग्निहोत्र आणि सायंप्रार्थना झाल्यानंतर सारेजण विश्रांतीसाठी आपापल्या कुटिरांकडे गेले होते.

सर्वत्र सामसूम झाल्यानंतर मांदार्यांनी अक्षय आणि शंखाला हाक मारून बोलावून घेतलं होतं. मांदार्यांसमोरच्या दर्भासनावर दोघेही स्थानापन्न झाले. परमादरानं ते आपल्या गुरूकडे पहात राहिले. आदल्या रात्रीचा अनुभव अद्याप त्यांच्या मनातून दूर झाला नव्हता - कधीच दूर होणार नव्हता.

‘‘काल मध्यरात्री तुम्ही दोघं इथे आला होता - होय ना?’’

दोघांनी थक्क होऊन मान डोलावली.

‘‘दिव्यत्वाचं तुम्हाला अवचित दर्शन घडलं!’’

पुन्हा होकारार्थी माना हलल्या.

‘‘आता तुमच्यापासून काय लपवून ठेवायचं? तुम्ही साक्षात् अनुभव घेतलात! मी शिवस्वरूप होऊन गेलो होतो. जेव्हा मी भानावर आलो तेव्हा तुम्ही दोघं येऊन गेल्याचं मला ज्ञान झालं... म्हणूनच तुम्हाला बोलावून घेतलं!’’

आता अक्षयनं तोंड उघडलं, ''आचार्य, आपण सिद्ध आहात हे मी ओळखलं होतं...''

''केव्हा?''

''मागे आपण पूर्वेकडच्या अरण्यात जेव्हा पहिला यज्ञ केला होता तेव्हा! आपण त्या विद्ध झालेल्या रानटी युवकांना राहुटीत नेऊन त्वरित बरं केलं होतं – आठवतं शंखा?''

''मी कसा विसरेन?''

''आणि काल तर आम्ही साक्षात् दिव्य अनुभव घेतला!''

मांदार्य सौम्यपणे हसत होते.

शंखानं तेव्हा तात्विक प्रश्न उपस्थित केला– ''आचार्य, आपण पूर्वाश्रमीचे देव आहात हे आता सर्वांना कळून चुकलं आहे. म्हणून आपल्याला या सिद्धी अवगत आहेत ना?''

''नाही! सिद्ध होणं ही गोष्ट देवदुर्लभ आहे...!''

शंखानं मोठ्या विनयानं विचारलं, ''आचार्य, मी नेहमी आपल्याला प्रश्न विचारून भंडावून सोडतो. तरीही आपण क्रोधित होत नाही. पण आज अतिशय नम्रपणे विचारतो... या सिद्धी आपल्याला कशा प्राप्त झाल्या?''

त्याला दुजोरा देत अक्षय म्हणाला, ''त्या गूढ गोष्टी आम्हाला जाणून घ्यायला आवडेल आचार्य! आमच्यावर अनुग्रह करा!''

पाठोपाठ शंखानं पुस्ती जोडली, ''मुलाचा आईकडे हट्ट आहे असं समजावं आचार्य!''

मांदार्य हसून उत्तरले, ''अरे, गूढ गोष्टींवर तुमच्यासारख्या *बुद्धिवादी* तरुणांचा सहसा विश्वास बसत नाही... पण काल रात्री तुम्ही प्रत्यक्ष अनुभव घेतल्यामुळे तुमचा विश्वास बसला... बरोबर ना? ठीक आहे, मी सांगतो त्याविषयी; पण इतरांशी याविषयी मुळीच बोलायचं नाही!''

''आम्ही तसं वचन देतो, आचार्य...''

मंद स्मित करीत मांदार्यांनी दीर्घ श्वास घेतला. मग सिद्धींसंदर्भातली पूर्वपीठिका त्यांनी थोडक्यात विशद करून सांगितली –

पूर्वी वसिष्ठाश्रम सोडून मांदार्य वैदिक संस्कृती प्रस्थापनेचं कार्य करीत जेव्हा हिमवान प्रदेशाकडे निघाले तेव्हा त्यांना आपल्या तपाला साधनेची जोड देण्याची नितांत आवश्यकता वाटू लागली. साधनेशिवाय केलेलं तप हे भाजलेल्या बीजाप्रमाणे असतं. त्यातून अंकुर फुटू शकत नाही. त्याचप्रमाणे तपाशिवाय केलेली साधनाही फलद्रूप होऊ शकत नाही. दोन्हींचा मेळ साधावाच लागतो. तेच तर निष्काम कर्मयोगाचं रहस्य असतं. म्हणूनच मांदार्य साधनेसाठी गंगोत्रीला गेले. तिथे

त्यांनी एक कुटी उभारली. मिळतील ती कंदमुळं खाऊन किंवा फलाहार करून ते एकभुक्त राहू लागले. थंडीवाऱ्यापासून संरक्षण व्हावं या हेतूनं त्यांनी अनेक यौगिक क्रिया तिथल्या योग्यांकडून आत्मसात केल्या. उरलेला अधिकाधिक वेळ ते ध्यानधारणेत व्यतीत करू लागले. त्यांच्या साधनेची गती इतर कुणाहीपेक्षा अधिक होती. पर्यायानं अल्पकाळातच त्यांना फलप्राप्ती झाली. भगवान महादेव प्रसन्न झाले. त्यांच्याकडून मांदार्यांना अनेक सिद्धी प्राप्त झाल्या. अनेक अलौकिक विद्या आणि गूढ तंत्रंही त्यांना मिळाली.

"मुलांनो, अंतिमा, लघिमा, गरिमा, प्राकाम्य आदी अनेक सिद्धी मला अनायसे प्राप्त झाल्या. अर्थात, मला त्यांचा उपयोग नव्हता. मला तर कशाचीच आवश्यकता नाही–" मांदार्य म्हणाले.

"पण या सिद्धी वापरून आपण हवं ते परिवर्तन घडवून आणू शकतो की आचार्य! नाही का रे अक्षय?" अक्षयनं होकारार्थी मान हलवली.

"शंखा, इथेच सिद्ध फसण्याची शक्यता अधिक असते. सिद्धींच्या प्रदर्शनात योगी अडकला की त्याच्या सिद्धींना कसर लागते. आत्यंतिक आवश्यकता भासली तरच सिद्धींचा वापर करायचा असतो; अन्यथा नाही. सिद्धी या परमेश्वराकडे जाणाऱ्या मार्गातील सापळे असतात. त्याचप्रमाणे त्या परमेश्वराच्या प्रेमाचे पुरावेही असतात. सिद्धी न वापरणाऱ्या सिद्धाला परमेश्वराचं प्रेम सतत मिळत राहतं – त्याचा साक्षात् अनुभव मिळत राहतो. पण स्वार्थासाठी सिद्धी वापरल्या तर सिद्धाच्या ठिकाणी असणारी सिद्धींची धारणाशक्तीही कमी होत जाते. तिला कसर लागते. परमेश्वराचं प्रेम अनुभवबाह्य होऊ लागतं. मग सिद्ध नावापुरता 'सिद्ध' राहतो – सिद्धी त्याला सोडून गेलेल्या असतात."

क्षणभर थांबून मांदार्यांनी सिद्धींमधला आणखी धोकाही विशद करून सांगितला, "दुसऱ्यावर वर्चस्व प्रस्थापित करण्यासाठी आणि स्वार्थासाठी जर सिद्धींचा वापर केला तर असा सिद्ध महापातकाचाही धनी होऊ शकतो. त्याचा आत्मिक उत्कर्ष तर सोडाच; तो निम्न स्तरावर सुद्धा जातो – गर्तेत जातो. म्हणून सिद्धींचा वापर कधीही करायचा नसतो–"

"मग त्या अरण्यवासी युवकांना आपण बरं केलंत..."

"त्यावेळची परिस्थिती वेगळी होती. त्या अरण्यवासी तरुणांना मी स्वार्थापोटी नाही; तर संस्कृती-प्रस्थापन कार्याचा भाग म्हणून बरं केलं. अन्यथा आपल्याविषयी त्यांच्यामधे वैरभाव निर्माण झाला असता. तेढ वाढत गेली असती. तिथे पुन्हा यज्ञ करणं अशक्य होऊन गेलं असतं. परमेश्वरी कार्यात त्यामुळे विक्षेप आला असता..."

शंखानं आणखी खोलात जायचं ठरवलं. त्यानं विचारलं, "कशा आणि किती प्रकारच्या सिद्धी असतात, आचार्य?"

''कशाला एवढं जाणून घ्यायचंच शंखा? सामान्यत: व्यक्तीला जे दिसतं, ऐकू येतं, इंद्रियांना जाणवतं त्याच गोष्टींवर तिचा विश्वास बसतो. जे अनुभवाला येत नाही त्यावर चटकन् विश्वास बसणं कठीण असतं. मला वाटतं, तुम्ही भगवद्कार्य करीत रहा... साधना करीत रहा... तुम्हाला आपोआप अनुभव मिळत जातील. आत्ताच कशाला सारं जाणून घ्यायचं?''

''आचार्य, आमचा पूर्ण विश्वास आहे-'' शंख पुन्हा आपली भूमिका मांडू लागला, ''या विश्वात अनेक अतर्क्य गोष्टी आहेत हे आम्हीही जाणून आहोत. विश्वास-अविश्वासाचा प्रश्नच नाही. आम्हाला केवळ सिद्धींचं स्वरूप जाणून घेण्यात रस आहे - अनुभव ही फार पुढची गोष्ट!''

''ऐका तर मग... पण एखाद्या चमत्कारिक, अतिरंजित कथेप्रमाणे हे तुम्हाला वाटेल. पण हे तितकंच सत्य आहे... सिद्ध केवळ हस्तस्पर्शानं एखाद्या रोग्याला बरं करू शकतो. किंबहुना सिद्धाच्या केवळ सान्निध्यानं किंवा दृष्टिक्षेपानंही एखाद्या व्यक्तीचा विकास होतो. सिद्धाच्या संपर्कात येणाऱ्या व्यक्तीच्या कर्माची नको ती पुटं गळून पडतात. सिद्धाच्या स्पर्शानं सुद्धा एखाद्याच्या जीवनात क्रांती होते! अर्थात जीवन-विचारात परिवर्तन घडून येतं.

''सिद्ध पाण्यावरून चालत जाऊ शकतो. एकाच वेळी दोन ठिकाणी उपस्थित राहू शकतो. दूरचं जाणू शकतो - पाहू शकतो. आकाशगमन करू शकतो. दीर्घकाल जिवंत राहू शकतो. आपल्या प्राणांचं संक्रमण दुसऱ्या शरीरात करू शकतो. मृत व्यक्तीला-प्राण्याला जिवंत करू शकतो. नगरामधे फिरून एखादा जादूगार हातचलाखी आणि नजरबंदी करून प्रेक्षकांना थक्क करतो. पण सिद्धी म्हणजे नजरबंदी नाही किंवा हातचलाखी नसते. त्यामागे एक शास्त्र आहे. विद्या आहे.

''प्रत्येक शरीरांतर्भूत ती विद्या प्राप्त करण्याची व्यक्त-अव्यक्त साधनं देवानं देऊनच ठेवली आहेत. पृथ्वीवर पाठवलेल्या आपल्या अंशाला आपल्याशी संपर्क ठेवता यावा म्हणून देवांनी ही अद्‌भुत यंत्रणा प्रत्येक व्यक्तीमधे अंतर्भूत केली आहे. एवढंच नाही तर नवीन जन्मणाऱ्या जीवामधेही ती यंत्रणा आपोआप कार्यरत होईल अशी व्यवस्था केली आहे. ही देवांची सर्वस्वी अतर्क्य अशी यंत्रणा आहे.

''पण काळ जसा उलटला तसा व्यक्तीला अंगभूत शक्तींचा विसर पडत चालला. दृश्य विश्वात मनुष्य इतका रमतो की स्वत:मधे असलेल्या अव्यक्त सिद्धींचा त्याला विसर पडतो. इंद्रियं व्यक्तीला बाह्य विषयांकडे खेचून नेतात आणि तिथेच व्यक्तीची फसगत होते!''

यावेळी अक्षयनं प्रश्न केला, ''सिद्धी जाणण्यासाठी, मिळवण्यासाठी कशाप्रकारे साधना करायची आचार्य?''

''तुम्ही जे यज्ञीय कार्य करताहात तेच अध्यात्म आहे. ते करता करता आपोआप तुम्ही प्रदीर्घ साधनेला लागाल...''

''ते खरं, पण साधनेचा प्रारंभ तरी सांगा ना आचार्य!''

''प्रगाथा, सिद्धी मिळवण्यासाठी मुळीच साधना करायची नसते - साधना ही परमेश्वराचं प्रेम ओळखण्यासाठीच करायची असते; ही गोष्ट प्रथम ध्यानात घ्या... सर्वात महत्त्वाचं म्हणजे मला तुम्ही योगी किंवा सिद्ध होणं मुळीच अपेक्षित नाही. कारण त्यात स्वार्थपरायणता असू शकते. तुम्हाला 'भक्त' व्हायचं आहे. ईश्वरी विचारांशी सतत जोडलेलं असणं म्हणजे भक्ती! ईश्वराचं प्रेम संपादन करण्यासाठी तुम्ही 'तपस्वी' होणं मला अभिप्रेत आहे. ज्यांच्यापर्यंत संस्कृतीचे विचार पोचलेले नाहीत, जे अत्यंत हीन, प्राणशून्य जीवन जगत आहेत त्यांच्यापर्यंत तुम्हाला ऋषिविचार न्यायचे आहेत. ते महान तप आहे. तप हे ऋषींनी विचारपूर्वक उचललेलं दुःख असतं. सामान्य व्यक्ती दिखाऊ गोष्टींवर प्रेम करते. परमेश्वर तपावर सर्वाधिक प्रेम करतो! म्हणून तुम्ही तपस्वी होणंच अगत्याचं आहे! सिद्धी आपोआप तुमच्याकडे चालून येतील...

''अर्थात तपासाठी चित्त एकाग्र करणं हेही तितकंच महत्त्वाचं असतं. दोन्हींचा मेळ साधला गेला पहिजे. त्यासाठी मिटलेल्या नेत्रांसमोर परमात्म्याचं सगुण रूप आणावं लागतं. त्या रूपाला जिवंत करावं लागतं आणि ती क्रिया साधण्यासाठी मन, बुद्धी आणि आत्मतत्त्व यांचं समत्व आणावं लागतं. म्हणजे बुद्धीनं मूर्तिवरचं ध्यान उचलायचं आणि दृष्टी त्या मूर्तिवरच स्थिर करायची. त्यासाठी परमेश्वराच्या साकार मूर्तीला अस्थिर करायचं आणि मन मात्र त्या 'अस्थिरा'त स्थिर करायचं... ही क्रिया कठीण आहे. पण सरावानं साधू शकते. अशाप्रकारे चित्त स्थिर करू शकलो तर हळूहळू पुढचा मार्ग आपोआप प्रकाशित होऊ लागतो...

''मुलांनो, अवकाश म्हणजे एक पोकळी आहे. त्यात अब्जावधी आकाशगंगा आहेत. आकाशगंगांची जशी जडणघडण आहे, त्यांमधे जसे आणि ज्या अंतरावर तारकासमूह आहेत तसेच आणि त्याच आकारात आपल्या मेंदूतल्या अवकाशातील पोकळीत छोट्या स्वरूपात तारकांच्या रचनेप्रमाणेच पेशी आहेत. केवळ बुद्धीनं विश्वाकडे पाह्यचं झाल्यास आपल्याला हे साम्य समजू शकतं - *पिंडी ते ब्रह्मांडी!* परंतु; परमेश्वर त्या पलीकडे आहे. त्याचं ध्यान करणं शक्य नाही. कारण मेंदू संदर्भानंच ज्ञान मिळवतो. आपण साऱ्या क्रिया करतो; पण आपल्या नेत्रांनी स्वतःला पाहू शकत नाही! अशा वेळी परमेश्वराला मूर्तीतच पहावं लागतं. तरच ध्यान सिद्ध होऊ शकतं. भगवान महादेवाचं ध्यान मी असं करतो.''

क्षणभर त्यांचे नेत्र आपोआप मिटले गेले.

दोघे शिष्य शांत बसून राहिले.

त्यांनी जेव्हा नेत्र उघडले तेव्हा शंखानं कालकेय दानवांचा विषय काढला, ''आचार्य, कालकेय दानवांचा संहार करण्यासाठी देवांना आपली आवश्यकता का भासावी! आपल्याकडे सिद्धी आहेत म्हणून का?''

''खरंच आचार्य!'' अक्षयनं लगेच विचारलं, ''देवांकडे अनेक शस्त्रं आहेत, अस्त्रं आहेत... त्यांचं तंत्रज्ञान प्रगत आहे. मग ते का नाही त्या दानवांना मारू शकत?''

''याला कारण आहे मुलांनो! देवांकडे सूर्यप्रेरित आकाशगामी विमानं आहेत. आकाश आणि महासागर या दोन्ही ठिकाणी वेगानं मार्गक्रमण करणाऱ्या स्वयंचलित पंखयुक्त नौका आहेत. समोरासमोर होणाऱ्या युद्धात देव त्यांची अशी सामरिक शक्ती सहज वापरू शकतात. शत्रूचा पूर्ण संहार करू शकतात. पण जे शत्रू दिवसा सागरात अथवा आसपासच्या अरण्यात लपून-छपून राहतात त्यांना शोधून मारणं सहज शक्य होत नाही - मग कितीही शस्त्र सज्जता असो.''

''मग आपण सिद्धींच्या-''

''सिद्धींचा वापर मर्यादित असेल शंखा...! शत्रूला सागरात एकत्रित आणण्यासाठी! पण खरा परिणाम 'तप:सिद्धी'चा असणार आहे...!''

''म्हणजे? सिद्धी आणि तप:सिद्धींमधला भेद नाही समजला आचार्य!'' अक्षयनं म्हटलं.

''तप:सिद्धी तुम्हाला प्रत्यक्ष युद्धभूमीवरच प्रत्ययास येईल... नुसत्या सिद्धीविषयी म्हणत असाल तर ही चुणूक पहा-''

मांदार्यांनी नेत्र मिटले. दुसऱ्याच क्षणी ते सांगू लागले- ''देवसेना हिमवान प्रदेशातून निघाली आहे... काशीराजाचं सैन्यही पश्चिम सागरतटाच्या दिशेनं निघण्याच्या सिद्धतेत आहे. पुरू आणि अयोध्या इथली सैन्यपथकं सज्ज आहेत. ज्या ज्या आश्रमांकडे मी आपले स्नातक पाठवले आहेत ते त्या त्या आश्रमात पोचले आहेत. दोन दिवसांतच मी दिलेला गुप्त निरोप घेऊन असंख्य ब्राह्मण-तपस्वी पश्चिम सागरतटाकडे जाण्यासाठी प्रस्थान ठेवतील. काशी राज्यातून परतताना मी राजाचेच काही दूत आपल्या ब्राह्मणांसह पश्चिम-सागरतटाकडे पाठवले होते. त्यांना एक नियोजन दिलं होतं. उद्या दुपारपर्यंत ते तिथे पोचतील. त्यांनी मध्यभारत केव्हाच ओलांडला आहे... आणि कालकेय दानव पश्चिम सागरामधे आपल्या मोठ्या आरमारावर एकत्र झाले आहेत...''

मांदार्यांनी नेत्र उघडले. हसून त्या दोघांकडे बघितलं.

ते दोघं आपल्या गुरूकडे स्तंभित होऊन पहात राहिले होते.

त्यांना भानावर आणत मांदार्य म्हणाले, ''त्रयोदशीच्या शुभमुहूर्तावर आपल्यालाही प्रस्थान ठेवायचं आहे. देवसेना तिथे पोचण्याच्या आत आपल्याला

सागरतट गाठायचा आहे. आपल्याला तिकडे घेऊन जाण्यासाठी काशीराज्यातून एक वेगवान रथ उद्या प्रात:काली निघत आहे!''

आदल्या रात्रीपासूनच त्या दोघांनी त्यांच्या आचार्यांच्या सिद्धींची चुणूक बघितली होती - अनुभवली होती.

पश्चिम सागरतटावरची तप:सिद्धीही त्यांना लवकरच अनुभवायला मिळणार होती!

■

१२

समुद्र'प्राशन'

सहस्रावधी नावांमधे देवांची सेना विभागून बसली. मांदार्यांच्या एकविचारी सागरजनांच्या नौकाही सज्ज झाल्या. मांदार्यांनी इंद्राला दक्षिण–पश्चिम दिशेकडे जाण्याविषयी सूचना दिली. मग ते सागरव्यापी प्रचंड आरमार ती दिशा धरून निघालं. आकाशातून पाहिलं असतं तर मांदार्यरूपी विराट पुरुष सागराला लघु बनवत चाललेला दिसला असता!

अजूनही मांदार्य सागराकडे दृष्टी लावून बसले होते. मनात उठलेलं विचारांचं काहूर शमत आलं होतं.

याउलट दक्षिणोत्तर पसरलेली देवसेना प्रतिक्षण युद्धासाठी उतावीळ होत चालली होती. देवराज्यासह भारतवर्षाला त्रासदायक ठरलेल्या कालकेय दानवांचा संपूर्ण विनाश करण्यासाठी देवसेना आदल्या दिवसापासूनच सज्ज झाली होती. दिव्य वेगवान रथ, श्यामकर्ण अश्व, वायव्येकडून आणलेले महाकाय वृषभ, उंट आदी अनेक वाहनांसह देवसेना आदल्या दिवशी संध्यासमयी पश्चिम सागरकिनाऱ्यावर जमा झाली होती. पुरू, काशी, अयोध्या, मिथिला या राज्यांचं सैन्यही त्यांना वेळेत येऊन मिळालं होतं.

त्या निर्णायक युद्धासाठी देवांनी कोणत्याही शस्त्राचा अथवा अस्त्राचा अभाव ठेवला नव्हता. त्यांच्या शस्त्रसंग्रहामधे धर्मचक्र, कालचक्र, विष्णूचक्र आणि अत्यंत उग्र असं इंद्रचक्र होतं. उभ्या विशाल ढालींसह धनुष्य-बाण, खड्गं, भाले, मोदकी, शिखरी नामक उज्ज्वल गदा अशी विविध शस्त्रं होती. वज्रास्त्र, शैवास्त्र, शूलवत् अस्त्र, ऐषिकास्त्र, ब्रह्मशिरो अस्त्र, ब्रह्मास्त्र, पैनाकास्त्र, नारायणास्त्र, अग्नेयास्त्र, वायव्यास्त्र, हयशिरो अस्त्र, क्रौंचास्त्र, गांधर्वास्त्र अशा विविध अस्त्रांनी सज्ज होऊन देवसेना त्या निर्णायक युद्धात उतरली होती. संहाराचे कमी-अधिक परिणाम करणारे प्रस्वापन, प्रशमन, सौम्य, वर्षण, शोषण, संतापन, विलापन असे दुर्मिळ अस्त्रप्रकारही देवांकडे होते.

इतकी प्रचंड लढाऊ साधनं असूनही देवांना कालकेय दानवांचा संपूर्ण नि:पात करणं आतापर्यंत जमलं नव्हतं. त्याला दोन कारणं होती - प्रलोभन आणि दहशत. या दोन मार्गांचा आधार घेऊन कालकेय दानवांनी सागरकिनाऱ्यावरच्या काही धटिंगण लोकांना आपलंसं केलं होतं. ते दानव अशा लोकांमधे मिसळून जात. त्यामुळे त्यांच्याविरुद्ध शस्त्र चालवणं शक्य होत नसे. या व्यतिरिक्त त्या दानवांनी काही फुटीर स्थानिकांच्या सहकार्यानं सागरात आपलं आरमार उभं केलं होतं. इतक्या वर्षांत त्यांनी सागरी मार्गावर प्रभुत्वही मिळवलं होतं. काही संकट आलंच तर ते दानव आपलं आरमार गाठून समुद्रात दूर निघून जायचे.

आर्यावर्तातल्या कुणाही राजाचं स्वतःचं आरमार नसल्यामुळे खोल समुद्रात जाऊन त्यांच्याशी युद्ध करणं आजपावेतो कुणालाही जमलं नव्हतं. त्यामुळेच कालकेयांचं आजपर्यंत फावलं होतं. छुपं युद्ध करून ते विविध राज्यांपुढे आणि विशेषतः देवांपुढे आव्हान उभं करीत असत. गेल्या दोन-तीन तपात त्या दानवांनी त्या सागरप्रदेशात पाय रोवून प्रचंड उच्छाद मांडला होता. ते इतके क्रूर, उग्र आणि नराधम होते की, तपस्वी ऋषींना, ब्राह्मणांना किंवा मुनींना जीवे मारून खाण्यातही त्यांना काही वाटत नसे.

त्या प्रलंबित प्रश्नाचा एकदाचा सोक्षमोक्ष लावण्याचं जेव्हा देवांनी ठरवलं होतं तेव्हा ते उरूवासी विष्णूदेवांकडे सहाय्यार्थ गेले होते.

तेव्हा विष्णूनं हसून इंद्राला विचारलं होतं, ''तुम्ही तुमच्या अग्निदेवाला विसरलात वाटतं?''

''विसरेन कसा? मी त्या दोघांना देवपदापासून पदच्युत केलं होतं - 'शाप' देऊन...''

''आणि त्यानुसार त्यांनी भारतवर्षात ऋषीय कार्य सुरू केलं. पण त्या कार्याची व्याप्ती तुमच्या कानांवर आली आहे की नाही?''

काहीशा अभिमानानं इंद्र म्हणाला होता, ''देव, माझी हेरयंत्रणा मला सविस्तर वृत्तान्त देत असते. वसिष्ठ आणि मांदार्य यांनी आर्यावर्तात पुष्कळ कार्य केलं आहे. मांदार्यांनी अनेक अरण्यांमधे यज्ञसंस्था नेली आहे. मानवता आणि कुटुंबव्यवस्था तिथे प्रस्थापित केली आहे...''

''आणखी?''

''आणखी काय देव! आर्यावर्तातल्या राजांशी त्यांचा संपर्क असतो. त्यांच्या सहाय्यानं संस्कृतिप्रस्थापन-''

विष्णू त्यावर हसला होता.

इंद्र त्याच्याकडे प्रश्नार्थक मुद्रेनं पाहू लागला तेव्हा विष्णू म्हणाला होता, ''देवराज! तुमच्या गुप्तहेर यंत्रणेपेक्षा माझी गुप्तहेर यंत्रणा अधिक सक्षम आहे म्हणायचं!''

''मला नाही समजलं-''

''हेरगिरीसारख्या माध्यमांमधून मिळणाऱ्या माहितीपेक्षा या ऋषींनी केलेल्या कार्याची व्याप्ती फार मोठी आहे इंद्रदेव! मला मिळालेल्या माहितीनुसार मांदार्यांचं कार्य आर्यावर्तातील काशी, रुद्रप्रयाग किंवा त्या सभोवतालच्या अरण्यांपुरतं मुळीच सीमित नाही. दीपानं दीप प्रज्ज्वलित करीत जावा तसं त्यांचं कार्य पश्चिम सागरापर्यंत पसरलं आहे. सागरतटापर्यंतच्या प्रत्येक आश्रमाची एक सुनियंत्रित घडी त्यांनी बसवली आहे. तिथे आचार-विचारात एकसूत्रता आणली आहे. सततच्या

निरपेक्ष संपर्कातून व्यक्ती–व्यक्तीच्या अंत:करणातले दीप त्यांनी तेवले आहेत. परस्परांमधे भावपूर्ण संबंध प्रस्थापित करून पश्चिम सागरतटापर्यंत त्यांनी एकविचारी मानवसंघ अस्तित्वात आणला आहे. यज्ञसंस्थेद्वारा सहस्रो लोकांना त्यांनी ऋषीय कार्याशी जोडलं आहे. स्वत: मांदार्य सातत्यानं जनसमुदायात जातात, प्रेमाचं नातं समजावतात, प्रेमभावानं विकासाचा मार्ग दाखवतात. भगवान शिवांकडून त्यांनी अनेक अतर्क्य सिद्धीही मिळवल्या आहेत...

''अनेक ऋषींच्या सहकार्यानं त्यांनी पश्चिम सागरतटापर्यंत असलेल्या संस्कृतिहीन माणसाला सुसंस्कृत करून त्याची जीवनशैलीच पार बदलून टाकली आहे. तो लक्षावधींचा सुसंस्कृत मानवसंघ मांदार्यांना प्रतिपरमेश्वर मानतो. त्यांच्या एका शब्दावर ते लोक वाटेल ते दिव्य करायला सिद्ध असतात. मांदार्यांच्या या विशाल कार्यामुळेच कालकेय दानव अधिक बिथरले आहेत. म्हणूनच ते संस्कृतिप्रस्थापक जनांवर चढाई करतात, त्यांना मारतात – खातात!''

चकित होऊन इंद्र विष्णूचं बोलणं ऐकत होता.

त्याचवेळी विष्णूनं निक्षून सांगितलं होतं, ''कालकेय दानव–प्रभावित पश्चिम सागर नमवायचा असेल तर तुम्हाला मांदार्यांच्या सहाय्याशिवाय मुळीच गत्यंतर नाही! दानवरूपी सागराला आटवण्याची शक्ती या त्रिखंडात केवळ मांदार्यांमधेच आहे!''

विष्णूदेवांकडून हे समजल्यावर इंद्रदेव तातडीनं काशीराज्यात आला होता. काशीराज्यात पाचारण केलेल्या मांदार्यांची त्यानं भेट घेतली होती. मग देवसेनेला सहाय्य करण्याचं आश्वासन देऊन मांदार्य त्या निर्णायक युद्धाच्या नियोजनात सहभागी झाले होते.

देवसेना प्रचंड शस्त्रास्त्रांसह सागरकिनारी येत आहे ही वार्ता कालकेयांनाही वेळीच समजली होती. त्यामुळे आपलं आरमार घेऊन ते खोल समुद्रात जाऊन थांबले होते. काही झालं तरी देवसेना सागरातून येऊच शकणार नाही याविषयी त्यांना निश्चिती वाटत होती. विस्थापित झालेल्या देवसेनेकडे तेवढं आरमारही नाही हे त्या दानवांना माहीत होतं. त्यामुळे खोल समुद्रात ते निश्चिंत होते.

त्या दानवांविरुद्ध भारतवर्षात येऊन एवढ्या मोठ्या युद्धाची सिद्धता करायची ही बाब तशी खर्चिक होती. देवांना 'सुर्य' देशातून विस्थापित व्हावं लागल्यामुळे संपत्तीचा ओघ खंडला होता. आर्यावर्तातले राजे तरी किती व्यय करू शकणार होते? अशा बिकट प्रसंगी देवांचा धनपती कुबेर त्यांच्या सहाय्यार्थ धावून आला होता. त्यानं धन दिल्यामुळे देव प्रत्यक्ष युद्धात उतरू शकले. त्याबदल्यात देवाधिपती इंद्रानं कुबेराला दक्षिण सागरातील त्याचं 'लंका' हे द्वीप देऊन टाकलं होतं. सर्व राजे, कुबेर, ऋषी आणि विशेषत: मांदार्य या सर्वांचं सहकार्य लाभल्यामुळेच इंद्र

देवसेनेसह पश्चिम सागरकिनाऱ्यावर युद्धाची सज्जता करू शकला होता. मांदार्यांना त्यानं त्या समर-यज्ञाचं 'अध्वर्यू' बनवलं होतं!

मांदार्य जेव्हा सागरकिनारी येऊन पोचले तेव्हा त्यांना पाहताच किनाऱ्यावर उभ्या असणाऱ्या सहस्रावधी सागरवासीयांनी त्यांच्या नावाचा जयघोष केला होता. मांदार्यांनी हात उंचावून सर्वांच्या अभिवादनाचा स्वीकार केला होता. इंद्राला हा अनुभव अनोखा होता. हात जोडून तो तेव्हा मांदार्यांना म्हणाला होता, ''आज आपल्या हातून 'देव'कार्य होणार आहे! आपल्या कर्तृत्वापुढे आम्ही देव नतमस्तक आहोत-''

इंद्रानं आपला भव्य किरीट काढून हाती घेतला. तो मांदार्यांपुढे झुकणार एवढ्यात मांदार्यांनी त्याच्या खांद्यांना घट्ट आवळून धरत म्हटलं होतं, ''असं करू नका देव! माझ्यासाठी अजूनही तुम्ही देवराज आहात-''

''पण माझ्यासाठी तुम्ही 'देव' नाही; तर ज्ञानी-तपस्वी ऋषी आहात. ऋषी हे देवांनाही पूज्य असतात!''

मांदार्य पुन्हा काही बोलणार एवढ्यात एक सागरवासी युवक त्यांना सामोरा आला होता.

''काय रे जलाराम!'' मांदार्यांनी त्याला विचारलं होतं, ''कसं आहे इथलं नियोजन?''

तो मर्यादेनं म्हणाला होता, ''आचार्य, नियोजन उत्तम आहे. रात्रंदिवस आपले युवक कार्य करीत आहेत... आपल्या सूचनेनुसार सारी व्यवस्था झाली आहे. आता केवळ आपण 'आचमन' घ्यायचा अवकाश! मग काय होतं ते पहा!''

मांदार्यांनी मोठ्या प्रेमानं त्याच्या पाठीवर थोपटलं होतं.

त्याचे नेत्र ओलावले होते.

त्याच वेळी आणखी दोघे तरुण पुढे झाले होते.

पहिला म्हणाला होता, ''आपल्या सूचनेनुसार या संपूर्ण सागरकिनाऱ्यावरील तरुणांनी गेले कित्येक महिने सराव करून युद्धविद्या आत्मसात केली आहे. आता केवळ आपल्या आज्ञेची प्रतीक्षा!''

मांदार्यांकडे पाहताना त्या दोन्ही तरुणांचं अंत:करण उचंबळून आलं होतं. सभोवताली जमलेला सागरी जनांचा सारा समुदायच भारावून गेला होता. सर्वांचे नेत्र मांदार्यांप्रती असलेल्या कृतज्ञता भावानं ओलावले होते.

सागरीजनांशी मांदार्यांचं असलेलं भावनिक नातं पाहून इंद्रही हरखून गेला होता. त्यानंतर सारी देवसेना अन्य राजांच्या सेनेसह सागरकिनारी स्थिरावली होती. शस्त्रास्त्रं उतरवली गेली. त्यांचा 'खण् खण्' नाद सर्वत्र घुमू लागला होता. सेनाधिकाऱ्यांच्या आज्ञा त्यात मिसळून जात होत्या. उत्साहवर्धक औषधी पेयांचं

सेवन करून झालं होतं. रिते झालेले रथ, अश्व आणि इतर वाहनं नियोजित ठिकाणी नेऊन ठेवली गेली होती. विविध प्रकारची चिलखतं, बाहूरक्षकं आणि शिरस्त्राणं सैनिकांनी अंगावर चढवली होती. दूर सागरात उभ्या असलेल्या विशाल नौकांमधे सर्वप्रकारची शस्त्रं अगोदरच नेऊन ठेवली होती. असंख्य यांत्रिक होड्या-पडाव सागरात तरंगत होते. दक्षिणोत्तर सागरकिनारा व्यापलेली देवसेना त्या होड्या-पडावांवरून नौकांपर्यंत जाणार होती. विविध प्रकारच्या आरोळ्यांनी आता तो सागरपरिसर दुमदुमून जाऊ लागला. वाद्यं झडू लागली. सागर-जलावर तरंग उठू लागले.

अजूनही मांदार्य सागरतटी बसूनच होते. आचमन विधी पार पडल्यानंतरच देवसेना सागरात शिरणार होती. त्या विधीची सिद्धता अक्षयनं आधीच करून ठेवली होती. मांदार्य ज्या चौरंगावर बसले होते त्यापुढे आणखी एक चौरंग ठेवून अक्षयनं त्यावर ताम्हन-झारी आणून ठेवली होती. इंद्रासह प्रमुख देव मांदार्यांच्या मागे उभे होते. सर्वांनाच आचमनविधीची प्रतीक्षा लागून राहिली होती.

इंद्र तेव्हा मांदार्यांजवळ गेला. मोठ्या विनयानं हात जोडून म्हणाला, "सेना सज्ज आहे ऋषीवर!"

मांदार्यांनी संपूर्ण सागरावर दृष्टी फिरवली. सूर्य माथ्यावर आला होता. पौर्णिमेचा तो दिवस होता. त्यामुळे भरतीच्या सागरलाटाही जणू त्यांच्याशी हितगुज करायला पुढे येत होत्या. त्यांच्या पायाशी लागून त्यांना कार्यप्रवण करीत होत्या.

मग मांदार्यांनी पाण्यानं भरलेली छोटी झारी हातात घेतली आणि ते मनातल्या मनात मंत्र म्हणू लागले. मंत्रोच्चारण झाल्यानंतर पहिलं आचमन घेतलं... आणि मग एकदम चमकून ते म्हणाले, "अक्षय, हे तर गोडं पाणी आहे!"

"होय आचार्य! आचमनासाठी-"

"नाही! आज मी सागरजलाचंच आचमन करणार! 'सागरच' प्राशन करणार!!"

ते पुढे मनाशी म्हणाले, 'मधुर परिणाम मिळवण्यासाठी आज मला हे खारं जल प्राशन करावं लागणार आहे.'

पुढे कोणताही प्रश्न उपस्थित न करता अक्षयनं झारीमधे सागरजल भरून आणलं. तीन वेळा आचमन घेऊन मांदार्यांनी पुन्हा मंत्र म्हटले. मग ते उभे राहिले. झारीतून जल घेऊन त्यांनी ते उजव्या हातावरून सागरात सोडलं. मनाशी तेव्हा ते म्हणत होते, 'सागरा, आज मी तुझ्यावर आक्रमण करणार आहे... मला क्षमा कर! मला अनुमती दे!'

सागराला मांदार्यांनी नमन करताच किनाऱ्यावरची वाद्यं झडू लागली. सागरवासीयांनी बरोबर आणलेली असंख्य शिंगं फुंकायला सुरुवात केली. तेव्हा गगनभेदी नादानं सारा सागरकिनारा दुमदुमून गेला. तो ध्वनी होण्याचाच काय तो

अवकाश होता. वळिवाच्या पावसापूर्वी क्षणात आकाश काळ्याकभिन्न मेघांनी भरून यावं तसाच प्रकार अवचित घडला. दक्षिण आणि उत्तर दिशेनं अक्षरशः सहस्रावधी नावा अकस्मात समोर आल्या आणि त्या नावांनी कुणाला काही कळण्यापूर्वीच समोरचा दृश्य सागर पूर्णतः व्यापून टाकला. त्या नावांमधून आलेले सहस्रावधी सागरी जन जणू मांदार्यांमधे एकरूप होऊन गेले. मांदार्यांनी घडवलेल्या त्या एकविचारी जनसागराचा एक विराट पुरुष अकस्मात् समोर अवतीर्ण झाला होता आणि त्या विराट 'मांदार्यां'नी दृश्य सागर पूर्णतः व्यापून टाकला – 'प्राशन' करून टाकला. आता सागरजलाचं अस्तित्वच कुठे दिसत नव्हतं. विराट 'मांदार्यां'समोर तो सागर जणू एका थेंबाएवढा दिसू लागला होता!

सारी देवसेना आश्चर्यचकित होऊन त्या 'विराट मांदार्यां'कडे पहात राहिली. ते दृश्य मती कुंठित करणारं होतं. मांदार्यांचं इतक्या वर्षांचं 'तप' विराट आविष्कारानं सागरात साकारलं होतं.

एवढ्यात सेनानींचे आदेश घुमले. सहस्रावधी नावांमधे देवांची सेना विभागून बसली. इंद्राबरोबर मांदार्य एका मोठ्या नावेतून निघाले. पाव घटका मागे सरला तेव्हा दूरवर विराट नौका दिसू लागल्या. काही वेळातच देवसेना त्या नौकांवर सज्ज झाली. मांदार्यांच्या एकविचारी सागरजनांच्या नौकाही सज्ज झाल्या. त्यांनी इंद्राला दक्षिण-पश्चिम दिशेकडे जाण्याविषयी सूचना दिली. मग ते सागरव्यापी प्रचंड आरमार ती दिशा धरून निघालं. आकाशातून पाहिलं असतं तर मांदार्यरूपी विराट पुरुष सागराला लघु बनवत चाललेला दिसला असता! देवांच्या नौका वेगवान होत्या; तर सागरीजनांकडे समुद्र वेगानं आक्रमून जाण्याचं कसब होतं. त्यामुळे पाताळ दिशेकडे आधीच गेलेल्या आणि बेसावध राहिलेल्या कालकेय दानवांच्या आरमाराला अल्पावधीतच गाठणं देवसेनेला शक्य झालं. देवसेना सागर तरून येईल असं त्या दानवांना स्वप्नातही वाटलं नव्हतं. गोलाकार क्षितिजावर जेव्हा कालकेयांच्या नौका दिसू लागल्या तेव्हा देवसेनेनं एकच जल्लोष केला. इंद्रानं तेव्हा सर्व सेनेला सज्जतेचा आदेश दिला. शस्त्रं सज्ज झाली – अस्त्रं स्थापित झाली. सागरीजनांनीही आपापली शस्त्रं सिद्ध केली.

मग इंद्रानं मांदार्यांच्या अनुमतीनं आक्रमणाचा आदेश दिला.

त्याबरोबर रणशिंगं निनादू लागली. नगारे झडू लागले. देवसेनेनं कालकेयांच्या आरमारावर शस्त्रवर्षाव सुरू केला. कालकेयांनीही त्यांना प्रत्युत्तर दिलं.

देवांची युद्धनीती प्रगत होती. त्यांच्या आक्रमणाचीही विशेष पद्धती होती. शत्रूचं बळ जोखून मगच शस्त्रयोजना करण्याची त्यांची रीत होती.

प्रथम त्यांनी कालकेयांच्या नौकांवर अशनींचा मारा केला. तो कालकेयांनी परतवून लावला. त्यांनीही अशनी फेकल्या. पण देवांनी त्या अशनींच्या हवेतच

ठिकऱ्या उडवल्या. त्या सागरात इतस्तत: विखरून पडल्या. मग देवसेनेच्या दुसऱ्या एका तुकडीनं कालकेयांवर शरवर्षाव केला. पाठोपाठ तिसऱ्या तुकडीनं शेकडो भाले फेकले. त्यात अनेक दानव विद्ध झाले. तरीपण ते नमत नव्हते. देवांना ते प्रखर प्रतिकार करीतच होते. त्यांच्या नौका झपाट्यानं दक्षिणेकडे जात होत्या. तेव्हा देवांनी सौम्य अस्त्रांचा प्रयोग केला. त्यात कालकेयांच्या काही नौकांना जलसमाधी मिळाली. देवांनी काही वेळ प्रस्वापन, सौम्य, वर्षण आदी मर्यादित प्रभाव करणाऱ्या अस्त्रांचा प्रयोग केला. पण अशा अस्त्रांनी अपेक्षित परिणाम घडून येत नव्हता. कालकेयांचं विशाल आरमार वेगानं दक्षिणेकडे जातच होतं. वेळीच त्यांचा संहार केला नसता तर ते नक्कीच निसटून गेले असते. भविष्यात त्यांनी पुन्हा डोकं वर काढलं असतं.

हा विचार करून इंद्रानं आपल्या सेनेला प्रलयंकारी अस्त्रांचा मारा करण्याची आज्ञा दिली. त्या आज्ञेचं पालन होण्यापूर्वीच मांदार्य इंद्राला म्हणाले, ''देवराज, अस्त्रयोजना करताना सागरातील जलचरांना मुळीच उपद्रव होणार नाही अशा तऱ्हेनंच ती केली पाहिजे...''

इंद्रानं पुन्हा आज्ञा दिली– ''सौम्य अस्त्रांचाच मारा सुरू ठेवा!''

पुन्हा सौम्य अस्त्रांचा मारा त्या दानवांवर होऊ लागला. त्यात दानवांच्या आणखी काही नौका कामी आल्या. पण अजून त्यांच्या अनेक नौका झपाट्यानं पाणी कापत दक्षिणेकडे जातच होत्या. नौकांची शिडं फुगली होती आणि ती त्या आरमाराला वेगानं पुढे नेत होती.

एव्हाना दोन्ही बाजूच्या आरमारांनी पुष्कळ अंतर काटलं होतं. सूर्य झपाट्यानं पश्चिमेकडे निघाला होता. पश्चिम क्षितिजावर तेव्हा काळेकभिन्न मेघ जमू लागले होते. सूर्यकिरणं सोनेरी होऊ लागली होती. देव दानवांचा पाठलाग करीतच होते. नौबती झडत होत्या. त्या ठेक्यावर सागरपुत्र वल्ही मारत होते. दोन सेनांमधील अंतर हळूहळू कमी होत होतं. पण अद्याप त्यांचा संपूर्ण संहार करता येत नव्हता. संहारक अस्त्रांचा मारा करू नये असं मांदार्यांचं मत होतं. त्यांच्या मताचा अनादर करता येणार नव्हता.

दोन्ही सेनांकडून शस्त्रास्त्रांचा वर्षाव होतच होता. त्यात दोन्ही पक्षातील अनेक वीर विद्ध होत होते – मरत होते. कित्येक नौकांना जलसमाधी मिळाली होती. युद्धाचा निर्णय होत नव्हता. युद्धाचा निर्णय बघायला सूर्यदेव थांबणार थोडेच होते? त्यांनी त्यांची नियोजित गती राखली होती. त्यांचाही प्रवास क्षितिजाकडे वेगानं चालला होता. उजव्या अंगाला दिसणाऱ्या पश्चिम क्षितिजावरच्या काळ्याकभिन्न मेघांनी सूर्यदेवांना वेढून टाकलं होतं. त्या मेघांना सोनेरी तेज:पुंज किनार लाभली होती. त्यामुळे त्या विराट मेघांनी सुवर्णमुकुट चढवल्याचा भास होत होता. अंधकारानं

अद्याप तेजावर मात केली नव्हती. तथापि ते क्षितिजावरचं तेज अस्तित्वशून्य बनू लागलं होतं. अंधार पडताच काळ्या कृत्यांना अधिक जोर चढतो! सूर्य अस्ताचली गेल्यानंतर दानवांनाही असाच जोर चढणार होता.

याच विचारानं इंद्रानं हताशपणे मांदार्यांकडे बघितलं. ''सर्व-संहारक अस्त्रांचा प्रयोग...''

''नको देवराज!''

''मग निर्णय कसा लागणार? सूर्य अस्ताचली टेकला पहा! रात्री दानवांना-असुरी वृत्तींना बळ येतं-''

मंद स्मित करीत मांदार्य म्हणाले, ''प्रस्वापन अस्त्र माझ्याकडे द्या.''

देवांनी तत्परतेनं ते अस्त्र मांदार्यांकडे दिलं. मांदार्यांनी ते आपल्या अद्वितीय धनुष्यावर धारण केलं. मग त्यांनी नेत्र मिटून घेतले. शिवतत्त्वाचं स्मरण केलं. मन आणि अंतर्दृष्टी एक केली. पराकोटीची एकाग्रता साधली. अस्त्राचं अभिमंत्रण झाल्यावर ते अस्त्र त्यांनी कालकेयांच्या आरमारावर सोडलं. बाणावर धारण केलेलं ते अस्त्र आकाशातून चमकत जाऊ लागलं. देवसेना आश्चर्यानं त्या प्रकाराकडे पाहू लागली. दानवांच्या नौकांपर्यंत जाताच ते अस्त्र देदीप्यमान दिसू लागलं. अनेक ठिणग्या विखुरल्या जाव्यात त्याप्रमाणे त्या अभिमंत्रित अस्त्रातून अनेक मर्यादित संहारक अस्त्रांचा उगम झाला आणि त्यांनी कालकेय दानवांच्या सर्वच्या सर्व नौकांचा वेध घेतला. साऱ्या नौकांच्या आकाशात ठिकऱ्या उडाल्या. नौका छिन्न-विच्छिन्न होऊन गेल्या. असंख्य कालकेय दानवांचा संहार झाला. अनेक दानव बुडून मेले. जळचरांना धोका न पोचता हा विध्वंस मांदार्यांनी एका अस्त्राच्या सहाय्यानं घडवून आणला होता!

मांदार्यांचा तो पराक्रम पाहून सारी देवसेना थक्क होऊन गेली. सागरपुत्रही आपल्या गुरूचा पराक्रम पाहून थक्क होऊन गेले होते. त्याचवेळी देवसेनेनं मांदार्यांच्या नावाचा जयघोष आरंभला. पाठोपाठ सागरपुत्रांनीही जयघोष केला. आकाश दुमदुमून गेलं. सूर्यावरचे काळेकभिन्न ढगही एव्हाना दूर झाले होते. आपल्या नारिंगी मुद्रेनं देवांचा पराक्रम क्षणभर पाहून सूर्यदेव संतुष्ट होऊन क्षितिजाआड गेले!

त्याचवेळी इंद्रानं मांदार्यांना कडकडून मिठी मारली. त्याच्या नेत्रांतून अश्रू ओघळू लागले. सर्व देवांनी मांदार्यांचे आभार मानले. इंद्र म्हणाला सुद्धा, ''ऋषीवर, केवळ आपल्यामुळेच आज कालकेय दानवांचा संपूर्ण संहार होऊ शकला. गेली दोन-तीन तपं देवांना सतावणारी आणि मानवतेला कलंक लावणारी वृत्ती या सागरात गाडली गेली. देव सदैव आपले ऋणी राहतील.''

पुन्हा मांदार्यांच्या नावानं जयघोष झाला. नौकांवरच्या रणवाद्यांनी आकाश दुमदुमून सोडलं.

त्यावेळी मांदार्य मंद पावलं टाकत नौकेच्या काठापर्यंत गेले. त्यांचेही नेत्र भरून आले होते - पण वेगळ्या कारणानं. अशातऱ्हेचा संहार त्यांनी कधी केला नव्हता. ऋषीय जीवनपद्धती स्वीकारल्यानंतर मारण्याऐवजी विचारांनी परिवर्तन करण्यावर त्यांचा भर होता. पण आज देवांसाठी आणि मानव्यासाठी त्यांना दुष्ट शक्तींचा संहार करावा लागला होता. सागराकडे पाहून त्यांनी हात जोडले. त्यांच्या नेत्रांमधून टपकलेले अश्रू सागरात विलीन होऊन गेले. मनोमन ते म्हणाले, '*हे सागरा, आज मी तुला आक्रमिलं... माझ्या औद्धत्याबद्दल मला क्षमा कर...*'

इंद्र तेव्हा मांदार्यांच्या मागे जाऊन उभा राहिला होता. सागराची क्षमा मागून मांदार्य मागे वळले तेव्हा इंद्र विनयानं म्हणाला, ''ऋषीवर, ज्या कारणासाठी आपल्याला मी शाप दिला - शिक्षा दिली त्याची पूर्तता आज आपण केलीत! वसिष्ठ ऋषींनीही मोठं कार्य करून अप्रत्यक्षपणे देवांना सहाय्यच केलं...''

इंद्रानं हात जोडून पुढे म्हटलं, ''आज आपण दोघेही शापमुक्त झाला आहात! आता आपण दोघांनी पुन्हा देवराज्यात चलावं आणि आपला पदभार पुन्हा सांभाळावा अशी मी आपल्याला कळकळीची विनंती करतो.''

इंद्राकडे पाहून मांदार्य सौम्यपणे हसले. मग म्हणाले, ''देवराज, सागराला मिळालेली नदी पुन्हा मागे येत नाही! माझा 'पुनर्जन्म' इथे व्हावा हे विधिलिखित होतं. मी ऋषिकार्य उचलावं अशी परमेश्वराचीच इच्छा होती. आता हे ईश्वरी कार्य करणं हीच माझी जीवननिष्ठा आहे... या भारतवर्षात अद्याप फार मोठा समुदाय संस्कृतीपासून वंचित आहे. तिथे यज्ञीय कार्य करणं हे माझं कर्तव्य आहे. या कार्यातून माझी खचितच ईशसेवा आणि देवसेवा होईल-''

इंद्राचे नेत्र भरून आले. गदगदत्या स्वरात तो म्हणाला, ''मी आपल्यावर फार मोठा अन्याय-''

''असं म्हणू नका देवराज! उलट आपणच मला ही ईशकार्याची संधी दिलीत! ऋषीय कार्यामुळे माझ्या जीवनविचारात केवढं परिवर्तन घडून आलं आहे म्हणून सांगू!!''

मांदार्यांनी इंद्राचे लाल-गोरे हात आपल्या हाती घेऊन पुढे म्हटलं, ''तुमच्याविषयी माझ्या मनात यत्किंचितही राग नाही. ईशप्रेरणेनंच सारं काही घडून येत असतं... माझ्या कार्याची दिशा म्हणूनच ठरून गेली. परमेश्वरी कार्यात आपला सहभाग असणं हा केवढा मोठा गौरव असतो! यापेक्षा अधिक काय हवं? आणि याहून श्रेष्ठ तरी काय असतं?''

मांदार्यांनी पुन्हा देवपद स्वीकारावं असं इंद्राला वाटत होतं. पण त्यांचे विचार ऐकून त्यानं पुन्हा आग्रह केला नाही.

इंद्राचे हात सोडून तेव्हा मांदार्य ठामपणे म्हणत होते, ''देवराज, पश्चिम-दिग्विजय यथोचित पार पडला... आता दक्षिण-दिग्विजय! पुनश्च हरि ॐ...!''

इंद्रानं संमतिदर्शक मान हलवली.

तेव्हा मांदार्य म्हणाले, ''पण त्यापूर्वी मला प्रायश्चित्त-विधी करायचा आहे...''

तप आणि निश्चय यांनी युक्त असं जे कर्म केलं जायचं त्याला 'प्रायश्चित्त विधी' म्हटलं जायचं. माणसाच्या हातून कळत-नकळत जे पातक घडलेलं असतं त्याच्या निष्कृतीसाठी शास्त्रानं हा देहदंडात्मक विधी सांगितलेला होता. निश्चयपूर्व 'तप' करून मांदार्य हा 'प्रायश्चित्त-विधी' करणार होते. त्यासाठी ते गंगेकिनारी जाणार होते. गंगा तर पापक्षालन करतेच; पण त्या परिसरात गंगेच्या साक्षीनं ते 'तप'ही करणार होते.

मांदार्य पुढे सांगत होते,''...आणि देवराज, दक्षिण-दिग्विजय करताना यज्ञसंस्थेवरच अधिक भर देण्याचं मी ठरवलं आहे - यापुढे मी अशी हिंसा कदापि करणार नाही किंवा हिंसेला कारणही ठरणार नाही!''

अदृश्य कालपुरुष हसून मांदार्यांचा संकल्प ऐकत होता!

■

भाग २

दक्षिण-दिग्विजय

१३

उद्यापन

मांदार्यांना सुद्धा रावणवधाची प्रतीक्षा लागून राहिली होती.
रावणवध हे 'देव'कार्याचं 'भरतवाक्य' ठरणार होतं.
त्यानंतर मांदार्यांच्या तप:कार्याचं उद्यापन होणार होतं!
त्यासाठी इतर ऋषींप्रमाणेच त्या महान ऋषींनी
केवढी तप:साधना केली होती!

मां दार्य हताशपणे समोरचं दृश्य बघत शिबिराच्या द्वाराशी उभे होते. लक्ष्मण विद्ध झाला होता. त्याला काही वानरांनी उचलून आणलं होतं. रावणपुत्र मेघनादशी तथा इंद्रजितशी झालेल्या अतिसंहारक युद्धाचा तो परिणाम होता. इंद्रजिताच्या एका दिव्य शक्तीनं त्याचा वेध घेतला होता. त्याची छाती विदीर्ण होऊन गेली होती. शुद्ध हरपली होती.

त्यापूर्वीही राम-लक्ष्मण असेच विद्ध होऊन रणांगणावर निपचित पडले होते. रावण मधून मधून युद्धात उतरत होता. आपला प्रभाव दाखवून जात होता. तथापि, त्याचा सारा भरवसा इंद्रजितावर होता. इंद्रजिताला नमवणं कुणाही योद्ध्याला शक्य नाही हे तो जाणून होता. इंद्रजित आपल्या वडिलांचा विश्वास सार्थ ठरवत होता. अनेकविध मायावी अस्त्रं सोडून त्यानं वानरसेनेचा अपरिमित विध्वंस आरंभला होता.

आणि आता पुन्हा लक्ष्मणाचा त्यानं वेध घेतला होता.

या घटनांमुळे ऋषी आणि देव चिंतित होत होते. गेली कित्येक वर्षं राक्षसविनाशासाठी त्यांनी तप केलं होतं. विविध योजना आखल्या होत्या. रावणाचा उच्छेद करण्यासाठी रामानं विशाल वानरसेना जमवली होती. महत्प्रयासानं समुद्रावर सेतू बांधून अभेद्य लंकेत प्रवेश केला होता.

खरोखर, वानरसेनेनं अचाट कर्म करून तो सेतू बांधला होता. नल-नीलनिर्मित सेतूवरून वानरसेनेनं लंकेत प्रवेश केला होता आणि यथावकाश ती सेना सुवेल पर्वतावर स्थिरावली होती. तिथून लंकेशाचा त्रिकूट पर्वतावरील भव्य प्रासाद स्पष्ट दिसत होता. त्याच्या चहूबाजूंनी अनेक दुर्गम पर्वतरांगा होत्या. रमणीय वनांनी तो प्रदेश सुशोभित झाला होता. रावणावर कुठून आणि कसं आक्रमण करावं याचं मोठं नियोजन तिथूनच केलं गेलं. रावणाच्या अभेद्य राजधानीला चहूबाजूंनी वेढा देण्याची योजना आखली गेली. त्यानुसार रामानं अनेक वानर अधिपतींना लंकेच्या दक्षिणेकडे पाठवलं. स्वत: राम आणि लक्ष्मण उत्तर दिशेनं आक्रमण करणार होते. कारण त्यामुळे रामाला थेट रावणाशी दोन हात करता येणार होते. रावणाच्या अचाट-असुरी शक्तीशी सामना करण्याचं बळ राम-लक्ष्मणाशिवाय दुसऱ्या कुणाही योद्ध्यामधे नव्हतं.

यथावकाश युद्धाला प्रारंभ झाला. अनेक ठिकाणी युद्धआघाड्या उघडल्या गेल्या. दोन्ही बाजूंचे सेनानी परस्परांशी मोठ्या त्वेषानं लढू लागले. लक्ष्मण विरूपाक्ष राक्षसाला आडवा गेला. त्रिलोचन अंधकासुराबरोबर लढू लागला. वालिपुत्र अंगद इंद्रजिताला भिडला. प्रजंघ राक्षसाला संपाती सामोरा गेला. हनुमानानं जंबुमालीशी तर विभिषणानं तपन राक्षसावर भयंकर आक्रमण केलं. त्याचप्रमाणे नल-प्रतपन यांच्यामधे जुंपली. वज्रमुष्टी आणि अशनिप्रभ हे अतिघोर राक्षस अनुक्रमे मैंद आणि द्विविद या वानरसेनानींशी भिडले. तर अग्निकेतू, रशिमकेतू, मित्रघ्न आणि यज्ञकोप या राक्षसांविरुद्ध एकटा राम लढू लागला.

लंकेच्या सर्व बाजूंनी घनघोर युद्धाला प्रारंभ झाला. रामानं यज्ञशत्रू, महापार्श्व, महोदर, वज्रदंष्ट, शुक आणि सारण या सहा महाभयंकर राक्षसांचा वेध घेतला. युद्धाची व्याप्ती आणि त्याचा परिणाम सर्वत्र दिसू लागला. चहूकडून आरोळ्या, किंकाळ्या, गदारोळ उठू लागला. तो गगनाला जाऊन भिडू लागला. दोन्ही बाजूंचे असंख्य सैनिक रणांगणावर पडू लागले. रुधिराचे पाट वाहू लागले. अपरिमित संहार सुरू झाला. सायंकाळीही युद्धाला विराम मिळत नव्हता. उलट सूर्यास्तानंतर राक्षसांना अपरिमित बळ चढत होतं. रावणाची मायावी यंत्रणा अंधकारात अधिक प्रभावी होत होती. विशेषत: इंद्रजितानं अंतर्धान विद्येचा उपयोग करून वानरसेनेला हैराण करून सोडलं. अंतर्धान विद्या त्यानं देवांकडूनच मिळवली होती. तिचा वापर करून त्यानं राम-लक्ष्मणांनाही मूर्च्छित केलं होतं. तेव्हा हनुमानानं आपल्या अचाट सामर्थ्याचं दर्शन घडवीत द्रोणागिरी 'पर्वत' हिमालयातून आणला होता. त्यावरच्या संजीवनी वनस्पतीमुळे राम-लक्ष्मणांना पुन्हा देहभान लाभलं होतं.

या युद्धकालात रावण मात्र त्रिकूट पर्वतावरील आपल्या प्रासादात बसून युद्धाच्या खेळ्या रचत होता. शत्रुपक्षाला जेरीस आणत होता. अनेक मायावी शस्त्रं-अस्त्रं यांचा वानरसेनेवर नियोजनपूर्वक मारा करीत होता. त्याच्या नियोजनानुसार कुंभकर्ण आणि इंद्रजित प्रत्यक्ष युद्धभूमीवर लढत होते. त्या दोन महावीरांवर त्याचा पूर्ण भरवसा असल्यामुळे तो निश्चिंत असे. मधे मधे जेव्हा वेळ मिळे तेव्हा तेव्हा तो आपल्यासमोर एक विशाल पट घेऊन बसे. मंदोदरीनंच त्या पटाची त्याच्यासाठी निर्मिती केली होती. त्यावर शत्रुपक्षातील सोंगटीरूपी 'वीरां'ची तो पटावरील वेगवेगळ्या 'घरात' हालचाल करायचा. विचारपूर्वक डावपेच आखायचा. त्याविरोधात आपल्या 'घरा'तील वीरांनाही हलवायचा. युद्ध संपवण्याची त्याला मुळीच घाई नव्हती.

पण रामसेनेला मात्र घाई होती. युद्ध लांबवून चालणार नव्हतं. पण ते लांबत होतं. रावणाला मात्र ते लांबवायचंच होतं. त्यामुळे सेतू ओलांडून आलेल्या वानरसेनेची रसद संपुष्टात येणार होती.

दिवस उलटत होते. पण युद्धाचा निर्णय लागत नव्हता. इंद्रजिताला नमवणं तर अशक्य होऊन गेलं होतं. अचाट मायावी आणि दिव्य अस्त्रांनी तो नेहमीच सज्ज असे. आता तो अस्त्रांचा प्रभाव वाढवू लागला होता. नागास्त्र आणि ब्रह्मास्त्राचाही प्रयोग त्यानं केला होता.

आणि आता त्याच्या एका शक्तीमुळे लक्ष्मण विद्ध झाला होता. मृतप्राय होऊन गेला होता.

काहीही करून लक्ष्मण पुन्हा युद्धाला उभा राह्यलाच हवा होता. अन्यथा इतक्या वर्षांचं असंख्य ऋषींचं तप फोल ठरलं असतं. लक्ष्मणानं देहत्याग केला असता तर रामाला ते सहन झालं नसतं. तो युद्धातून निवृत्त झाला असता. कदाचित त्यानंही देहत्याग केला असता. सावलीशिवाय देह संभवणार नव्हता किंवा देहाशिवाय सावलीही उरणार नव्हती.

अंतरिक्षातील यंत्रणेद्वारे देवांनाही या साऱ्या घडामोडी समजत होत्या. इंद्रादी देव हताश होत होते. असंख्य ऋषीही या महायुद्धाकडे मोठ्या अपेक्षेनं डोळे लावून बसले होते. पण युद्धाचा निर्णय लागत नव्हता.

शिबिरात वास्तव्य करून असलेल्या मांदार्यांना सुद्धा रावणवधाची प्रतीक्षा लागून राहिली होती. रावणवध हे 'देव'कार्याचं 'भरतवाक्य' ठरणार होतं. त्यानंतर मांदार्यांच्या तप:कार्याचं *उद्यापन* होणार होतं! त्यासाठी इतर ऋषींप्रमाणेच त्या महान ऋषींनी केवढी तप:साधना केली होती! कालकेय दानवांचा सहज नि:पात झाला होता. पण देवांनाही अजिंक्य ठरलेल्या रावणाला नमवणं रामाशिवाय इतर कुणाही वीराला शक्य नव्हतं.

कालकेयांच्या नि:पातापासूनच्या साऱ्या घटना मांदार्यांच्या दृष्टीसमोरून तरळून गेल्या... अतर्क्य आणि अद्भुत अशा!

■

१४

मनोमीलन

चुकीच्या रूढींनाच एक वर्ग 'धर्म' समजून बसतो; आणि त्या रूढींमधे कोणताही विचार दिसत नसल्यामुळे दुसऱ्या मतप्रवाहाचा बुद्धिनिष्ठवर्ग रूढीग्रस्त क्रियाकर्मांचीच खिल्ली उडवतो. म्हणून वेळीच रूढीग्रस्त क्रियांना यज्ञासारख्या कार्यातून बाहेर काढलं नाही तर एक दिवस असा उगवेल की केवळ रूढीच उरतील आणि मूळ विचार हरवून जाईल...

एव्हाना दिवसाचा सातवा प्रहर उलटला होता. त्याचवेळी मांदार्यांना घेऊन येणारा देवरथ त्यांच्या काशीमधल्या आश्रमात येऊन पोचला. शंख आणि अक्षय यांच्यासह मांदार्य रथातून पायउतार झाले. तेव्हा त्यांच्याकडे पाहून आश्रमीय जनांना कमालीचा धक्का बसला. ते चक्रावून गेले. कारण मांदार्य ऐन तिशीतले दिसू लागले होते! आपल्या वयात झालेलं परिवर्तन पाहून आश्रमीय जन नक्कीच आश्चर्यचकित होऊन जातील हे मांदार्यांनी आधीच ओळखलं होतं.

हसत हसतच ते सर्वांपुढे येऊन उभे राहिले. त्यांच्याकडे पाहताना सारे आश्रमीय भान हरपून नुसतेच त्यांच्याकडे पहात होते - पाद्यपूजाविधी करण्याचं विसरून गेले होते. भानावर येताच स्नातक-विद्यार्थ्यांनी त्यांना लाकडी चौरंगावर बसवलं. समोर पाट मांडला. कोमट पाण्यानं त्यांचं पादप्रक्षालन केलं. सुती कपड्यानं पाय पुसले.

त्याचवेळी एक वृद्धा औक्षणाचं साहित्य घेऊन पुढे आली. तिनं गंध-तिलक लावून मांदार्यांना ओवाळलं.

त्या काळी कोणताही पराक्रम गाजवून आल्यानंतर अशातऱ्हेनं 'वीरपूजन' केलं जात असे. आश्रमात वीरपूजन करण्याचा मान अनायसे त्या वृद्धेला मिळत असे. तिचं नाव होतं सुभद्रादेवी. सुभद्रादेवींचं साऱ्या आश्रमीय जनांवर मातृवत् प्रेम होतं. तिथल्या सर्वांचीच ती माता बनून गेली होती. आश्रमातील शिस्त, विद्यार्थी-स्नातकांचा अभ्यास, पाकगृहाचं नियोजन अशा अनेक गोष्टी त्यांच्या मार्गदर्शनाखाली होत असत.

याशिवाय आश्रमातील स्वच्छतेकडे त्या जातीनं लक्ष पुरवीत असत. तसा आश्रम नेहमीच स्वच्छ असे; पण चुकून एखाद्याच्या हातून कामचुकारपणा झालाच तर त्याला सुभद्रादेवींचा रोष ओढवून घ्यावा लागत असे. केवळ विद्यार्थी-स्नातकच नव्हे; तर मांदार्यांवरही त्या प्रेमाचा अधिकार गाजवत असत.

अर्थात त्याला कारणही तसंच होतं. मांदार्य मातृप्रेमापासून वंचित होते. मनुष्याला आयुष्यात सर्व काही मिळूनही मातृप्रेम मिळालं नसेल तर त्याच्या जीवनात पूर्णता येत नाही. मातृप्रेमापासून वंचित राहिलेला मनुष्य अशा वात्सल्यभरल्या प्रेमाचा

नेहमीच भुकेला राहतो. कुणीतरी आपल्यावर मातृवत् प्रेमाचा अधिकार गाजवावा असं त्याला वाटत राहतं.

एक ज्ञानी ऋषी असूनही मांदार्यांच्या जीवनात मातृ-पितृप्रेमाची पोकळी निश्चितच होती. ती पोकळी सुभद्रादेवींनी भरून काढली होती. शुभ्र वस्त्र नेसणाऱ्या, कमरेत काहीशा वाकलेल्या आणि वयाची पंचाहत्तरी उलटलेल्या सुभद्रादेवी इतर आश्रमीय जनांबरोबरच मांदार्यांवरही मातृवत् प्रेम करायच्या.

आताही वात्सल्यभरल्या अंत:करणानं त्यांनी मांदार्यांचं औक्षण केलं. मग म्हणाल्या, ''मांदार्य, केवढा पराक्रम गाजवून आलास तू! देवदुर्लभ कार्य झालं तुझ्या हातून! तुझ्या तपाचंच ते फळ आहे...''

पुन्हा औक्षण करून त्यांनी मांदार्यांच्या मस्तकावरून प्रेमानं हात फिरवला. मग म्हणाल्या, ''मांदार्य, मला आता तुझ्याशी काही बोलायचं आहे... आत्ता नाही हं! तू विश्राम कर... उद्या मात्र बोलू!''

त्या खळखळून हसल्या. त्यांचं ते हास्य मांदार्यांना संभ्रमित करून गेलं. मांदार्यांनी सुभद्रादेवींच्या चरणांना स्पर्श केला. पाठोपाठ सर्व उपस्थितांकडे प्रेमानं बघून त्यांनी प्रत्येकाची विचारपूस केली. मग ते म्हणाले, ''दोन दिवस मी काशीनरेशांकडे मुक्काम केला. पुष्कळ आराम केला... त्यामुळे मी फारसा दमलेलो नाही. अग्निहोत्र आणि भोजन झाल्यावर आपण अंगणात एकत्र जमू. तुम्हाला सारा वृत्तान्त सांगायचा आहे!''

त्यांचं बोलणं ऐकून सर्वांमधे उत्साह संचारला. घडलेले प्रसंग मांदार्यांच्या मुखातून ऐकण्यासाठी सारेजण आतुर झाले होतेच.

संध्यासमयीची आन्हिकं पार पाडल्यानंतर सारेजण कुटिरांमधल्या अंगणात जमा झाले. मांदार्य एका उच्चासनावर स्थानापन्न झाले. मग त्यांनी कालकेय दानवांसंदर्भातला सारा इतिहास 'अथ'पासून 'इति'पर्यंत कथन केला. भारतवर्षाला लागलेलं ते 'असुरी' ग्रहण सुटल्याचं ऐकून सारे आश्रमवासी निश्चिंत झाले; संतुष्ट होऊन गेले. तो इतिहास सांगताना स्वत: केलेल्या पराक्रमाविषयी मात्र मांदार्यांनी चकार शब्द काढला नव्हता. ती कमतरता अक्षयनं भरून काढली होती.

आश्रमीय नियम मोडून तो मांदार्यांच्या कथनानंतर स्वत:च उभा राहिला होता आणि त्यानं आपल्या गुरूचा पराक्रम साद्यंत वर्णन करून सांगितला होता. तो म्हणाला होता, 'मानवामानवाला जोडण्याच्या यज्ञीय तपामुळे आचार्यांनी सागराला व्यापून टाकणारा मनुष्यसागर निर्माण केला. त्यांच्या 'सागरव्यापक' स्वरूपानंच त्या दानवांना नामशेष केलं. कालकेयांना पूर्णत: संपवल्यानंतर आचार्यांचं ते सागरव्यापक रूप हळूहळू लघु होऊ लागलं. आपले सागरीजन आपापल्या नौका घेऊन किनाऱ्याला आले. मनुष्यसागर सागरातून बाहेर पडल्यानंतर सागराचं पूर्वीचं विशाल स्वरूप पुन्हा दिसू लागलं.

'मग आम्ही थेट गंगेकिनारी गेलो. आपल्या शिरावर कालकेयांना मारण्याचं महत् पाप आहे असं आचार्यांना राहून राहून वाटत होतं. आम्हाला तसं वाटत नसलं तरी आचार्यांच्या समाधानासाठी आम्ही गंगेवर गेलो. गंगामाता सर्व पापांचं क्षालन करते, या प्राचीन मान्यतेवर त्यांची नितांत श्रद्धा असल्यामुळे आम्ही सर्वांनी आचार्यांसमवेत गंगेत स्नान केलं. त्यावेळी आचार्य खरोखरच शांतदान्त होऊन गेलेले आम्हाला दिसले.'

अक्षयचं बोलणं ऐकून सारे आश्रमीय आपल्या गुरूकडे परमादरानं बघत राहिले. त्यांच्या पुढच्या बोलण्याचा वेध घेत राहिले. परंतु; मांदार्य शांत बसून होते. ते पुढे काही बोलत नाहीत हे पाहून सुभद्रादेवींनीच विषयाला वाचा फोडली– ''हे तारुण्य कसं प्राप्त झालं सांग की! म्हणजे मलाही तो उपाय करता येईल!''

सारेजण खळखळून हसले. मांदार्यांनीही हसत प्रतिउत्तर दिलं, ''ते कसं झालं सांगतो... पण माताजी, तुम्हाला तो उपाय करू देणार नाही हं! अन्यथा मला दुसरी माता शोधावी लागेल!''

पुन्हा हशा पिकला.

मग मांदार्यांनी कालकेय नि:पातानंतरचा साऱ्या घटना त्या सर्वांना कथन केल्या–

युद्धात झालेल्या शक्तींचा ऱ्हास भरून काढण्यासाठी युद्धानंतर लगेच सोमयागाचं आयोजन करण्याचा देवांचा प्रघात होता. त्यात इंद्रदेवाला अग्रमान असे. सोमयाग हा याग 'श्रौतयाग' म्हणूनही ओळखला जात असे. शुक्ल पक्षातल्या एकादशीला हा याग प्रारंभित व्हायचा. मांदार्यांनी देवांच्या बाजूनं प्रत्यक्ष युद्धात भाग घेतल्यामुळे इंद्र त्यांना आग्रह करून हिमवान प्रदेशातील देवराज्यात घेऊन गेला होता. त्या श्रौतकर्मासाठी तब्बल दोन महिने मांदार्य देवराज्यात राहिले होते. तिथून अनेक तीर्थयात्रा करीत ते निघाले. अनेक आश्रमांची व्यवस्था लावून मग ते काशीतल्या आश्रमात परतले होते. देवराज्यातल्या सोमयागात सहभागी झाल्यामुळेच ते तीर्थयात्रांमधला खडतर प्रवास करू शकले होते. सोमसेवनामुळे त्यांना नवा जोम, नवी उमेद आणि नवोन्मेश निश्चितच प्राप्त झाला होता.

मग मांदार्यांनी सोमयागाविषयी माहिती दिली –

हा याग पाच दिवस चालत असे.

यागाचा 'अध्वर्यू' असणारा पहिला गण यजु: शाखेचा असायचा. हा गण ऋत्विजांच्या 'अध्वर्यू', 'प्रतिप्रस्थाता', 'नेष्टा' आणि 'उन्नेता' अशा चार उपगणात विभागलेला असे. यज्ञातील आहुत्या देण्यापासून विविध कर्मकांड पार पाडण्याचं दायित्व या 'अध्वर्यू' गणाकडे असे.

दुसरा 'ब्रह्मगण' हा 'ब्रह्मा', 'ब्राह्मणाच्छंसी', 'अनीध्र' आणि 'पोता' या चार उपगणात विभागलेला असायचा. मंत्राग्नी सिद्ध करण्यापासून विविध मंत्रांचं

अनुक्रमानुसार उच्चारण करण्याचं कार्य हा गण करायचा. 'होतृगण' नावाचा तिसरा गण ऋक् ब्राह्मणांचा असे. त्यामधे 'होता', 'मैत्रावरुण', 'अच्छावाक' आणि 'ग्रावस्तुत' असे चार विभाग असत.

साम ब्राह्मणांच्या चौथ्या गणाला 'उद्‌गातृगण' हे नामाभिधान होतं. हा गणही 'उद्‌गाता', 'प्रस्तेता', 'प्रतिहर्ता' आणि 'सुब्रह्मण्य' अशा चार उप-गणात विभागलेला असे. मंत्रघोषानंतर मधे मधे होणारं विविध स्तोत्रांचं आणि सामाचं गायन हा गण करीत असे. हे याग अतिशय विधीवत् होत असत. यागविधी जर यथाशास्त्र संपन्न झाला तर 'प्रायश्चित्त' विधीनंतर यागाचा अपेक्षित परिणाम त्वरित दिसून येत असे.

त्याविषयी बोलताना मांदार्यांनी माहिती दिली, 'वैदिक ऋषी हे परमज्ञानी असतातच; पण ते दार्शनिकही असतात. मंत्रसिद्धी आणि मंत्रांचे परिणाम यांचं साद्यंत ज्ञान त्यांना असतं. मंत्रघोष आणि विविध आघातांसह उच्चारले जाणारे मंत्रांचे स्वर यांमधून विशिष्ट ध्वनिलहरी निर्माण होतात हे त्यांना माहीत असतं. त्याचप्रमाणे विविध हविर्द्रव्यांमुळे निर्माण होणारा धूम, त्यातून सभोवतालच्या वातावरणावर होणारा परिणाम, विविध अनुष्ठानांमधलं शास्त्र, त्यासाठी आवश्यक असणाऱ्या शुचितेची कारणपरंपरा, मंत्रांसह यज्ञीय कर्मकांडांमधून प्रस्फुरित होणाऱ्या अदृश्य सकारात्मक लहरी आणि या सर्वांच्या संयुक्त परिणामामुळे मिळणारे ठराविक यागांचे ठराविक परिणाम यांचंही संपूर्ण ज्ञान ऋषींना असतं. 'प्रायश्चित्त'विधी संपन्न झाल्याबरोबर यागाचे परिणाम त्वरित दिसून येणं हे याग यथोचित संपन्न झाल्याचं निदर्शक असतं. प्राचीन वैदिक ऋषींनी सिद्ध केलेलं हे सिद्धशास्त्र आहे...'

आश्रमीय जनांना याग आणि यागाचे सुपरिणाम याविषयी पूर्ण माहिती होती. आपल्या आचार्यांकडून त्या गोष्टी त्यांना प्रत्यक्ष अनुभवायलाही मिळाल्या होत्या. तथापि, 'सोमयाग' त्यांच्यासाठी अनोखा होता. त्याविषयी जाणून घेण्यात आश्रमवासीयांना निश्चितच रस होता. शिवाय मांदार्यांना प्राप्त झालेल्या तारुण्याविषयीही जाणून घेण्यात त्यांना विशेष रस होता.

आश्रमीय जनांना मांदार्यांनी फार काळ प्रतीक्षा करायला लावली नाही.

सोमयागात अग्रमान असणाऱ्या सोमवल्लीविषयी ते आता माहिती देऊ लागले –

'सोमयागात सोमवल्ली महत्त्वाची. त्या वल्लीचा विधीवत रस काढून त्याचं सेवन केलं तर युद्धात किंवा अन्य कारणामुळे झालेला शक्तिक्षय त्वरित भरून निघतो. अंगात जोम, उत्साह संचारतो. नियमित सोमपानानं वृद्धत्व दूर दूर जातं. साप जसा कात टाकतो आणि नव्या जोमानं सळसळत जातो तसंच मनुष्यही आपल्या देहात परिवर्तन घडवून आणू शकतो. सागरतळाशीही अशा काही वनस्पती मिळतात की त्यांचं यथाविधी सेवन केलं असता व्यक्तीचा कायाकल्प होतो.

'सोमवल्ली ही हिमवान प्रदेशातील मूजवत नामक पर्वतावरच मिळते. ही अद्‌भुत वल्ली श्येन पक्ष्यानं द्यूलोकातून पृथ्वीवर आणली असं देवांचे पूर्वज सांगत... अर्थात,

देवांच्या पूर्वजांनी ही अद्भुत वल्ली फार प्राचीन काळी अवकाशातून पृथ्वीवर आणली होती...'

''कशी असते ती वल्ली आचार्य?''

एका स्नातकानं प्रश्न केला.

'सोमवल्ली ही अत्यंत मधुर, अतिशय रुचकर, आनंददायी त्याचप्रमाणे बल-उत्साह वाढवणारी अशी आल्हाददायक वनस्पती असते. वारुणी अथवा मद्याच्या विरुद्ध त्या वल्लीचे परिणाम असतात हं!'

थोडा हशा पिकला.

''पण त्या वल्लीचा रस कसा काढतात?'' दुसऱ्या एका ज्येष्ठ आचार्यांनी विचारलं. ''वल्ली कुटून मग पिळून काढला जात असेल ना?''

मांदार्य पूर्वाश्रमीचे 'देव' होते. देवराज्यात असताना त्यांनी सोमरस काढण्याचे विधी अनेकदा पाहिले होते. त्यामुळेच आश्रमीय जनांना तो विधी ते सांगू शकणार होते.

सोमरस प्राप्त करण्याचा विधी त्यांनी थोडक्यात सांगितला –

यज्ञस्थळीच सोमवल्लीचा विधीवत् रस काढला जात असे. रस गाळण्याच्या या प्रक्रियेला 'सोमसवन' म्हणत. त्यासाठी ठराविक कोनात लाकडी फळ्या यज्ञभूमीजवळच स्थापित केल्या जात. वर बैलाचं कातडं अंथरून मग त्या कातड्यावर दगडी गोट्यांनी सोमवल्लीच्या 'अंशू'ना अर्थात देठांना ठेचून रस काढला जात असे. त्या दगडी गोट्यांना 'ग्रावा' किंवा 'अग्री' म्हणत. त्या ग्रावांनी ठेचल्यामुळे सोमवल्लीच्या अंकुरांमधून तांबुस रंगाचा रस निघत असे. त्याचा मोहक सुवास वातावरणात दरवळायचा.

यागातली ठराविक 'इष्टी' झाल्यानंतर मध्यंतरात सोमपान केलं जायचं. सोमपानाचा पहिला मान इंद्रदेवाचा असे. याग-होमहवन-मंत्रघोष करणाऱ्या ऋत्विजांचा शक्तिक्षय होऊ नये म्हणून सोमपान करण्याचा दुसरा मान ब्रह्मवर्गाचा असे. त्यानंतर पितर म्हणजे ज्येष्ठ मंडळी आणि मग इतर देवांना सोमरस देण्यात येई.

ही माहिती देऊन मांदार्य मंद स्मित करीत म्हणाले, 'युद्धात झालेला शक्तिक्षय सोमपानामुळे लगेच भरून निघतो... एवढंच नाही तर संपूर्ण शरीराची झीज भरून केस काळे होतात; त्वचेवरच्या सुरकुत्या जातात, दृष्टी सुधारते, सारी इंद्रियं तरुण होतात!'

मांदार्यांनी मग सर्वांना हसत विचारलं, 'माझं खरं वय किती असावं असं तुम्हाला वाटतं?'

कुणी तीस तर कुणी पस्तीस!

तेव्हा हसून मांदार्यांनी नकारार्थी मान हलवली. मग म्हणाले, 'माझी साठी जवळ आलेली आहे!'

ते ऐकून सर्वांनाच आश्चर्याचा धक्का बसला. नेत्र विस्फारून सारेजण त्यांचं अवलोकन करीत राहिले.

'मी या आधी पन्नाशीचा वाटे. आता तिशीचा! खरं ना? कारण देवराज्यात असताना आमचं नियमित सोमसेवन व्हायचं. त्यामुळे जरत्व लांबलं!'

एक वृद्ध आश्रमीय म्हणाला, 'आम्हालाही त्या सोमपानाचा लाभ मिळू द्या की आचार्य! म्हणजे पुन्हा-'

''पौर भद्र, काय करायचंय पुन्हा तारुण्य प्राप्त करून? पुन्हा संसार, पुन्हा जीवनाचा झगडा... अहो, सोमरस मला अनायसे मिळाला... पण वृद्धत्व लांबवण्यासाठी मी त्याचं पान केलेलं नाही. कारण 'अतिदीर्घे जीविते को रमेत' या वचनावर माझी श्रद्धा आहे. ध्येयाविना दीर्घायुष्य फोल असतं. किंबहुना ध्येयाविना दीर्घायुष्य ही शिक्षाच असते. अर्थात माझ्यापुढे तो प्रश्न नाही - आपणा कुणापुढेच नाही! आपलं ध्येय निश्चित आहे. ते उदात्त आहे. त्यासाठी पुष्कळ तप करावं लागणार आहे. अरण्यं पिंजून काढावी लागणार आहेत. त्याकरता शक्ती टिकून राह्यला हवी. बल, उत्साह, जोम आवश्यकच आहे...

'या भारतवर्षातली आव्हानं अद्याप संपलेली नाहीत. किंबहुना फार मोठी आव्हानं भविष्यात उभी ठाकणार आहेत. त्यासाठी तपाची गती आणि व्याप्ती आणखी वाढवावी लागणार आहे... आता पुन्हा शस्त्रविचार उचलायचा नाही असं मी ठरवलं आहे. तरीपण देवांनी मला अनेक दिव्य शस्त्रास्त्रं दिली आहेत. ती शस्त्रास्त्रं काही दिवसांतच आश्रमात येऊन पोचतील. संस्कृती प्रस्थापन कार्यात लढणाऱ्या एखाद्या वीर योद्ध्याच्या ती निश्चितच उपयोगात येतील!'

मग काहीसे गंभीर होऊन मांदार्य बोलू लागले, 'संस्कृती प्रस्थापन कार्यात केवळ राक्षसच आड येत नाहीत; तर रूढीही आड येतात. राक्षसांविरुद्ध शस्त्र काम करतं; पण रूढीतून समाजाला बाहेर काढण्यासाठी विचारशस्त्रच उचलावं लागतं! सुशिक्षित व्यक्तीच्या आचरणामधूनही रूढी त्वरित जात नाहीत - एवढंच काय, देवही क्वचित रूढीग्रस्त होतात!'

सोमयागाच्या वेळी देवराज्यात जे इतर याग झाले त्यात 'बळी' देण्याचाही विधी होता. ती रूढी मांदार्यांनी महत् प्रयासानं बदलली होती. त्यासाठी त्यांना देवांचीही समजूत काढावी लागली होती. घडलेला तो प्रसंग आश्रमवासीयांना सांगणं मांदार्यांना आवश्यक वाटलं होतं. तो प्रसंग त्यांनी जसाच्या तसा वर्णन करून सांगितला -

होमकुंड प्रज्ज्वलित झालं आणि सेवक फुलापानांनी सुशोभित केलेल्या एका मेंढ्याला घेऊन आले. यज्ञीय होमकुंडाजवळ त्याला बांधताच अध्वर्यूंनी मंत्रोच्चारण केलं. मग बळीची घोषणा करताना त्यांनी म्हटलं, 'बळी स्वीकारण्याचा ज्याचा प्रथम मान आहे त्या...'

अध्वर्यूंचं बोलणं अर्धवटच राहिलं. आपल्या जागेवरून उठत मरुत देव गरजला होता, 'बळी स्वीकारण्याचा अग्रमान माझा आहे तेव्हा...!'

ते ऐकून इंद्रदेव तडकाफडकी आपल्या आसनावरून उठला होता. 'मी देवाधिपती आहे... हा मान परंपरागत माझाच असतो!'

दोघेही देव स्वप्रतिष्ठेवर अडून बसले. अध्वर्यू आणि उपस्थित गण संभ्रमित होऊन त्या दोन देवांकडे पाहू लागला. बळीचा मेंढाही निश्चल उभा होता. आपल्या रक्तानं प्रथम कुणाला स्नान घालायचं, कुणाच्या घशात प्रथम जायचं या विचारात तो मेंढाही पडला असावा! समोर मानापमानाचं नाट्य रंगू लागलं तेव्हा मांदार्य आपल्या आसनावरून उठले; आणि त्या दोन्ही देवांजवळ गेले. मोठ्या प्रेमानं ते त्या दोघांना म्हणाले, 'आपण कृपया त्या कुटीत चलावं...'

दोघेही देव मांदार्यांमागोमाग कुटीकडे जाऊ लागले.

कुटीत स्थानापन्न होताच मांदार्यांनी मूळ विषयालाच हात घातला. 'प्राचीन ऋषींनी जी यज्ञ-संकल्पना रुजवली तीच परंपरा विशुद्धपणे आपण पुढे न्यायला हवी. परंतु गेल्या काही वर्षांत चुकीच्या रूढी या सनातन परंपरेत घुसलेल्या दिसतात – त्या तशा घुसतातच! त्या वेळीच दूर केल्या नाहीत तर समाजात त्याविषयी दोन मतप्रवाह निर्माण होतात; आणि ते दोन्ही मतप्रवाह चुकीचेच असतात!'

दोन्ही देव संभ्रमित मुद्रेनं त्यांचं बोलणं ऐकत होते.

''कोणते मतप्रवाह? आणि त्याचा आत्ता काय संबंध?'' इंद्रानं विचारलं.

''देवाधिदेव, आपल्यासमोर स्पष्टपणे बोलत आहे त्याबद्दल क्षमा असावी...''

''क्षमा कसली मागता ऋषीवर?'' इंद्र ओशाळून म्हणाला, ''आमच्यासाठी तुम्ही 'देव' राहिला नसलात तरी ज्यांच्याविषयी देवांनाही आत्यंतिक आदर असतो असे तुम्ही ऋषी झाला आहात. आपल्याला स्पष्टपणे बोलण्याचा पूर्ण अधिकार आहे.''

त्या दोघांकडे प्रेमभावानं बघून मांदार्य बोलू लागले, ''दोन मतप्रवाह असे – चुकीच्या रूढींनाच एक वर्ग 'धर्म' समजून बसतो; आणि त्या रूढींमधे कोणताही विचार दिसत नसल्यामुळे दुसऱ्या मतप्रवाहाचा बुद्धिनिष्ठवर्ग रूढीग्रस्त क्रियाकर्मांचीच खिल्ली उडवतो. म्हणून वेळीच रूढीग्रस्त क्रियांना यज्ञासारख्या कार्यातून बाहेर काढलं नाही तर एक दिवस असा उगवेल की केवळ रूढीच उरतील आणि मूळ विचार हरवून जाईल...

''या आर्यावर्तातल्या अरण्यातले नरमांसभक्षक अनेक कर्मकांडं करून नरबळी देत असत... मी स्वतः ती दृश्यं बघितली आहेत – अंतःकरण पिळवटून टाकणारी!''

मांदार्यांना दृष्टीसमोर बळी जाणारा मनुष्य दिसू लागला. त्याच्या आर्त किंकाळ्या त्यांच्या कर्णेंद्रियात घुमत राहिल्या.

''देवांनो, त्या अरण्यवासीयांच्या दृष्टीनं ते 'दैवी' कर्मकांड असायचं. नरबळी देण्यात त्यांना विशेष काही वाटायचं नाही. ते सोपस्कार त्यांच्या अंगवळणी पडले होते. त्यांच्यामधे परिवर्तन घडवून आणताना पूर्वी नकळत बळी देण्याचा विधी आपल्याही यज्ञाविधीत उचलला गेला. त्या लोकांना बदलण्यासाठी त्यांच्या अनेक प्रकारच्या दैवतांचा ऋषींनी प्रथम स्वीकार केला. उदाहरणार्थ पिशाच्च, दगड, प्राणी, पक्षी इत्यादी! त्या अरण्यवासीयांच्या आराध्य दैवतांचा आणि क्रियाकर्मांचा स्वीकार केला गेला नसता तर त्यांना आपलंसं करता आलं नसतं. एका समान सूत्रात बांधता आलं नसतं. त्यांच्यात संस्कृती प्रस्थापित करता आली नसती... म्हणून वैदिक ऋषींना त्यांचा स्वीकार करावा लागला होता.''

देवांना देण्यात येणारा अग्रमान आणि मांदार्य सांगत असलेली परंपरा यांचा कार्यकारणभाव किंवा अन्योन्य संबंध अद्याप त्या दोन देवांच्या ध्यानात येत नव्हता. शंकित मुद्रेनं ते त्यांचं बोलणं ऐकत होते.

मांदार्य पुढे सांगत होते, ''अनायसे किंवा हेतूपुरस्सर स्वीकारलेल्या अशा रूढी मी माझ्यापुरत्या तरी बदलल्या. माझ्या संपर्कात जे जे लोक आले त्यांना त्यांना मी रूढीग्रस्त धर्माचं स्वरूप समजावून दिलं. बऱ्याच जणांना ते पटलंही... आज तुम्ही जो सोमयाग केलेला आहे त्यातून हिंसा पूर्णत: हद्दपार व्हावी असं मला तरी वाटतं. श्रेष्ठांचंच अनुकरण होत असतं...''

''म्हणजे...? बळी...नाही...?'' इंद्र!

''समाजातल्या प्रत्येक जीवाला प्रेमभावानं एकत्र आणताना 'बळी'चा काय संबंध?'' प्रश्न उपस्थित करून मांदार्यच पुढे सांगू लागले, ''पूर्वी आराध्य दैवताला तृप्त करण्यासाठी मनुष्याचा बळी दिला जायचा. त्या लोकांमधे ऋषींनी हळू हळू विचारांनी परिवर्तन घडवून आणलं. परिवर्तन कधी एकदम होत नसतं – हळू हळूच करावं लागतं!... नरबळीवरून यज्ञसंस्था प्राणीबळीवर आणली.''

''त्यात मला नवीन काही वाटत नाही ऋषीवर!'' इंद्र पुढे म्हणाला, ''बळी तर दिला जातोच ना! तो यज्ञाचाच भाग नाही का...?''

मांदार्य ठामपणे बोलू लागले– ''प्राणी म्हणजे सुद्धा थोडे विचार आणि समज असलेला जीवच ना? कशासाठी त्याचा जीव घ्यायचा? वृषभ, मेंढा आदी प्राण्यांना का मारायचं? त्यांना मारण्याचा अधिकार मानवाला कुणी दिला? अरण्यवासीयांची ती 'कर्मकांडं' काही एक हेतू ठेवून प्राचीन ऋषींनी उचलली होती. धार्मिक क्रियांशी त्यांचा काय संबंध? ''

इंद्रानं लगोलग विचारलं, ''मग या यागात बळी तरी कुणाचा देणार?''

''देवराज, परिवर्तनवादी ऋषींच्या कार्यात मी एक पाऊल आणखी पुढे टाकलं आहे! यागात कोणत्याही प्राण्याची आहुती दिली जाणार नाही. आदीम संस्कृतीतल्या

धर्ममार्तंडांनाही मी त्यासाठी एक पर्याय दिला. अनेक ऋषींनी हा पर्याय उचलला आहे... ऋषिमंडळाची त्याला मान्यता आहे. तो पर्याय म्हणजे नारळ फोडणं आणि गुलाल वाहणं!''

''काय? प्राणीबळीऐवजी नारळ?''

''होय देवराज, आदीम लोकांमधे संस्कृतीची रुजवात करताना त्या लोकांना अनेक ऋषींनी समजावलं की नारळ हा मनुष्याच्या किंवा प्राण्याच्या मस्तकासारखा आहे. तो फोडणं म्हणजे आराध्य देवताला 'बळी' देण्यासारखंच आहे! पूर्वी मनुष्य-प्राण्याचा बळी दिल्यानंतर आराध्य देवतेच्या शिल्पावर किंवा प्रतिमेवर रक्ताच्या चिळकांड्या उडत. त्यामुळे ते दैवत प्रसन्न होतं हा भाव! मग त्या लाल रुधिराला गुलाल-कुंकू यांचा पर्याय का दिला जाऊ नये? म्हणून आपण प्रथम नारळ फोडू. मग अध्वर्यू आपणा दोघांच्याही भालप्रदेशावर कुंकू लावतील, अंगावर गुलाल उडवतील... नारळाच्या रूपानं मेंढ्याचं डोकं फुटेल. ते पाणी तुम्हा देवांच्या अंगावर उडवलं जाईल. कुंकू-गुलालामुळे तुमची वस्त्रं रक्तवर्णी बनतील! त्या मेंढ्याकडे पहा... काय दोष आहे त्याचा? त्याचं रक्त कुणाच्या अंगावर प्रथम उडावं ही फार मोठी सन्मानाची गोष्ट मानायची का? अशातऱ्हेनं रूढीग्रस्त होऊन एका निष्पाप जीवाचा बळी घेतल्यानं परमेश्वर संतुष्ट होईल का क्रुद्ध होईल! काय वाटतं तुम्हाला?''

दोन्ही देवांकडे प्रतिवाद नव्हता. मांदार्यांचे विचार त्या दोघांना नक्कीच पटत होते.

मग त्या दोन देवांचं मनोमीलन घडवून आणण्यासाठी मांदार्य म्हणाले, ''सोमरसाच्या मानपानाला प्रत्यवाय नाही हे मी मानतो. पण केवळ बळीचा 'नारळ' प्रथम मिळवण्यासाठी आपण आग्रही असावं का? आपणच विचार करा! देवराज, आपण देवाधिदेव आहात. मेघांतून बरसणाऱ्या टपोऱ्या थेंबांच्या जलधारांप्रमाणे आकाशातून आपण शस्त्रवर्षाव करता... अविरत आणि वेगवान शस्त्रवर्षाव करण्याचं आपल्याकडे कसब असल्यामुळे आपल्याला पर्जन्यदेवतेची उपमा दिली जाते. परंतु; या मरुतांशिवाय आपण आकाशगमन करू शकत नाही! वायूवेगानं आकाशगमन करणाऱ्या विमानांचे हे मरुतदेव अधिपती आहेत. विमानांना वेग देण्याचं तंत्रज्ञान त्यांनी विकसित केलं आहे. आकाशातून वायूवेगानं जाणारी विमानं पाहून या मरुतांना वायूदेवाची उपमा दिली जाते ती उगाच नाही!

''पण मरुतदेव, केवळ वेगानं जाणं म्हणजे शत्रूविजय ठरू शकत नाही... इंद्रदेवांसारखं रणकौशल्य दुसऱ्या कुणाही देवात नाही हे आपण मान्य करायलाच हवं! विशिष्ट प्रणालीचं जीवन आणि शंभर अश्वमेध यज्ञ यशस्वीपणे पार पाडल्यामुळेच इंद्रदेव देवांचे अधिपती आहेत. अन्यथा आपणा दोघांच्या गुणांमधे आणि पराक्रमामधे डावं-उजवं असं काहीच नाही. रणांगणातला विजय हा आपल्यासारख्या देवांच्या

परस्पर सहकार्यामुळेच मिळणारा असतो... पण आपल्यातील संबंधात जर विक्षेप आला तर मात्र...''

मांदार्यांना पुढे काही बोलण्याची आवश्यकताच उरली नव्हती.

केवळ एक बळी प्रथम मिळवण्यातल्या मानापमानातला अविचार त्या दोघांच्याही ध्यानात आला होता. अत्यंत खुबीनं मांदार्यांनी त्या दोन्ही देवांची समजूत काढली होती. त्यांना त्यांच्या कार्या-अकार्याची जाणीव करून दिली होती. केवळ अग्रमानाची अपेक्षा आपण नुसतीच बाळगली नाही तर त्यासाठी उद्दामपणाचं प्रदर्शनही केलं या विचारानं ते दोघेही देव खजील होऊन गेले.

इंद्र शांतपणे म्हणाला, 'ऋषीवर, आज आपण माझे नेत्र उघडलेत. इथून पुढे आम्ही आपापसात मुळीच वैरभाव ठेवणार नाही. अग्रमान आपण कुणालाही द्यावा!'

मरुत लगेच म्हणाला, 'आमच्यातला दुरावा नक्कीच कमी होईल ऋषीवर! अग्रमानाचा अधिकार इंद्रदेवांचाच आहे. तेव्हा-''

मांदार्य हसून म्हणाले, ''आपणा दोघांमधे उत्तम साहचर्य असलं पाहिजे असं मला वाटतं. देवांची शक्ती आणि वैदिक ऋषींचं तप या संयोगामुळेच या आर्यावर्तात एक नवी मानवी संस्कृती - एक नवी 'सृष्टी' निर्माण होत आहे. पण आपापसातल्या संबंधात विक्षेप आला तर मात्र या 'सृष्टी'ला नक्कीच धोका संभवेल...'

मांदार्यांचं समजावणीचं बोलणं ऐकून इंद्र अत्यंत आदरानं म्हणाला, 'ऋषीवर, या निमित्तानं मला 'गायत्रोपनिषदा'ची आठवण होत आहे. ते आपल्याला सांगावंसं वाटतं!''

ही हकीगत सांगून मांदार्य म्हणाले, ''इंद्र म्हणजे काही साधी व्यक्ती नाही. ती ज्ञानी व्यक्ती आहे... देवांकडे प्रगल्भता असतेच. पण काही वेळा रूढीग्रस्तता येऊन चुकाही होत असतात. मी केवळ त्यांना त्याची जाणीव करून दिली एवढंच! दोघेही देव संतुष्ट झाले. मग इंद्रदेवानं मला 'गायत्रोपनिषद' दिलं...''

'गायत्रोपनिषदा'चे मंत्र मांदार्यांच्या मनात काही काळ गुंजत राहिले.

मुख ह्यस्या ससभ्रम विदाचकारेति होवाच तस्या
अग्निरेव मुख यदिह वापि वह्निमानग्नावभ्यादधाति
सर्वमेतत्स हत्येवविद्यद्यपवह्वीव पाप करोति
सर्वमेवैतत्सम्यग्विशुद्धो यतोऽजरोऽमरः स भवतीति।।

गायत्री म्हणजे साक्षात् शक्ती. त्या शक्तीची ही शाब्दिक आराधना! शब्दामागे मनाचीच शक्ती असते. मानवी मन हे परमात्म्याच्या विशाल मनाचंच रूप असतं. त्यामुळे 'गायत्रोपनिषदा'तून परमात्मशक्तीच प्रकट होत असते.

काही क्षण मांदार्य त्या शक्तिस्वरूपात तल्लीन होऊन गेले. मग पुन्हा भानावर येऊन ते म्हणाले, ''त्या दोन देवांचं मनोमीलन करण्याचं भाग्य मला लाभलं. भविष्यात ते असंच टिकून राहिलं पाहिजे एवढंच!''

एव्हाना रात्र पुढे सरकली होती. दीपदानांमधलं तेल संपत आलं होतं. श्रोतृगणही थोडाफार पेंगुळला होता. मांदार्यांचं कथन ऐकून त्यांना एकप्रकारची तृप्तीही आली होती. जेवढं सांगायचं होतं तेवढं सांगून झालं होतं. ॐकाराचा ध्वनी करून मांदार्यांनी ती सभा विसर्जित केली.

सारे आश्रमीय आपापल्या कुटिराकडे जाऊ लागले.

मांदार्यही आपल्या कुटिराकडे निघाले. तेवढ्यात त्यांचं लक्ष सुभद्रादेवींकडे गेलं. त्यांच्याजवळ जाऊन मांदार्यांनी विचारलं, ''माते, काय महत्त्वाचं बोलायचं होतं!''

''अरे, उद्या बोलायचं ठरलं ना आपलं?''

''नाही माऊली, तुमचं काम प्रथम... चला... तुमच्या कुटीत... नाहीतर माझ्या...''

''नको! इथेच सांगते-''

''बरं, समोर कट्ट्यावर बसू-''

शेणानं सारवलेल्या कुटीबाहेरच्या एका कट्ट्यावर दोघेही जाऊन बसले.

''अरे,'' सुभद्रादेवींनी थेट विषयालाच हात घातला, ''सोमपान करून तू चांगला तरुण झालास! हे 'तारुण्य' असंच वाया घालावायचं का?''

''मी वाया कुठे घालवतोय माताजी? अखंड तपाचरण...''

सुभद्रादेवी खळाळून हसल्या. ''अरे, तपाचरण तर तू अविरत करतो आहेस की?''

''मग आता आणखी काय...?''

''विवाह!''

''विवाह? मी कधी त्याचा विचारही केलेला नाही माताजी!''

''स्वत: विवाह करायचा नाही; आणि समाजात कुटुंबसंस्था प्रस्थापित करत जायचं! ही पूर्व-पश्चिम टोकं नाही वाटत तुला?''

क्षणभर मांदार्य अंतर्मुख झाले. ''पण मीच जर कुटुंबात - संसारात अडकलो तर कार्य कसं होणार हातून?''

''उलट तुझ्या कार्याला गती येईल! स्त्रीचं सामर्थ्य, कर्तृत्व मी का सांगायला हवं तुला? आदर्श संसार करूनही तपाचरण करता येतं हा वस्तुपाठ देता नाही का येणार समाजाला?''

''खरंय् पण संसार सांभाळून-''

''तुझा संसार तुझी पत्नी सांभाळू शकणार नाही का? आज तू आर्यावर्तात आश्रमांची साखळी निर्माण केलीस... नाही म्हटलं तरी तिथल्या व्यवस्थेत तुझं चित्त अडकून जातं. यापेक्षा तुझी पत्नी आश्रमांची व्यवस्था नाही का पाहू शकणार? मग तू निश्चिंतपणे कार्याला लागू शकशील... कार्याचा वेग वाढवू शकशील!

''एक गोष्ट ध्यानात घे! प्रत्येक वैदिक ऋषीनं विवाह केलेला आहे. अत्री-अनसूया, वसिष्ठ-अरुंधती, ऋचिक-सत्यवती... किती म्हणून सांगावेत? त्या परशुरामानं विवाह केला नाही... त्याला काही धरबंध आहे का? पतीच्या कार्यापाठीमागे स्त्रीची शक्ती असेल तर त्या कार्याला एकप्रकारची बैठक प्राप्त होते. जीवनाला सुगंध यायला लागतो...

मांदार्यांना मनातून सारं काही पटत होतं. सुभद्रादेवींपुढे प्रतिवाद करता येत नव्हता. त्यांचा निरोप घेताना ते एवढंच म्हणाले, ''माताजी, मी नक्कीच विचार करीन!''

''वय वाढत चाललं आहे... फार काळ विचारात घालवू नकोस म्हणजे झालं!'' सुभद्रादेवी खळखळून हसल्या आणि काठी टेकत आपल्या कुटिराकडे निघून गेल्या.

संभ्रमित होऊन मांदार्य त्यांच्या पाठमोऱ्या आकृतीकडे बघत राहिले.

■

१५

योग ईश्वराचा – वियोग तेजाचा!

दैवी आणि असुरी अशा दोन्ही वृत्तींना ही धरित्री आकर्षित करते. कधी दैवी लोकांचा जोर होतो तर कधी असुरी वृत्तीच्या लोकांचा! राक्षस नेहमीच प्रबळ असतात; पण त्यांच्याकडे विचार नसतो. दैवी वृत्तीकडे विचार असतो पण सहसा शारीरिक बळ नसतं. हे दोन घटक – या दोन वृत्ती परस्परांना पुष्टी देऊन राहू लागल्या तर पृथ्वीवर नंदनवन होईल... पण...

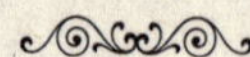

''अनुज-भाऊ, मला भगवान शिवांचा दृष्टान्त झाला... रुद्रप्रयागला!'' मांदार्य शांतपणे म्हणाले.

''दृष्टान्त? कसला...? कुणाचा...?'' तेलदिव्यातील ज्योत किंचित डोलत होती. जणू वसिष्ठांप्रमाणेच ती सुद्धा मांदार्यांचं गूढरम्य अंत:करण जाणून घ्यायचा प्रयत्न करीत होती.

मांदार्य पुढे म्हणाले, ''साधनेत येणाऱ्या अनुभूती आपण दुसऱ्या कुणा सामान्य व्यक्तीशी बोलू शकत नाही, भाऊ. म्हणून तीर्थयात्रा करीत करीत तुमच्या आश्रमात आलो...!''

कालकेयांनी दूषित केलेलं पश्चिम सागरकिनारपट्टीवरचं जनजीवन पुन्हा सुरळीत केल्यानंतर मांदार्यांना साधनेची नितांत आवश्यकता वाटू लागली होती. यावेळी ते थोड्या वेगळ्या पद्धतीची साधना करणार होते. तीर्थस्थळांना भेट द्यायची, तिथला रमणीय परिसर नेत्रांत साठवून घ्यायचा, निसर्गात राहून ध्यानधारणा करायची आणि प्रत्येक तीर्थस्थळांमधील मानवसमूह तपाचरणातून जोडत जायचा अशी 'साधना' करण्याचं त्यांनी ठरवलं होतं. त्यानुसार त्यांनी प्रथम हिमालयातील तीर्थस्थळांना भेटी दिल्या होत्या. मग ते पुन्हा पुष्कर तीर्थाजवळ आले होते. पूर्वी त्यांनी त्या स्थळी तपाचरण केलं होतंच. तिथेच त्यांनी पुन्हा एका नवीन आश्रमाची उभारणी केली होती.

मांदार्य पुष्करतीर्थी येऊन राहिलेत ही गोष्ट देवांमधील चार 'ब्रह्म' जाणत्या देवांना अर्थात ब्रह्मदेवांना समजली होती. ते त्वरित पुष्कर तीर्थावरील मांदार्यांच्या आश्रमात आले होते. त्या पाच जणांमधे पुष्कळ गहन चर्चा झाली होती. केवळ माणूस माणसाला प्रेमानं जोडून उपयोगाचं नाही, तर एक समान जीवनपद्धती, विचारपद्धती आणि उपासनापद्धती आचरणात आणणारा एक समूह निर्माण झाला पाहिजे; आणि त्यासाठी विविध प्रकारचं प्रगल्भ शिक्षण देणाऱ्या आश्रमशाला स्थापन झाल्या पाहिजेत, असं 'नवनीत' त्या गहन चर्चेतून निघालं होतं. आश्रम उभारणीसाठी देवांचं आर्थिक सहाय्य मिळणारच होतं. विविध ऋषींनी निर्माण केलेल्या राज्यव्यवस्थाही त्यांना सहकार्य करणार होत्या. केवळ हिमालयातच

नव्हे किंवा आर्यावर्तातच नव्हे; तर संपूर्ण भारतवर्षात एकसारखं शिक्षण देणारी गुरुकुलं अनेक वैदिक ऋषींच्या सहकार्यानं प्रस्थापित करण्याचा तेव्हा त्यांनी संकल्प सोडला होता. केवळ संकल्प करून मांदार्य थांबले नव्हते; तर आपल्या पुढील कार्याचं नियोजन करून त्यांनी अल्पावधीतच पुष्कर तीर्थातल्या आश्रमामधे एक मोठं गुरुकुल उभारलं होतं!

त्या गुरुकुलाचा कुलपती नेमून ते लगेच गंगोत्रीला गेले होते. तिथे रुद्रप्रयागच्या कुटीचं रूपांतर त्यांनी आश्रमशालेत केलं होतं. सर्व विद्यांचं शिक्षण देण्यासाठी अनेक आचार्यांची त्यांनी तिथे नियुक्ती केली होती. त्या आश्रमाचा उत्तराधिकारीही त्यांनी नियुक्त केला होता. मग पुन्हा काशीच्या आश्रमात परतण्यापूर्वी ते वाटेत वसिष्ठाश्रमात येऊन दाखल झाले होते.

मांदार्य आपल्या कनिष्ठ बंधूंना भेटायला आले आहेत, ही वार्ता उत्तरेकडच्या ऋषीमंडळातही प्रसृत झाली होती. त्यामुळे ज्या ऋषींना त्वरेनं येणं शक्य होतं असे अत्री, भरद्वाज आणि गौतम ऋषी आपापल्या अनुयायी शिष्यांसह वसिष्ठाश्रमात येऊन पोचले होते.

कालकेय-संहाराचा सारा वृत्तान्त, त्यात मांदार्यांनी 'प्राशन केलेला' सागर आणि गाजवलेला पराक्रम साऱ्या आर्यावर्तात कौतुकाचा विषय ठरला होता. मांदार्यांविषयी सर्वांच्याच मनात पूज्यभाव निर्माण झाला होता. मांदार्यांनी अविश्रांत केलेली तपश्चर्या आणि मिळवलेल्या अनेक सिद्धी या सामान्यांनाच नव्हे; तर ऋषींनाही आदर्शवत् वाटत होत्या. त्यामुळे मांदार्यांचं दर्शन घेण्यासाठी आता संपूर्ण आर्यावर्त उत्सुक झाला होता.

म्हणूनच ते वसिष्ठाश्रमात येणार आहेत अशी कुणकुण लागताच हे ऋषी आपापल्या शिष्यांसह तातडीनं वसिष्ठाश्रमात आले होते. मांदार्यांकडून त्यांना तो घडलेला इतिहास जाणून घ्यायचाच होता; पण भावी कार्याची दिशाही माहीत करून घ्यायची होती.

परंतु; मांदार्यांना केवळ आपल्या बंधूंचीच भेट घ्यायची होती. दृष्टान्ताचा विषय त्यांच्या कानी घालायचा होता आणि लगेच काशीला परतायचं होतं. पण इतके मोठे ऋषी त्यांना भेटण्यासाठी आल्यानंतर त्यांनाही थोडा वेळ देणं भाग होतं.

आश्रमातल्या सभागृहात दिवसाच्या दुसऱ्या प्रहरी सारेजण एकत्र जमले. वसिष्ठ ऋषींनी मोठ्या प्रेमानं आपल्या ज्येष्ठ बंधूंच्या कार्याचा आढावा घेतला. त्यावेळी ते म्हणाले होते –

'माझ्या या ज्येष्ठ बंधूंनी प्रथम हिमवान प्रदेशात आणि नंतर संपूर्ण आर्यावर्तात अविरत भ्रमण केलं. तेव्हा प्राचीन ऋषींनी प्रस्थापित केलेली यज्ञसंस्था सर्वत्र खिळखिळी झालेली त्यांना दिसली. यज्ञाचे विपरीत अर्थ रुजलेले त्यांना अनुभवायला मिळाले. मग मानवोद्धारासाठी त्यांनी तपाचरण आरंभलं. आज दोन तपं उलटून

गेली. पण प्रत्यक्षात त्यांनी चार तपांत सिद्ध होणारं कार्य अविश्रांत झिजून केवळ दोन तपांतच साकारलेलं आहे. या काळात त्यांनी असंख्य नरमांसभक्षक जमातींमधे अमूलाग्र परिवर्तन घडवून आणलं आहे. प्राचीन ऋषींचं धुतलं गेलेलं कार्य यांनी अशातऱ्हेनं पुनरुज्जीवित केलं. यज्ञसंस्थेत बुद्धिनिष्ठ विचार भरला. संस्कृतिहीन जनांना सर्वसमावेशक ऋषीय संस्कृती समजावली. हृदयस्थ परमेश्वराची जाणीव करून दिली. 'मारून खाऊ नकोस, चोरून खाऊ नकोस; पेरून खा,' हा ऋषीय विचार त्यांना समजावला. संस्कृतिहीनांना एकत्र आणण्यासाठी मंदिरांची प्रस्थापना केली; आणि ऋषीय कार्याला यांनी एवढी गती दिली की, मारून खाणारे-चोरून खाणारे रानटी जन आता शेती करू लागले आहेत! त्यासाठी माझ्या या बंधूंनी खाण्यायोग्य वनस्पती आणि धान्य यांच्यावर संशोधन करून शेतीला महत्त्व प्राप्त करून दिलं आहे...'

आपली स्तुती ऐकून मांदार्यांना कसंतरी वाटत होतं. स्तुती, पुरस्कार अथवा मोठा सन्मान मिळवण्यासाठी त्यांनी थोडंच का हे कार्य केलं होतं? त्यांनी आपल्या बंधूंना अडवण्याचा पुष्कळ प्रयत्न केला. पण वसिष्ठ ऐकेनात!

ते पुढे सांगत होते, '...शेतीतून कुटुंबव्यवस्था आणि सांस्कृतिक विचारधारेची परंपरा निर्माण करण्यासाठी शिक्षणव्यवस्था पुन:प्रस्थापित केली. असे हे माझे बंधू युगप्रवर्तक, तपस्वी आणि सिद्ध आहेतच; तसेच ते शस्त्रनिपुणही आहेत. कालकेय दानवांचा बीमोड करण्यासाठी देवांनाही यांचं सहाय्य घ्यावं लागलं यावरूनच काय ते समजा!'

वसिष्ठ ऋषींनी मांदार्यांच्या कार्याचा आढावा घेतल्यानंतर मांदार्यांचं मंतव्य ऐकण्याची सर्वांना उत्सुकता लागून राहिली होती. मग मांदार्यांनी मोजक्या शब्दात देव-दानव युद्धाविषयी सांगून पुढील कार्याची दिशा उपस्थित ऋषिगणापुढे मांडली.

ते म्हणाले, 'अत्रीऋषी, भरद्वाजऋषी हे ज्ञानवृद्ध ऋषी आहेत. उतारवयातही ते निरपेक्षभावानं ईश्वरीय-कार्य करीत आहेत. या ज्येष्ठ ऋषींना मी प्रथम वंदन करतो. आज भारतवर्षात ठिकठिकाणी हिंडताना मला अनेक ऋषींचं कार्य बघायला मिळालं. नर्मदेच्या तीरी जमदग्नी ऋषींनी अफाट कार्य केलं आहे. गौतम ऋषी दंडकारण्यात जाण्याच्या सिद्धतेत आहेत. आपल्या या कार्याची व्याप्ती दक्षिण सागरापर्यंत वाढवत न्यायची आहे.

'नर्मदा परिसर, पश्चिम सागरपरिसर आता संकटमुक्त झाला आहे. शेकडो वर्षांच्या तपानंतर वायव्य प्रांतापर्यंत आर्यांची राजमंडळं तयार झाली. पुरू, जनकादी राजांनी ऋषिविचारानुसार उत्तम राज्यव्यवस्था प्रस्थापित केल्या. पूर्वी 'पाणी' हा सर्वत्र कळीचा मुद्दा ठरला होता. आर्यावर्तात जलाची कमतरता झाली म्हणून भगीरथांना हिमवान प्रदेशातून गंगेला खाली आणावं लागलं. अन्यथा इथे

पाण्यावरून युद्ध पेटलं असतं. पाणी अडवलं म्हणूनच इंद्रदेवांना वृत्रासुराला मारावं लागलं. एका पाण्याच्या अभावामुळे मोठमोठी युद्धं होऊ शकतात हे आपण ध्यानात घेतलं पाहिजे.

'काही वर्षांपूर्वी देवांची पीडा कमी व्हावी म्हणून ज्यांच्या हाती निर्णय करण्याची शक्ती आहे अशा 'ब्रह्म'देवांनी याच पाण्याच्या प्रश्नावरून राक्षस कुळाला या प्राचीन मेलुहा देशातील दक्षिणेकडच्या प्रांतामधली सरोवरं, तलाव किंवा जलस्रोत यांचा सांभाळ करण्याचे अधिकार दिले. देव असे वर देत होते पण राक्षस-असुर 'वर' प्राप्त करून देवांवरच उलटत होते. देव सामंजस्य टिकवण्याचा आजही प्रयत्न करीत आहेत - पूर्वीही त्यांनी पुष्कळ प्रयत्न केले. त्यांनी असुरांना लंकाद्वीप दिलं होतं. शस्त्रास्त्रं दिली होती. पण देवांचं दान देवांवरच उलटत होतं. पाताळातल्या - पृथ्वीच्या खालच्या भागातल्या असुरांनाही देवांनी तंत्रज्ञान दिलं होतं. देवांनी तिथेही वसाहत करण्याचे प्रयत्न केले होते. पण ते असुरही देवांवर उलटले होते -देवांकडून अनेक प्रकारच्या विद्या आणि शस्त्रं घेऊन!

'आज आर्यावर्त मात्र देवांसाठी अनुकूल बनत चालला आहे. 'कृण्वन्तो विश्वम् आर्यम्'चा विचार आर्य-ऋषी आणि देव यांनी एकत्रितपणे उचलला आहे. ऋषींच्या तपाला यश येत चाललं आहे. आता आपल्यापुढे सर्वात मोठं आव्हान आहे... ते म्हणजे जिथे जिथे मानवता प्रस्थापित झाली आहे तिथे तिथे गुरुकुलांची स्थापना करणं. राजमंडळं ही ऋषिविचारांवरच अधिष्ठित आहेत. आर्यावर्तातला सामान्य प्रजाजन ऋषिविचारांशी निष्ठा ठेवणारा आहे. त्यामुळे सत्ता येऊनही राजमंडळं ऋषीविचारांना छेद देऊ शकत नाहीत. उलट आश्रमशाळा स्थापण्यासाठी राजमंडळं अनुकूल आहेत.

'एक गोष्ट तरुण स्नातकांनी लक्षात ठेवली पाहिजे. केवळ दंडशक्ती मनुष्य परिवर्तन घडवून आणू शकत नाही; आणि केवळ सहिष्णुतेचा घोष मानवांमधलं सौहार्द्रही टिकवू शकत नाही. दोन्ही विचारांचा समन्वयच साधला गेला पाहिजे.'

अशातऱ्हेनं मांदार्यांनी ऋषिमंडळापुढे विचार मांडले होते. मग काही प्रश्नोत्तरं होऊन ती सभा विसर्जित झाली होती. तरीपण मांदार्यांना आपल्या बंधूंशी एकान्तात बोलायला अद्याप वेळ मिळाला नव्हता. भेटीगाठी, विश्रांती, सायंप्रार्थना, भोजन यात दिवस कसा गेला ते त्यांना कळलंही नाही. सारा आश्रम जेव्हा अंधकारात लपेटून गेला तेव्हा कुठे मांदार्यांना आपल्या बंधूंशी चर्चा करायला वेळ मिळाला.

वसिष्ठांच्या कुटीत आता ते दोघेच होते. सोबतीला केवळ एक तेलदिवा होता. कोणताही आवाज नव्हता. आश्रम परिसर नीरव शांततेत गडप होऊन गेला होता.

मग मांदार्यांनी वसिष्ठाश्रमात अवचित येण्याचं प्रयोजन सांगितलं होतं... 'भाऊ, मला भगवान शिवांचा दृष्टान्त झाला. तुमच्याशिवाय मी ही गोष्ट कुणाला सांगणार? ज्यांच्याकडे विचार नसतो, अनुभूती नसते अथवा अनुभूतीची द्वारं ज्यांनी स्वतःहून

बंद केलेली असतात अशा लोकांना दिव्य अनुभूती कशा समजणार! म्हणून मी वेड्यासारखा धावत या आश्रमात आलो!'

आपल्या ज्येष्ठ बंधूची श्रेष्ठता वसिष्ठ ऋषी जाणूनच होते. त्यांनी लगेच विचारलं, "काय झाला दृष्टान्त?"

"मला 'त्यांनी' दक्षिणेकडे जायला सांगितलं आहे. आर्यावर्तात आता कार्य स्थिरपद झालं आहे. ऋषिविचारांनुसार राजमंडळं यथोचित राज्यकारभार करीत आहेत. शेती आणि कुटुंबव्यवस्था दृढ होत आहे. इतर ऋषी आणि तरुण स्नातक ते कार्य पुढे नेतीलच. परंतु; दक्षिणेकडे मुळातूनच कार्य उभं करावं लागणार आहे. तिथे अनेक राक्षसांचं मोठं आव्हान आहे. भगवंतांच्या दृष्टान्तानुसार मी आता दक्षिण-दिग्विजयासाठी काशी-आश्रमात प्रस्थान ठेवणार आहे. आपली भेट इतक्यात होऊ शकणार नाही. म्हणूनही मी मुद्दाम भेटायला आलो... अर्थात माझा आश्रम आणि कार्यक्षेत्र याविषयी मी नित्य सूचना देत राहीनच!"

"द्यावीच लागेल!" वसिष्ठ ठामपणे म्हणाले, "दक्षिणेकडून बऱ्याच कटू वार्ता कानी येत आहेत. महर्षी विश्वामित्र त्यावर लक्ष ठेवून आहेत. आम्ही दोघं सतत संपर्कात असतोच... शिवाय माझं कार्यक्षेत्रही मला बदलावं लागलं आहे - ती वार्ताही तुम्हाला सांगायची होतीच!"

मांदार्यांनी प्रश्नार्थक मुद्रेनं वसिष्ठांकडे बघितलं.

तेव्हा वसिष्ठ ऋषींनी नुकतीच झालेली घडामोड त्यांच्या कानी घातली. दशरथ राजानं वसिष्ठांना राजर्षी होण्यासाठी निमंत्रित केलं होतं. वसिष्ठांना अयोध्येत सन्मानानं आणावं यासाठी महर्षी विश्वामित्रही प्रयत्नशील होते. अयोध्येत वास्तव्य करण्याची आवश्यकता विश्वामित्रांनी वसिष्ठांना विशद केली होती. वसिष्ठांनी राजाची विनंती मान्य केली होती.

वसिष्ठ मांदार्यांना म्हणाले, "अयोध्येत गेल्यावर खूप काही गोष्टी घडतील. मी आपल्यापर्यंत साऱ्या वार्ता पोचवीनच!"

"ईश्वरी संकेत मी जाणतो भाऊ! केवळ सहिष्णूतेचे विचार घेऊन दक्षिणेत कार्य करणं म्हणजे ऋषींच्या बलिदानाची संख्या वाढवण्यासारखंच आहे! त्या भागात प्रसंगी प्रबळ दंडशक्तीचीच आवश्यकता भासणार आहे. त्यासाठी मी काही सिद्ध-शस्त्रंही बरोबर नेणार आहे!"

परस्परांचे संकेत परस्परांना उमजले होते.

मग वसिष्ठांचे हात आपल्या हाती घेऊन मांदार्य म्हणाले, "भाऊ, भगवंताच्या दृष्टान्तानुसार मी दक्षिणेकडे जाणार आहे. विंध्य ओलांडून दक्षिण सागरापर्यंत जाणं हे आभाळाएवढं विशाल आव्हान आहे. राक्षसी टोळ्यांनी दक्षिण सागरापर्यंतचा घनदाट प्रदेश व्यापून टाकला आहे. तिथे किती काळ तप करावं लागेल हे सांगता येत नाही. त्या कार्यकाळात कदाचित एखाद्या वीर योद्ध्याचीही आवश्यकता भासेल!"

वसिष्ठांचे नेत्र भरून आले होते. गलबलून ते म्हणाले, ''दादा, दंडकारण्याचा शस्त्रधारी मार्ग अयोध्येतून जाणार आहे हे तुम्हालाही माहीत असणारच! योग्य वेळ येताच मी संकेत देईनच!''

वसिष्ठांचं आश्वासक बोलणं ऐकून मांदार्यांना समाधान वाटलं.

त्यावेळी वसिष्ठ म्हणत होते, ''दादा, प्रत्येक ऋषीनं ठराविक प्रांतात संस्कृतिप्रस्थापनेचं कार्य केलं. पण तुम्ही तर संपूर्ण भारतवर्ष एकटा पादाक्रांत करीत आहात! विंध्याला आणि दंडकारण्याला तुम्ही नमवाल याविषयी माझ्या मनात मुळीच संदेह नाही. आपल्यापुढे मी नतमस्तक आहे. एक काळ असा येईल की, संपूर्ण भारतवर्षाला आपल्याविषयी कृतज्ञता वाटेल!

दोघा ज्ञानी ऋषीबंधूंनी परस्परांचे हात हाती घेतले. अश्रूंवाटे भावनांना वाट मोकळी करून दिली.

रात्र सरली.

दुसऱ्या दिवशी भल्या पहाटेच मांदार्य वसिष्ठाश्रम सोडून निघाले. ते जेव्हा काशीतल्या आश्रमात येऊन पोचले तेव्हा एक धक्कादायक वार्ता त्यांची प्रतीक्षा करीत होती!

आश्रमद्वाराशीच मांदार्य रथातून उतरले तेव्हा सूर्यदेव क्षितिजावर आरूढ झाले होते.

रथचालकाला मांदार्य म्हणाले, ''सुशेणा, हा रथ त्या तिथे घेऊन जा. अश्वांना मुक्त करून खुराक दे... मग तू हस्तपादप्रक्षालन करून भोजन कर...'' मांदार्य आपल्या कुटीकडे निघाले.

''ठीक आहे ऋषीवर...''

सुशेणा रथातून उतरत असतानाच मांदार्य पुन्हा मागे वळून त्याला म्हणाले, ''तू आता दोन दिवस इथेच विश्राम कर... दमला आहेस... मग काशीनरेशांकडे जा...''

''बरं ऋषीवर...''

तेवढ्यात अक्षय धावत मांदार्यांना सामोरा आला. इतर स्नातक आणि आचार्यवर्गही तत्परतेनं मांदार्यांपुढे येऊन उभा राहिला.

अक्षयकडून पाण्याचा तांब्या हाती घेत मांदार्यांनी मुखमार्जन केलं. पाय धुतले. मग सर्वांबरोबर ते कुटिराकडे चालू लागले.

''आचार्य... सायंसंध्येची सिद्धता आहे, होमशालेत...?''

''होय, मी प्रथम स्नान करतो... खूप धुरळा उडाला आहे येताना... मग मी येतोच. तोपर्यंत तुम्ही इतर सिद्धता करा... सुशेणाची व्यवस्था करा... तो दोन दिवस इथेच थांबणार आहे...''

सायंसंध्या, प्रार्थना आणि भोजन उरकल्यानंतर आश्रमातील तरुण आचार्य आणि काही स्नातक मांदार्यांपुढे येऊन बसले. मध्यवर्ती भागात असलेल्या त्या भिंतीरहित मोकळ्या सभास्थानी एकत्र आल्यानंतर मांदार्यांनी सर्वांवरून प्रेमभावानं दृष्टी फिरवली.

मग त्यांनी सर्वांना उद्देशून विचारलं, 'माझ्या अनुपस्थितीत सारं काही ठीक होतं ना?'

''काशीनरेशांकडून एक दूत आला होता, आचार्य... आपल्याला भेटायला.'' अक्षयनं दूतानं आणलेली वार्ता सांगितली, ''रावण नामक दैत्यानं दक्षिण सागरातून येऊन भारतवर्षावर आक्रमण केलं आहे. दक्षिणेतल्या किष्किंधा राज्यावर त्यानं आक्रमण केलं म्हणे. त्या वानरराज्याचा अधिपती वाली यानं रावणाशी कडवी झुंज दिली. अखेर त्या दोघांमधे संधी झाला...''

मांदार्य गंभीरपणे अक्षयचं कथन ऐकत होते.

''त्या दोघांमधे अनाक्रमणाचा तह झाल्यामुळे रावणाचा आता वर सरकण्याचा विचार आहे, अशी वार्ता दूतानं दिली. आचार्य, भारतवर्षावर आक्रमण करण्यापूर्वी त्या दैत्यानं देवांचे धनपती कुबेरांना लंकानगरीतून घालवून त्यांची ती नगरी बळकावली. कुबेराचं 'पुष्पक' नामक विमानही हिरावून घेतलं... दूत सांगत होता की, तो दैत्य महाबलाढ्य आहे...!''

मांदार्यांनी एक सुस्कारा सोडला. मग ते गंभीरपणे बोलू लागले, 'दूतानं आणलेली वार्ता खरोखरच चिंताजनक आहे. तो रावण दैत्य अतिशय प्रबळ आहे. तो जर दंडकारण्यात स्थिरावला तर भारतवर्षातील घनघोर अरण्यात लपून छुपं युद्ध करणाऱ्या राक्षसांना बळ मिळेल. आर्यावर्तातल्या राज्यांसाठीही ही धोक्याची घंटा आहे... संघर्ष आता अटळ आहे असं दिसतं...' मांदार्यांच्या मुद्रेवर चिंतेचं जाळं पसरलं.

सारे आश्रमवासी तेव्हा चिंताग्रस्त होऊन गेले होते.

कुणीच काही बोलत नव्हतं. वातावरणात केवळ उसासे उमटत होते.

मांदार्यच पुढे गंभीरपणे बोलू लागले –

'या धरित्रीवरचं हेच वास्तव आहे – संघर्ष! ही भूमी – हा भारतवर्ष खरोखर अद्भुत आहे. दैवी आणि असुरी अशा दोन्ही वृत्तींना ही धरित्री आकर्षित करते. पेदियाल, सह्य, विंध्य, हिमालय अशा निसर्गरम्य पर्वतरांगा, अनेकविध वृक्षराजींनी समृद्ध असलेली घनदाट अरण्यं, गंगा-यमुना-नर्मदा-कावेरी-ब्रह्मपुत्रा अशा अनेक जलसमृद्ध नद्या, नियमबद्ध ऋतुमान, लखलखणारा सूर्यप्रकाश, काळी-लाल-पांढरी अशी वैविध्यपूर्ण माती, तीन बाजूंनी सागर आणि वर हिमवानाचं कोंदण असलेली ही धरा या दोन्ही वृत्तीच्या लोकांना हवीहवीशी वाटते. मग कधी दैवी लोकांचा

जोर होतो तर कधी असुरी वृत्तीच्या लोकांचा! राक्षस नेहमीच प्रबळ असतात; पण त्यांच्याकडे विचार नसतो. दैवी वृत्तीकडे विचार असतो पण सहसा शारीरिक बळ नसतं. हे दोन घटक – या दोन वृत्ती परस्परांना पुष्टी देऊन राहू लागल्या तर पृथ्वीवर नंदनवन होईल... पण...

'शास्त्रविचार खंडला की शस्त्रविचार जोर धरतो. सहिष्णुतेचे मार्ग बंद झाले की असहिष्णुतेचे मार्ग खुले होतात. अशा प्रसंगी सहिष्णू संस्कृतीची पुन:प्रस्थापना करायची झाल्यास थोडीफार असहिष्णुता होतच असते. त्यासाठी अवतारी शस्त्रवेत्ता–'

त्यांनी आपलं पुढचं बोलणं आवरतं घेतलं.

मग विषय बदलून ते म्हणाले, 'सज्जनांची अकर्मण्यता राक्षसी कर्मण्यतेला खतपाणीच घालत असते! ऋषी, ब्राह्मण, मुनी हे अकर्मण्य राहूच शकत नाहीत. गेल्या दोन तपात आपण सर्वांनीच तप केलं आहे. संस्कृतीसाठी झिजलो आहोत. आश्रम आणि आश्रमशाळांची शृंखला उत्तमपणे कार्यरत आहे. पण रावणासारखे राक्षस प्रबळ झाले तर या सात्विक जीवनपद्धतीला निश्चितच धोका संभवेल. माझ्यासारख्या ऋषीपुढे हेच मोठं आव्हान आहे. आर्यावर्तातल्या सुसंस्कृत जीवनपद्धतीला टिकवून ठेवायचं असेल तर माझ्यासारख्या अनेक ऋषींना, तपस्वींना विंध्य ओलांडून दक्षिणेकडे जावंच लागणार आहे!'

सर्वांच्या भिवया वर उचलल्या गेल्या. त्यांच्या आचार्यांचा आश्रम सोडून जाण्याचा विचार त्यांना धक्कादायक वाटत होता.

कुणी काही प्रश्न करायच्या आतच मांदार्यांनी आपला निर्णय सांगितला, 'विंध्याचल मला आव्हान देत आहे. त्याला नमवून पुढे दंडकारण्याकडे जाण्याचा माझा निर्धार आहे. रावण दंडकारण्यात स्थिरावायच्या आत तिथे आपल्या कार्याची व्याप्ती वाढवावी लागणार आहे. गौतम ऋषीही दंडकारण्यात जायच्या सिद्धतेत आहेत... मी मात्र विंध्याला 'नमवल्या'शिवाय पुढे जाणार नाही!'

मग ते लगोलग म्हणाले, 'या आश्रमाची व्यवस्था इथून पुढे तुम्ही बघायची आहे. कुलपतींसह इतर पदं कुणी आणि कशी सांभाळायची याचं नियोजन मी प्रवासातच केलं आहे. निघण्यापूर्वी मी ते सांगीनच.'

''म्हणजे आचार्य, तुम्ही इथे परत येणार नाही?'' एकानं विचारलं.

मांदार्य उत्तर देणार तेवढ्यात एका ज्येष्ठ आचार्यांनी सुचवलं, ''आपण कुठेही गेलात तरी या आश्रमात वरचेवर येण्यात कोणता प्रत्यवाय आहे?''

तिसरा स्नातक लगोलग म्हणाला, ''आपल्या कार्याचं हेच मुख्य केंद्र ठेवून आपण या भारतवर्षात कुठेही जाऊ शकता आचार्य!''

मांदार्य शांतपणे म्हणाले, 'असे काही संकेत असतात की ते आपण टाळू शकत नाही. मन कठोर करावंच लागतं...'

''म्हणजे आपण पुन्हा इथे येणार नाही आचार्य?'' अक्षयनं न राहवून रडवेल्या स्वरात विचारलं.

'नाही!' मांदार्य ठामपणे सांगू लागले, 'म्हणजे दक्षिणेत कार्य स्थिरावल्याशिवाय नाही! ज्या कार्यासाठी आपली नियुक्ती असते ते कार्य यथोचित पार पाडणं हे जसं प्रत्येक व्यक्तीचं प्रथम कर्तव्य असतं तसंच ते माझंही आहे! या धरणीवर आपण सर्वांनी कर्तव्यकर्म करण्यासाठीच जन्म घेतलेला असतो - मौजमजेसाठी नाही! मद, लोभ, आसक्ती आणि ममत्वाच्या भावभावना मनुष्याला नेहमीच कर्तव्यापासून परावृत्त करू पहात असतात. त्यांवर विजय मिळवून आपलं कर्तव्यकर्म शुष्क भावनेनं नव्हे; तर भावपूर्ण अंत:करणानं पार पाडलंच पाहिजे. यातच आपला विकास असतो.

'आता माझ्यासाठी असे काही संकेत आहेत की मायामोहात न अडकता मला इथून निघून गेलंच पाहिजे! विंध्याचलाला नमवून मला या संपूर्ण भारतवर्षात - अगदी दक्षिण सागरापर्यंत आश्रमांची साखळी निर्माण करायची आहे... या भगवद्कार्यात मला तुम्हा सर्वांची साथ हवी आहे. इथून शिकून तयार झालेल्या स्नातकांची मला त्यासाठी आवश्यकता आहे. अनेक ऋषी आणि स्नातक या कार्यात मला साथ देणारच आहेत. आपल्या आश्रमांमधूनही अनेक स्नातक यावेत अशी अपेक्षा आहे. जेवढे स्नातक या कार्यात सहभागी होतील तेवढे कमीच आहेत. जे या कार्यात उतरतील त्यांच्याशी माझा वेळोवेळी संपर्क राहीलच!'

मांदार्य बोलायचे थांबले तेव्हा बऱ्याच जणांनी उपरण्यानं आपले नेत्र टिपले. मग खंबीरपणे सारेजण एकसुरात ओरडले, 'ऋषीवर! आम्ही आपल्याबरोबर आहोत! कोणतंही कार्य सांगा!'

मांदार्यांनी मोठ्या प्रेमभावानं साऱ्यांकडे बघितलं. मग म्हणाले, 'योग्य वेळी मी योग्य व्यक्तीला कार्याचं दायित्व देईन. सध्या मात्र तुम्ही या आश्रमाचं दायित्व यथोचित पार पाडायचं आहे! पण ते पाडताना एक गोष्ट मात्र ध्यानात ठेवायची. आश्रमात कोणत्याही प्रकारची उच्चनीचता येता कामा नये. काम करणाऱ्या प्रत्येक हाताचा एकसारखाच सन्मान ठेवला गेला पाहिजे. अध्ययन सर्वांनीच केलं पाहिजे. पण त्याबरोबरच आश्रमाच्या स्वच्छतेपासून सर्व कार्यं ही प्रत्येक विद्यार्थी-स्नातकानं आळीपाळीनं केली पाहिजेत. प्रत्येक विद्यार्थी उत्तमप्रकारे विद्यार्जन करू शकेल असं नाही; कारण प्रत्येकामधे भिन्न भिन्न गुणवत्ता असते. त्यामुळे बुद्धिमान विद्यार्थ्यानं दुसऱ्याला कमी लेखण्याचं मुळीच कारण नाही. कदाचित कमी बुद्धिमत्तेचा विद्यार्थी दुसऱ्या कामात श्रेष्ठ असू शकतो. किंबहुना, त्याच्या कामाचं मोल विद्यार्जन करणाऱ्यांपेक्षा कालानुरूप अधिकही असू शकतं. जे संस्कृतिहीन वन्यलोक आज आपल्या आश्रमात रहात आहेत त्यांच्याकडे बुद्धिमत्ता नाही असं मुळीच नाही. ईश्वरानं त्यांच्यामधे वेगळे गुण भरले आहेत. आज कित्येक अरण्यवासी

युवक, स्नातक होऊन ब्रह्मकर्म सुद्धा करीत आहेत! त्यामुळे नगरातून या आश्रमात येणारा बुद्धिमान आणि वनातून येणारा निर्बुद्ध असा भेद करणं मुळीच योग्य होणार नाही. म्हणून आपल्या आश्रमांत परस्पर स्नेहभाव कसा सांभाळला जाईल याकडे विशेष लक्ष दिलं गेलं पाहिजे. संपूर्ण समाजातच आपल्याला ही समज दृढ करायची आहे - ॐ!'

बैठक संपली.

मांदार्य आपल्या कुटीकडे निघाले. जाता जाता अक्षयच्या खांद्यावर हात ठेवून त्याला म्हणाले, 'भोजनोत्तर माझ्या कुटीत ये... महत्त्वाचं बोलायचं आहे... आणि हो, प्रगाथा-शंखालाही घेऊन ये!'

मांदार्य आपल्या कुटीकडे लगबगीनं निघून गेले.

त्यांच्या पाठमोऱ्या आकृतीकडे बघत अक्षय तिथेच थबकून उभा राहिला. एक चालतं-बोलतं तेज आपल्यापासून दूर जात असल्याचा भास त्याला होत होता.

१६

विषवृक्षाचं फळ

गुणांनुसार कार्यवाटप करून ब्रह्मदेवांनी एक स्वावलंबी - स्वयंशासित व्यवस्था प्रत्यक्षात आणली. पण जेव्हा व्यक्तिगत महत्त्वाकांक्षा आणि अविवेकी विद्रोह एखाद्या व्यक्तीच्या मनात निर्माण होतो तेव्हा ती व्यक्ती समाजमन कलुषित करायला लागते. सम-अविचारी जनांचा स्वत:भोवती घोळका निर्माण करून विषवृक्षाची रुजवात करते... रावण हे अशाच विषवृक्षाचं अत्यंत विषारी फळ आहे.

थंडीचा कडाका वाढला होता. 'शिशिरा'नं आपला प्रभाव दाखवायला सुरुवात केली होती. पक्षिगण स्थलांतरित झाला होता. आश्रमातल्या होमशालेतून निघणाऱ्या यज्ञीय धूमाला शिशिरातील दाट हवा सहजासहजी वर जाऊ देत नव्हती. कुठेही कोणताही रव नव्हता. जणू सारं सृष्टिजात निश्चल होऊन गेलं होतं.

अशा शांतदान्त वेळी मांदार्यांच्या कुटीत चाललेल्या विचारमंथनाला मात्र चांगलीच गती आली होती. कार्य गतिमान करण्यासाठी अशा विचारमंथनाची निकड होतीच.

मांदार्य म्हणत होते, ''अक्षय, सुभद्रामातांच्या मार्गदर्शनाखाली तू आश्रमाची सारी व्यवस्था बघायची आहेस. आर्यावर्तात जिथे जिथे आपल्या आश्रमशाळा आहेत तिथल्या कार्यपद्धतीचाही तू मधून मधून आढावा घ्यायचा आहेस. अरण्यवासीयांमधे शेती आणि कुटुंबव्यवस्था स्थिर झाली आहे. नवीन स्नातकांना ब्राह्मणांबरोबर त्या अरण्यात ठरलेल्या वेळी पाठवण्याचं दायित्वही तुझ्यावरच आहे. प्रगाथा, तू इथल्या शिक्षणाची, आचार्यांची व्यवस्था बघायची आहेस. आचारसंहितेचं कसोशीनं पालन व्हायला हवं. आश्रमांचा आय-व्यय आश्रमातले ज्येष्ठ अर्थशास्त्री पहिल्याप्रमाणेच पाहतील...

''शंखाला मात्र मी माझ्याबरोबर नेणार आहे. गृहस्थाश्रमात प्रवेश करीपर्यंत तो माझ्यासमवेत कार्य करील - करशील ना रे शंखा? का नेहमीप्रमाणे काही शंका आहेत मनात?'' मांदार्यांनी हसून त्याच्याकडे बघितलं.

''मी आपल्या आज्ञेत आहे आचार्य!''

''आम्ही इथली आणि सर्वच आश्रमांची व्यवस्था पाहू आचार्य! आपण निश्चिंत असावं - हो की नाही रे प्रगाथा?'' अक्षयनं म्हटलं.

अक्षयला दुजोरा देत प्रगाथानं म्हटलं, ''आपण सांगाल तसं आम्ही करू आचार्य. आपण निश्चिंत असावं. फक्त आपली अनुपस्थिती...'' त्याला गलबलून आलं. तीनही शिष्य भावविवश होऊन गेले.

तेव्हा तिघांच्याही मस्तकांवरून आळीपाळीनं थोपटत मांदार्य म्हणाले, ''मुलांनो, असुरी शक्ती दिवसेंदिवस प्रबळ होत चालली आहे. अशा वेळी आपण

स्वस्थ राहिलो तर आजपर्यंत उभारलेलं कार्यही मातीमोल होऊन जाईल. ऋषींनी प्रचंड तप करून प्रस्थापित केलेली संस्कृती लयाला जाईल...''

काही क्षण शांततेत गेले. मांदार्यांचंही अंत:करण उचंबळून आलं होतं.

मग स्वत:ला सावरून ते पुन्हा ठामपणे बोलू लागले, ''भावनेपेक्षा कर्तव्य श्रेष्ठ असतं असं म्हणतात. परंतु भाव कायम ठेवून कर्तव्यकर्म करण्यात आनंद मिळत असतो. भावानंदात ईशशक्तीची अनुभूती येते. आपण ईशप्रेरित कार्य करीत आहोत. हा विचार कर्मामागे असेल तर भावानंद फुलतो. हा आनंद आपण दूर लोटायचा का?

''प्राचीन ऋषींचे आपल्यासारख्या सुसंस्कृत लोकांवर मोठे उपकार आहेत. ते झिजले म्हणून आपण सुसंस्कृत जीवन जगत आहोत. म्हणून ऋषींचं ऋण फेडलं नाही तर आपण कृतघ्न ठरू. अयोध्येत वसिष्ठ कार्यरत झाले आहेत. वृद्ध विश्वामित्रही पुन्हा नव्या जोमानं ऋषीय कार्य करीत आहेत. मलाही विंध्याला नमवून दंडकारण्यात गेलंच पाहिजे. हीच योग्य वेळ आहे. ती वाया दवडली तर तो नवा लंकेश संपूर्ण भारतवर्ष गिळंकृत केल्याशिवाय राहणार नाही बघा!''

ओघानंच रावणाचा विषय निघाला होता. शंखानं तोच विषय लावून धरला. आचार्य, मला विचारायचंच होतं...''

''त्याचीच मी इतका वेळ प्रतीक्षा करीत होतो...! म्हटलं, तुझ्या मनात अजून प्रश्न कसे उपस्थित झाले नाहीत... हं, विचार!''

''आचार्य, हा रावण नक्की कोण...? आणि तो एवढा बलाढ्य कसा झाला?''

मांदार्य एकदम गंभीर झाले. कुटीतल्या अंधकाराप्रमाणेच त्यांचं अंत:करणही क्षणभर झाकाळून गेलं. तरीपण मधोमध तेवलेल्या तेलदिव्याच्या छोट्या ज्योतीप्रमाणे आशेचे किरणही त्यांचं अंत:करण व्यापून होते. ते म्हणाले, ''सूडानं पेटलेली व्यक्ती प्रारंभी मोठा पराक्रम गाजवू शकते. पण अंतिमत: तिचा सर्वनाशच होतो... केव्हातरी सांगेन त्याच्याविषयी!''

अक्षय काकुळतीनं म्हणाला, ''आचार्य, आता आपण इथून जाणार... मग तो इतिहास आम्हाला केव्हा समजणार?''

मांदार्यांनी अक्षयच्या केशविहीन मस्तकावर थोपटून म्हटलं, ''खरंच की! आता आपली भेट लवकर होणार नाही. बरोबर, तो इतिहास तुम्हाला माहीत व्हायलाच हवा...''

मग मांदार्यांनी त्या तिघांना रावणाविषयीचा तो सारा इतिहास थोडक्यात कथन केला –

फार पूर्वी पुलस्त्य नामक एक ब्रह्मर्षी देवराज्यानजीक राहत होता. तो एका प्रजापतीचा पुत्र होता. आर्यांचे जे समूह होते त्यांच्या प्रमुखाला 'प्रजापती' म्हणत. पुलस्त्य जरी एका नेत्याचा पुत्र होता तरी त्यानं ऋषीय संस्कार ग्रहण केले होते.

गुरुगृही राहून त्यानं ज्ञानसाधना केली होती; आणि तो 'ब्रह्मर्षी' पदाला पोहचला होता. अत्यंत श्रेष्ठ अशा ब्रह्म जाणत्या चार ज्ञानी जनांची 'ब्रह्मदेव' म्हणून देवराज्यात नियुक्ती केली जात असे. अवकाशस्थ ब्रह्मानं पृथ्वीवर आल्यानंतर जीवसृष्टीचं सर्जन केलं होतं. देवांच्या संकरातून मनुष्यही बनवला होता. पृथ्वीवर जेव्हा देवांचं राज्य प्रस्थापित झालं तेव्हा आकाशस्थ ब्रह्मदेवाच्या स्मृतीतून निर्माण केलेलं 'ब्रह्मदेव' पद देवांच्या राज्यात सर्वश्रेष्ठ मानलं जाऊ लागलं. हे 'ब्रह्मदेव' अत्यंत धार्मिक, सर्वज्ञ आणि शीलवान असत. त्यामुळे त्यांच्या शब्दाला आणि पदालाही देवराज्यात सर्वाधिक मान असे. कोणत्याही निर्णयप्रसंगी 'ब्रह्मदेवां'चा शब्द अंतिम ठरत असे.

ज्ञानाच्या बाबतीत पुलस्त्य ऋषी त्या ब्रह्मदेवांच्या बरोबरीचे होते. देवांनाही या ऋषींप्रती आत्यंतिक आदर होता. कालांतरानं अधिक वेदाध्ययन आणि तपश्चर्या करण्याच्या हेतूनं पुलस्त्य ऋषी राजर्षी तृणबिंदूच्या आश्रमात जाऊन राहिले. एकदा ऋषिकन्या, नागकन्या आणि काही अप्सरा तृणबिंदूच्या कन्येसह त्या आश्रमात क्रीडा करण्यासाठी आल्या. पुलस्त्यांना त्या उपद्रव देऊ लागल्या. तेव्हा पुलस्त्य म्हणाले, ''या पुढे माझ्या कार्यात विघ्न आणाल तर जी कन्या माझ्या समोर येईल तिला गर्भधारणा होईल.''

हे ऐकून इतर कन्या घाबरल्या. आश्रमात त्या येईनाशा झाल्या. पण तृणबिंदूच्या कन्येनं त्यांचं म्हणणं ऐकलं नाही. तिनं ऋषींच्या कार्यात विघ्न आणलं. त्याबरोबर तिला गर्भ राहिला. कालांतरानं तिला विश्रवा नावाचा पुत्र झाला. विश्रवा आपल्या पित्याप्रमाणेच गुणसंपन्न होता. त्यामुळे अल्पावधीतच तो 'मुनी' म्हणून विख्यात झाला. यथावकाश महर्षी भरद्वाजांनी आपली देववर्णिनी नावाची कन्या त्याला भार्या म्हणून अर्पण केली. देववर्णिनीला विश्रवापासून वैश्रवण नावाचा पुत्र झाला. वैश्रवणानंही आपल्या पैतृक परंपरेनुसार घोर तप केलं. एवढंच नव्हे तर कोणताही आहार न घेता तो केवळ वायूभक्षण आणि जलपान करून यौगिक क्रिया करू लागला. 'तप' करून त्यानं पुष्कळ एकविचारी मानवसंघ निर्माण केला. त्याचं तप पाहून 'ब्रह्मदेव'ही संतुष्ट झाले. नेत्याला पदाची अपेक्षा असतेच असते!

वैश्रवण मुनींनाही तशी अपेक्षा होतीच. त्यांचा मनोदय जाणून 'ब्रह्मदेवां'नी त्यांना देवराज्यातलं मोठं पद देऊ केलं. एका समूहाचा नेता हा 'प्रजापती' असायचा. पण वैश्रवणांना त्याहीपेक्षा मोठं पद प्राप्त होणार होतं. ते पद होतं 'लोकपाल'पद! देवांच्या राज्यातील ते फार मोठं पद होतं. यमदेव, इंद्रदेव आणि वरुणदेव या 'त्रिदेवां'कडे 'लोकपाल'पद असे. तेच पद वैश्रवण मुनींना दिलं गेलं. देवांच्या राज्यात लोकपालांना स्वतंत्र विमान असे. वैश्रवणांना स्वतंत्र विमान देऊ करताना ब्रह्मदेव त्यांना म्हणाले होते, ''हे सूर्यासारखं - सूर्यशक्तीवर चालणारं स्वयंप्रेरित - 'पुष्पक' नामक विमान आम्ही तुम्हाला सन्मानानं देत आहोत. या विमानातून तुम्ही कुठेही आकाशगमन करू शकता.''

वैश्रवण मुनींना अतिशय आनंद झाला. तथापि, त्यांच्या मनात एक खंत होती. विश्रवांशी बोलताना त्यांनी ती खंत उघड केली होती. ते म्हणाले होते– ''पिताश्री, देवांनी मला मोकळं आकाश दिलं; पण भूमी मात्र दिली नाही. 'लोकपालां'साठी योग्य असं स्थान कोणतं?''

त्यावर विश्रवा म्हणाले होते, ''देवांनी आपल्याला फार पूर्वीच भूमी दिली आहे. दक्षिणसागरात 'त्रिकूट' नावाचा पर्वत आहे. तिथे इंद्रदेवाच्या वास्तव्यासाठी विश्वकर्म्यानं एक सुंदर नगरी निर्माण केली होती. ती त्यांनी पूर्वीच आपल्याला दिली होती. तिथे जाऊन तू वास्तव्य करू शकतोस. देवांनी आपल्याला सर्व काही दिलं आहे!''

मग वैश्रवण मुनी लंकेत जाऊन समाधानानं राहू लागले. लंकेचं प्राचीन नाव 'एळ' असं होतं. जेव्हा इंद्र तिथे राहत होता तेव्हा एलाचार्य नावाचे तपस्वी ऋषी तिथे कार्यरत होते. त्यांच्या नावावरूनच त्या देशाला 'एळ' नाव पडलं होतं. कालानुरूप 'एळ'वरून 'एलंक' आणि पुढे 'लंका' असा अपभ्रंश होत गेला. त्याच लंकेत वैश्रवण राहू लागले. अधूनमधून 'पुष्पक' विमानात बसून ते देवराज्यात आपल्या पिताश्रींना भेटायला येत.

त्याचवेळी दुसऱ्या एका राक्षसकुळात सुकेश नावाचा एक धार्मिक राजा जन्माला आला होता. देववती नावाच्या पत्नीपासून त्या सुकेश राक्षसाला माल्यवान, माली आणि सुमाली नावाचे तीन पुत्र झाले.

इथपर्यंतची पूर्वपीठिका सांगून मांदार्य पुढे सांगू लागले– ''हे जे तीन पुत्र राक्षसकुलात निर्माण झाले तेच देवांसाठी आणि इतर सामान्य जनांसाठी त्रासदायक ठरू लागले. त्या तीन पुत्रांनी राक्षसकुलाची परंपरा खंडित केली. त्यांचे पूर्वज धार्मिक होते. 'ब्रह्मर्षी'पद त्यांनी मिळवलं होतं. 'लोकपाल'पद त्यांना सन्मानानं प्राप्त झाली होतं. पण ती परंपरा पुढे खंडित झाली... त्यांनी देवांविरुद्ध कारवाया करायला सुरुवात केली...''

त्यावेळी माली–सुमाली देवांना कमालीची पीडा देऊ लागले होते. केमेत देशाच्या खाली असलेल्या देशांमधे त्यांचं वास्तव्य होतं. 'सुर्य' देशात तेव्हा चहूबाजूंनी युद्धसदृश्य परिस्थिती होती. त्यामुळे या नव्या आव्हानाचा प्रतिकार करण्यात देवांचा पुष्कळ वेळ वाया जाणार होता – वित्त त्याचबरोबर शक्तिक्षयही होणार होता. त्यामुळे दक्षिणेकडच्या विशाल प्रदेशातून आलेल्या या राक्षसांशी समोपचारानंच घ्यावं लागणार होतं. तो राजनीतीचा भाग होता.

हे जाणून चार ब्रह्मदेव विमानातून माली–सुमाली–माल्यवान यांची भेट घ्यायला आले. ब्रह्मदेव त्यांना म्हणाले, 'तुम्ही आम्हाला त्रास देऊ नका; आम्हीही तुमच्या आड येणार नाही.'

मग देव-राक्षस यांच्यात अनाक्रमणाचा तह झाला.

देवांची पडती बाजू आणि नाजूक परिस्थिती त्या राक्षसांनी ओळखली होती. त्यामुळे ते आणखी निर्भय झाले. देवांना ते पुन्हा सतावू लागले. देवांकडून वारेमाप भौतिक सुखाची अपेक्षा करू लागले. त्या अनुषंगानं एक दिवस ते देवांचा स्थापत्यविशारद विश्वकर्मा याला जाऊन भेटले. त्याच्याकडे नवी मागणी करताना माली-सुमाली यांनी म्हटलं, 'देवांना जशा तू सुंदर आणि भव्य वास्तू तयार करून दिल्यास तशा आम्हालाही करून दे! मेरूपर्वत, हिमवानप्रदेश अथवा मंदारपर्वताच्या आश्रयानं तू आम्हाला इंद्राच्या अमरावतीप्रमाणे मोठी वास्तू उभारून दे. मग आम्ही देवांना पीडा देणार नाही!'

तेव्हा विश्वकर्मा त्यांना म्हणाला होता, 'दक्षिण सागराच्या तीरावर 'त्रिकूट' नावाचा अतिभव्य पर्वत आहे. त्या पर्वताचं शिखर मी चारही बाजूंनी सरळसोट छिनलेलं आहे. त्यामुळे पक्षीसुद्धा तिथे घरटं करू शकत नाहीत. त्या पर्वतावर मी इंद्रदेवांसाठी एक सुंदर वास्तू उभारली आहे. सभोवती तीस योजनं रुंद आणि शंभर योजनं लांब अशी 'लंका'नामक नगरी मी इंद्रदेवांच्या आज्ञेनं निर्माण केली आहे. त्या नगरीची तटबंदी सुवर्णाची आहे. आतल्या कमानीही सुवर्णाच्या आहेत. त्या ठिकाणी जाऊन तुम्ही वास्तव्य करू शकता...'

लंकेतील हाच 'त्रिकूट'नामक पर्वत सहस्रो वर्षांनी 'सिगिरीया'पर्वत म्हणून प्रसिद्ध होणार होता.

त्या नगरीत विशेषत: 'त्रिकूट' पर्वतावर त्यापूर्वी वैश्रवण राहतच होता. पण तो देवराज्यात जाऊन-येऊन असे. त्यामुळे माली-माल्यवान-सुमाली यांना ती नगरी आयती कायमस्वरूपाच्या वास्तव्यासाठी मिळाली होती.

मांदार्य गंभीरपणे पुढे म्हणाले, ''जेव्हा माली-माल्यवान-सुमाली यांच्यासारख्या तरुणांना सर्व काही आयतं मिळतं तेव्हा सर्वप्रथम त्यांची मती फिरते. ते भोगवादी बनतात. पूर्वजांच्या कमाईवर मौजमजा करणं एवढाच त्यांना उद्योग उरतो. सज्जन-सात्त्विक जनांना क्लेश देण्यात त्यांना भूषण वाटतं. कष्टाची सवय नसल्यामुळे ऐतखाऊपणा अंगी बाणला जातो. आयुष्य हे मौजमजेसाठीच आहे, एवढीच त्यांची जीवनविषयक धारणा असते. भौतिक सृष्टी अंतिम आणि चिरंतन आनंद देऊच शकत नाही. त्यामुळे हे असे भोगवादी राक्षस सुखाचे नवे नवे मार्ग शोधत राहतात. त्यासाठी समाजाला वेठीस धरतात - अनन्वित अत्याचार आरंभतात.

''या तीन राक्षसांनी असेच अत्याचार आरंभले. देवांकडून सर्व भौतिक सुविधा घेऊन हे कृतघ्न राक्षस देवांवरच उलटले. त्यांनी देवांवर आक्रमण केलं. त्यांचं राज्य बळकावलं. देवांची राज्यपद्धती त्यांनी उखडून टाकली. स्वत:लाच यांनी यम-इंद्रादी देव म्हणून घोषित केलं. निर्वासित झालेल्या देवांना मग उरूवासी विष्णूंनी आधार दिला. कालांतरानं विष्णूंनी सर्वशक्तींनिशी त्या राक्षसांवर आक्रमण करून त्यांना

पाताळात – पृथ्वीच्या खालच्या भागातल्या अस्पर्शित भूमीत घालवून दिलं. लंका पुन्हा ओस पडली...''

''मग हा रावण...?''

''सांगतोय् ना शंखा! थोडं जलपान करू दे की!'' मांदार्यांनी जलपान केलं.

ते पुढे सांगू लागले, ''एकदा भोगी सुमालीनं धनपती कुबेराला विमानातून जाताना पाहिलं. त्या धनपतीप्रमाणेच आपल्याला गुणसंपन्न असे पुत्र व्हावेत, अशी त्याच्या मनात इच्छा निर्माण झाली. पुत्रप्राप्तीसाठी आपली कन्या कैकसी हिला सुमालीनं विश्रवा मुनींकडे पाठवलं. कालांतरानं कैकसीला विश्रवा मुनींपासून रावण, कुंभकर्ण आणि विभीषण असे तीन पुत्र झाले; आणि शुर्पणखा नामक कन्यारत्न प्राप्त झालं...''

'ही पूर्वपीठिका समजल्याशिवाय तुम्हाला रावण कोण, त्याच्या कोणत्या महत्त्वाकांक्षा आहेत हे समजलं नसतं,' असं सांगून मांदार्यांनी आपल्या शिष्यांना रावणाविषयी सविस्तर माहिती दिली –

रावणाचा भाऊ विभीषण हा एकटाच धर्मात्मा होता. परंतु रावण आणि कुंभकर्ण हे दोघे मात्र अत्यंत उन्मत्त राक्षस होते. कितीही ऋषींना–तपस्वींना ठार मारलं तरी कुंभकर्णाला तृप्ती मिळत नसे; खंत वाटत नसे. रावणाच्या महत्त्वाकांक्षा तर अमर्याद होत्या. आपला सावत्रबंधू वैश्रवण तथा कुबेर याच्यापेक्षा आपण श्रेष्ठ व्हावं असं त्याला एकसारखं वाटे. याच प्रेरणेनं गोकर्णाश्रमात जाऊन त्यानं घोर तप आरंभलं. वेदाभ्यास केला. अनेक सिद्धीही प्राप्त केल्या.

'ब्रह्मदेवां'ना रावणाच्या तपाविषयी पूर्ण कल्पना होती. 'तपा'मुळे विशाल राक्षस समुदाय निर्माण होत होता. राक्षसांचं हे वाढतं बळ देवांना चिंतित करीत होतं. म्हणून एके दिवशी ब्रह्मदेव देवांच्या 'सुर्य' देशाच्या खाली – अगदी 'ऋभू' देशाच्याही खाली असलेल्या 'माली' देशात रावणाला भेटायला आले. उभय पक्षात वाटाघाटी होऊन काही ठराव झाले ते असे – सुपर्ण, नाग, यक्ष, दैत्य, दानव, राक्षस आणि देवदेवता यांच्या हातून रावणाचा वध होता कामा नये.

दैत्य–दानव–यक्ष हे देववंशीयच होते. केमेत देशातील राजे आपल्या मुकुटावर नागाचं चिन्ह धारण करीत म्हणून त्यांना 'नाग' म्हटलं जाई. मनूचे अनुयायी अर्थात मानवांशी रावणाला काही घेणं–देणं नव्हतं. कारण ते दूर भारतवर्षात होते. देव–राक्षस राजकारणात तोपर्यंत भारतवर्षातील 'मानवां'चा संबंधही नव्हता. याप्रमाणे ब्रह्मदेवांशी 'करार' करून 'वर' – शब्द – घेतल्यानंतर रावण पुन्हा पाताळात गेला. त्याचवेळी सुमाली रावणाला भेटायला आला. देवांविषयी – विशेषत: उरूराज विष्णूविषयी रावणाचं मन कलुषित करताना त्यानं म्हटलं, 'आपल्याला देवांनी लंकानगरी वास्तव्यासाठी दिली होती. पण आता तिथे तुझाच सावत्र भ्राता वैश्रवण अर्थात धनपती कुबेर राहत आहे...'

ते ऐकून रावण म्हणाला, 'म्हणजे ती लंका राक्षसांचीच आहे - अर्थात ती आपलीच आहे!' असं म्हणून रावणानं प्रहस्ताला त्वरित लंकेत कुबेराकडे पाठवलं; आणि लंकानगरी सन्मानानं पुन्हा राक्षसांना देण्याविषयी सूचना केली.

वैश्रवणाला संघर्ष नको होता. आपल्या प्रचंड धनातील मोठा हिस्सा आणि लंकेचं राज्य त्यानं रावणाला देऊन टाकलं आणि तो कैलास पर्वत परिसरात जाऊन राहू लागला. कैलास परिसरात त्यावेळी यक्ष, किन्नर, गंधर्व आदी जमातीही राहत होत्या. कदाचित कुबेर भविष्यात पुन्हा लंकेकडे येईल, या विचारानं रावण थेट हिमवान प्रदेशात गेला. आपल्या सावत्र भ्रात्यासह यक्ष-किन्नरांवरही त्यानं आक्रमण केलं. वैश्रवण-कुबेर आणि रावण या दोघांमधे तुमुल युद्ध झालं. त्यात रावणानं कुबेराचा पराभव केला आणि त्याचं पुष्पक विमान पळवून आणलं.

त्याच वेळी रावणानं कैलासपती महादेवांनाही आव्हान दिलं. कैलास परिसर त्यानं कंपित केला; आणि महादेवांकडून त्यानं 'चंद्रहास'नामक एक दिव्य शस्त्र मिळवलं. हिमवान प्रदेशात जाता जाता इक्ष्वाकू वंशीय अनरण्य राजाला सुद्धा रावणानं रणांगणावर पराभूत केलं होतं; आणि इक्ष्वाकूंचं वैर ओढवून घेतलं होतं.

रावणाच्या महत्त्वाकांक्षेला आता धुमारे फुटले होते. युद्धात आपण सहज जिंकू शकतो, हे त्याला समजून चुकलं होतं. अत्यंत प्रगत अशा देवांना पराभूत करून संपूर्ण पृथ्वीचा अधिपती होण्याची स्वप्नं तो आता पाहू लागला होता. देवांना पराभूत करून त्याला आपल्या पूर्वजांवरील 'अन्याया'चा प्रतिशोध घ्यायचा होता. या विचारानं त्यानं थेट देवलोकावर आक्रमण केलं. रावणाच्या राक्षसी शक्तीपुढे यमदेव, वरुणदेव, मरुतदेव आणि अखेरीस इंद्रदेवांनाही नमावं लागलं. पाताळातल्या बलीराजासह पृथ्वीवरचे जवळपास सर्व देव-दानव-असुर रावणापुढे नमले. रावण आता 'एळ' आणि 'मू' या दोन राज्यांचा स्वामी झाला. 'एळ'चा अर्थ सप्त - सात असाही होतो आणि 'मू'चा अर्थ त्रय म्हणजेच तीन होतो. म्हणजे संपूर्ण एळ अर्थात लंका आणि दक्षिण भारतवर्षातील तीन राज्यं रावणाच्या अधिपत्याखाली आली होती. अशातऱ्हेनं तो आता 'दशानन' बनला होता. प्रत्येक राज्यातून त्याला दहा मुकुट प्रदान करण्यात आले!

एवढा इतिहास कथन करून मांदार्य म्हणाले, ''अशा या 'एळ'च्या म्हणजे लंकेतल्या सप्तलोकाचा आणि त्यासभोवतीच्या सप्तसागराचा रावण अधिपती आहे. तो अजिंक्य आहे. तो महापराक्रमी तर आहेच; पण तो वैज्ञानिकही आहे. गणित, आयुर्वेद, शल्यचिकित्सा, खगोलशास्त्र, संगीतकला, ज्योतिषशास्त्र अशा अनेक विद्या त्याला अवगत आहेत. त्यानं 'अर्कप्रकाशम्', 'कुमारतंत्र', 'नाडीप्रकाश', 'उड्डीतंत्र' आदी ग्रंथ लिहिले आहेत. युद्धातील डावपेच आणि व्यूहरचना तो भूमितीच्या आधारानं करतो. तो तेजस्वी आहे; तितकाच निष्ठुर आहे. पृथ्वीविजयी होण्यासाठी पाताळातील भोगवती नगरीला जाऊन त्यानं वासुकीचा पराजय केला.

तक्षकाची प्रिय भार्या त्यानं पळवून आणली. परस्त्रियांचं हरण करणं हा त्याचा आवडीचा उद्योग! त्याच्यामधे पर्वतशिला फेकून देण्याची शक्ती आहे. अनेक दिव्य आणि मायावी अस्त्रं त्याच्याकडे आहेत.

''ऋषी हे दैवी संस्कृती प्रस्थापित करतात. म्हणून ऋषींनी अतिकष्टांनी उभारलेल्या यज्ञशालांचा तो विनाश करीत आहे. सर्व लोकांमधे भय उत्पन्न करणारा – एवढंच नव्हे तर प्राणिमात्रांनाही आक्रोश करायला लावणारा तो निर्दय पुरुष आहे. ऋषिकुलात जन्मूनही तो ब्रह्मघातकी आहे. वैदिक धर्माचा उच्छेद करणारा आहे. तो जसा महाबलाढ्य आहे तसाच त्याचा भाऊ कुंभकर्ण हाही महाबलाढ्य आणि क्रूर आहे. मारीच, शुक, सारण, महोदर, धूम्राक्ष, प्रहस्त असे एकापेक्षा एक महाबलाढ्य सेनानी रावणाकडे आहेत. कुबेर, यम, वरुण, यांचा त्यानं पराभव केला तसाच दुष्यंत सुरथ, गाधी, गय, पुरुरवा या आर्यराजांचाही त्यानं पराभव केला आहे. कार्तवीर्य सहस्रार्जुन आणि वाली या दोन राजांना मात्र रावण नमवू शकला नाही. पण त्यानं त्यांच्याशी मित्रत्वाचे संबंध बांधले आहेत. निवातकवच दानवांशीही त्याचं सख्य आहे... हे सारे भोगलंपट राजे भारतवर्षासाठी अतिशय धोक्याचे आहेत...''

''मग... आता काय करायला हवं आचार्य?'' अक्षयनं काळजीयुक्त स्वरात विचारलं.

''भगवद्कार्याची व्याप्ती आणि वेग वाढवत राहणं एवढंच!''

मग जणू एखादा तात्त्विक सिद्धान्त मांडावा त्याप्रमाणे मांदार्य म्हणाले, 'असुरी किंवा राक्षसी शक्तींचा प्रचार आणि प्रभाव विलक्षण असतो. दैवी संस्कृती-प्रसाराचा वेग हा नेहमीच मंद असतो. भोगवादी जीवन हे सर्व थरातील लोकांना आकर्षित करतं. पण प्रारंभी सुखकारक वाटणारं ते भोगी जीवन अंतिमतः दुःखच देत असतं. याउलट ज्ञानी ऋषींनी दर्शवलेला सात्विक जीवनाचा तपोनिष्ठ मार्ग हा प्रारंभी काटेरीच वाटतो; पण अंतिमतः तो परमानंद आणि तृप्ती देणारा ठरतो. भोगवादीविचार हे समष्टीनिष्ठ असतात तर सात्विक दैवी विचार हे व्यक्तिनिष्ठ असतात – सातत्य आणि निदिध्यासामधून हेच विचार व्यक्तीला आत्मनिष्ठेकडेही घेऊन जातात आणि समष्टीमधेही सुपरिवर्तन प्रक्षेपित करतात. भोगी लोकांऐवजी ऋषिविचारांनी सिद्ध केलेली सात्विक जीवनपद्धती व्यक्ती-व्यक्तीमधे भिनवली जाईल तेव्हाच अशा सात्विक लोकांचा एक तृप्त-प्रशांत-आनंदी समाज निर्माण होईल; आणि तो निर्माण करण्यासाठीच आपल्याला पुष्कळ तप करावं लागणार आहे...''

पुन्हा मूळ विषयावर येत मांदार्यांनी त्या बैठकीचं समापन करताना म्हटलं, ''हे कार्य महाकठीण आहे. समोर काटेरी मार्गच आहे. पण त्या काटेरी मार्गावरून जाण्यातच खरा पुरुषार्थ आहे. विंध्याचल आणि दंडकारण्यात जाणारा हा अत्यंत खडतर मार्ग मला ईशप्रेरणेनं पादाक्रांत करायचा आहे. भगवान महादेवांचा मला तसा दृष्टान्त झाला आहे...''

शंखाकडून संभाव्य प्रश्नाची प्रतीक्षा न करता मांदार्य सांगू लागले, ''दृष्टान्त ही सांगायची गोष्ट नसते - तो अनुभवण्याचा विषय असतो!'' मांदार्यांनी थेट विषयालाच हात घातला.

काहीतरी गूढ ऐकायला मिळणार या हेतूनं तिघेही शिष्य सावरून बसले. थोडावेळ कुणीच काही बोललं नाही. तेव्हा शंखानं एक शंका उपस्थित केलीच, ''आचार्य, भगवान शिवांचा आपल्याला दृष्टान्त झाला. शिवशंकर हिमवान पर्वतात म्हणजे कैलास पर्वताजवळ वास्तव्याला असतात ना?''

मांदार्य सौम्यपणे पण मोकळेपणानं हसले. मग सांगू लागले, ''आपण नामाभिधानात अडकतो, शंखा! 'शिव' याचा अर्थ शिवतत्त्व! एक चिरंतन, सर्व व्यापक तरीही अव्यक्त असं तत्त्व. या संपूर्ण विश्वाला ते व्यापून आहे. ध्यानात किंवा उपासना करताना आपण त्या तत्त्वाला जेव्हा 'आकार' स्वरूपात पाहतो तेव्हा तेच तत्त्व आपल्या अंतर्दृष्टीपुढे साकार होतं. मुळात जे गुणरहित असतं त्याला साधकच त्याच्या आवश्यकतेनुसार गुणांचं आरोपण करतो. त्याला नामाभिधान देतो. सर्जन कार्यापासून संहारकार्यापर्यंत कोणतेही गुणविशेष त्या तत्त्वाला चिकटवले जातात. जे 'दिसलं' तशी 'प्रतिमा' तयार होते. आणि मग विभिन्न देवदेवता आकाराला येतात. त्यांची कार्यं ठरतात.

''एखादी देवता रणरागिणी ठरते तर एखादा देव ज्ञानाचा अनुग्रह देणारा ठरतो. शिवतत्त्व हे ज्ञानस्वरूप आहे. मी त्याच ज्ञानस्वरूप प्रशांत तत्त्वाचा उपासक आहे. तो शिव ध्यानस्थ आहे. निरिच्छ आहे. नि:संग आहे. अंतर्बाह्य तेजस्वरूप आहे. जिथे काही उगवत नाही तिथे तो आहे. अस्पर्शित प्रदेश हेच त्याचं स्थान आहे. जिथे विचारांचा कल्लोळ नाही तिथे तो आहे. जिथे राग-द्वेषादी रिपू नाहीत आणि जिथे कोणत्याही प्रकारची स्पर्धा नाही अशाच ठिकाणी त्याचं वास्तव्य आहे. पृथ्वीवरचा हिमवान प्रदेश किंवा कैलास पर्वत परिसर हा अशा देवतेच्या गुणांशी साधर्म्य राखणारा प्रदेश आहे. म्हणून आपण असं ठरवतो की, शंकर महादेव कैलास पर्वतावर राहतात. वास्तविक ते शिवतत्त्व सर्वव्यापी आहे... आपण त्याला आकार स्वरूपात पाहतो. ध्यान हे निराकारावर होऊ शकत नाही. ध्यानासाठी आकाराचीच आवश्यकता असते. तथापि, निराकार तत्त्वापर्यंत जाण्यासाठी आकार आधारभूत ठरत असतो.''

मांदार्यांचे नेत्र सहजगत्या मिटले गेले. जणू त्यांच्या अंतश्चक्षूंसमोर शिवतत्त्व साकार झालं होतं. बराच वेळ शांततेत गेला.

मग नेत्र उघडून मांदार्य पुढे सांगू लागले, ''रावणाची शिवभक्तीही अद्भुत आहे. लंकेच्या पूर्वेला तिरुकोणमलाई इथे त्यानं एक भव्य असं 'कोणेश्वर'नामक शिवमंदिर बांधलं आहे. आपल्या प्रासादातून तो प्रतिदिनी शिवाच्या पूजेसाठी विमानातून जातो. त्याचा छोटा वायूरथ उतरण्यासाठी तिथे एक मैदानही सिद्ध करण्यात आलं आहे.''

ते ऐकून मांदार्यांचे तीनही शिष्य थक्क होऊन गेले. मग प्रगाथानं एक शंका उपस्थित केली, ''आचार्य, मघाशी बोलताना आपण ब्रह्मदेवांचा उल्लेख केलात. ब्रह्मदेव म्हणजे सृष्टिकर्ते ना? मग रावणाशी-?''

''हा प्रश्न तुला पडायला हवा होता शंखा!'' मांदार्य तिघांकडे बघून हसले. मग सांगू लागले, ''सृष्टिकर्त्या 'ब्रह्मा'च्या संदर्भातले हे 'ब्रह्मदेव' नव्हेत! देवांच्या पृथ्वीवरच्या राज्याचं नियोजन करताना चार ब्रह्म जाणत्या देवांनी अर्थात ज्ञानी पुरुषांनी एक अत्यंत कडक तरीही अलिखित अशी आचारसंहिता लागू केली. त्या विरोधात कुणीही जात नाही - जाऊ शकत नाही. त्या आचारसंहितेची व्यवस्था निसर्गनियमांना समांतर अशीच आहे. राज्याची घटना ही अनेक संदर्भ तपासूनच लिहिली जाते. ब्रह्मदेवांपुढे निसर्गचक्रच संदर्भासाठी होतं. तीच घटना त्यांनी उचलली.''

'ब्रह्मदेवां'नी निसर्गनियमांचं प्रारूप आपल्या आचारसंहितेत बद्ध केलं होतं. मांदार्यांनी त्या प्रारूपाची थोडक्यात माहिती दिली-

ही संपूर्ण सृष्टी अत्यंत नियमबद्ध आहे. पंचमहाभुतांनी परिप्लुत आहे. सृष्टीतला प्रत्येक घटक आपापलं कार्य निरलसपणे पार पाडत असतो. उत्पत्ती-स्थिती आणि लय होत असतानाही कोणत्याही घटकाच्या कार्यात खंड पडत नाही. दृश्य सृष्टीतील प्रत्येक घटक हा स्वतंत्र असूनही परस्परांवर अवलंबून असतो. एकमेकांमधे साहचर्य ठेवून परस्परांना पुष्टी देतो. अग्नीमुळे जलधारा बरसतात आणि जलधारांमुळे अग्नीही निर्माण होतो.

सृष्टीतील अशा नियमांशी किंवा अलिखित आचारसंहितेशी जर मानवी राज्याच्या आचारसंहितेचं साहचर्य निर्माण झालं तर या वैविध्यपूर्ण भौतिक सृष्टीत राहूनही प्रत्येक व्यक्ती आनंदानं जीवन जगू शकेल.

हीच गोष्ट मांदार्य आपल्या शिष्यांना समजावू लागले, ''सूर्यामुळे पृथ्वीवरचं जीवन अस्तित्वात आहे. सूर्य पृथ्वी तापवतोही आणि पृथ्वीवर जलवर्षावही करतो. वेग हे वायूचं निदर्शक आहे. वायूचा गुण म्हणा हवं तर! तो मळभ आणतोही आणि दूरही करतो... थोडक्यात, या दृश्य सृष्टीत निसर्गाकडून जी कार्यं अनायसे होतात त्या प्रत्येक कार्याला देवतेची उपमा दिली गेली. त्या देवतांना अग्नी, वरुण, मरुत, इंद्र वगैरे नामाभिधानं लाभली. 'ब्रह्मदेवां'नी पृथ्वीवर एका सुंदर समाजव्यवस्थेची रचना करताना प्रत्येक पदभाराला तशीच नावं दिली...''

''म्हणजे इंद्र, मरुत, अग्नी ही व्यक्तिगत नावं नसून पदं आहेत, असंच ना?''

''बरोबर शंखा! त्या प्रत्येक पदाला 'देव' हे उपपद ब्रह्मदेवांनी लावलं. 'दिव' या संस्कृत धातूपासून 'देव' हा शब्द आला. 'देव' म्हणजे साक्षात् तेज! पदसिद्ध व्यक्तीनं आपलं कार्य तेज:पुंज बनवावं, प्रकाशमान करावं, हा त्या मागचा हेतू!

शस्त्रास्त्रांचा अधिपती 'अग्निदेव', वायूदलाचा प्रमुख-अधिपती 'मरुत देव', संपूर्ण देवराज्याचा अधिपती 'इंद्रदेव' अशी ही विविध पदं आहेत. प्रत्येक अधिपती-देव ब्रह्मदेवांनी आखून दिलेल्या नियमांनुसार आपला पदभार सांभाळतो. इंद्रदेवाचा सर्वांवर अंकुश असतो. देवराज्यातले नियम अतिशय कडक आहेत... स्वयंशासनावर तिथे अधिक भर असतो-''

शंखानं लगेच प्रश्न केला, ''इतकी उत्तम व्यवस्था असूनही रावणासारखे राक्षस-असुर ती उद्ध्वस्त का करू पाहतात?''

''व्यक्तिगत महत्त्वाकांक्षा!'' मांदार्यांनी थेट आणि नि:संदिग्ध उत्तर दिलं. ''व्यक्तिगत महत्त्वाकांक्षा आणि दुसऱ्यावर अधिकार गाजवण्याची वृत्ती त्या व्यक्तीचा अध:पात करतेच; पण पर्यायानं ती संपूर्ण समाजालाही मारक ठरते. म्हणून ज्ञानी ऋषींनी किंवा ब्रह्मदेवांनी ठरवून दिलेल्या नियमांमधे कधी हस्तक्षेप करू नये. अन्यथा निर्णय ठरलेलाच असतो - अध:पतन! वास्तविक ज्ञानी 'ब्रह्मदेवां'नी जेव्हा पृथ्वीवर समाजव्यवस्था प्रस्थापित केली तेव्हा समाजातल्या प्रत्येक घटकावर त्याचं दायित्व सोपवलं होतं.

''अवाढव्य शरीरयष्टी आणि प्रचंड शक्ती हे राक्षसांचे निसर्गदत्त गुण. समाजव्यवस्था करताना स्वाभाविकच नद्या, सरोवरं, जलस्रोत यांचं संरक्षण करण्याचं दायित्व राक्षसांवर सोपवलं. 'रक्षण'कर्ते म्हणूनही ते रक्षस 'राक्षस' बनले. जलस्रोत दूषित झाले तर मानवी जीवन धोक्यात येईल हे ब्रह्मदेव जाणून होते. म्हणूनच त्यांनी प्रबळ अशा राक्षसांची त्या कामी नियुक्ती केली होती. सर्व प्रकारची शास्त्रं ज्यांना अवगत असतात त्यांना ब्रह्मदेवांनी 'ऋषि'पद दिलं. समाजातल्या शेवटच्या व्यक्तीपर्यंत सांस्कृतिक विचार घेऊन जाणारे ऋषीच!

''अशाप्रकारे गुणांनुसार कार्यवाटप करून ब्रह्मदेवांनी एक स्वावलंबी - स्वयंशासित व्यवस्था प्रत्यक्षात आणली. पण जेव्हा व्यक्तिगत महत्त्वाकांक्षा आणि अविवेकी विद्रोह एखाद्या व्यक्तीच्या मनात निर्माण होतो तेव्हा ती व्यक्ती समाजमन कलुषित करायला लागते. सम-अविचारी जनांचा स्वत:भोवती घोळका निर्माण करून विषवृक्षाची रुजवात करते... रावण हे अशाच विषवृक्षाचं अत्यंत विषारी फळ आहे. त्याचा वेळीच नायनाट करायला हवा. त्यासाठी रथचक्रांप्रमाणे दोन शक्ती कार्यरत होणं अतिशय आवश्यक आहे. एक 'यज्ञीय शक्ती' आणि दुसरी 'दंडशक्ती'! आपण पहिली शक्ती उचलली आहे. दुसरी शक्ती... आपण त्याचा सध्या विचार करण्याची आवश्यकता नाही. ईश्वरी योजना अगाध असते!''

तिघेही शिष्य त्यांच्याकडे संभ्रमित मुद्रेनं पहात असतानाच मांदार्यांनी ॐकार म्हटला. अर्थात चर्चेला विराम दिल्याचा तो संकेत होता.

मांदार्यांपुढे भूमीवर डोकं टेकवून तिघे शिष्य निघून गेले.

मांदार्यांनी आपले नेत्र मिटून घेतले. काही वेळातच ते ध्यानावस्थेत गेले. अंतर्दृष्टीसमोर त्यांना अद्‌भुत असं मानससरोवर दिसू लागलं. शीतल चंद्रप्रकाशात सरोवरात मुक्त संचार करणारे शुभ्र राजहंस दिसू लागले. मागच्या शुभ्र कैलास पर्वताचं अविच्छिन्न प्रतिबिंब त्या दिव्य सरोवरात पडलं होतं. निळसर आकाशातून दिव्य तेजकण सरोवरात उतरताना त्यांना दिसू लागले. शांत आणि अत्यंत मधुर असं स्वर्गीय संगीत त्यांना ऐकू येऊ लागलं. चंदेरी प्रकाशात न्हाऊन निघालेलं सरोवराचं जल, ते शुभ्र राजहंस, कैलास पर्वत आणि आकाशातून सरोवर जलात उतरणारे दिव्य प्रकाशकण हळूहळू एकरूप होऊन जाऊ लागले. त्यातून एक शुभ्र, पारदर्शी विराट आकृती साकार होऊ लागली. त्या आकृतीनं पद्‌मासनात ध्यानस्थ बसलेला मानवाकार धारण केला. त्याच्या जटेतून शुभ्र गंगा उगम पावली होती. अर्धचंद्र माथ्यावर होता. अर्धोन्मीलित नेत्रांनी त्या दिव्य तेज:पुंज पुरुषानं मांदार्यांकडे भावपूर्ण दृष्टीनं बघितलं.

शब्द हरवले, काळ थबकला - उरला केवळ भाव! काळाचा संदर्भच संपुष्टात आला - जीव-शिव एकरूप होऊन गेले!

■

१७

परामार्गावरील पहिलं पाऊल

कमरेपर्यंतच्या जलात उभं राहून मांदार्य पूर्वेकडचा अरुणोदय पहात होते. सूर्याला कृतज्ञताभावानं वंदन करताना ते मनाशी म्हणत होते, 'हे सूर्यदेवा, तुझा मनुष्याकार कल्पून मी कृतज्ञता व्यक्त करतो... आजच नव्हे, तर कोणत्याही युगात – अगदी कलियुगातही भिन्न रूपानं येऊन मी मानवामानवामधे, तुझ्याप्रती आणि ईश्वराप्रती कृतज्ञताभाव निर्माण करण्याचा प्रयत्न करतच राहीन. तोच मनुष्याच्या विकासाचा राजमार्ग आहे...

काशीहून दक्षिणेकडे निघालेला तो जथा जेव्हा विंध्याचलापाशी येऊन ठेपला तेव्हा दिवस बराच वर आला होता. मांदार्यांबरोबर शंख आलेला होताच; पण मोठ्या संख्येनं ब्राह्मणवर्गही सहभागी झाला होता. इतर आश्रमांमधले शिक्षण पूर्ण झालेले पुष्कळ स्नातकही त्यांच्याबरोबर या 'दक्षिण-दिग्विजया'साठी आले होते.

एव्हाना शिशिर ऋतूतला गारवा थोडा कमी झाला होता. दक्षिणायन संपून सूर्यदेवांचं उत्तरेकडे संक्रमण सुरू झालं होतं. सूर्याच्या सोनेरी प्रकाशातही विंध्याचलानं आपला निळसर रंग जपला होता. उत्तर-पूर्व दिशेनं पसरत गेलेल्या त्या पर्वतरांगा आपली महानता दर्शवीत होत्या. पर्वतरांगांच्या कुशीत हिरवीगार माळरानं होती. ओढे-नाले, चढ-उतार आणि विविध वृक्षवेलींनी सारा दृश्य परिसर सजला होता.

मान वर करून मांदार्य त्या विशाल विंध्याकडे आदरभावानं पहात राहिले. त्यावेळी ते मनात म्हणत होते, *'तुला मी नमवायला आलो आहे... मला यश दे!'*

त्याचवेळी पक्ष्यांचे थवेच्या थवे विंध्याच्या कुशीतून भरारी घेऊन निघाले आणि मांदार्यांच्या मस्तकावरून दूरवर उडत गेले. जणू विंध्याचलानं त्यांना आशीर्वचन दिलं होतं.

एवढ्यात शंख मांदार्यांजवळ आला आणि त्यानं विचारलं, ''आचार्य, पुढे जायचं ना?''

''हं... पण थांब थोडं...'' पर्वताकडेच दृष्टी ठेवून मांदार्य तुटक शब्दात म्हणाले, ''बरोबरच्या सर्वांना त्या वृक्षांखाली विसावा घ्यायला सांग... आणि तू माझ्याबरोबर चल...''

शंखानं त्यांच्या आज्ञेचं पालन केलं. गायी-बैलांच्या कळपासह आलेला तो ब्राह्मण-पुरोहित-स्नातकांचा जथा वृक्षांखाली विसावला.

मांदार्य शंखासह पर्वताच्या पायथ्याशी गेले. त्यावेळी त्यांच्या हातात पाच हात उंचीची काठी होती. आपल्या सुती अंतरीयाला - धोतराला त्यांनी काचा मारला. डोईवरचा पांढरा फेटा घट्ट केला आणि ते शंखासह पर्वत चढू लागले. पर्वत चढून जाण्यासाठी त्यांना दोन घटका लागल्या.

पर्वत माथ्यावर ते जेव्हा जाऊन पोचले तेव्हा विंध्याचलाचं विलोभनीय दृश्य त्यांच्या दृष्टीत भरलं. ते पाहून मांदार्य भारावून गेले. पर्वत चढून जाण्याचे श्रम कुठल्या कुठे निघून गेले होते. त्या निळसर पर्वतरांगांवरून दृष्टिक्षेप फिरवून त्यांनी धापा टाकत असलेल्या शंखाकडे बघितलं.

''जल हवं? हा कुंभ मी बरोबर आणला आहे...''

''नको... आचार्य... तुम्हीच घ्या हवं... तर...''

''दोघंही घेऊ!''

जलपान झाल्यावर मांदार्यांनी त्याला विचारलं, ''या पलीकडच्या पर्वतरांगांकडे पाहून तुला काय वाटतं?''

''काय म्हणजे... फार सुंदर दिसतात...''

''काही संकेत वगैरे मिळतो का?''

''कसला संकेत आचार्य?''

''परमेश्वर आपल्याला सतत संकेत देत असतो... पण मनुष्याचं त्याच्या संकेतांकडे लक्षच नसतं...! या समोरच्या पर्वतरांगा कशा दिसतात बघ...! त्यातून मला संकेत मिळाला आहे... तुला मिळाला?''

तो आचार्यांकडे संभ्रमावस्थेत बघत असतानाच मांदार्य म्हणाले, ''शंखा, त्या पर्वतरांगांचा आकार 'ॐ'कारासारखा आहे त्यामधे महादेवाचं प्राचीन स्थान आहे... त्या ॐकारस्वरूप पर्वतरांगांमधूनच आपण आपल्या कार्याला प्रारंभ करायचा आहे... हा ईश्वरी संकेत आहे असं निदान मला तरी वाटतं. आता पुन्हा हा डोंगर उतरून आपण खाली जाऊ. आजचा मुक्काम पर्वतपायथ्याशीच करू. उद्या भल्या पहाटे सर्वजण त्या ठिकाणी जाऊ...''

काही वेळ दोघेही त्या पर्वतरांगांचं अवलोकन करीत राहिले. 'ॐ' आकाराच्या पर्वतरांगा त्यांच्या स्वागतासाठी सिद्धच होत्या. आता नवे अनुभव आणि नव्या असंस्कृत 'संस्कृती'चं त्यांना दर्शन घडणार होतं!

''यज्ञाचं नियोजन कसं करायचं?'' ज्येष्ठ ब्राह्मणानं मांदार्यांना प्रश्न केला.

''नेहमीप्रमाणेच करू... यावेळी आपण रक्षकदल बरोबर आणलेलं नाही. केवळ ब्रह्मवर्ग, पुरोहित आणि स्नातक एवढेच आहोत.''

''रक्षकदल आणायला हवं होतं का?''

''नाही...''

''मग...?''

''इथे थोड्या वेगळ्या पद्धतीनं कार्य करण्याचा माझा विचार आहे. पण अजून मार्ग मिळत नाहीये...''

संध्यासमयी मांदार्यांची काही ब्राह्मणांशी चर्चा चालली होती. सूर्य अद्याप अस्ताचली जायचा होता. रेवा, जिचं जमदग्नी ऋषींनी अलीकडेच 'नर्मदा' असं नामकरण केलं होतं - त्या नदीकाठी थोड्या उंचावर त्यांच्या राहुट्या पडल्या होत्या. चुली पेटल्या होत्या. अनेक ब्राह्मणांच्या पत्नी भात, हुलग्याचं कढण आदी सात्विक पदार्थ तयार करण्यात मग्न होत्या. काही स्नातक गायींच्या धारा काढत होते. काहींनी अग्निहोत्राची सिद्धता केली होती. काही जण अजूनही नवीन नवीन कुट्या उभारण्यात मग्न होते. दोन-तीन स्त्रियांनी त्या दिवशी भल्या सकाळीच आश्रम परिसरात गोमयानं सारवण केली होती. त्यावर एक-दोघी रंगावल्या रेखत होत्या. छोट्या अग्निगृहातल्या कुंडात अग्नी प्रज्ज्वलित झालेला होता. त्यातून निघणारा धूम कुट्यांवर छत्र धरून होता. गोमय आणि धूम यांचा संमिश्र सुवास वातावरणात पावित्र्य भरत होता.

मावळतीला झपाट्यानं निघालेल्या सूर्यदेवाकडे मांदार्य दृष्टी लावून बसले होते.

तेवढ्यात त्यांचं लक्ष एका गुराखी मुलानं वेधून घेतलं. गाय, बैल, शेळ्या आदी जनावरं हाकत तो दूरवर चालला होता. सोनेरी-नारिंगी प्रकाशात ते दृश्य मोठं विलोभनीय दिसत होतं. अस्ताचली निघालेला सूर्य मांदार्यांच्या मस्तकात विचारांचा प्रभातकाल करून गेला.

ते एकदम उत्साहानं म्हणाले, ''मला मार्ग सापडला!''

सारे ब्राह्मण त्यांच्याकडे संभ्रमित मुद्रेनं पाहू लागले.

मांदार्यांनी त्यांना फार काळ संभ्रमात ठेवलं नाही. ते म्हणाले, ''उद्यापासून कार्यारंभ! ...आणि यावेळी मी तो एकटाच करणार!''

संभ्रम अद्याप दूर झाला नव्हता.

''तो दूरवर चाललेला गुराखी मुलगा पाहिलात? तोच आपल्या ईश्वरी कार्यासाठी सहाय्यभूत ठरणार आहे! ज्या लोकांच्या मनोपटलावर अनावश्यक गोष्टी उमटलेल्या नाहीत तेच लोक हे कार्य निष्ठेनं उचलतील आणि टिकवतीलही! इथे येऊन आपल्याला चार दिवस झाले. पण मार्ग मिळत नव्हता... भगवान महादेवांनी त्या पोराला पाठवून मार्ग दाखवून दिला आहे - परमेश्वराचे संकेत सहज कळत नसतात; ते ओळखावेच लागतात! परमेश्वर कुणाच्या ना कुणाच्या माध्यमातून आपल्याला दिशा दाखवीत असतो... तो गुराखी पोरगा इथल्या कार्याचा दुवा ठरणार आहे हे निश्चित!''

कुणालाही काहीही कळलेलं नव्हतं.

समोरचे ब्राह्मण संभ्रमावस्थेत असतानाच मांदार्य जागचे उठले. त्यांनी शुभ्र वस्त्र खांद्याभोवती गुंडाळून घेतलं. मग म्हणाले, ''सायंप्रार्थनेची वेळ झाली- चला!''

त्या ठिकाणी रेवा नदीचं पात्र अरुंद होतं. कमरेपर्यंतच्या जलात उभं राहून मांदार्य पूर्वेकडचा अरुणोदय पहात होते. सूर्यदेवांची त्यांना प्रतीक्षा लागून राहिली होती. प्राचीप्रांत ताम्र झाला होता. थंडीचा कडाका ओसरला होता तरी विंध्याचलाच्या परिसरात चांगलाच गारठा होता. त्यात ऐन प्रात:काली पाण्यात उभं राहणं हे दिव्यच असे. तथापि नदीचं पाणी काहीसं ऊबदार होतं. पाण्यात शिरल्यानंतर ते निश्चितच ऊबदार वाटतं.

मांदार्यांना थंडीची मुळीच तमा नव्हती. ते स्वत: सिद्ध ऋषी होते. मुनीत्व, श्रेष्ठत्व, साधुत्व, संतत्व, कवीत्व, त्रिकालज्ञत्व यांचं सम्मीलन जेव्हा एखाद्या व्यक्तीत होतं तेव्हा अशा तपस्ती व्यक्तीला 'ऋषी' म्हणतात! मुनी म्हणजे ध्यान-धारणेत मग्न असणारी आणि आत्मक्लेश सहन करणारी अनासक्त व्यक्ती. श्रेष्ठ म्हणजे सन्माननीय, साधुसंत म्हणजे परोपकारी-साक्षात्कारी-देवभक्त व्यक्ती, कवी म्हणजे जी व्यक्ती दृश्य सृष्टीच्या पलीकडचं तत्त्व जाणते ती आणि त्रिकालज्ञत्व म्हणजे त्रिकालाचं ज्ञान असणारा योगी. अशा ज्ञानी ऋषीला निसर्ग काय वाकवणार होता?

थंडी-वारा-पाऊस-ऊन-उकाडा अशी निसर्गाची बदलती रूपं मांदार्यांसारख्या ऋषींना थोडीच नमवणार होती? आजवर ते निसर्गातच हिंडले-फिरले होते! डोंगर-दऱ्या पालथ्या घातल्या होत्या. हिमवान प्रदेशातील हिमखंडांचे प्रपात आणि प्रताप त्यांनी अनुभवले होते. रानावनात काट्याकुपाट्यांमधूनच त्यांनी पायवाट शोधली होती. नाग, साप, मगरी, गेंडे, गज, वाघ-सिंह, लांडगे, तरस असा प्राणिवर्ग जवळून बघितला होता. सर्व स्थिरचरामधलं समानत्व त्यांनी पुरेपूर अनुभवलं होतं. नरमांसभक्षक टोळ्यांमधे ते राहिले होते. एक भावपरायण तरीही कर्तव्यपरायण ऋषी मानवतेच्या प्रस्थापनेसाठीच 'तप' करीत होता.

त्यामुळे रेवा नदीचं पात्र थंड होतं का ऊबदार होतं किंवा हवेत गारवा होता का नव्हता या गोष्टीशी त्यांना कर्तव्य नव्हतं. अरुणापाठोपाठ उगवणाऱ्या समोरच्या भास्कराप्रमाणेच ते आपल्या भावमय कर्तव्याशीच जोडलेले होते.

विंध्याचलाच्या पर्वतरांगांमधून सूर्यबिंब नाचत नाचत वर येऊ लागलं तसं मांदार्यांनी तीन वेळा ओंजळ भरून सूर्याला अर्घ्य दिलं. नेत्र मिटून गायत्रीमंत्राचा जप त्यांनी आरंभला-

ॐ भू: भुव: स्व:। तत्स्यवितुर्वरेण्यं
भर्गो देवस्य धीमहि। धियोयोन: प्रचोदयात्।।

मग नेत्र उघडून ते सूर्यबिंबाकडे काही क्षण बघत राहिले. कोवळ्या उन्हात सूर्यबिंबाकडे एकटक पाहण्यामुळे दृष्टी चांगली होते, ही गोष्ट ऋषींना माहीत होती. पण केवळ उपयुक्ततेच्या विचारातून मोठा लाभ होत नसतो. अशा उपायांचे आणि

मंत्रशक्तीचे मोठे परिणाम मिळायला हवे असतील तर कृतज्ञताभाव अंगिकारणं अधिक महत्त्वाचं असतं. कृतज्ञताभाव व्यक्तीच्या अंत:करणात दृढ झाला तरच त्या व्यक्तीवर ईश्वर प्रेम करायला लागतो, ही गोष्ट मांदार्यांसारख्या ऋषींना निश्चितच ठाऊक होती.

मंत्र म्हणून झाल्यावर सूर्याला कृतज्ञताभावानं वंदन करताना ते मनाशी म्हणत होते, 'हे सूर्यदेवा, तुझ्यामुळेच सृष्टीचं सर्जन होतं. तुझ्यामुळेच पृथ्वीवर जीवन आहे. तूच प्राणिमात्रांसह सर्व वनस्पतींचं पोषण करतोस. तुझ्यामुळेच माझ्यासारखे ऋषी शेतीचा 'प्रयोग' सिद्ध करू शकतात. तूच या पृथ्वीवर जलधारांचा वर्षाव करतोस... तुझी अनुपस्थिती झाली तर इथलं जीवनच संपुष्टात येईल... दिसायला तू एक धगधगीत गोळा आहेस.... तुझ्या या बाह्य स्वरूपाप्रत कृतज्ञता कशी व्यक्त करता येणार? म्हणून तुझा मनुष्याकार कल्पून, हे देवा, मी कृतज्ञता व्यक्त करतो... हाच कृतज्ञता भाव मनुष्यमात्रांमधे निर्माण करण्याचा मी प्रयत्न करतो आहे... आजच नव्हे, तर कोणत्याही युगात – अगदी कलियुगातही भिन्न रूपानं येऊन मी मानवामानवामधे, तुझ्याप्रती आणि ईश्वराप्रती कृतज्ञताभाव निर्माण करण्याचा प्रयत्न करतच राहीन. तोच मनुष्याच्या विकासाचा राजमार्ग आहे... 'कृतज्ञताभाव' हा मानवतेच्या प्रस्थापनेसाठी आणि शांत-समृद्ध जीवनासाठी सर्वश्रेष्ठ उपाय आहे...'

याप्रमाणे सूर्याप्रती मनोमन कृतज्ञताभाव व्यक्त करून मांदार्यांनी नेत्र मिटून पुन्हा सूर्याला वंदन केलं.

त्याचवेळी त्यांना मागे काहीतरी चाहूल लागली. त्यांनी मागे वळून बघितलं. नदीकाठावर तो कालचाच गुराखी मुलगा त्यांना दिसला. हातातली काठी तो उगाचच वरखाली करून भूमीवर आपटत होता. त्याच्या अंगावर जेमतेम वस्त्रं होती. तो मांदार्यांना एकटक न्याहाळत होता. तो गुराखी मुलगा रंगानं काळासावळा होता. त्याचं वय जेमतेम दहा-बारा वर्षांचं असावं! भोवतीच्या रानाप्रमाणेच डोक्यावर केसांचं वन वाढलेलं! केस राठ झालेले. मधे मधे काही जटा लोंबत होत्या. चेहऱ्यावर अनेक डाग होते. हाताच्या बोटांवर फोड आले होते. पायावरही ठिकठिकाणी फोड होते. पण त्याच्या निरागस दृष्टीत उत्सुकता आणि आश्चर्य दाटलेलं होतं.

मांदार्य जलाबाहेर आले. त्याच्याकडे प्रेमानं बघत त्यांनी काठावरचं दगडाखाली ठेवलेलं आपलं शुभ्र सुती अंतरीय उचललं. मग एका वृक्षामागे जाऊन त्यांनी ओलं वस्त्र दूर केलं. लंगोट आणि नवं धूत वस्त्र कमरेला बांधलं. ओलं वस्त्र पिळून तो पिळा खांद्यावर टाकला. आपले लांब लालसर काळे कुंतल झटकून त्यांनी ते वाळवले. मग ते त्या मुलापुढे येऊन उभे राहिले.

ते जवळ येताच तो पोरगा उठून उभा राहिला. त्याच्या हाता-पायाभोवती आता काही माश्या घोंगावायला लागल्या होत्या. पुष्कळ काळ वनात फिरल्यामुळे मांदार्यांना आदिम लोकांच्या भाषा अवगत होत्या. त्या भाषांमधे थोडाफार फरक होत जाई एवढंच. बोलण्याच्या ओघात त्यांनी त्या मुलाची भाषा जाणून घेतली. त्यांनी विचारलं, ''कुठे राहतोस!''

पूर्वेकडे निर्देश करत तो म्हणाला, ''त्या डोंगरामागे आमची वस्ती आहे.''

''अरे बापरे! मग इतक्या दूरवर येतोस ही गुरं घेऊन?''

''हो... काहीजण तिकडे पुढेही जातात... मी या बाजूला येतो.''

''ही गायी-गुरं पाळायला कुणी सांगितलं?''

''माहीत नाही...''

''दूध पिता गायींचं?''

''हो...''

त्याच्या जटा झालेल्या राठ केसांवरून मांदार्यांनी मोठ्या प्रेमानं हात फिरवला. तेव्हा त्याच्या केसांमधून गवताच्या काही काड्या खाली पडल्या. पण मांदार्यांना त्याच्या बाह्य रूपाशी काही कर्तव्य नव्हतं. तो कोण, कुठला याच्याशीही कर्तव्य नव्हतं. ते त्याच्यातला ईश्वर पहात होते! त्याच्याशी फार वेळ न बोलता ते लगेच तिथून निघाले.

दूरवर जाणाऱ्या त्यांच्या शुभ्र आकृतीकडे काहीशा आश्चर्ययुक्त आदरभावानं बघत तो गुराखी मुलगा तिथेच थबकून उभा राहिला. माणसाचा असा 'अवतार' त्यानं त्याच्या आत्तापर्यंतच्या आयुष्यात कधीच बघितला नव्हता.

दुसऱ्या दिवशीही असंच घडलं - प्रतिदिनी तसं घडू लागलं. मांदार्य पहाटेच नर्मदेच्या प्रवाहात उभे राहत. मंत्र म्हणत... वस्त्रं धुवत, पिळे खांद्यावर टाकून पुन्हा आपल्या आश्रमाकडे निघून जात. जाता जाता ते त्या पोराशी प्रेमाचे दोन शब्द मात्र हटकून बोलत.

आता तो सवयीचा भाग झाला. नित्य भेटी होऊ लागल्या. मांदार्यांचं प्रेम त्या मुलाला उमजू लागलं. त्यांच्या बाह्य विलोभनीय रूपानं तर तो हरखून गेला होता - अगदी पहिल्या दिवशीच! त्यालाही त्या ऋषींविषयी आपलेपणा वाटू लागला. आपणही यांच्यारखं व्हावं, अशी सुप्त आकांक्षा त्याच्या मनात निर्माण होऊ लागली. एव्हाना भीड चेपली होती. तो प्रश्न विचारू लागला होता. त्याला उत्तरं मिळत होती. पण अजून मनात पुष्कळ प्रश्न होते. ते विचारण्याचं धाडस होत नव्हतं. पण या ऋषींसारखं आपण व्हायचं म्हणजे प्रश्न विचारायलाच हवे होते. हे ऋषी नदीपात्रात जातात. हातात पाणी घेतात. आपण तर कधीच पाण्याला पदस्पर्श केलेला नाही. हे तर...

त्या दिवशी भल्या सकाळी मांदार्यांची भेट झाल्यावर तो धाडस करून म्हणाला, ''तू... तू... तुम्ही...''

''मला आचार्य म्हण...''

''बरं... आचार्य, मी... तू... तुमच्यासारखा होऊ शकतो?''

''का नाही?''

''पण मी कसा होणार तुम... तुमच्यासारखा?''

''का? का नाही होऊ शकणार?''

''तु... तुम्ही या पाण्याला पाय लावता... आम्ही...''

''शरीर स्वच्छ ठेवायचं असेल तर जलाशिवाय पर्याय नाही बाळा!''

''पण आमचे लोक तर पाण्याला पाय लावत नाहीत...''

''का?''

''पाण्यात जलदेवता असतात ना!''

क्षणभर मांदार्य नि:स्तब्ध राहिले. त्याचा जलाप्रती असलेला भाव योग्य होता. पण स्वच्छतेच्या दृष्टीनं पाणी ही आवश्यक अशी गोष्ट होती. ही पूर्व-पश्चिम टोकं कशी जुळवायची? विपरीत 'धर्मा'कडून खऱ्या 'धर्मा'कडे कसं आणायचं? त्यांना प्रश्न पडला. संस्कृती प्रस्थापनेतला तो सर्वात मोठा अडसर होता - केवळ भावनांवर आधारित असणाऱ्या रीतिरिवाजांचा!

पण त्यांचा इतक्या वर्षांचा अनुभव कामी थोडाच येणार नव्हता? ते म्हणाले, ''बाळा, तू म्हणतोस ते बरोबरच आहे... पण जलाशिवाय आपलं शरीर शुद्ध होऊच शकत नाही. तुला माझं हे स्वच्छ शरीर आवडतं ना?''

''हो तर!''

''जलानं स्वच्छ केल्यामुळेच ते असं सुंदर होतं.''

''पण...''

''ऐक... जलात देवता असतात हा तुझा प्रश्न आहे ना? मग आता असं करायचं... पाण्याला पाय लावण्यापूर्वी जलदेवतेला नमस्कार...''

''नमस्कार म्हणजे काय?''

''हे असे हात जोडायचे... नेत्र मिटायचे... हे असे! डोळ्यांसमोर ती जलदेवता आणायची... आणि म्हणायचं, हे देवते, मी तुला पाय लावत आहे. मला क्षमा कर!''

''मग ती पाय लावू देते?''

''हो, का नाही लावू देणार? तू अगदी बाळ असताना तुझ्या मातेला लाथा मारल्या असशील! ती तुला रागावली असेल? मुळीच नाही... उलट तिला आनंद झाला असेल - हो की नाही?''

तो संभ्रमावस्थेत गेला होता. त्याला मांदार्यांचं बोलणं मुळीच समजलेलं नव्हतं. त्यानं लगेच प्रतिप्रश्न केला, ''आचार्य, माता म्हणजे काय?''

''माता म्हणजे... तुला माहीत नाही?''

''नाही-''

''पिता-''

''म्हणजे?''

''तेही माहीत नाही?''

''नाही...''

मांदार्य बोलायचे थांबले. योग्य ठिकाणी भगवंतानं आपल्याला पाठवलं आहे असं त्यांना मनोमन वाटू लागलं. त्यांनी नेहमीप्रमाणे त्याच्या मस्तकावरून प्रेमानं हात फिरवला. मग म्हणाले, ''मी तुला हे समजावून सांगीन... पण आज मी सांगितलं तसं करून बघ... जलदेवतेला नमस्कार कर... हा असा! डोळ्यांसमोर-''

''हो, आलं लक्षात... ती देवता आणायची ना?''

''हो... आणि मग पाण्यात जाऊन शरीर स्वच्छ कर... मग तूही माझ्यासारखा दिसायला लागशील! आवडेल ना तुला!''

तो पाण्यापाशी गेला. नमस्कार करूनही जलात जायला तो धजावेना. पण मांदार्यांनी त्याला आधार दिला. मग त्याची भीड चेपली. पाण्यात तो यथेच्छ डुंबला. पाणी उडवलं. तो पाण्याबाहेर आल्यावर मांदार्यांनी त्याला आपलं उपरणं अंग पुसण्यासाठी दिलं. त्यानं अंग पुसताच ते उपरणं काळंकुट्ट होऊन गेलं! खजिल होऊन त्यानं मांदार्यांकडे बघितलं. तेव्हा ते प्रेमानं म्हणाले, ''असू देत बाळा! मी करीन हे स्वच्छ! तू जा आता... तुझी गुरं घेऊन... आणि उद्या ये हं पुन्हा!''

नदीकाठी सोडलेली गुरं हाकत तो पुढे निघून गेला. त्यावेळी ते काळंकुट्ट झालेलं उपरणं हाती धरून मांदार्य मनाशी म्हणत होते, *'अंतर्बाह्य शुभ्रधवल करण्यासाठी मला पुष्कळ झिजावं लागणार आहे - तप करावं लागणार आहे!'*

त्या दिवशी प्रात:काली स्नान-अर्घ्यादी विधी पार पाडल्यानंतर मांदार्य नदीकाठीच थांबून राहिले. काही वेळातच तो गुराखी मुलगा गायी वळत तिथे आला. आज एक छोटी मुलगी त्याच्याबरोबर आली होती. त्या दिवशी मांदार्यांनी आपल्याबरोबर तांदूळ आणि मूगडाळीचा शिधा आणला होता. एका खापराच्या भांड्यातून त्यांनी अग्नीही आणला होता. अन्न शिजवण्यासाठी आणखी एक खापराचं पात्र बरोबर होतं.

त्या मुलाकडे प्रेमानं बघत ते म्हणाले, ‘‘बस इथे माझ्याजवळ... आणि ही कोण आली तुझ्याबरोबर?’’

‘‘हिला लबी म्हणतात...’’

‘‘आणि तुला रे?’’

‘‘मला कुंडू म्हणतात.’’

‘‘बरं, कुंडू-लबी... मी बघा काय करतो ते!’’

मांदार्यांनी आजूबाजूचं वाळलेलं गवत आणि काटक्या गोळा केल्या. चार दगड मांडून चूल तयार केली. अग्नी बरोबर होताच. चुलीवर त्यांनी खापराचं भांडं ठेवलं. काही वेळातच वरण-भात तयार झाला. त्यात बरोबर आणलेलं लवण घालून तो बरोबर आणलेल्या दोन पितळेच्या ताटल्यात विभागला.

‘‘बघा खाऊन हे!’’

‘‘हे खायचं असतं?’’ कुंडू!

‘‘हो, आम्ही हेच अन्न खातो...’’

‘कुंडूनं एकदम वरणभातात हात घातला - हाताला चटका बसला.

‘‘अरे, हा पदार्थ थोडा निवू दे!’’

‘‘पण आम्ही कधीच असं खाल्लेलं नाही!’’ लबी म्हणाली.

मांदार्यांनी तिच्याकडे कौतुकानं बघितलं. ती जेमतेम सहा-सात वर्षांची असावी. पाठीवर केसांच्या जटा रुळल्या होत्या. तोंडावर काळे डाग होते. पण तिचे काळेभोर नेत्र मात्र तेजस्वी होते. उत्सुकतेचा भाव नेत्रात दाटला होता. अंगावर वस्त्र नव्हतंच. कमरेला एक अखूड वल्कल बांधलेलं होतं.

‘‘मग तुम्ही कसं खाता?’’ मांदार्यांनी लबीला प्रश्न केला. ती बोलणार एवढ्यात कुंडूच सांगू लागला, ‘‘हा तीर कमटा बघा! भूक लागली की आम्ही या तीरानं दिसेल तो प्राणी मारतो आणि फाडून खातो!’’

‘‘आणि बोगू जेव्हा मोठा प्राणी मारतो तेव्हा आम्ही तो लाकडावर भाजून खातो!’’ लबीनं अधिक माहिती पुरवली!

‘‘मग तुमची आई तुम्हाला असं खायला देत नाही का?’’

‘‘आई म्हणजे काय?’’ लबी.

‘‘तुम्हाला तुमचे आईवडील माहीत नाहीत?’’

मागे विचारलेला प्रतिप्रश्न कुंडूनं पुन्हा विचारला, ‘‘आईवडील म्हणजे काय?’’

त्यांच्या बालमनाला वंशवृद्धीची शास्त्रीय परिभाषा न सांगता मांदार्यांनी वेगळ्या पद्धतीनं त्यांना आईवडील म्हणजे काय असतं ते सांगितलं. मग त्यांनी विचारलं, ‘‘मग तुम्ही राहता कसे? कितीजण आहेत तुमच्या वस्तीत?’’

कुंडू-चिंबीचा आकडेवारीशीही संबंध नव्हता. कुंडू एवढंच म्हणाला, ''खूप जण राहतो... बोगूनं एक गवताचं घर बनवलं आहे... त्या बाहेर आम्ही राहतो. आकाशातून पाणी पडायला लागलं की त्या डोंगरामधल्या गुहेत जातो.''

''मग तुझी ती गायी-गुरं?''

''आमच्या बरोबरच राहतात!''

त्याच्या बोलण्यावरून मांदार्यांना त्या आदीम लोकांच्या जीवनपद्धतीचा पूर्ण अंदाज येऊन चुकला. त्या लोकांना कुटुंब म्हणजे काय माहीत नव्हतं, नवरा-बायको हे संबंध माहीत नव्हते. कुणीही कुणाशीही संग करीत असे. स्वतंत्र घराची कल्पनाही त्यांना माहीत नव्हती. अंगाला जलस्पर्श होत नसल्यामुळे स्वच्छता म्हणजे काय हेही त्यांना माहीत नव्हतं. कोणा ऋषीनं फार पूर्वी गोपालनाचा प्रयोग दिल्यामुळे शेळ्या-गायींचं दूध काढून ते पिणं हे मात्र त्यांना माहीत झालं होतं. भूक लागली की, कुणीही तीर-कमट्यानं एखादा प्राणी मारून तसाच खात असे. पक्षी, साप, वराह, मृग, ससे, गवा असे प्राणी त्यांना खाण्यायोग्य वाटत. विंध्याचलात जवळपास वणवा लागला तर तिथून अग्नी आणून त्यावर एखादा प्राणी कधीतरी भाजला जायचा - नाही असं नाही! विंध्य पर्वत रांगांमधे प्रत्येक चार-पाच कोसांवर अशा जमाती सहस्रो वर्षं वास्तव्य करून होत्या. संपूर्ण विंध्यामधील अशा वसाहतींमधे संस्कृती रुजवणं ही गोष्ट सोपी खासच नव्हती; किंबहुना फार आव्हानात्मक होती. ते आव्हान मांदार्यांनी स्वीकारलं होतं. संपूर्ण विंध्याला वाकवण्यासाठी तो छोटा गुराखी पोरगा हा फार मोठा दुवा ठरणार होता. त्याचे आता मांदार्यांशी चांगले ऋणानुबंध जुळले होते.

वरण-भात खाताना कुंडू म्हणाला, ''मला आवडलं हे... तुला लबी?''

तिनं जीभ टाळूला लावून 'टक्' असा आवाज काढून पावती दिली.

तो वरणभात त्या दोघांनी फस्त केला; पण पोट भरलं मांदार्यांचं!

त्या दिवशीची भेट तिथेच संपली.

दुसऱ्या दिवशी सकाळी नित्याप्रमाणे मांदार्यांनी अर्घ्यदान विधी आटोपला. धूत वस्त्रं खांद्यावर टाकून ते पाण्याबाहेर आले. पण अद्याप कुंडू आलेला नव्हता. मांदार्यांनी दूरवर दृष्टिक्षेप टाकला. पण त्याची चाहूल लागली नव्हती. तो यायला हवाच होता - लबीही!

विचार करत ते नदीकाठीच पद्मासनात बसले. सर्वार्थानं प्रगल्भ असणाऱ्या त्या ऋषीचं ध्यान तेव्हाच लागलं. त्यात किती वेळ गेला ते त्यांना कळलंच नाही. कुणीतरी आपल्याला हलवत आहे याचं भान जेव्हा त्यांना आलं तेव्हा त्यांनी हलकेच नेत्र उघडले. सूर्यदेव चांगलेच वर आले होते. त्यांनी मागे वळून बघितलं. नेहमीपेक्षा बऱ्यापैकी स्वच्छ दिसणारा कुंडू मागे उभा होता.

''आचा.. आचा... र्य्...''

''आचार्य-!'' मांदार्य हसले.

''हो.. तुम्हाला झोपेतून उठवलं ना मी?''

''असू दे!''

''पण तुम्ही असे कसे झोपता? आम्ही तर जमिनीवर असे आडवे झोपतो...'' कुंडूनं प्रात्यक्षिक दाखवलं! ''तुम्हीही असे आडवे झोपून बघा! चांगली झोप लागेल!''

'या निष्पाप बालकाला कसं समजावणार?' मांदार्य मनाशी म्हणाले. ''मी झोपलो नव्हतो काही... मी परमेश्वराचं ध्यान करत होतो.''

''परमेश्वर...? म्हणजे काय?''

''तुला वडिलांनी कधी.... हो, ते कसे सांगणार? आईवडील म्हणजे काय हेच तुला माहीत नाही; मग काय करणार?''

''सांगा ना... पर...म...''

''परमेश्वर?... ऐक!'' मांदार्य यथाशक्य त्याला समजावू लागले. ''तू चालतोस, बोलतोस, खातोस ते कोणत्या शक्तीमुळे?''

''कोणत्या? मला माहीत नाही...''

एवढ्यात लबीही तिथे येऊन बसली.

मांदार्य दोघांनाही परमेश्वर म्हणजे काय ते साध्या साध्या उदाहरणांतून समजावू लागले. ''काय ग लबी... तू खातेस ना?''

''हो...''

''अन्न आपल्या पोटात जातं. ते पचतं. पुन्हा भूक लागते... आपण झोपतो. कशी लागते झोप? आपल्याला काही लागलं... हे बघ कुंडू... तुझ्या गुडघ्याला किती ठिकाणी लागलंय. बरोबर!''

''हो...''

'ही कातडी फुटून लाल लाल पाणी बाहेर येतं ना? त्याला रक्त म्हणतात... ते आपल्या शरीरात कसं निर्माण होतं?''

''कसं?''

''भूक लागणं, अन्न पचून खालून जाणं, अंगात शक्ती येणं, हे असं रक्त तयार होणं या साऱ्या गोष्टी आपल्या हृदयात - म्हणजे इथे, आत असलेल्या परमेश्वरामुळे घडत असतात - माहीत आहे?''

दोघांनी नकारार्थी माना हलवल्या.

‘‘तो परमेश्वर सर्वांच्या हृदयात बसून असतो. आपल्या मनात येणारे विचार त्याला कळत असतात...’’

मांदार्यांनी आज त्यांना परामार्गावरचा पहिला ‘धडा’ दिला होता. प्रतिदिनी ते नवे नवे धडे देणार होते.

ईश्वरी कार्यात एकदम परिवर्तन कधीच होत नसतं. वेळ हा लागतच असतो. त्यालाच तप म्हणतात. मंद गतीनं झालेलं कार्यच दीर्घकाल टिकत असतं.

ईश्वरी कार्यात येणारी आव्हानंही तशीच मोठी असतात!

■

१८

बीजारोपण

मांदार्यांनी पाठीवरचं लोखंडी चक्र हाती घेतलं आणि कुणाला काही कळायच्या आत ते त्यांनी डाव्या अंगाला असलेल्या वधस्तंभाकडे वेगानं फेकलं. चकाकत जाणाऱ्या त्या चक्रानं वधस्तंभाचे दोन तुकडे केले आणि ते चक्र पुन्हा मांदार्यांच्या हाती आलं... त्या वधस्तंभाकडे निर्देश करून मांदार्य म्हणाले, 'इथून पुढे त्या वधस्तंभाचा मुळीच उपयोग नाही म्हणून मी तो तोडून टाकला!' पण त्यामागे असलेल्या तुमच्या 'देवा'चा मात्र मी स्वीकार करतो.

निद्रादेवी अजून मांदार्यांना प्रसन्न होत नव्हती. मनात विचारांची आवर्तनं होत होती. 'कसं करायचं कार्य? कुठून प्रारंभ करायचा? संस्कृतीचा जिथे स्पर्शही झालेला नाही अशा विंध्याचलाला कसं नमवायचं? जलाचं नियोजन कसं करायचं? जमदग्नींप्रमाणे कृषीचे प्रयोग कसे प्रस्थापित करायचे?

मनोमन त्यांना जमदग्नी ऋषींचं कार्य दिसू लागलं-

काशीतल्या आपल्या विस्तृत आश्रमाची व्यवस्था लावल्यानंतर मांदार्य 'दक्षिण-दिग्विजया'साठी निघाले होते. शिवशंकर हे त्यांचं आराध्य दैवत! मध्य भारतवर्षातील 'महाकाल' ज्योतिर्लिंगाचं दर्शन घेऊन विंध्याचलात कार्यारंभ करावा असं ठरवून ते प्रथम मध्य भारतवर्षात गेले होते. योगायोगानं महर्षी कश्यपांची तिथे भेट झाली होती. तेही महाकालाच्या दर्शनासाठी वाटेत थांबले होते. जमदग्नींचं कार्य पाहण्यासाठी ते दक्षिण सीमेवर जाणार होते.

महर्षी कश्यपांचं दर्शन होणं हा मांदार्यांना महत्‌योग वाटला होता. विंध्याचलात कशा पद्धतीनं कार्य करावं याविषयी त्यांनी महर्षींशी तेव्हा चर्चा केली होती.

महर्षी कश्यप तेव्हा मांदार्यांना म्हणाले होते, 'मी जमदग्नींच्या आश्रमाकडेच निघालो आहे. तुम्हीही माझ्याबरोबर चलावं असं मला वाटतं. जमदग्नींनी दक्षिण सीमेवर कृषीचे उत्तम प्रयोग केले आहेत असं ऐकिवात आहे. त्यातून कदाचित तुम्हाला काहीतरी प्रेरणा मिळेल.'

महर्षी कश्यपांची सूचना डावलणं शक्यच नव्हतं. मांदार्य महर्षींसमवेत जमदग्नींच्या आश्रमात जाऊन दाखल झाले. जमदग्नींचं तिथलं कार्य पाहून ते थक्क होऊन गेले. जमदग्नींनी कृषी आणि जल यांचं अतिशय उत्तम नियोजन केलेलं त्यांना दिसलं. या दोन घटकांची शृंखला त्यांनी दूरवर विस्तारत नेली होती. त्यामुळे तिथे सर्वत्र नेत्रसुखद हिरवीगार कृषी दिसत होती. सामूहिक कृषीवर उपजीविका करणारा मानवसंघ तिथे अस्तित्वात आलेला होता.

जमदग्नींनी केलेली कृषी-क्रांती समजून घेण्यासाठी मांदार्य जमदग्नींच्या आश्रमात चांगले महिनाभर राहिले होते. कृषीतली नवी तंत्रं त्यांनी जाणून घेतली होती. त्यांनी उत्तम प्रतीचं बियाणं जमदग्नींकडून मिळवलं होतं; आणि मग

विंध्याचलातील नव्यानं उभारलेल्या आश्रमात येऊन त्यांनी आपल्या कार्याचा आराखडा निश्चित केला होता.

ओंकारेश्वराचं दर्शन घेऊन मांदार्यांनी कार्यारंभ केला होता; तथापि कार्याला अजून निश्चित दिशा सापडत नव्हती. कारण विंध्याचलाच्या कुशीत राहणारा मानवसमूह अत्यंत रानटी अवस्थेतला होता. त्यांनी गोपालन मात्र सुरू केलं होतं. पण गुरांसाठी गोठा, शेणाचे उपयोग वगैरे गोष्टी त्यांना अद्याप माहीत नव्हत्या.

त्या दिवशी कुंडू आणि लबी मांदार्यांना अवचित भेटले होते. त्या दोघांवर यथोचित संस्कार करून त्यांना आदर्श युवक-युवती बनवावं असं त्यांना वाटत होतं. त्यांच्या सहाय्यानं त्या त्या वस्तीतले युवक-युवती आणि बाल-बालिका यांना एकत्र जमवून भावी सुसंस्कृत समाज तिथे निर्माण करावा असाही विचार मांदार्यांच्या मनात चालला होता.

पण हे साध्य करण्यासाठी पुष्कळ काळ थांबावं लागणार होतं. तितकं थांबून चालणारही नव्हतं. ओंकारेश्वरापासून विंध्याच्या टोकाला - विंध्यवासिनीपर्यंत विशाल कार्याची उभारणी करण्याचं अतिशय मोठं आव्हान त्यांनी स्वीकारलं होतं. कार्याची गती जशी त्यांना मोठ्या प्रमाणावर वाढवायची नव्हती तसंच कूर्मगतीनंही कार्य करायचं नव्हतं. उत्तर-पूर्वेकडे पसरत गेलेला विशाल विंध्याचल त्यांना आव्हान देत होता. त्याच्या आश्रयानं राहणाऱ्या असंख्य संस्कृतिहीन रानटी टोळ्यांचं जीवन त्यांना बदलायचं होतं. मानवतेची प्रस्थापना करायची होती. कार्याची व्याप्ती कशी वाढवत जावी आणि कृषीचा प्रयोग कुठे, केव्हा आणि कसा रुजवावा याचा विचार सातत्यानं त्यांच्या मनात घोळत होता. पण कार्यकर्त्यांची शक्ती कमी पडत होती.

विचार करता करताच त्यांचा केव्हा डोळा लागला हे त्यांना कळलंही नाही.

प्रगाढ निद्रेतून मांदार्य जागे झाले. त्यांना कशाची तरी चाहूल लागली होती. त्यांची दृष्टी कुटीतून फिरली. त्यांनी सभोवतालचा वेध घेतला. रात्रीचा तिसरा प्रहर असावा असं त्यांना वाटलं. आश्रम परिसर शांत होता. 'मग मला कशाची चाहूल लागली?'

विचार करत त्यांनी बाजूच्या तेलदिव्याची वात पुढे सरकवली. तो दिवा हाती घेऊन ते कुटीबाहेर आले. चहूकडे दृष्टी फिरवली. सर्वत्र सामसूम होती. समोरच्या कुटीच्या कुट्ट्यावर शंख प्रगाढ निद्रेत होता. पण त्याची झोप सावध होती. त्याला आपल्या गुरूची चाहूल लागली. तो त्वरित उठून त्यांना सामोरा आला. त्यावेळी उघड्याबंब शरीरावर त्यानं शुभ्र वस्त्र गुंडाळून घेतलं होतं.

"काय हवंय आचार्य? जल आणू का?"

"नाही... अरे मला कसलीतरी चाहूल... म्हणजे किंकाळ्या ऐकू आल्या..."

"स्वप्न पडलं का?"

''अंह... स्वप्न नक्कीच नव्हतं ते... मी थोडा फिरून येतो... काहीतरी...''

''मीही येतो की!''

''कशाला? तू झोप...''

''नाही आचार्य. आपण एकट्यानं अशा अवेळी जाणं योग्य नाही.''

शंख लगबगीनं कुटीत गेला आणि धनुष्य-भाता खांद्यावर अडकवून बाहेर आला. त्यानं एक चक्रही बरोबर आणलं होतं.''

''धनुष्य-बाण कशाला? आणि या चक्राची काय आवश्यकता!''

''आपल्यासाठी नाही हे - माझ्यासाठी आहे!''

त्याला विरोध न करता मांदार्यांनी कुटीत जाऊन आपला दंड हाती घेतला. शंखानं आणलेलं चक्र त्यांनीच पाठीवर अडकवलं. तेलदिव्याच्या प्रकाशात ते दोघे आश्रमातून बाहेर पडले.

''इथे तर कुणीच दिसत नाही... आपल्याला भास तर नाही झाला?''

''नाही... तो भास नक्कीच नव्हता. चल, थोडं उंचावर जाऊ-''

विंध्य पर्वतरांगांमधील त्या घनदाट अरण्यातून ते गुरु-शिष्य अंधारातच पर्वत चढू लागले. जसजसे ते आश्रमापासून दूर जाऊ लागले तसतशी शंकी शंखाच्या उरात धडकी भरू लागली. ते घनदाट अरण्य घनघोर अंधकारानं गडप केलं होतं. आकाशात तारका चमकत होत्या. पण त्यांचा 'प्रकाश' त्या अंधकाराला दूर करण्यात यशस्वी ठरत नव्हता. मधूनच पायाखालून निशाचर जीव सळसळत जात होते. चालताना वाळलेल्या पालापाचोळ्यांचा कर् कर् आवाज उमटत होता. दूरवरून कोल्हेकुई ऐकू येत होती. लांडगे आणि तरस यांचे गोट्यांसारखे डोळे त्या दोघांवरच रोखलेले होते. वाघुळं, पिंगळे आदी निशाचर पक्षी वृक्षांवर घोर शब्द करीत होते. रांगड्या निसर्गाचं हे रौद्ररूप शंख प्रथमच अनुभवत होता.

विंध्याद्रीपाशी येऊन मांदार्यांना केवळ दीड मास झाला होता. काशीमधल्या आश्रमात राहताना शंखाला कधी भीती वाटली नव्हती. पण या दीड मासात त्याला निसर्गाचं रौद्र रूप अनुभवायला मिळत होतं. इतक्या भयाण रात्री एकट्या-दुकट्यानं आश्रमाबाहेर जाण्याची त्याची ही पहिलीच वेळ होती. त्यामुळे मांदार्यांबरोबर ते अरण्य तुडवत जाताना तो मनातून हबकून गेला होता.

एव्हाना ते तो डोंगर निम्मा अधिक चढून आले होते.

शंख भीत भीत म्हणाला, ''आचार्य... आपल्याला नक्कीच भास झाला असणार!... नाहीतर स्वप्न तरी पडलं असणार... इथे कुठेही काही दिसत नाही! आणि जे 'दिसतंय' किंवा अनुभवायला मिळतंय ते फार भयानक आहे... ते लांडगे, कोल्हे... सर्प.... हे जीव केव्हाही आपल्यावर आक्रमण करू शकतात... आपल्या जीवाला-''

त्याला पुढे बोलणंही अशक्य होऊन गेलं होतं.

तेव्हा मांदार्यांनी त्याच्या पाठीवर हात ठेवून म्हटलं, ''तू सत्यकाम करतोस ना?''

''हो... म्हणजे...''

''सत्यकामावर तुझा विश्वास आहे ना?''

''आहे... पण...''

''जो सत्यकाम करतो... ज्याच्या आचार-विचारात शुचिता आहे आणि जो संस्कृती-प्रस्थापनेसाठी अर्थात ईश्वरी कार्यासाठी झिजतो - तप करतो त्याला घाबरण्याचं कारण नसतं. ईश्वर अशा तपस्व्याचं रक्षणच करीत असतो... आणि समजा, त्यातून अशा तपस्व्याला प्राणाला मुकावंच लागलं तर ती ईश्वरेच्छाच समजायची असते! घाबरू नकोस, चल! आपल्याला काहीही होणार नाही!''

मांदार्यांच्या शब्दांनी त्याला धीर आला. मनातले वाईट, नकारात्मक विचार दूर झाले. आपल्या गुरूबरोबर तो नि:शंक मनानं डोंगर चढू लागला.

एके ठिकाणी थांबून दोघांनी थोडा दम घेतला. मग दूरवर निर्देश करीत मांदार्य म्हणाले, ''तो पहा... अग्नी दिसतोय्... आणि ते बघ! काही आकृत्या हलताना दिसतात तिथे... चल तिकडे!''

''पण...''

''चल... परमेश्वराचं स्मरण करून त्याचा आधार घे आणि नि:शंक हो... त्या तिथे मानवता धोक्यात येत आहे असं मला जाणवतंय! आपण संस्कृतीचे प्रस्थापक आहोत. धोक्यात आलेल्या मानवतेच्या सहाय्यार्थ आपण गेलो नाही तर तो करंटेपणा ठरेल. केवळ आश्रमात राहून - प्रवचन करून संस्कृती प्रस्थापित होत नसते. त्यासाठी वेळी-अवेळी पायही चालवावे लागतात - निष्काम कर्म करावं लागतं. ऋषी तेच करतात. किंबहुना ऋषी चालले म्हणूनच आर्यावर्तात संस्कृती स्थिरावली.

आपल्याला तर या विंध्याला वाकवायचं आहे! किती चाललं पाहिजे याचा तूच विचार कर!''

प्रगाढ निद्रेतून उठून आल्यानंतर हे सद्विचार ग्रहण करणं शंखाला काहीसं जड जात होतं. केवळ त्याच्या आचार्यांची इच्छा म्हणून तो निमूटपणानं त्यांच्याबरोबर चालू लागला होता.

जिथे अग्नी दिसत होता तिथे पोचायला त्यांना अर्धी घटका लागली.

तिथली थरारक दृश्य पाहून मात्र ते दोघे स्तिमित झाले.

तिथे एकच कोलाहल माजला होता. चार-पाच दांडग्या युवकांनी दोन स्त्रियांना घट्ट पकडलं होतं. दोन्ही स्त्रिया निर्वस्त्र होत्या. त्यांच्या तोंडातून निघालेल्या

किंकाळ्या आसमंतात थरकाप उडवत होत्या. अरण्यवासी आरडाओरडा करून त्या स्त्रियांना सोडायला सांगत होते. पण ते दांडगे अरण्यवासीयांना मुळीच जुमानत नव्हते. एक-दोन अरण्यवासी काठ्या घेऊन त्यांच्या दिशेनं धावून गेले. तेव्हा त्या काळ्याकभिन्न नराधमांनी दात विचकले. त्या दोन्ही स्त्रिया किंचाळतच होत्या. त्यातही नराधम आपला कार्यभाग साधत होते. लहान मुलं रडत होती. वृद्ध विव्हळत होते. तरुण अरण्यवासी त्या दांडग्यांना मारू पहात होते. पण कुणाचंच त्यांच्यापुढे चालत नव्हतं.

अखेर बोगूनं मागून एकाच्या डोक्यात बांबू घातला. त्यानं अर्धवट अवस्थेत त्या स्त्रीला सोडून दिलं आणि तो बोगूच्या मागे धावला. बोगूच्या हातातला बांबू त्यानं त्याच्या अपार शक्तीनं मोडून टाकला. मग तो बोगूलाच मारू लागला. त्यावेळी दोन-तीन अरण्यवासी त्या दांडग्याच्या अंगावर धावून गेले. पण त्यानं त्यांनाही झोडपलं. इतकंच नाही तर मागे विव्हळत पडलेल्या स्त्रीवरही त्यानं 'बांबू' चालवला. ती रक्तबंबाळ होऊन निपचित पडली. सारे अरण्यवासी हवालदिल होऊन आरडाओरडा करू लागले. दरम्यान दुसऱ्या दांडग्यानंही आपला कार्यभाग साधून घेतला होता.

त्याचवेळी शंखासह मांदार्य तिथे लगबगीनं येऊन पोचले होते.

समोर चाललेला प्रकार पाहून मांदार्य एकदम ओरडले- 'काय चाललाय् हा प्रकार? तुम्हाला काही लज्जा?'

त्यांच्या आवाजात कुठेही कमजोरपणा नव्हता.

ते दटावणीचं ओरडणं ऐकून ते दांडगे तरुण क्षणभर थबकून उभे राहिले. एवढ्यात लबी आणि कुंडू पळत येऊन मांदार्यांना बिलगले. दोघेही ओक्साबोक्शी रडू लागले. मांदार्यांनी त्यांना जवळ घेऊन थोपटलं. मग त्यांना बाजूला करून ते त्या दांडग्यांपुढे जाऊन उभे राहिले.

''कोण तुम्ही? हा काय प्रकार आहे?''

दोन दांडग्यांनी दात विचकले. उर्वरित तिघे मुठी आवळू लागले.

इतक्यात बोगू पुढे सरसावला आणि उच्च स्वरात सांगू लागला, ''हे पाचजण त्या पलीकडच्या वस्तीतले आहेत. असेच रात्री-अपरात्री येतात आणि आमच्या स्त्रियांवर बलात्कार करतात...''

''आणि तू रे बोग्या? तू नव्हता का आला मागे चार-पाच तरुणांना घेऊन? आता सांगतोय मोठा!''

ते ऐकून बोगू त्याच्या अंगावर धावून जाणार तेवढ्यात मांदार्य पुन्हा ओरडले, ''थांब! किती काळ हे असे हिशेब 'चुकते' करत राहणार? काही वाटत नाही तुम्हाला?''

बोगू जागीच थबकला. पण एक-दोन अरण्यवासी पुढे सरसावले.

''थांबा! कुणीही पुढे जायचं नाही!!'' मांदार्य आज्ञावजा स्वरात ओरडले.

तप:पूत सात्विक महापुरुषाच्या शब्दांमधे सर्वाधिक बळ आणि तेज असतं हेच खरं! दैवी व्यक्तिमत्त्वाचा प्रभाव कुणावरही पडत असतो. ते दांडगे त्याला अपवाद नव्हते.

मांदार्य दमदार पावलं टाकत पुढे सरसावले. भूमीवर विव्हळत पडलेल्या त्या दोन अरण्यवासी युवतींजवळ ते गेले. शंख बरोबर होताच. मांदार्यांनी आपलं शुभ्र उत्तरीय एका युवतीच्या अंगावर पांघरलं. शंखाचं उत्तरीय दुसऱ्या युवतीला गुंडाळायला दिलं. त्यावेळी त्या दोघी गळा काढून रडत होत्या. त्यांचा ऊर धपापत होता. नाका-तोंडातून रक्त वहात होतं. गालांवरची मळाची पुटं अश्रुधारांनी पक्की केली होती. त्याही स्थितीत त्यांची कृतज्ञतापूर्वक दृष्टी मांदार्यांकडे लागून राहिली होती. कुणी देवदूत सोडवायला आला आहे असंच त्यांना वाटत होतं.

ते दांडगे तरुण संभ्रमित होऊन उभे होते. एरवी कुणी असं मधे आलं असतं तर त्यांनी त्याला जीवे मारलं असतं. पण दैवी व्यक्तिमत्त्वाच्या ऋषीकडे पाहून त्यांना काहीच सुचेनासं झालं होतं.

तरीही दोन दांडग्यांनी पुढे येण्याचं धाडस केलं. ते पाहून शंख पुढे सरसावला. पण त्या दांडग्यांपुढे त्याचं थोडंच काही चालणार होतं? त्यांनी शंखाला एका थपडीत उताणं पाडलं. आता ते मांदार्यांच्या दिशेनं चालून येणार एवढ्यात मांदार्यांनी पाठीवरचं लोखंडी चक्र हाती घेतलं आणि कुणाला काही कळायच्या आत ते त्यांनी डाव्या अंगाला असलेल्या वधस्तंभाकडे वेगानं फेकलं. चकाकत जाणाऱ्या त्या चक्रानं वधस्तंभाचे दोन तुकडे केले आणि ते चक्र पुन्हा मांदार्यांच्या हाती आलं.

चकित होऊन ते दांडगे जागीच थबकले. भेदरून जाऊन मांदार्यांकडे बघत राहिले. सभोवतालचे अरण्यवासीही त्या प्रकारामुळे चक्रावून गेले होते.

मग त्या सर्वांकडे आळीपाळीनं बघत मांदार्य बोलू लागले, 'आजपासून हे प्रकार बंद! काय समजलं? पुन्हा जर मला असे अत्याचार केलेले दिसले किंवा समजले तर माझ्याशी गाठ आहे!'

सौम्य आणि शांत असणाऱ्या आचार्यांचं हे रौद्ररूप शंख प्रथमच अनुभवत होता.

मांदार्य पुढे धमकावत होते- 'मी त्या डोंगराच्या पायथ्याशी राहतो. या चक्रासारखी अनेक शस्त्रं माझ्याजवळ आहेत... आणि काय रे! या स्त्रिया म्हणजे काय तुमच्या उपभोगाच्या वस्तू आहेत? केव्हाही यावं आणि त्यांच्यावर बलात्कार करावा? यापुढे हे असले प्रकार मुळीच चालणार नाहीत... पुन्हा जर स्त्रियांवर असे अत्याचार केलेले मला समजलं तर तो जिवंत राहणार नाही हे ध्यानात ठेवा! जा तुम्ही-''

ते दांडगे खाली माना घालून निघून गेले. सारे अरण्यवासी मग मांदार्यांसभोवती गोळा झाले. शंख उठून उभा राहिला होता. कुंडू आणि लबी मांदार्यांना बिलगले होते. त्यांना आपल्या 'आचार्यां'विषयी कमालीचा अभिमान वाटत होता.

तेव्हा सर्वांना उद्देशून मांदार्य म्हणाले, 'उद्यापासून मी प्रतिदिनी इथे येणार आहे - सर्वप्रकारचं वैर संपवायला!'

यावर काय बोलावं ते कुणालाच सुचत नव्हतं. अजूनही अरण्यवासी मांदार्यांकडे आश्चर्यानं पहात राहिले होते.

एवढ्यात त्या बलात्कारित युवती हलकी पावलं टाकत मांदार्यांपुढे येऊन उभ्या राहिल्या. त्यांचे नेत्र ओलेचिंब झाले होते. नमस्कार-प्रणाम वगैरे सुसंस्कृत समाजातले उपचार अद्याप त्यांना माहीत व्हायचे होते. पण मानवामधे निसर्गत: असणारा कृतज्ञताभाव मात्र त्यांच्या दृष्टीतून ओसंडून वहात होता. आपल्या आश्वासक दृष्टीतूनच त्यांना धीर देऊन मांदार्य शंखासमवेत परत निघाले.

चालताना दोघेही काहीच बोलत नव्हते. थोडं अंतर काटून गेल्यानंतर मांदार्यांनी विचारलं, ''शंखा, लागलं का रे तुला फार?''

''मला लागलं नाही; पण तो प्रकार पाहून मनाला मात्र धक्का बसला... आचार्य, ते राक्षस पुन्हा येणार नाहीत कशावरून? त्यापेक्षा त्यांना ठार मारलं असतं तर...?''

''शंखा, शस्त्र हे धाक दाखवण्यासाठीच असतं. शस्त्रानं किंवा बळानं मनुष्यपरिवर्तन करण्यावर माझा विश्वास नाही. आपली सहिष्णुता ही असहाय्यतेतून, कमकुवतपणातून अथवा अगतिकतेतून आलेली नाही; तर पूर्ण सामर्थ्यातून आलेली आहे हे असं कधीतरी दाखवून द्यावं लागतं एवढंच! त्याचंच प्रदर्शन मी आज केलं. पण शस्त्र हा उपाय ठरू शकत नाही... विचारपरिवर्तन झालं तर मनुष्य आपणहून स्वत:मधे बदल घडवून आणू शकतो यावर मात्र माझा पूर्ण विश्वास आहे... उद्यापासून आपण त्या वस्तीमधे जायला प्रारंभ करायचा - शस्त्राविना!''

कडुलिंबाच्या छायेखाली मांदार्य एका भल्या मोठ्या धोंड्यावर बसले होते. त्यांच्या बाजूनं काही स्नातक आणि ब्राह्मण भूमीवरच मांडी घालून बसले होते. समोर शे-पन्नास अरण्यवासीयांचा जमाव जमला होता. त्यातले काही जण हातात काठी उभी धरून उकिडवे बसले होते तर काही मागे उभे होते. सूर्य दहा अंगुळं वर आला होता. सूर्यकिरणं वृक्षराजींमधून भूमीवर झिरपत होती. अनेक पक्ष्यांचं वृक्षावृक्षांवर मधुर कूजन चाललं होतं. ऐन वसंत ऋतूत पक्ष्यांची नवी 'वीण' वृक्षवेलींवर तयार होत होती. दूरवरच्या माळरानावर गवे चरताना दिसत होते. विविध प्रकारच्या मर्कटांचे कळप वृक्षांवरून झेपावत होते - रानफळं-फुलं खात होते.

अरण्यवासीयांसाठी हे नित्याचं जगत होतं. सवयीच्या गोष्टींचं मोल थोडंच वाटत असतं? जे निसर्गाला पारखे होतात त्यांनाच त्याचं आकर्षण वाटत असतं.

मांदार्यांच्या मस्तकात मात्र केवळ मनुष्य-परिवर्तनाचा विषय घोळत होता. समोरच्या अरण्यवासीयांना उद्देशून ते म्हणाले, 'ही मुलं कशी बसली आहेत तसेच समोर येऊन बसा...'

सगळ्यांनी एकदम घाईगर्दी केली.

'घाई कशाला करताय? या उजव्या बाजूला स्त्रिया बसतील आणि या डाव्या अंगाला पुरुष बसतील.'

सारेजण स्थानापन्न झाले.

मग मांदार्य बोलू लागले- 'काल रात्री इथे घडलेला प्रकार किती भयंकर होता! हे असलं जीवन तुम्हाला आवडतं?'

स्त्री-समुदायानं जोरात नकारार्थी मान हलवली.

'दोन टोळ्यांनी परस्परांना जाऊन मारणं, अत्याचार करणं हे काय जीवन आहे?'

कित्येकांच्या माना खाली गेल्या. स्त्रियांच्या डोळ्यात पाणी तरळलं.

'हा सभोवतालचा निसर्ग पहा... कसा परस्परांना पुष्टी देऊन - प्रसंगी परस्परांसाठी बलिदान देऊन विकसित होत जातो... याच निसर्गातलं तुमचं जीवन परस्परांचा जीव घेण्यासाठी व्यतीत होतं. सांगा, तुम्ही का हे असलं प्राण्यासारखं जीवन जगता?'

कुणीच प्रतिसाद दिला नाही. मांदार्यांच्या बोलण्याचं त्यांना फारसं आकलनही होत नव्हतं.

'तुमच्या दैवतानंच मला पाठवलं आहे असं समजा आणि बोला...'

एक स्त्री निर्भीडपणे बोलू लागली. बोलताना तिचा कंठ दाटून आला होता. आपली उघडी पाठ दाखवत तिनं आपली व्यथा सांगितली, ''हे वळ पहा...''

''आचार्य म्हण मला... मला तुझा भाऊ समज!''

तिला नातेसंबंध कळला नव्हता. 'आचार्य' म्हणायचं एवढंच तिनं जाणलं होतं.

''आ...आचा...'

''र्य... आ-चा-र्य!''

''आचा...र्य, रोज आम्हाला कुणी ना कुणीतरी मारतं! हे उफाड्याचं शरीर सर्वांनाच हवं असतं - भोगायला! कुणाला सांगणार आमचे अत्याचार! आमच्याच टोळीतले थेरडे नाहीतर ही असली पोरं! त्या दुसऱ्या टोळीतले दांडगेही वासावर येतात... इथे येऊन काय करतात ते बघितलंच तुम्ही काल! मग इथली पोरं तिकडे जाऊन मारहाण करून येतात...''

दुसरी स्त्री रडत सांगू लागली, ''आमचं जिणंच असं... त्याला कोण काय करणार...? माझं सारं शरीर यांनी नासवून...'' तिला पुढे बोलणं अशक्य होऊन गेलं.

''यांना बोलायला काय जातंय?'' एक तरुण फणकारला. ''यांना आम्ही खायाला घालतो. आम्ही प्राणी मारतो... आमचा जीव धोक्यात घालतो... मग यांनी...''

त्यांचं बोलणं ऐकून स्त्रियांनी कलकलाट सुरू केला. आरोप-प्रत्यारोपात काही काळ गेला. गदारोळ वाढू लागला तेव्हा मांदार्यांनी हात वर करून सर्वांना शांत राहण्याविषयी खुणावलं.

तेव्हा दुसरा एक तरुण बोलू लागला, ''त्या पलीकडच्या टोळीतले दांडगे आम्हाला त्रास देतात. मग आम्ही काय शांत बसावं का? या बायकांना सांभाळण्यासाठी आम्हाला मारामाऱ्या कराव्या लागतात-''

''हो! पाहिला तुमचा पराक्रम काल!'' मांदार्य उपरोधानं म्हणाले, ''ते दांडगे या बायकांवर अत्याचार करीत होते आणि तुम्ही बघत बसला होता!''

त्यावर एक म्हातारा मान हलवत म्हणाला, ''आम्ही या पोरांना सांगत असतो... असं नगा वागू-''

''तुम्हीही हेच केलंत की! आता आम्हाला शिकवताय!'' एका तरुणानं म्हाताऱ्याला दरडावत हिशेब मांडला. तो चूप बसला.

''किती काळ चाललंय हे?'' मांदार्यांनी प्रश्न केला. पण कुणाला काहीच समजलं नव्हतं. मांदार्यांनी त्यांना थोडक्यात काळाची परिमाणं समजावली.

मग एक जख्खड म्हातारा माहिती देऊ लागला, ''माझ्या लहानपणापासून मी हेच जीवन बघत आलो आहे... तवाचे म्हातारे-कोतारेही असंच जगत होते - त्यांच्या उमेदीत!''

एक सुस्कारा सोडून मांदार्य बोलू लागले, 'मला सांगा, तुम्ही जनावरं आहात का...? माणसंच आहात ना? अरण्यात राह्यचं म्हणजे प्राण्यांसारखं जीवन जगायचं का? परस्परांना मारून नव्हे; तर पुष्टी देऊन जीवन जगता आलं पाहिजे! परस्परांना पुष्टी तेव्हाच देता येईल जेव्हा जीवनात भावमयता येईल.'

मांदार्यांनी विविध भाव त्यांना उदाहरणं देऊन समजावले -

'भावजीवनासाठी प्रथम नातेसंबंध प्रस्थापित व्हायला हवेत; पण इथे तर कोणतीच नाती मला दिसत नाहीत... हा कुंडू, ही लबी... इथली सारी मुलं ही कुणाची? त्यांना आपले आई-बाप सुद्धा माहीत नाहीत! आई म्हणजे जी मुलाला जन्म देते ती आणि बाप म्हणजे ज्याच्यामुळे स्त्रीला मूल होतं तो! पण इथे कोण कुणाचं हेच कुणाला माहीत नाही! कुणीही पुरुषानं कुणाही स्त्रीचा उपभोग घ्यावा हे

काय जीवन आहे? मुलांना जर आपली आई - जन्म देणारी स्त्री आणि बाप माहीत असतील - त्यांच्यावर त्यांचा प्रेमाचा अधिकार राहील तेव्हाच भावजीवन फुलेल! त्यासाठी सर्वप्रथम तुम्हाला कुटुंबव्यवस्थेचा स्वीकार करावा लागेल!'

कुटुंब म्हणजे काय हे समजावून ते पुढे बोलू लागले- 'आम्ही आता सतत तुमच्या वस्तीमधे येत राहणार आहोत... तुम्हा सर्वांच्या भल्यासाठी! तुम्हाला तुमच्यात अमूलाग्र बदल घडवून आणावा लागेल. तुमचं जीवन स्वस्थ, सुंदर व्हायला हवं असेल, भावजीवन फुलवायचं असेल तर आमच्या मार्गानंच यावं लागेल. मान्य आहे तुम्हाला?'

सर्वांनी होकार भरला. स्त्रियांनी तर अनुमोदनाची जोरदार गर्जना केली.

हे सारे विचार मांदार्यांनी त्यांना समजेल अशा भाषेत सांगितले होते.

रात्री तोडलेल्या त्या वधस्तंभाकडे निर्देश करून मांदार्य म्हणाले, 'इथून पुढे त्या वधस्तंभाचा मुळीच उपयोग नाही म्हणून मी तो तोडून टाकला!' पण त्यामागे असलेल्या तुमच्या 'देवा'चा मात्र मी स्वीकार करतो. हिंसा कधी देवाला आवडू शकेल का? या रानातला प्रत्येक जीव ही 'या' देवाची निर्मिती आहे - बरोबर?'

सर्वांनी माना डोलावल्या.

'मग त्या देवनिर्मित जीवाची केलेली हिंसा देवाला आवडू शकेल?'

सर्वांनी नकारार्थी माना हलवल्या.

त्याचवेळी बोगू उठून उभा राहिला. बोगूचं शरीर गलेलठ्ठ होतं. काळ्याकभिन्न पोटाच्या वळकट्या कमरेच्या वल्कलापुढे लोंबत होत्या. खाणं हा त्याचा आवडता विषय होता! त्यामुळे बऱ्याचदा तोच प्राण्यांची शिकार करीत असे. एखाद्या टोळीतला एखादा तरुण एकटादुकटा सापडला किंवा चुकून एखादा नागरी मनुष्य हाती लागला तर बोगू त्याला तत्परतेनं वधस्तंभाला बांधत असे आणि 'पवित्र' कार्य समजून 'देवा'ला बळी देत असे. मग पुढचे चार दिवस त्या टोळीसाठी मेजवानीचे दिवस ठरत!

आता हिंसाच करायची नाही म्हटल्यावर बोगूनं उठून प्रश्न केला- 'मग आम्ही खायचं काय? जमिनीतली कंदमुळं? का फळं? आमचं भागणार नाही त्यावर!'

मांदार्य मनापासून हसले. मग म्हणाले, ''बोगू, मी तुला उपाशी राह्यला नाही सांगत... फक्त खाण्याच्या सवयीत बदल करायचा! इथून पुढे वनस्पती, डाळी आणि धान्य खायचं... ते कसं मिळवायचं आणि खायचं हे मी आणि हे ब्राह्मण-ऋषी शिकवतील.''

मांदार्यांचं बोलणं त्यांना संभ्रमात टाकणारं होतं.

तेव्हा संभाव्य प्रश्न ध्यानात घेऊन ते बोलू लागले- 'तुमची जीवनपद्धती सहस्रो वर्षांपासूनची आहे. खाण्या-पिण्याची परंपराही तशीच! त्यामुळे एकदम बदल मला

अपेक्षित नाही, पण हळूहळू परिवर्तन होणं मला अपेक्षित आहे... तेव्हा आज दोन गोष्टींना आपण प्रारंभ करायचा. प्रत्येक तरुणानं एकच स्त्री स्वत:ची म्हणून स्वीकारायची. ती वयानं तरुणापेक्षा थोडी लहान असावी. उभयतांच्या पसंतीनं परस्परांची निवड करायची. ज्या स्त्रियांना आपली मुलं माहीत आहेत... तेवढी तरी असणारच - त्यांच्यासह त्यांनी ठरलेल्या तरुणाबरोबरच राह्यचं. अशा एकत्र राहण्याला कुटुंब म्हणायचं. प्रत्येक कुटुंबानं स्वत:ची एक कुटी उभारायची आणि त्यात स्वतंत्रपणे राह्यचं. ही परंपरा पुढच्या पिढ्यांनीही पाळायची. हा पहिला बदल तुम्ही तुमच्या जीवनपद्धतीत आणायचा... आणि दुसरा बदल म्हणजे नरमांसभक्षण आजपासून पूर्णपणे बंद करायचं. कारण ती गोष्ट तुमच्या 'देवा'ला आवडणारी नाही... बरोबर ना? पुढे खाण्यात कोणते आणि कसे बदल आणायचे हे मी सांगीनच... मान्य आहे तुम्हाला?'

सर्वांनी होकार दिला.

ती सभा तिथेच संपली. अशी सभा, असं काही वैचारिक बोलणं त्या टोळीनं प्रथमच ऐकलं होतं. सागरात बुडत असताना अवचित एखादं मोठं लाकूड हाती लागावं तशीच स्त्रीवर्गाची अवस्था झाली होती. त्यांच्या वेदनेची प्रथमच दखल घेतली जात होती. त्यांच्या भावविश्वात मांदार्यांनी नकळत प्रवेश केला होता. स्त्रीची शक्ती मांदार्य पूर्णपणे जाणून होते. परिवर्तन घडवून आणण्यासाठी स्त्री अधिक तत्पर असते - स्त्री समाजाला उत्कर्षाप्रत नेऊ शकते किंवा समाजाचं अध:पतनही करू शकते; स्त्री अध:पतीत झाली तर संपूर्ण समाज अध:पतीत होतो हे मांदार्यांना ठाऊक होतं. स्त्रियांकडून त्यांच्या स्वत:च्या सुंदर आणि भावपूर्ण जीवनासाठी मांदार्यांच्या कार्याला प्रतिसाद मिळू लागला होता. तो प्रतिसाद मांदार्यांना सुखावून गेला.

तिथून निघताना ते बरोबरच्या ब्राह्मणांना म्हणाले, ''एका दिवसात परिवर्तन घडवून आणणारी जादूची कांडी खरी नसते! मनुष्य परिवर्तनासाठी अपार कष्ट करावे लागतात - तप करावं लागतं. आज केवळ बी पेरलं आहे. धान्य हाती येण्यासाठी योग्य समय द्यावाच लागतो!''

■

१९

अनंताचे संकेत

सात्विक जीवनपद्धतीची कास धरली तर प्रत्येक व्यक्ती या पृथ्वीवरही शांत, तृप्त आणि समाधानी होऊन जाईल. इथेच स्वर्ग निर्माण होईल. पण राजसी आणि तामसी वृत्तींचा जोर झाला तर हीच पृथ्वी अशांतता, लोलुपता, अगतिकता, असमाधान आणि अतृप्ती यांनी ग्रासून जाईल. याच स्तरावर नरकाचा अनुभव मिळेल...
म्हणून असुरी वृत्तींना निष्प्रभ करणं
हेच ऋषींपुढचं आव्हान असतं...

इपाट्यानं सूर्य अस्ताचली निघाला होता. विंध्य पर्वतरांगांमधील एका छोट्या डोंगरकड्यापाशी सूर्याभिमुख होऊन मांदार्य उभे होते. सहजगत्या त्यांनी हाताची घडी घातली होती. त्यांचे खांद्यापर्यंतचे लालसर काळे कुंतल वाऱ्याबरोबर भुरुभुरु उडत होते. कमरेचं शुभ्र अन्तरीय आणि खांद्यावरचं उत्तरीय सुद्धा वाऱ्याबरोबर हवेत हेलकावत होतं. हेमंत ऋतूतला गारवा थोडा जाणवू लागला होता. पण मांदार्यांवर त्याचा मुळीच परिणाम दिसत नव्हता. त्यांच्या मागे उभ्या असलेल्या ब्रह्मवर्गानं मात्र आपापली उत्तरीयं अंगाभोवती गुंडाळून घेतली होती. मस्तकावर शुभ्र फेटे बांधले होते.

सूर्याला वंदन करून मांदार्यांनी दक्षिणेकडे दृष्टी वळवली. पर्वत रांगांमधे असलेल्या शेतीकडे पाहून त्यांचं अंत:करण उचंबळून आलं. पीक निघालं होतं. खळ्यात धान्य साठवलं जात होतं. स्त्रिया धान्य गोळा करीत होत्या. पुरुष पाचोटांचे भारे वाहून नेत होते. कुट्यांच्या शाकारणीसाठी त्यांचा उपयोग होणार होता. शेतीच्या बाजूनं कुडाच्या अनेक कुट्या उभ्या राहिल्या होत्या.

गेल्या दोन-तीन वर्षांतच त्या परिसरात मोठ्या प्रमाणात सुपरिवर्तन घडून आलं होतं. छोट्या-छोट्या गोष्टींमधून मांदार्यांनी त्या वन्यजमातीला सुसंस्कृत जीवन समजावलं होतं. कुटुंबव्यवस्था रुजवली होती. त्या परिसरात नरमांसभक्षण पूर्णपणे थांबलं होतं. प्राण्यांचं मांस अजून खाल्लं जात होतं - पण ते अग्नीवर भाजून! मांसाहाराला शाकाहाराचा पर्याय शेतीच्या माध्यमातून निर्माण होत होता. केवळ दोन वर्षांत तिथे कृषीनं आकार घेतला होता. ऋषी आणि कृषी हाच या भूमीचा प्राण आहे ही गोष्ट शेकडो ऋषींप्रमाणेच मांदार्यांनी जाणली होती. ऋषी-कृषी संयोगातूनच एक प्रगल्भ, शांत, तृप्त आणि सुसंस्कृत समाजव्यवस्था प्रस्थापित होऊ शकते हे या ऋषींना ठाऊक होतं. मांदार्यांनी विंध्य परिसरातल्या एका टोळीत ही संस्कृती रुजवली होती. त्यांच्या 'प्रयोगा'चं दृश्य स्वरूप त्यांना त्या डोंगरावरून बघायला मिळत होतं. त्यामुळे ते मनोमन काहीसे सुखावून गेले होते.

डोंगर उतरताना ते बरोबरच्या ब्रह्मवर्गाला म्हणाले, "इथे संस्कृती कार्यान्वित झाली. आता दिव्यानंच दिवा लावत जायचं!"

“म्हणजे!” एका तरुण स्नातकानं विचारलं.

“ज्या टोळीशी या जमातीचं शत्रुत्व होतं त्या टोळीत असंच परिवर्तन घडवून आणायचं... आणि ते आणण्यासाठी याच टोळीला प्रवृत्त करायचं! आपण त्यांच्या समवेत असणारच आहोत; पण त्यांच्यामधेही ‘तपा’चा विचार रुजवायचा आहे.”

सारेजण डोंगर उतरून खाली आले. नव-शेतकरी शेतात काम करीतच होते. त्यावेळी कुट्यांमधल्या अंगणात सहा पोरांनी एकमेकांच्या पायात पाय गुंफून फेर धरला होता. टाळ्या वाजवत ते त्याच अवस्थेत फिरत होते.

मांदार्य आणि बरोबरचा ब्रह्मसमूह त्याच अंगणात येऊन बसला. मुलांचं त्यांनी कौतुक केलं. त्यावेळी स्त्रिया टोपलीतून धान्य आणून अंगणात पसरत होत्या. जाता-येता गुणगुणत होत्या. आश्रमीय स्त्रियांनीच त्यांना गाणी म्हणायला शिकवलं होतं. काहींनी त्यासाठी मानवाचे आत्मीय संबंध सांगणारी, निसर्गाचं वर्णन करणारी काव्यं रचली होती.

ज्या अंगणाच्या एका बाजूला त्या स्त्रिया धान्य आणून ओतत होत्या ते अंगण गोमयानं सारवलेलं होतं. त्यावर महिलांनी रंगावल्या रेखल्या होत्या. आश्रमीय स्त्रियांनी ती कलाही त्यांना शिकवली होती. कुडाच्या भिंतींना शेणामातीचा गिलावा देऊन त्यावर चित्रं काढायला शिकवलं होतं. त्यामुळे एकेकाळच्या तिथल्या भेसूर वातावरणात परिवर्तन होऊन त्या परिसराला पावित्र्य प्राप्त झालं होतं. सुंदर-स्वच्छ कुट्यांमधोमध असलेल्या अंगणात एक छोटं अग्निगृहही थाटलं गेलं होतं. प्रतिदिनी तिथे सायंप्रार्थना होत असे.

एव्हाना सूर्य पश्चिम क्षितिजावर टेकला होता. वृक्षावरून मधमाशांचं मोहोळ उठावं तसे ते अरण्यवासी ‘गृहस्थ’ आपापली कामं दूर सारून लगबगीनं त्या विशाल अंगणात जमा झाले. वैदिक प्रार्थना सुरू झाली. पावित्र्यानं वातावरण भारून गेलं. वातावरण शुद्ध करणारा धूम त्या परिसरात व्यापून राहिला.

सायंप्रार्थना झाल्यानंतर मांदार्यांपुढे सारे वनवासी येऊन शिस्तीत बसले. महिलावर्ग उजवीकडे आणि पुरुष डावीकडे. अपार कृतज्ञता भावानं ते आपल्या गुरूकडे पहात राहिले. त्या सर्वांवरून प्रेमळ दृष्टी फिरवत मांदार्य बोलू लागले-

‘प्रार्थनेमुळे मन शुद्ध बनत जातं. पावित्र्य येतं. परमेश्वर नुसता दगडात नसतो किंवा आकाशातही नसतो. तो तुमच्या-माझ्यासह प्रत्येक व्यक्तीच्याच नव्हे; तर प्रत्येक जीवाच्या शरीरात वास करून असतो. त्यामुळे दुसऱ्या जीवाचाही सन्मान ठेवता आला पाहिजे. दुसऱ्या व्यक्तीला क्लेश दिले तर ते अप्रत्यक्षपणे परमेश्वरालाही क्लेश दिल्यासारखं नाही का होणार? दुसऱ्याला मारून आपला विकास कधीच होत नसतो - पुष्टी देऊनच होत असतो, हे समजून घ्या!

‘तुमच्यामधे झालेलं हे सुपरिवर्तन तुम्ही सारे अनुभवत आहात. आता इथे परस्पर स्नेहभाव फुलला आहे. मारामाऱ्या थांबल्या आहेत. कातरवेळी घुमणाऱ्या

स्त्रियांच्या किंकाळ्या थांबल्या आहेत. लहानग्यांचं भेदरून जाणं बंद झालं आहे. शेती फुलत चालली आहे. त्या दगडी जात्यांवर पीठ तयार होऊ लागलं आहे. भाजीपाला, कडधान्य खाण्यात येऊ लागली आहेत. कुटुंबव्यवस्था स्थिरावली आहे. पुढच्या पिढ्यांमधे या जीवनपद्धतीची आणखी सुमधुर फळं तुमच्या मुला-नातवंडांना अनुभवायला मिळतील! ऋषी-संस्कृती आणि कृषी-संस्कृती यांच्या एकत्रीकरणातून एक आदर्श संस्कृती इथे अस्तित्वात येऊ लागली आहे. खरं ना?'

सर्वांनी होकारार्थी माना हलवल्या.

'याचं मुख्य सूत्र काय आहे हे सांगू शकाल?'

एका तरुणानं चटकन् उत्तर दिलं- ''आमच्यातील वैरभाव संपला आणि आम्ही परमेश्वराची एकत्रित प्रार्थना करू लागलो म्हणून!''

'बरोबर आहे तुझं सोमू... 'मी'च्या ठिकाणी 'आम्ही' होणं ही भावना सामूहिक मंत्रपठणात किंवा प्रार्थनेत असते... आता आपलं जीवन जसं सुधारलं, सुंदर झालं तसं इतरांचंही व्हायला नको का?'

सर्वांनी होकारार्थी माना हलवल्या.

बोगू तर उत्साहानं उभं राहून म्हणाला, ''आपण सांगाल तसं करू आचार्य! आपण फक्त आज्ञा करा!''

त्याच्याकडे पाहून मांदार्यांनी मंद स्मित केलं. बोगूचं पूर्वीचं व्यक्तिमत्त्व नामशेष झालं होतं! त्या ठिकाणी आता सुती धोतर-उपरणं अंगावर ल्यालेला आणि कपाळावर गंध रेखलेला बोगू समोर उभा होता!

'बोगू, सोमू, बट्या, भिंगी... आपण सर्वांनी मिळूनच काम करायचं आहे. हे काम ईश्वराला आवडणारं आहे... तुमच्यात जसं हे परिवर्तन घडून आलं तसं त्या दुसऱ्या टोळीत सुद्धा नको का घडून यायला? केवळ तुमच्या त्या शत्रुटोळीतच नव्हे; तर या संपूर्ण विंध्याचलातल्या मानवसमूहापर्यंत ही वैदिक संस्कृती नको का न्यायला? सांगा?'

सर्वांनी अनुमोदनाचा गजर केला.

'दर पंधरा दिवसांनी आपण त्या शत्रुटोळीत प्रेमभाव बरोबर घेऊन जायचं... आपल्या जीवन विचारपद्धतीचं त्यांना अप्रत्यक्षपणे दर्शन घडवायचं...''

''पण कसं...? तिथे जाऊन करायचं काय?''- बोगू!

''काय करायचं, काय बोलायचं हे सारं मी तुम्हाला समजावून सांगीन! महिन्यात दोन वेळी मात्र जायचंच - काहीही झालं तरी! ठरलं?''

''किती काळ जायचं तिथे?''- सोमू.

''त्यांच्या परिवर्तनासाठी किती काळ लागेल याची चिंता आपण करायची नाही!''

''पण आचार्य, आपणही आमच्याबरोबर असणार ना? कारण ते आमचे शत्रू...'' - भिंगी.

''अर्थात! पण केवळ तुमच्याच बरोबर नाही... मला अशा अनेकांबरोबर जावं लागणार आहे. परस्परांना पुष्टी देऊन सुंदर जीवन जगणारा सुसंस्कृत आणि भावपूर्ण अंत:करणाचा समाज निर्माण करायचा आहे ना? त्यासाठी याच जन्मात नव्हे; तर पुढील अनेक जन्मांमधे - अगदी कलियुगातही मी असाच शुभ्र धवलरंगात येईन! पुन्हा पश्चिमसागर 'प्राशन' करीन! म्हणजे, मृत्युंजय सागरपुत्रांमधे पुन्हा पुन्हा संस्कृती रुजवीन! त्यांची अस्मिता फुलवीन...'' मांदार्यांचे नेत्र भविष्याचा वेध घेत होते. स्वप्नरंजनात त्यांना सत्याचाही आभास होत होता. 'मग सांगा, जायचं ठरलं ना?'

'हो!' सर्वांनी एकसुरात आपल्या गुरूला अनुमोदन दिलं.

'ऋषीय कार्यात तुमची साथ असणार ना?'

'होय आचार्य! आम्ही करणार आमच्या देवाचं हे कार्य!' पुन्हा सारे एकसुरात गरजले.

एका तपातच विंध्याचलातील भवसागर भावसागरात डुंबून जाणार होता!

कृष्ण पक्षातल्या चतुर्दशीची ती रात्र. काळ्याकुट्ट आकाशात अनंत तेज:पुंज तारे प्राजक्ताच्या फुलांचा सडा पडावा तसे विखुरले होते. त्या अनंत आकाशात दृष्टी लावून मांदार्य आश्रमातल्या सारवलेल्या अंगणात एका गवताच्या चटईवर उताणे पहुडले होते. बाजूला काही ज्येष्ठ ब्राह्मणही तरोच आकाशाकडे दृष्टी लावून लवंडले होते. शंख आणि इतर एक-दोन स्नातक मात्र मांदार्यांच्या बाजूला सहजासनात बसून होते. संधी मिळेल तेव्हा त्यांच्याकडून ज्ञानामृत प्राशन करण्याची त्यांना नेहमीच ओढ असे. आपल्या गुरूकडे ज्ञानाचा खजिना आहे ही गोष्ट ते पुरते जाणून होते.

मांदार्य सतत कार्यमग्न असत. त्यामुळे पुष्कळदा मनात अनेक प्रश्न असूनही ते त्यांना विचारू शकत नसत. पण त्या रात्री ते काहीसे निवांत होते. आपल्या सहकाऱ्यांशी गप्पा मारता मारता ते सहजगत्या चटईवर आडवे झाले होते. त्यांच्याकडून काही ज्ञानकण मिळवण्याची हीच उत्तम संधी होती. काहीतरी करून विषयाला वाचा फोडावी या उद्देशानं शंखानं शांततेचा भंग करून विचारलं, ''आचार्य, हे विश्व खरोखर अनंत - आदी-अंत नसलेलं आहे ना?''

''हं!''

''किती विशाल असेल हे?''

''अनंत! कल्पनातीत!'' मोजक्या शब्दात उत्तर मिळत होतं.

''म्हणजे मनुष्यानं सदेह जाणं शक्यच नाही – हो ना?''

''हो मनुष्यच काय; कोणतीही भौतिक वस्तू विश्वाचा पसारा जाणूच शकणार नाही...'' हळूहळू दोनाचे चार शब्द होऊ लागले होते. म्हणजे अजून प्रश्न विचारायला प्रत्यवाय नव्हता.

शतेंद्रू नावाच्या स्नातकानं मग प्रश्न केला, ''या पृथ्वीवर जशी जीवसृष्टी आहे तशी या अनंत अवकाशात–''

''हो, नक्कीच आहे!''

''मग आपण त्यांना भेटू शकतो?'' शंख.

''नाही... कारण एकतर विश्वातले जीव भिन्न भिन्न मितीतील आहेत. आपल्या या नेत्रांसह पृथ्वीवरच्या कोणत्याही साधनांनी त्यांना पाहता येणं शक्य नाही...'

प्रमती नावाच्या शिष्यानं लगेच विचारलं, ''मग आपल्याला त्यांचं आणि पर्यायानं या विश्वाचं ज्ञान कसं होणार? गूढ कसं उकलणार?''

''कशासाठी उकलायला हवं?'' मांदार्यांनी प्रतिप्रश्न केला. मग उताणं निजल्या निजल्याच ते बोलू लागले, ''मनुष्यानं कितीही प्रयत्न केले तरी हे कायम गूढच राहणार आहे. हे विश्व गूढ उकलण्यासाठी निर्माण झालेलं नसून मनुष्याच्या विकासासाठी निर्माण झालं आहे. आपण केवळ सिद्धान्तस्वरूप या विश्वाला कदाचित अंशत: जाणू शकतो एवढंच! आता हेच बघा ना!'' मांदार्यांनी आपली उजव्या हाताची तर्जनी उत्तरेच्या पर्वतामागे क्षितिजावर दिसणाऱ्या ध्रुव ताऱ्याकडे नेली. ''त्या ताऱ्याभोवती ते 'सप्तर्षी' प्रदक्षिणा मारताना दिसतात बघा!''

''हो... ते नक्षत्र ना?'' – शंख.

सारेजण त्या दिशेकडे पाहू लागले.

''प्राचीन ऋषींची नावं त्या नक्षत्रातील ताऱ्यांना दिली गेली का खरोखरच ते प्रगत ऋषी त्या ताऱ्यांवरून – अर्थात तिथल्या ग्रहांवरून पृथ्वीवर आले होते? काय समजायचं? आणि पृथ्वीवर ते तिथून आले असतील तर ते कशासाठी आले? म्हणजे आपण एक सिद्धान्त मांडला की तो शेकडो प्रश्नांना जन्म घालतो!''

''मग आपली जिज्ञासा कशी पुरी होणार आचार्य?'' पलीकडे पहुडलेल्या आचार्य भलंदन यांनी विचारलं.

त्याबरोबर मांदार्य उठून सहजासनात बसले. भलंदन आणि इतर आचार्यही लगोलग उठून बसले. काहींनी आपल्या मोकळ्या झालेल्या शिखांना गाठी मारल्या. बाजूला बसलेल्या स्नातकांना आपल्या पूज्य आचार्यांकडून ज्ञान मिळवण्याची नेहमीच प्रतीक्षा असायची. ते सावरून बसले.

आचार्य भलंदन यांच्या प्रश्नाला मांदार्य उत्तर देऊ लागले, ''आचार्य, सागरजलाच्या थेंबाचे गुणधर्म समजल्यानंतर संपूर्ण सागरजल तपासत हिंडण्यात

काहीही अर्थ नसतो... त्याचप्रमाणे आपल्या पिंडी म्हणजे आपल्या शरीरांतर्गत तत्त्वाचं आकलन झाल्यानंतर ब्रह्मांड धुंडाळत बसण्याची आवश्यकताच उरत नाही! आकाशगंगेत ग्रह-ताऱ्यांची जशी रचना आहे तशीच आपल्या मेंदूत आहे!''

''म्हणजे...? मला नाही समजलं...'' - शतंद्रू.

आपल्या डोक्यावर थोपटत ते पुढे म्हणाले, ''आपण ते ब्रह्मांड या छोट्या पिंडीतून तत्त्वत: जाणू शकतो, शंखा... तू जशी कल्पना करशील तसं प्रक्षेपण ब्रह्मांडात झालेलंच असतं! तुझ्या मेंदूत एखाद्या ग्रहावरच्या अतिमानवाचा संभाव्य आकार आला तर त्याचं अस्तित्व ब्रह्मांडात असतंच! कारण या पिंडीतच ब्रह्मांडाची निर्मिती होत असते! पण तू म्हणतोस तसे या ब्रह्मांडातले जीव आपल्याला या देहात राहून बघता-जाणता येणं मात्र मुळीच शक्य नाही. कारण पृथ्वीवरच्या वातावरणाशी परलोकातील वातावरणाचं साधर्म्य असणं शक्य नाही. त्या त्या स्तरावरचं जीवनमान पृथ्वीवरच्या जीवनापेक्षा सर्वस्वी भिन्न आहे... आपण त्याची कल्पनाही करू शकत नाही किंवा पृथ्वीवरचे भौतिक मापदंड तिथे लावूच शकत नाही!''

''म्हणजे या ब्रह्मांडात जीवसृष्टी आहे आणि ती पृथ्वीवरच्या जीवसृष्टीपेक्षा प्रगत आहे असं म्हणायचं का?''

''प्रगतही आहे आणि अप्रगतही आहे...''

मांदार्यांना आता आत दडून राहिलेल्या विचारांची उजळणी करता येणार होती. अनायसे या वैश्विक गप्पांमधे रंग भरू लागला होता. त्यामुळे तेही उत्साहात पुढे सांगू लागले- ''विश्वाच्या मागे एक विशाल मन आहे. आपलं मनही त्या विश्वमनाचाच एक भाग आहे. विश्वमनानं अनेक ब्रह्मांडं एकमेकांमधे गुंफून हे विश्व निर्माण केलं आहे. तुझ्या मनात उद्भणारा विचार आणि आकार दुसऱ्याला कसा समजणार? तसंच त्या त्या ब्रह्मांडांचं स्वरूप आणि तिथली जीवसृष्टी कुणाला समजू शकत नाही. आपल्यासाठी अदृश्य असणारी एक जीवसृष्टी आपल्या सभोवतीही अस्तित्वात आहे. दिसते ती आपल्याला?''

नकारार्थी माना हलल्या.

पलीकडे बसलेल्या आचार्य गर्ग यांनी एव्हाना छानपैकी पान लावलं होतं. विडा तोंडात कोंबला होता. शिखेवरून हात फिरवत आणि विडा तोंडात घोळवत त्यांनी विचारलं, ''म्हंजे पुथ्वीवअची जीवसृष्टी वेगी आणि पअगहावरची वेगळी असंच ना?'

''पृथ्वीवरची वेगळी आणि परग्रहावरची वेगळी हा भागच नाही आचार्य गर्ग! पृथ्वीवरचं मनुष्यजीवन हे विशिष्ट कर्मांनी बांधलेलं आहे. जशी विचारपद्धती जसं कर्म, जेवढा विकास तेवढीच उपलब्धता असं इथलं स्वरूप आहे. इथे घडणाऱ्या कर्माच्या खेळात जीवाच्या काही निश्चित धारणा असतात. त्यांनीच तो बद्ध असतो.

उदाहरणार्थ, परावलंबित्व, सतत सुखाची अपेक्षा, स्वार्थपरायणता, भोगाची अपेक्षा ही इथल्या मानवांची सहज प्रवृत्ती असते. मग भोगाची साधनं निर्माण करण्याचा उद्योग सुरू होतो. यातून जीवनाविषयीचा एक विशिष्ट दृष्टिकोन तयार होतो. त्या दृष्टिकोनातून भिन्न मितीतली सृष्टी जाणणं शक्य होऊ शकत नाही.''

शंखानं ओघात त्वरित प्रश्न केला, ''मग भोगाची साधनं नसताना म्हणजे पूर्वी मनुष्यानं विश्वाचं स्वरूप जाणलं होतं का? कारण आत्ता तर कुठे मनुष्य वन्यजीवनातून हळूहळू नगरं वसवायला लागला आहे. देवांच्या राज्यानं विमानांपर्यंत प्रगती केली आहे - नाही असं नाही... पण-'

''शंखा, मांदार्य हसून म्हणाले, ''किमान चार लक्ष वर्षांपासून या पृथ्वीवर मनुष्यवस्ती आहे. त्यांनी कधी विकास केला नसेल असं वाटतं तुला? अत्यंत प्रगत संस्कृती इथे झाल्या नसतील?''

''मग त्यांचे काही अवशेष...?''

''कसे सापडणार अवशेष शतेंद्रू?'' मांदार्य लगेच म्हणाले, ''चार लक्ष वर्षांत किती प्रलय झाले असतील? जमीन, जल आणि हिमनग यांची किती उलथापालथ झाली असेल! किती भूखंड नामशेष झाले असतील? किती भूखंडांना लाव्हारसांनी गिळंकृत केलं असेल? आपल्याला पुरावा मिळत नाही म्हणजे प्रगत संस्कृती इतक्या वर्षांत कधी अस्तित्वात आल्याच नाहीत असं होऊ शकत नाही. भविष्यात पुन्हा आत्यंतिक प्रगत संस्कृती येणार नाही असंही नाही. हे सतत वरखाली होणारं चक्र आहे!''

विषय ब्रह्मांडावरून संस्कृतीवर आला होता! दरम्यान आचार्य गर्ग यांचं तोंड विड्याच्या पानानं रंगलं होतं. तोंडात भरपूर रस जमा झाला होता. त्यामुळे बोलताना थोडी मान वर करून आणि खालचा ओठ पुढे करून त्यांना रसना चालवावी लागत होती!

त्या स्थितीत त्यांनी विषय पूर्वपदावर आणत विचारलं, ''मग पअगहावची जीवसृष्टी कशी आहे? तिथअ (तिथलं) कअमं (कर्म) कसं आहे म्हणाचं?''

''पृथ्वीवरील कर्मांपेक्षा अन्य कर्मांनी विविध स्तरांवरचं कर्म बांधलेलं आहे. पृथ्वीवर अनंत इच्छा असतात पण त्यांची पूर्तता होऊ शकत नाही. कारण इच्छा अमर्याद असल्या तरी शक्ती खूप मर्यादित असते. जसजसा मानवाचा आंतरिक विकास होत जातो तसतशा इच्छा कमी होत जातात आणि शक्तीशी त्यांचा समतोल होतो. जेवढी शक्ती तेवढीच इच्छा!

''पण पृथ्वीबाहेरचं विकसित जीवन याउलट होत जातं. इच्छा कमी पण शक्ती अधिक! जीव जेवढ्या उन्नत स्तरावर जाईल तेवढ्या इच्छा कमी कमी होत जातात आणि शक्ती अमर्याद होत जाते. जीव जेव्हा परमतत्त्वाशी एकरूप होऊन जातो

तेव्हा त्याची परमात्म्याप्रमाणेच स्थिती होते. ती म्हणजे शक्ती अनंत; पण इच्छाच नाही! आणि इच्छा झालीच तरी इच्छा आणि शक्तीच्या खेळाचा 'त्याच्या'वर परिणाम होत नाही!''

शंखानं अभावितपणे नकारार्थी मान हलवली. इतर स्नातकांचीही तशीच अवस्था झाली होती. आचार्य गर्गही ते ज्ञान ऐकून स्तंभित झाले होते. त्या भरात तोंडात साठलेला रस गिळला गेला!

''हे फार गहन तत्त्वज्ञान आहे आचार्य!'' शंखानं म्हटलं.

''खरंच!'' प्रमतीनं अनुमोदन देत पुढे विचारलं, ''म्हणजे पृथ्वीवर अमर्याद इच्छा आणि मर्यादित शक्ती बाळगूनच काम करावं लागणार ना आचार्य? मग एखाद्याला उन्नत स्तरावर जायचं असेल तर जाताच येणार नाही का?''

''उन्नत स्तरावर जाता येणार नाही असा काही नियम नाही. परमेश्वरानं तो मार्गही उपलब्ध करून ठेवला आहे. पण त्यासाठी प्रथम मनुष्यामध्ये विकासाची इच्छा निर्माण व्हायला हवी. ती होईपर्यंत मात्र मनुष्य याच पृथ्वीस्तरावर पुन्हा पुन्हा जन्मच घेत राहणार. हे सारं बुद्धीनं समजून घ्यायला हवं आणि त्यानुसार वर्तन करायला हवं...''

''मग त्याविषयी सांगा ना आचार्य!'' शंखानं उत्सुकता दर्शवली.

मांदार्य पुन्हा चटईवर आडवे झाले. वरच्या अनंत आकाशात त्यांची दृष्टी लागून राहिली. जणू त्या उन्नत स्तरांचा ते वेध घेत होते. तिथे जाण्याचा मार्ग त्यांना स्पष्ट दिसत होता. ते सांगू लागले, ''पृथ्वीवरच्या भोगवादी जीवनापेक्षा भिन्न कर्मांनी ते स्तर बांधले गेले आहेत. पृथ्वीवरच्या मनुष्याला जर मृत्युपश्चात उन्नत स्तरावर जायचं असेल तर त्या त्या उन्नत कर्मांनी बांधलेल्या जीवनाप्रमाणे या पृथ्वीवर कर्म करावं लागेल – तसं जीवन जगावं लागेल!''

''म्हणजे कसं?'' प्रमतीचा प्रश्न.

''ज्या सहजकर्मांनी पृथ्वीवरचं मनुष्य जीवन बांधलेलं आहे त्याविरुद्ध कर्म करून!'' एका वाक्यात उत्तर देऊन मांदार्यांनी आपला विचार स्पष्ट केला, ''सकाम कर्म, सतत सुखाची अपेक्षा ठेवणं, वस्तुनिष्ठेमुळे सतत भोगांच्या नादी लागणं, 'अहं'पोषित अमर्याद इच्छा बाळगणं आणि स्वार्थ-परायण जीवन जगणं याविरुद्ध कर्म आणि विचार करावा लागेल! ही जीवनपद्धती सोपी खासच नाही. पण अशा जीवनपद्धतीतूनच जीवनात एकप्रकारची दैवी तृप्ती येते आणि मन प्रशांत बनून जातं. संकुचित मनाला वैश्विकता प्राप्त होते. मी हीच जीवनपद्धती अनायसे उचलली...

''परमेश्वर प्रत्येक जीवाला सतत संकेत देत असतो. ठराविक कर्म करण्यासाठी प्रवृत्त करीत असतो. पण अहंमन्यतेमुळे आणि स्वार्थपरायण वृत्तीमुळे त्याच्यापर्यंत ते संकेत पोचतच नाहीत.''

सारेजण थक्क होऊन ते ज्ञानामृत प्राशन करीत होते. कुणाच्याही मुखातून शब्द उमटत नव्हता. आकाशाकडे दृष्टी लावून पहुडलेल्या मांदार्यांकडे सारेजण अत्यादरानं बघत राहिले होते. आपल्याला योग्य गुरू, योग्य आचार्य मिळाल्याबद्दल स्नातकांना मनोमन समाधान वाटत होतं.

कृतज्ञता बुद्धीनं ते आपल्या आचार्यांकडे आदरानं बघत असतानाच मांदार्य म्हणाले, ''सात्विक जीवनपद्धतीची कास धरली तर प्रत्येक व्यक्ती या पृथ्वीवरही शांत, तृप्त आणि समाधानी होऊन जाईल. इथेच स्वर्ग निर्माण होईल. पण राजसी आणि तामसी वृत्तींचा जोर झाला तर हीच पृथ्वी अशांतता, लोलुपता, अगतिकता, असमाधान आणि अतृप्ती यांनी ग्रासून जाईल. याच स्तरावर नरकाचा अनुभव मिळेल... म्हणून असुरी वृत्तींना निष्प्रभ करणं हेच ऋषींपुढचं आव्हान असतं...''

अनंत आकाशात मांदार्यांची दृष्टी होती तशीच लागून राहिली होती. आता मनही त्या अनंतात स्थिर झालं होतं. अनंताकडून काही संदेश येत होते. ते त्यांना जाणवत होते. अभावितपणे त्यांचे नेत्र मिटले गेले.

मनाच्या अवकाशात तेव्हा अनंताचे संकेत स्थिर झाले होते!

■

२०

'अगस्ती'चा उदय

आपल्याला आता अशा योद्ध्याची प्रतीक्षा आहे जो अस्त्रवेत्ता आहे, ज्याची ऋषीय संस्कृतीवर अढळ निष्ठा आहे, जो कोणत्याही शत्रूपुढे अविचल उभा राहू शकेल! आणि जो सैन्याच्या सहाय्याशिवाय एकटा अरण्यात जाऊन आधी छुप्या शत्रूंना मारू शकेल... या कार्यासाठी देवच 'अवतार' घेऊन येत आहेत!

‘समुद्रमंथन’ नाटक ऐन रंगात आलं होतं. काशीनरेशांच्या राजप्रासादातल्या नाट्यशाळेत स्थानिक कलाकार ते नाटक सादर करीत होते. इतर मान्यवरांसह मांदार्य, वसिष्ठ, च्यवन, आदी ऋषी त्या नाटकाचा आनंद घेत होते. काशीनरेशांच्या निमंत्रणावरूनच हे ऋषिमंडळ वाराणसीत दाखल झालं होतं.

अर्थात त्याला कारणही तसंच होतं.

वाराणसीत प्रतिवर्षीप्रमाणे ‘इंद्रध्वज’ महोत्सवाचं आयोजन करण्यात आलं होतं. आर्यावर्तातल्या अनेक राज्यांमधे ऐन शरदऋतूत या महोत्सवाचं आयोजन होत असे. इंद्र आपल्या विमानातून जलधारांप्रमाणे शत्रूवर बाणांचा अविरत वर्षाव करायचा. म्हणून तशाच जलधारांचा वर्षाव करणाऱ्या नभांनाही इंद्राची उपमा दिली गेली होती. कदाचित नभांची उपमाही इंद्राला दिली गेली असावी! उपमा कुणाचीही कुणाला असली तरी ‘इंद्रध्वज’ महोत्सव साजरा होत असताना त्याविषयीचा कृतज्ञताभाव महत्त्वाचा होता.

जलधारांच्या रूपानं ‘इंद्र’ कृषी आणि जलाशय समृद्ध करतो या भावनेनं शरदऋतूत नभरूपी ‘इंद्रा’प्रती कृतज्ञताभाव व्यक्त करण्यासाठी ‘इंद्रध्वज’ महोत्सव साजरा होत असे.

कृतज्ञताभावाचा दुसरा भागही तितकाच महत्त्वाचा होता. ‘असुर्य’ देशातले असुर ‘सुर्य’वासी देवांना वरचढ ठरू लागले होते. अनेक ठिकाणी इंद्राला पराभव पत्करावा लागत होता. देवराज्य आक्रसू लागलं होतं. मग इंद्रानं ‘उरू’वासी विष्णूदेवांची भेट घेतली होती. तेव्हा एक दिव्य ध्वज इंद्राला देऊन विष्णूंनी म्हटलं होतं, ‘हा विजयी ध्वज आहे असं समज! तशी भावना देवसेनेमधे निर्माण कर... मग परिणाम बघ...! तुझी सेना नक्कीच असुरांचा पराभव करील.’

पुढे तो ध्वज इंद्रानं आपल्या रथावर फडकावला. त्यामुळे देवसेनेत विजिगीषू वृत्ती निर्माण झाली; आणि तिनं असुरांचा पराभव केला.

ही वार्ता चेदी देशाचा राजा वसू याला समजली. देवराज्याच्या जवळच चेदींचं राज्य होतं. भावी कालात ओळखल्या जाणाऱ्या ‘सुएझ–कालव्या’च्या काठी ते वसलं होतं. वसूचं ते राज्य तेव्हा अगदी मोडकळीला आलं होतं. राजा स्वत: हतबल

झाला होता. देवांचा विजय 'इंद्रध्वजा'मुळे झाला असं त्याला समजलं. म्हणून त्यानं इंद्राकडे त्या ध्वजाची मागणी केली. विजिगीषू वृत्ती निर्माण करणाऱ्या त्या ध्वजाला त्यानं पूजा-पाठात अडकवलं! त्याचा परिणाम म्हणा किंवा दिवस पालटले म्हणा; चेदीराज्य भरभराटीला आलं. 'इंद्रध्वजा'मुळेच आपलं राज्य भरभराटीला आलं असा दृढ विश्वास चेदिराजाच्या मनात स्थिरावला. त्यामुळे उत्साहात येऊन त्यानं 'इंद्रध्वजा'च्या पूजनाच्या निमित्तानं एका महोत्सवाचा प्रारंभ केला. अशी कर्मकांडं चटकन् उचलली जातात – काळ कोणताही असो!

चेदीदेशात आरंभ झालेल्या उत्सवाचा कालांतरानं आर्यराज्यांमधे प्रसार झाला. यथावकाश तो आर्यावर्तातही उत्साहानं साजरा होऊ लागला. इंद्र म्हणजे आर्यांचं आदराचं स्थान. त्याच्या नावानं प्रारंभित झालेल्या या महोत्सवात पुढे अनेक रीतिरिवाज शिरले – प्रघात पडले. तसे ते पडतातच! या महोत्सवात आर्यावर्तातले राजे आणि प्रजाजनही मोठ्या उत्साहानं सहभागी होऊ लागले.

एखादा महोत्सव म्हटला की त्याच्या मूळ हेतूत कालानुरूप बदल होऊन इतर अनेक कर्मकांडं त्यात घुसतातच. 'इंद्रध्वज'महोत्सवाचं तसंच झालं होतं. हळूहळू त्यात इतर रीतिरिवाजांचा अंतर्भाव झाला. त्यानुसार या महोत्सवात एक शोभायात्रा काढली जाऊ लागली. राजासह प्रजाजन शोभायात्रेनं वाजत-गाजत वनात जात. तिथे काटेसांवर, चाफा, अर्जुन किंवा कळंब या वृक्षांपैकी एखाद्या वृक्षाची निवड होत असे. मग त्या वृक्षाचं यथासांग पूजन करून त्या वृक्षाकडे त्याच्या दंडाची मागणी केली जायची. दुसऱ्या दिवशी सकाळी तो वृक्ष तोडून त्याचा कमीत कमी बावीस हात आणि जास्तीत जास्त बावन्न हात दंड तोडून नगरात आणला जात असे. मग त्याचं 'विधीवत्' पूजन होऊन तो राजप्रासादाच्या पुढच्या आवारात अथवा नगरद्वारापाशी उभारला जात असे.

त्यावेळी प्रजाजनांना कोण उत्साह असे! राजासह सारे प्रजाजन या महोत्सवात आनंदानं सहभागी व्हायचे. महोत्सवाच्या निमित्तानं मग नगरात नृत्य-नाट्य आदी करमणुकीचे कार्यक्रम ठिकठिकाणी सादर होत. त्यात सैनिक आपल्या शस्त्रकौशल्याचं प्रात्यक्षिक करीत. मल्लांच्या 'दंगली' झडत. राजप्रासादात नाट्य आणि अप्सरांचं नृत्य-गान रंगत असे. 'इंद्रध्वज' महोत्सवाच्या निमित्तानं रानावनात 'तप' करणाऱ्या ऋषींनाही अत्यादरानं निमंत्रित केलं जात असे.

त्या वर्षी काशीनरेशांनी मांदार्यांसह अनेक ऋषींना त्या महोत्सवानिमित्त निमंत्रित केलं होतं. नाट्यशालेत उच्चासनावर बसून मांदार्य आणि इतर ऋषी 'समुद्रमंथन' पाहण्यात रंगून गेले होते. नाटकाच्या अखेरीला 'समुद्रमंथन' होऊन देव आणि असुर यांच्यात तह झाला. मंदार-पर्वतीय श्रेष्ठींनी उभय पक्षात तह घडवून आणला. त्यातून चौदा 'रत्नं' निघाली. यात भगवान महादेवांनी कालकूट विष स्वत:कडे घेऊन ते आपल्या कंठात धारण केलं. इंद्राकडे 'उच्चैश्रवा' नामक अश्व आणि ऐरावत आला.

मग कामधेनू, कौस्तुभमणी, कल्पवृक्ष, रंभा, लक्ष्मी, वारुणी, चंद्रमा, शारंग धनुष्य, शंख, गंधर्व, अमृत यांचं वाटप झालं.

नाटक संपलं तेव्हा शेजारी बसलेल्या वसिष्ठांना मांदार्य म्हणाले, ''दैवासुर वाद अशा 'मंथना'तून कायमचा संपुष्टात आला तर किती उत्तम होईल!''

त्यावर वसिष्ठ हसून म्हणाले, ''मग आपल्याला काहीच काम उरणार नाही! आपण साधना करायला मोकळे!''

मांदार्यांनी त्यांना हसून अनुमोदन दिलं.

एव्हाना ते नाटक संपलं होतं. राजाच्या हस्ते सर्व कलाकारांचा सत्कार केला गेला. आता नृत्यशालेत अप्सरांच्या नृत्याचा कार्यक्रम होणार होता. सारे अभ्यागत नृत्यशालेत जाऊ लागले. ते ऋषिमंडळ मात्र मागेच थांबलं. त्यांना अप्सरांच्या नृत्यात रस नव्हता. किंबहुना त्यांना परस्परांशी वार्तालाप करण्यात विशेष रस होता. ऋषीय कार्याचं प्रतिवृत्त त्यांना परस्परांपुढे मांडायचं होतं. राजाला सांगून ते ऋषिमंडळ मंत्रणा-कक्षात जाऊन बसलं.

त्या दालनात गेल्याबरोबर मांदार्यांना समोर विश्वामित्र, वृद्ध भृगू आणि भरद्वाज हे तीन ऋषी चर्चा करत बसलेले दिसले. लगबगीनं पुढे होऊन मांदार्यांनी आणि वसिष्ठांनी भृगू, विश्वामित्र तसंच भरद्वाज या ऋषींच्या चरणांवर मस्तक ठेवलं. मानवतेसाठी झिजलेल्या त्या तप:पूत ऋषींच्या चरणांवर मस्तक ठेवताना त्या दोन ऋषींचं अंत:करण कोण उचंबळून आलं! त्या ऋषींच्या चरणांवर अश्रूंचा अभिषेक झाला.

मांदार्य आणि वसिष्ठ स्थानापन्न झाल्यानंतर विश्वामित्र ऋषी गदगदत्या स्वरात म्हणाले, ''मांदार्य, इथून पुढे आम्हाला असा नमस्कार करायचा नाही हं...! तुमचं कर्तृत्व फार मोठं आहे...''

''खरंय्'', वृद्ध भरद्वाज अडकित्यानं सुपारी कातरीत म्हणाले, ''तुम्ही अथांग उदधीला आव्हान दिलंत! सागर 'प्राशन' करून टाकलात! आता विंध्याला वाकवत आहात! तुमचं कार्य सागरासारखं विशाल आणि अथांग तर आहेच; पण विंध्याचलासारखं उत्तुंगही आहे. तुमच्या या कार्यापुढे खरोखरच नतमस्तक व्हावं...''

''हे काय बोलता ऋषीवर!'' मांदार्य ओशाळून म्हणाले, ''आपलं कार्यही केवढं श्रेष्ठ! आपण म्हणजे साक्षात् ज्ञान!''

मग महर्षी विश्वामित्रांकडे पाहून मांदार्य मोठ्या विनयानं म्हणाले, ''आपण तर ब्रह्मपदाला पोचला आहात ब्रह्मर्षी...! आपण माझा गौरव करावा म्हणजे मोठ्यांनी लहानांच्या खेळण्याचं कौतुक करण्यासारखं आहे!''

पाठोपाठ वृद्ध भृगूंना मांदार्य म्हणाले, ''आपण तर मला गुरुसमान आहात...''

''मी तुमचा गुरू...??

''होय ऋषीवर... आपण भविष्यवेत्ते आहात... ज्योतिषशास्त्राचा आपला गाढा अभ्यास आहे. मलाही ते शास्त्र शिकायचं आहे - आपल्याकडून!''

आपल्या जाडजूड भिवयांमागून हसून बघत वृद्ध भृगू म्हणाले, ''अवश्य मांदार्य... पण त्यापेक्षाही तुम्ही सध्या करीत असलेलं कार्य फार महान आहे. त्याची सर इतर कोणत्याही शास्त्राला नाही...''

त्यावर भरद्वाज म्हणाले, ''खरं आहे आपलं ऋषीवर...! सागराला 'नमवणं' आणि विंध्याला 'झुकवणं' हे काही साधं काम नाही! या भूमीतलं ते सर्वाधिक आव्हानाचं काम होतं.''

आपल्या कौतुकाकडे दुर्लक्ष करून मांदार्य म्हणाले, ''मी सागर 'नमवला' अर्थात सागरीजनांमधे जाऊन कार्य केलं हे खरं! विंध्यामधल्या टोळ्यांमधेही आपलं काम सुरू आहे... पण या लोकांमधे काम करताना एक गोष्ट मात्र मला जाणवली... ती म्हणजे या लोकांचं अंत:करण फार शुद्ध आहे. नाही त्या विचारांची पुटं त्यांच्या बुद्धीवर चढलेली नाहीत. म्हणून हेच लोक खऱ्या अर्थानं संस्कृतीप्रस्थापनेसाठी झटतील. मी केवळ त्यांच्या विचारांना दिशा देण्याचं कार्य करतो एवढंच!''

त्यावर वृद्ध भृगुऋषी म्हणाले, ''पण मांदार्य, नागरीजनांनाही दुर्लक्षून चालणार नाही. त्यांच्यासाठी वेगळा मार्ग चोखाळावा लागेल.''

''खरं आहे आपलं म्हणणं...'' मांदार्य म्हणाले. ''सभोवतालचे संस्कार, शिक्षण, परंपरा, वाचन, श्रवण असा व्यासंग जोपासल्यामुळे नागरी जनांमधे ऋषिविचार सहज उचलले जाऊ शकत नाहीत. शिवाय जीवनसौंदर्यासाठी किंवा आत्मानुभवासाठी नागरीजनांकडे संगीत-साहित्य-कला असे प्रतिभेशी संबंधित कलाप्रकारही असतात. त्यातून ते कळत-नकळत ईश्वराची प्रतिभा समजून घेतच असतात. त्यामुळे त्यांच्या कलेला किंवा व्यासंगाला केवळ ऋषिविचारांची बुद्धीपूर्वक सांगड घालणं एवढंच काम उरतं...!''

समोर बसलेले वसिष्ठ म्हणाले, ''काशीतल्या पुष्कळ पाठशाळांमधे मात्र अनेक विषयांचा तौलनिक अभ्यासही होतो. यात ज्योतिषशास्त्र, खगोलविज्ञान, वास्तुविज्ञान, रसशास्त्र, जीवशास्त्र, वैद्यकीयशास्त्र यांबरोबरच राजनीतीही शिकवली जाते...''

राजनीतीविषयी ऐकून महर्षी विश्वामित्रांनी मधेच माहिती दिली, ''माझं काशीप्रमाणेच अयोध्या, मिथिला इत्यादी राज्यांमधून परिभ्रमण होत असतं. आर्यावर्तात सर्वत्र आपल्या अपेक्षेप्रमाणे राज्यव्यवस्था प्रस्थापित झाली आहे. देवांसारखीच शासन-व्यवस्था या राज्यांमधे असल्यामुळे प्रजा राजाला देव मानते...''

त्याचवेळी सेवकानं सुकामेव्यानं भरलले वाडगे आणले.

एक काजू तोंडात चघळत विश्वामित्र म्हणाले, ''आर्यावर्तात सर्वत्र उत्तम अशी राज्यव्यवस्था प्रस्थापित झाली आहे. तथापि, इक्ष्वाकू कुलानं आपली देदीप्यमान परंपरा जपून ऋषिविचारांवर उभारलेली राज्यव्यवस्था मात्र सर्वश्रेष्ठ मानावी लागेल...''

''आम्हालाही कळू द्या की अयोध्येविषयी!'' भरद्वाजांनी हसून म्हटलं.

विश्वामित्रांनी अयोध्येचं थोडक्यात वर्णन केलं –

युद्धात ज्या नगरीला जिंकता येत नाही ती नगरी म्हणजे 'अयोध्या.' ती मनूनिर्मित अतिशय सुंदर नगरी भरभराटीला आणण्यासाठी रघू, अज, दिलीप आणि दशरथ या इक्ष्वाकू कुलाचं अर्थात रघुकुलाचं तप कारणी लागलं होतं. त्या अयोध्या नगरीत कोणत्याही अतिथीचा यथोचित सत्कार होत असे. ज्येष्ठांना प्रणाम केला जात असे. समवयस्क आलिंगन देत तर ज्येष्ठ लहानांकडून अभिवादन स्वीकारत. पती-पत्नीही परस्परांना प्रेमानं आलिंगन देत.

दैनंदिन जीवनात प्रजाजन सत्यभाषण आणि निष्कपटी आचरण करीत. हातून चुकून प्रमाद घडला तर लगेच क्षमाही मागितली जाई. कौटुंबिक-सामाजिक रीतीरिवाज, लोकाचार हा स्वयंशासित असे. त्यामधे कुणीही कुचराई करीत नसे; आणि चुकून या नियमांचं उल्लंघन झालंच तर प्रजाजन स्वत:लाच दंड करून घेत. अयोध्येतलं जीवन भावमय होतं. इतकं की रथादी कोणत्याही वाहनात बसण्यापूर्वी त्या वाहनाची पूजा केली जात असे. पाणिग्रहणाच्या वेळी वधु-वर तीन वेळा अग्नीची प्रदक्षिणा करीत. मांगलिक कर्मं मुहूर्त पाहूनच केली जात. कुठेही जाण्यासाठी 'प्रस्थान' ठेवताना यमाच्या दक्षिण दिशेकडे तोंड करून लोक निघत असत. पूर्ण कुंभ आणि बैलाचं शिंग समृद्धी आणि मांगल्याचं प्रतीक मानलं जायचं. वस्त्रोद्योग बराच प्रगत होता. रेशमी वस्त्रं अधिक प्रमाणात वापरली जात. ब्राह्मणवर्ग मात्र सुती वस्त्रं वापरीत. वृद्ध द्वारपाल काषाय वस्त्र वापरत. शिवणाची कला लोकांना ज्ञात होती. तुन्नवाय - शिंपी उत्तम कपडे शिवत. सेवकांचा कंचुक शिवलेलाच असे.

जीवनात बाह्य सौंदर्यही जपलं जात असे. प्रत्येक व्यक्ती मस्तकावर मुकुट धारण करीत असे. काहीजण पगडी वापरीत. अनेक स्त्रियाही पगडी घालायच्या. परिस्थितीनुरूप लाकडाच्या, चामड्याच्या किंवा सोन्याच्या वहाणाही वापरल्या जायच्या. सोन्याचे दागिने तर सर्वत्र वापरले जात. एवढंच नव्हे तर अयोध्येत धनुष्य-खड्गादी शस्त्रं, रथ आणि पशूही विविध अलंकारांनी सजवले जात. लोक मस्तकावर 'चूडावलय' अलंकार धारण करीत. स्त्रिया कपाळावर तिलक लावीत. सुवर्णकुंडल, रत्नकुंडल, गळ्यातील ग्रेवेयक, निष्क-कंठी, माला-हार, बाजूबंद, चुडा, कडं, अंगठी, कमरेला मेखला किंवा करधनी, पायात 'नूपुर' अशा विविध अलंकारांनी पुरुष-स्त्रिया नटलेल्या असत.

पुष्कळ स्त्रियांच्या वेणीत चुडामणी गुंफलेला असे. त्याच्या पाकळ्या हिऱ्यामोत्यांच्या असत. पुरुष डोईवर केस राखीत आणि दाढी-मिशा ठेवीत. ऋषी आणि ऋषीपत्नी मात्र केसांच्या जटा बांधीत. स्नान प्रतिदिनी होत असे. स्नानानंतर लोक शरीराला सुगंधी अंगराग लावीत. मुखवासही नित्य तोंडात असे. स्त्रिया नेत्रांमधे काजळ घालायच्याच; पण आपल्या कपोलांवर वेलपत्तीही चितारून घेत असत. भोजनही समृद्ध असे. जेवणात दूध-तुपाचा भरपूर वापर केला जाई. मांसाहारापेक्षा संयमित शाक-फलाहार हा सांस्कृतिक दृष्ट्या उच्च समजला जात असे. भोजनापूर्वी अयोध्यावासी वैश्वदेव करीत. त्यातून इतर जीवजंतूंचाही विचार होत असे. मठ्ठा, फलांचे सुवासिक रस, आसव, मध यांचाही भोजनात वापर केला जाई. मद्यपान, वारुणीपान, 'पानभूमी'त होत असे - नाही असं नाही; पण त्याला प्रतिष्ठा नव्हती. मद्य-मांसाच्या आहारी सुसंस्कृत व्यक्तीनं जाऊ नये हा विचारही दृढ होता.

अयोध्येत सामुदायिक उत्सवही पार पाडले जात. इंद्रध्वज नावाचा उत्सव विशेष लोकप्रिय होता. सार्वजनिक उत्सवात क्रीडा, नर्मविनोद, सह-भोजन, नाट्य इत्यादी उपक्रम होत. उत्सवप्रसंगी गणिका, नट-नर्तक, पुरोहित, सेनानी, व्यापारी, ग्रामजन, नागरिक आणि राजपरिवारातील मंडळीही एकत्र जमून आनंदोत्सव करीत. ऋषी-मुनी कथा सांगत, त्याला श्रोत्यांचा उत्स्फूर्त प्रतिसाद असे.

मल्लविद्येलाही विशेष महत्त्व होतं. गीत, नृत्य, वादन, शिल्पकला, चित्रकला इत्यादी ललितकलाही प्रगतावस्थेत होत्या. कला ही केवळ करमणूक म्हणून जोपासायची गोष्ट नव्हती तर ते एक प्रकारचं अनुष्ठान मानलं जाई. अयोध्येत अनेक उपवनं होती. अविवाहित तरुण-तरुणी सायंकाळी नट्नथटून या उपवनांमधून फिरायला जात.

त्याचप्रमाणे शिक्षणव्यवस्थाही उत्तम होती. पाठशाळेत जाऊन शिक्षण घेणं सर्व प्रजाजनांना आवश्यक वाटे. सर्व वर्णांचे विद्यार्थी पाठशाळेत शिक्षणासाठी एकत्र येत. विद्यादान हे सर्वश्रेष्ठ ज्ञान समजलं जाई. त्यामुळे विद्यादान करणाऱ्या गुरूला-आचार्याला पितरांप्रमाणेच मान दिला जाई. गुरू, आचार्य, कुलपती अशी उतरत्या श्रेणीनं सन्मानाची स्थानं होती. गुरूविषयी श्रद्धाभाव बाळगणं आणि गुरूची आज्ञा पाळणं हे विद्यार्थ्यांचं सर्वश्रेष्ठ कर्तव्य समजलं जाई. अध्ययन कालात शिस्तीला अतिशय महत्त्व होतं. विद्यार्थी संयमी आणि निग्रही होते. स्नान-संध्या, जप, होम, स्वाध्याय आणि गुरुसेवा या विद्यार्थ्यांसाठी नित्यक्रमाच्या गोष्टी होत्या.

अयोध्येतील संस्कृतीचं थोडक्यात वर्णन करून विश्वामित्र पुढे म्हणाले, ''अयोध्येत या वसिष्ठांनीही केवढं मोठं विद्यालय चालवलं आहे!''

''हो मला माहीत आहे... माझे हे बंधू विद्यादानाचं फार मोठं कार्य अयोध्येत करीत आहेत. इक्ष्वाकू कुलाचे ते आता राजर्षी आहेत!'' मांदार्यांनी बदाम खाता खाता अभिप्राय दिला.

वसिष्ठ म्हणाले, ''अयोध्येतल्या विद्यालयांमधे विद्यार्थ्यांची श्रेष्ठ अभिरुची घडवण्यावर आमचा भर असतो. त्यामुळे शिक्षणाबरोबरच गीत, वाद्यवादन आणि अभिनयाचंही शिक्षण तिथे दिलं जातं. आमचे सुधन्वा नावाचे आचार्य क्षत्रिय विद्यार्थ्यांना शस्त्रविद्या शिकवतात; तर आचार्य सुयज्ञ वेदविद्या! याखेरीज राजापुढे शास्त्रज्ञांचे वादविवादही चालतात. यज्ञप्रसंगी तर विद्वद्-परिषदा भरतात. विविध संप्रदायांचे आचार्य खंडनमंडनासाठी तिथे उपस्थित असतात...''

''थोडक्यात जी सुसंस्कृत समाजव्यवस्था निर्माण करण्यासाठी आजवर ऋषी झटले त्याचं साक्षात् दर्शन अयोध्येत घडतं!'' विश्वामित्रांनी त्या विषयाचा समारोप केला. ते पुढे म्हणाले, ''तथापि, विंध्य, दंडकारण्य आणि दक्षिण प्रांत अजूनही अशा संस्कृतीपासून वंचित आहे. राक्षस विघ्न आणतात. नरमांसभक्षक टोळ्या अजूनही अस्तित्वात आहेत-''

मांदार्य लगेच म्हणाले, ''विंध्य नमवल्यानंतर दक्षिण सागरापर्यंत जाण्याचा माझा विचार आहे, महर्षी! आपल्या आशीर्वादाशिवाय...''

आपल्या शुभ्र दाढीवरून हात फिरवत विश्वामित्र म्हणाले, ''त्याच व्यवस्थेत आम्ही आहोत ऋषीवर!''

''म्हणजे?''

''उद्या इथून निघण्यापूर्वी आपल्याला याच विषयावर चर्चा करायची आहे!''

स्वत: 'सिद्ध' असलेल्या मांदार्यांनी विश्वामित्रांच्या मनातले विचार यौगिक पद्धतीचा अवलंब करून तेव्हाच जाणले असते. पण त्यांनी तसं केलं नाही. विश्वामित्रांकडूनच त्यांना सारं काही जाणून घ्यायचं होतं. ते मौन राहिले.

त्यांना उद्याच्या बैठकीची मात्र प्रतीक्षा लागून राहिली होती.

'इंद्रध्वज' महोत्सव यथासांग संपन्न झाला. त्यावेळच्या प्रथेप्रमाणे रानातून वृक्षाचा दंड वाजत-गाजत आणला जायचा आणि महोत्सवाची सांगता करताना तो शांततेत पुन्हा रानात नेला जायचा.

तो महोत्सव अशातऱ्हेनं संपन्न झाला होता.

आता वाराणसीला प्रस्थान ठेवण्यापूर्वी ऋषिमंडळाची विशेष बैठक काशीराजानं आयोजित केली होती. मांदार्यांसह शाकल्य, विश्वामित्र, वसिष्ठ, गौतम आणि भरद्वाज असं ऋषिमंडळ त्या विशेष बैठकीसाठी काशीराजाच्या अंत:पुरात जमलं होतं. वृद्ध भृगुऋषी मात्र प्रात:कालीच रवाना झाले होते.

बैठकीला सुरुवात होताच गौतम ऋषींनी सद्यस्थितीचं साद्यंत वर्णन ऋषिमंडळापुढे केलं. ते म्हणाले, ''मी दंडकारण्यात पत्नीसह जाऊन राहण्याचं धाडस केलं आहे. पण त्या अरण्यात फार मोठी आव्हानं आहेत. नरमांसभक्षक टोळ्या, वाटमारे

लोक तर तिथे आहेतच; पण अनेक राक्षसांनी ते अरण्य व्यापलं आहे... आपण माणसामाणसांमधे भावसंबंध आणि पारिवारिक भावना निर्माण करण्याचा प्रयत्न करीत आहोत, हे वाईट कार्य आहे का? आपण कुणावर बळजबरी करतो आहोत का? सांगा!'' काहीशा तापट असलेल्या गौतम ऋषींनी इतके दिवस मनात कोंडून ठेवलेली व्यथा ऋषिमंडळासमोर मोकळी केली.

''आपल्यासारख्या ईश्वरी कार्य करणाऱ्या ऋषींना कशाचीच अपेक्षा नसते. याउलट राक्षसी वृत्तीला दुसऱ्यांवर अधिकार गाजवण्याची अपेक्षा असते. सामान्य असंस्कृत माणूस हा विचारांनी बदलून सुसंस्कृत होऊ शकतो पण अशा उन्मत्तांचा बंदोबस्त केवळ शस्त्रानंच होऊ शकतो!''

त्यावर काशीनरेश त्वरित म्हणाले, ''मी सैन्य पाठवू शकतो... सांगा कुठे...''

विश्वामित्रांनी लगोलग म्हटलं, ''नाही काशीनरेश! उन्मत्तांना धडा शिकवण्यासाठी शस्त्रविचाराची निश्चितच आवश्यकता आहे; पण केवळ सैन्याचा वापर करून नव्हे!''

''मग?''

''राक्षस छुपं युद्ध खेळतात. ते दोन चेहऱ्यांनी जगत असतात. एक साधा-सरळ चेहरा तर दुसरा खरा, भयानक आणि अत्याचारी चेहरा! आपण त्यांना ओळखणार कसं? शिवाय दंडकारण्य अशा दुतोंडी राक्षसांनी व्यापलं आहे... अरण्यातल्या लपण्याच्या जागा त्यांना आपल्यापेक्षा चांगल्या ठाऊक आहेत. सरळ सैन्य नेऊन त्यांना मारणं फार अवघड आहे... शिवाय त्यांना रावणाकडून शक्ती मिळते.''

विश्वामित्रांचं म्हणणं योग्यच होतं. देवांना जिथे रावण डोईजड झाला होता तिथे एकटे काशीनरेश काय करणार होते?

विश्वामित्रांनी केलेलं वर्णन ऐकून काशीनरेशांनी पुन्हा विचारलं, ''मग आम्ही काय करावं महर्षी?''

त्यावर विश्वामित्र सांगू लागले, ''आपल्याला आता अशा योद्ध्याची प्रतीक्षा आहे जो अस्त्रवेत्ता आहे, ज्याची ऋषीय संस्कृतीवर अढळ निष्ठा आहे, जो कोणत्याही शत्रूपुढे अविचल उभा राहू शकेल! आणि जो सैन्याच्या सहाय्याशिवाय एकटा अरण्यात जाऊन आधी छुप्या शत्रूंना मारू शकेल.''

सारेजण विश्वामित्रांकडे साशंक मुद्रेनं पहात राहिले. तेव्हा पाण्याचा एक घोट पिऊन विश्वामित्र म्हणाले, ''या कार्यासाठी देवच 'अवतार' घेऊन येत आहेत!''

''म्हणजे?'' शाकल्यांचा त्वरित प्रश्न आला.

वसिष्ठऋषींकडे पाहून विश्वामित्र म्हणाले, ''ऋषीवर! तुम्हीच सांगा सारं काही! तुमच्याच मार्गदर्शनाखाली सारं काही घडून येत आहे!''

''ठीक आहे... या वयोवृद्ध, ज्ञानवृद्ध ज्येष्ठ तपस्वी भरद्वाजऋषींनी प्रथम काही सांगावं. मग त्यांच्या अनुज्ञेनं मी सारं नियोजन कथन करीन!''

मुखात सुपारी चघळतच भरद्वाज सांगू लागले, ''देवांनी आधी 'परशुराम' हा अवतार पाठवला. त्यांनी वैदिकांचं कार्य करीत असताना शस्त्रनिष्ठाही जोपासली हे आपल्याला ज्ञात आहेच. आर्यावर्तात त्यांच्यासमोर टिकणारा एकही शत्रू उरलेला नाही हेही आपण जाणताच...

''आर्यावर्तात परशुरामांचं काही काम उरलेलं नाही हे त्यांचे गुरू कश्यप यांनी जाणलं. त्यामुळे परशुरामांसारख्या अफाट ताकदीच्या ऋषीनं दक्षिणेकडे विस्थापित व्हावं असं त्यांना वाटलं. त्यानुसार परशुराम दक्षिणेकडे यथावकाश जातीलच... पण या नव्या 'अवतारा'विषयी मला काही माहीत नाही... आपण सांगावं ऋषीवर!''

वसिष्ठ सांगू लागले- ''परशुराम हे ब्राह्मण कुळातले ऋषी आहेत. त्यांचं कार्य महानच आहे. पण या जोडीला क्षत्रिय राजघराण्यात जर 'अवतार' आला तर भावी कार्यासाठी त्याचा फार उपयोग होईल असं देवेंद्राला वाटलं. ऋषीय कार्यापेक्षा ऋषिकार्याला सहाय्यभूत होण्यासाठी आणि त्याचबरोबर राक्षसांचा आणि रावणासारख्या प्रबळ शक्तीचा संपूर्ण विनाश करण्यासाठी या क्षत्रिय अवताराची देवेंद्रांना आवश्यकता वाटली... येत्या काही महिन्यांमधेच 'त्या'चं अवतरण होईल!''

''पण कोण? कुठे?'' च्यवनांनी न राहवून विचारलं.

तेव्हा वसिष्ठऋषींनी ती सारी पूर्वपीठिका विशद करून सांगितली –

रावण दिवसेंदिवस उन्मत्त होत चालला होता. त्यानं प्रचंड भौतिक प्रगती केली होती. त्याच्याकडे 'पुष्पक' विमानासारखी भव्य विमानं तर होतीच; पण 'धानु-मोनारा' जातीची लढाऊ विमानंही होती. त्या विमानांचा आकार मोरासारखा होता. आकाशातून वेगानं आक्रमण करून त्याचे सेनानी शत्रूंना सळो की पळो करून सोडत. एकही राजा लंकेत जाऊन त्याच्याशी युद्ध करू शकत नसे. कारण, एकतर लंकेत सागरीमार्गानं जाणं कठीण होतं; आणि कुणीही शत्रू लंकेनजीक आला तर ते त्याला लगेच समजत असे. त्यासाठी त्यानं 'मताल'गावानजीक असलेल्या एका सरळसोट पर्वतावर आपली वेधशाळा उभारली होती. तिथूनच तो संपूर्ण लंकेवर नियंत्रण ठेवू शकत असे.

ब्रह्मदेवांनी रावणाशी 'करार' केल्यामुळे - 'वर' दिल्यानुसार रावणाला देव, गंधर्व, यक्ष आणि राक्षस यांपासून मुळीच भीती उरली नव्हती. दिलेल्या शब्दाचं देव पालन करीत असत. तीच त्यांची संस्कृती होती. पण रावणाचा उच्छेद कसा करायचा हाही प्रश्न होताच. त्याचवेळी ब्रह्मदेवांना स्फुरलं की, वर दिलेल्या यादीत मनुष्याचा उल्लेख नाही. रावणाच्या दृष्टीनं मनुष्य त्याच्यापासून पुष्कळ दूर होता; त्याच्यापुढे अगदीच दुर्बल होता. याच गोष्टीचा फायदा उठवण्याचं देवांनी ठरवलं.

त्याचवेळी अयोध्येत दशरथ राजानं वसिष्ठऋषींच्या मार्गदर्शनाखाली अश्वमेध यज्ञ आरंभला होता. ऋष्यशृंग नावाचा सिद्ध ऋषी यज्ञाचा अध्वर्यू होता. यज्ञ

संपन्न होताच दशरथ राजानं त्या सिद्ध ऋषीकडे पुत्रप्राप्ती व्हावी म्हणून प्रार्थना केली होती. दशरथ राजाला कौसल्या, सुमित्रा आणि कैकेयी अशा तीन राण्या होत्या. पण एकीलाही अद्याप अपत्यप्राप्ती झाली नव्हती. दशरथराजाचा मनोदय जाणून त्या सिद्ध ऋषीनं ध्यान लावलं. ध्यानात त्याचा देवांशी संपर्क झाला. 'दैवी' योजना ऋषींनी जाणल्या. ते म्हणाले, 'अथर्वदोक्त मंत्राच्या योगानं मी तुझ्याकडून पुत्रप्राप्ती होण्यासाठी कल्पसूत्रामधे प्रसिद्ध असलेली, पुत्रप्राप्तीसाठी साधनभूत होणारी इष्टी करवीन!'

ऋष्यशृंग ऋषींनी समंत्रक कर्म करून अग्नीला हवन केलं. त्याचे अवकाश-संदेश देवांपर्यंत पोचले. रावणाच्या विनाशाची देवांना तत्परता होतीच. शिवाय दशरथाच्या इक्ष्वाकू कुळाची सत्शील परंपराही देव जाणून होते. परमेश्वरानं हा योग जुळवून आणला आहे हे जाणून ब्रह्मदेवांसह इंद्रादी देव यक्ष-गंधर्वांसह उरूवासी विष्णूदेवांकडे गेले.

त्यांनी विष्णूंना सारी परिस्थिती निवेदन केली. देवांचाच अंश मानवरूपात जन्माला यावा आणि त्याच्या हातून रावणवध व्हावा हे ठरलं.

त्याचवेळी दशरथ राजाचा पुत्रकामेष्टी यज्ञ सुरू झाला होता.

एवढी पूर्वपीठिका सांगून वसिष्ठ पुढे म्हणाले, ''यज्ञप्रसंगी एक शुभ-अलंकारांनी युक्त असा पुरुष तिथे उपस्थित झाला. सुवर्णासह कवड्यांच्या-मोत्यांच्या माळा, कमरपट्टे हे तेव्हा शुभ अलंकार मानले जायचे. त्या पुरुषानं तसे अलंकार धारण केले होते. रुप्याचं झाकण असलेल्या एका सुवर्णस्थालीतून त्यानं एक दिव्य पायस आणलं होतं. त्याचं सेवन केल्यानंतर दशरथराजाच्या राण्यांना पुत्रप्राप्ती होणार होती. विष्णुदेवांकडून आलेल्या त्या पुरुषानं ते दिव्य पायस दशरथराजाच्या हाती दिलं आणि तो तिथल्या तिथे निघून गेला !

''देवांच्या दिव्य शक्ती कल्पनेबाहेरच्या आहेत हे मी तरी जाणतो - माझे बंधूही जाणतात. विष्णुदेवांनी आपल्याच अंशापासून हे दिव्य पायस तयार केलं होतं. त्याचं सेवन करून पुत्रप्राप्ती होऊ शकते यावर कदाचित सामान्य लोकांचा विश्वास बसणार नाही. देवांकडे खूप खूप प्रगत शास्त्रं आहेत - त्यातीलच हे एक!

''ऋषींनो!'' वसिष्ठ उत्साहानं म्हणाले, ''त्या पायसाचा परिणाम दिसू लागला आहे. पुढील वसंतऋतूपर्यंत विष्णूंच्या 'अवतारा'नं अयोध्येत जन्म घेतला असेल! इतकंच नाही तर आपल्याच अंशापासून या नव्या अवताराला सहाय्यभूत ठरतील अशा वीरांची उत्पत्ती यक्ष, किन्नर, नाग, वानर, ऋक्ष आणि विद्याधर या समूहांमधे करण्याचंही विष्णूंनी योजलं आहे. तेव्हा ऋषीय कार्याला अवताराची जोड आता मिळणार हे निश्चित!''

सर्व ऋषींनी एकसुरात 'साधू' 'साधू' म्हणून वाहवा केली. देवांचे - विष्णूंचे आभार मानले.

वसिष्ठांनी लगेच म्हटलं, ''ही सुवार्ता देण्यासाठीच मी आज ऋषिमंडळासमोर उपस्थित झालो आहे. महर्षी विश्वामित्रांना या घडामोडींची पूर्ण कल्पना आहे. आता ही वार्ता आर्यावर्तातल्या सर्व ऋषींपर्यंत पोचवण्याचं काम आपण करायचं आहे. नवा अवतार आपल्याला कसा सहाय्यभूत होईल याचंही नियोजन करावं लागणार आहे...''

इतक्यात सेवकानं गव्हाच्या खिरीनं भरलेले वाडगे त्या ऋषिमंडळापुढे आणून ठेवले. भरद्वाजांनी एव्हाना सुपारी संपवली होती. मग खिरीचा एक घोट घेऊन ते म्हणाले, ''इतकी घाई कशासाठी ऋषीवर? मुलं मोठी तर होऊ द्या!''

वसिष्ठांऐवजी विश्वामित्रांनीच उत्तर दिलं, ''ऋषीवर, काळ झटकन् पुढे सरकतो. कार्याचं नियोजन आणि अंमलबजावणी करता करता एक तप केव्हा सरून जाईल ते कळणारही नाही... आणि महत्त्वाचं म्हणजे जे ऋषी तळहातावर मस्तक घेऊन अरण्यांमधे जात आहेत, राक्षसांच्या दहशतीखाली यज्ञ करीत आहेत त्यांना या वार्तेनं हुरूप नाही का येणार? मी स्वत: त्यासाठी पुन्हा कार्यमग्न होणार आहे. तपस्वी ऋषींना पुष्टी देत आर्यावर्तात फिरणार आहे. एका तपानंतर मी त्या पुत्रांना बघायला अयोध्येत जाईन. हे वसिष्ठ मला तशी सूचना देतीलच!''

विश्वामित्रांच्या बोलण्यात अमान्य करण्यासारखं काहीच नव्हतं.

मग मांदार्य उत्साहानं म्हणाले, ''आता मलाही विंध्य पार करून लवकरात लवकर दक्षिणेत उतरलं पाहिजे! आपणा ज्येष्ठ ऋषींचे आशीर्वाद मला नक्कीच मार्गदर्शक ठरतील...''

त्यावर गौतम ऋषी लगेच म्हणाले, ''हे आम्ही म्हणायला हवं मांदार्य!''

''खरं आहे तुमचं म्हणणं ऋषीवर!'' त्यांना अनुमोदन देऊन वृद्ध विश्वामित्र पुढे म्हणाले, ''विंध्य पर्वतरांगांमधे कार्य करणं दुसऱ्या कुणाही ऋषीला आजतागायत जमलेलं नाही. कृषीनं आकार घेतला आहे. परस्पर स्नेहभाव वृद्धिंगत झाला आहे...''

सर्वांनीच विश्वामित्रांच्या बोलण्याला उघडपणानं सहमती दर्शवली.

मग नेत्र मिचकावून ते वृद्ध विश्वामित्र म्हणाले, ''येत्या काही वर्षांतच संपूर्ण विंध्याचलात परिवर्तन आल्याशिवाय राहणार नाही याची मला निश्चिती वाटते. त्यामुळे या मांदार्यांचं नाव आज मी बदलणार आहे–

''विंध्याचलाला 'वाकवणारा' – पर्वतात वास्तव्य करून राहणारा – न गा: इति अगा: । अगा: पर्वता: । – आजपासून हे 'अगस्ती' ऋषी!'

■

२१

आव्हानांची आवर्तने

विंध्याचलातील असंख्य आश्रमांमधे अगस्त्यांनी आपले अनुयायी नेमले होते. एकविचारी आचारसंहिता प्रस्थापित केली होती; आणि मग ते दक्षिणेकडे निघाले होते. विंध्याद्रीनंतर त्यांना आता 'सह्य' पर्वत खुणावत होता– दंडकारण्य तर मोठं आव्हान होतं!

गोदावरीच्या उगमापाशी अगस्त्य हातात जल घेऊन उभे होते. नेत्र मिटले होते. उगवत्या सूर्याला अर्घ्यदान करताना ते मनाशी म्हणत होते, 'हे रविराज, या दंडकारण्याच्या मुखाशी येण्याचं मी धाडस केलं आहे. माझ्या कार्याला - ऋषींच्या या कार्याला यश दे!'

ब्रह्मगिरी पर्वतरांगांमधे अगस्त्य ऋषींनी नुकताच एक छोटा आश्रम स्थापला होता. विंध्याला 'नमवून' ते आता दंडकारण्याच्या सीमेवर येऊन ठेपले होते. वाटेत मध्य भारतवर्षातील 'कोल'नामक जमातीमधे त्यांनी संस्कृती रुजवली होती. गेल्या एका तपात ओंकारेश्वरापासून विंध्यवासिनीपर्यंतची संपूर्ण विंध्य पर्वतरांग वैदिक विचारांनी प्रेरित झाली होती. आर्य संस्कृती सर्वत्र रुजली होती. 'मांदार्य' हे नाव आता विस्मृतीत जाऊ लागलं होतं. विंध्याला वाकवणारा - 'अगस्ती' या बिरुदावलीनंच आर्यावर्त मांदार्यांना ओळखू लागला होता. विंध्याचलाला 'नमवताना' अगस्त्यांनी गेल्या जवळपास दीड तपात अफाट कार्य केलं होतं. रानटी टोळ्यांमधे आर्यसंस्कृती रुजवली होती. त्या संपूर्ण परिसरात शेती आणि त्या अनुषंगानं कुटुंबव्यवस्था प्रस्थापित झाली होती. लोकांची वाईट व्यसनं सुटली होती. नरमांसभक्षण तर केव्हाच खंडलं होतं. मुखात मंत्र आले होते. आचारात पावित्र्य आलं होतं. विचारात सात्विकता आली होती. जीवनात तृप्ती आणि समृद्धी आली होती.

असंख्य स्नातक आणि ब्राह्मणांचे गट अगस्त्यांच्या मार्गदर्शनाखाली त्या विंध्याचलात सतत कार्यरत होते. त्यांनी विंध्याच्या कड्या-कपारीत अगस्त्यांचे विचार पोचवले होते. यज्ञसंस्थेतून वैदिक संस्कृतीचं मूळ तिथे घट्ट रुजवलं होतं. अनेक आश्रमांची शृंखला निर्माण केली होती. वैदिक शिक्षणाबरोबरच कृषी-जल आणि पशुसंवर्धनासारखे विविध उपक्रम तिथे राबवले गेले होते - जात होते.

स्वत: अगस्त्य ऋषी तर कृषीत नवे नवे शोध लावत होते. त्यांनी त्या परिसरात एक संशोधन शालाच सुरू केली होती. त्या शालेत अनेक प्रयोग केले जात होते आणि ते यशस्वीपणे राबवले जात होते. मानवी जीवनमूल्यं समजावणारे अगस्त्य ऋषी हेच त्या जनांचे एकमेव आदर्श बनून गेले होते. तेच त्यांचं दैवत बनलं होतं.

आता अगस्त्यांच्या केवळ एका हाकेवर संपूर्ण विंध्य उभा राहत होता. विंध्यानं दक्षिणेचं द्वार सर्वांसाठी खुलं केलं होतं. उत्तरेतून येणाऱ्या ऋत्विजांचं तिथे स्वागत होत होतं. अनेक ऋत्विज, आचार्य, विद्यार्थी, पुरोहित विंध्य ओलांडून दक्षिणेकडे स्थायिक होऊ लागले होते. अगस्त्यांच्या विशाल कार्यात सहभागी होत होते. सद्विचारी आणि सत्प्रवृत्त जनांचं 'विंध्य' खुल्या मनानं स्वागत करणारच होता; पण दुष्ट आणि विघातक प्रवृत्तींना मात्र तो आडवा गेल्याशिवाय राहणार नव्हता!

विंध्याचलातील असंख्य आश्रमांमधे अगस्त्यांनी आपले अनुयायी नेमले होते. एकविचारी आचारसंहिता प्रस्थापित केली होती; आणि मग ते दक्षिणेकडे निघाले होते. विंध्याद्रीनंतर त्यांना आता 'सह्य' पर्वत खुणावत होता- दंडकारण्य तर मोठं आव्हान होतं! अनेक स्नातक, ब्राह्मण आणि पुरोहितांना घेऊन अगस्त्य ऋषी दंडकारण्याच्या मुखाशी येऊन ठेपले होते. ब्रह्मगिरीच्या पर्वतरांगांमधे आता त्यांनी एक छोटा आश्रम उभारला होता. पर्वताच्या पायथ्याला गौतमऋषी पूर्वीच येऊन राहिले होते. ते कृषक संस्कृती रुजवत होते. त्या दोन ऋषींना परस्पर सहकार्यानं दक्षिण सागरापर्यंत संस्कृती-प्रस्थापनेचं कार्य करता येणार होतं.

अर्थात दंडकारण्याची आव्हानं वेगळी होती. दक्षिण सागरापर्यंत पसरलेल्या त्या विशाल अरण्यात वानर, जटायू आदी अनेक जमाती वास्तव्य करून होत्या. या जमाती दुष्ट प्रवृत्तीच्या नव्हत्या. आर्यावर्तात रानटी-असंस्कृत लोक होते तशाच नरमांसभक्षक टोळ्याही होत्या. पण ते सारे 'मनुष्य' होते.

दंडकारण्यात मात्र वानर-जटायू आदी मनुष्य-जमातींबरोबरच राक्षसांचा मोठा संचार होता. हे राक्षस नरमांसभक्षक तर होतेच; पण ते ऋषीसंस्कृतीचे कट्टर विरोधक होते - देवांचे शत्रू होते. या राक्षसांना रावणानं फितवलं होतं. असुर देशातून समुद्रमार्गे दंडकारण्यात येऊन ठेपलेले हे राक्षस देवांचा प्रतिशोध घेण्यासाठीच आले होते. म्हणूनच रावणाशी त्यांचं सख्य जडलं होतं. या राक्षसांचा एक कलमी कार्यक्रम होता. तो म्हणजे, ब्राह्मणांचा नाश करणं! कारण ब्राह्मण तपश्चर्या करायचे. तपातून ते जमाती-जमातीपर्यंत निरपेक्ष भावानं सद्‌विचार पोचवायचे. वैदिक संस्कृती प्रस्थापित करायचे. एकविचारी मानवसंघ निर्माण करायचे. त्यासाठी यज्ञ करायचे. म्हणून यज्ञात विघ्न आणणं आणि ब्राह्मण पुरोहितांना ठार मारणं हे या राक्षसांचं आवडतं काम बनलं होतं. आर्यावर्तात जाऊनसुद्धा या राक्षसांनी पूर्वी उन्माद केला होता. वसिष्ठाश्रम, च्यवनाश्रम, भरद्वाजांचा आश्रम इत्यादी अनेक ठिकाणी जाऊन या राक्षसांनी ब्राह्मणांना निवडून ठार मारलं होतं.

तरीपण ऋषी-ब्राह्मणांनी प्रचंड तप करून, तपाचं सातत्य राखून - प्रसंगी आत्मसमर्पण करून आर्यावर्तात ऋषीय संस्कृती प्रस्थापित केली होती. राजमंडळं कार्यरत केली होती. जंबुद्वीप अर्थात दंडकारण्याचा प्रदेश हळूहळू आर्यावर्ताला जोडला जात होता. आर्यावर्ताच्या सीमा वाढत होत्या.

आता दंडकारण्य हेच ऋषींपुढे सर्वात मोठं आव्हान होतं.

त्याच विचारात अगस्त्यांनी सूर्याला अर्घ्य दिलं. भगवान सूर्याकडून आशीर्वाद मागितले आणि ते आपल्या शिष्यांसह आश्रमाकडे निघाले.

एवढ्यात एका शिष्याचं लक्ष पर्वत पायथ्याकडे गेलं. गौतम ऋषींनी प्रस्थापित केलेल्या त्र्यंबकेश्वर मंदिराच्या पलीकडच्या बाजूनं सैन्याच्या विशाल पलटणी उत्तरेकडे जाताना त्याला दिसल्या. त्यानं सर्वांचं लक्ष त्या सैन्याकडे वेधलं. ते सैन्य शांतपणे चाललं होतं. त्यांच्यामधे कोणताही जोश दिसत नव्हता किंवा विजयोन्माद दिसत नव्हता.

त्या सैन्याकडे बघतच अगस्त्य म्हणाले, ''ती देवसेना आहे... शंखा, कुणाला तरी खाली पाठव आणि वार्ता घेऊन ये म्हणावं!''

दोघे-तिघे शिष्य त्वरित ब्रह्मगिरी उतरून खाली गेले आणि घटकाभरात परतले. धापा टाकत सोम म्हणाला, ''आचार्य, ती देवसेनाच आहे... दक्षिण मोहिमेवरून परतत आहे...''

''कुणाशी लढायला गेली होती देवसेना?'' अगस्त्यांनी विचारलं.

''रावणाशी!'' आदित्यानं उत्तर दिलं. ''पण पराभूत झाली असं समजलं...''

त्या वार्तेनं अगस्त्यांना धक्का बसला. ते उघडपणे पुटपुटले, ''कशाला हे धाडस करायचं? देवांनी थोडी प्रतीक्षा करायला हवी होती!''

मग शंखाकडे बघून अगस्त्य म्हणाले, ''गौतम ऋषींची त्वरित भेट घ्यायला हवी! नक्की काहीतरी विशेष घडलं आहे असं मला वाटतं... सोम, आदित्य... तुम्ही आश्रमाकडे जा... तिथली सारी व्यवस्था आज तुम्ही पहा... आम्हाला परतायला वेळ लागेल-''

शंखासह अगस्त्य ब्रह्मगिरी उतरू लागले. त्र्यंबकेश्वरापलीकडे असलेल्या गौतम ऋषींच्या आश्रमात पोचायला त्यांना दीड घटका लागला.

अगस्त्यांना तातडीनं आलेलं पाहून गौतम ऋषींना बरं वाटलं. अगस्त्यांचं स्वागत करून ते म्हणाले, ''बरं झालं तुम्ही आलात. काही घटना तुमच्या कानांवर घालायच्याच आहेत. इंद्राचा आततायीपणा याही वेळी आड आला!.. चला माझ्या कुटीत.''

''देव-दैत्य युद्ध झालं काल दक्षिणेकडे.'' गौतमांनी विषयाला लगेच वाचा फोडली. ''रावणानं देवांचा संपूर्ण पराभव केला. रावणपुत्र मेघनादनं तर प्रत्यक्ष इंद्रालाच रणांगणावर नमवलं. काल देवसेना इथे मुक्कामी आली होती. आश्रम परिसरात त्यांच्या राहुट्या पडल्या होत्या. इंद्र मला भेटायला आला होता. पराभवामुळे तो जसा संतापला होता तसाच नैराश्यानं ग्रासला होता.''

''स्वाभाविक आहे-''

''आपली चूक त्याला पुन्हा उमगली. केवळ युद्धानं सर्व प्रश्न मिटत नाहीत. शत्रूचा पूर्ण उच्छेद करण्यासाठी पार्श्वभूमी तयार करावी लागते. राक्षस-दैत्य सामान्य वनवासींचा बुद्धिभेद करतात. संस्कृतीच्या विरोधात काम करण्यासाठी प्रोत्साहित करतात. अशा जनांना ऋषि-कृषीचा मंत्र देऊन प्रथम त्यांच्या उदरभरणाची व्यवस्था करावी लागते. संस्कृतीचे विचार त्यांच्यामधे सातत्यानं रुजवून मग एकविचारी समाज निर्माण करावा लागतो... हे यज्ञीय कार्य आपण जाणताच ऋषीवर!''

अगस्त्यांना गौतमांच्या विचाराची दिशा अद्याप समजली नव्हती.

''ऋषीवर,'' गौतम पुढे बोलू लागले, ''मी आर्यावर्तात वास्तव्य करून असताना इंद्रानं आमच्या 'अहल्ये'वर अर्थात 'कृषी'वर अधिक्षेप केला होता. त्याचं म्हणणं होतं, रावणासारख्या राक्षसांचा विनाश करण्यासाठी सैन्यबळाची आवश्यकता आहे- शेती, आश्रमशाला यांची नाही! ऋषींनी अरण्यात राहून घोर तप करावं, मनुष्य-परिवर्तन करावं आणि अरण्यवासीयांची संघटित शक्ती देवांच्या मागे उभी करावी अशी त्याची इच्छा होती. त्यामुळे रावणासारखा बलाढ्य शत्रूचा पराभव करता येईल असा त्याचा विचार होता.''

''मग आपली भूमिका काय होती?''

''ऋषीवर, मी देवेंद्राला सांगितलं, तू 'अहल्ये'वर - भूमीवरच अधिक्षेप केलास! संस्कृतीच्या प्रस्थापनेसाठी कृषी संस्कृतीची नितांत आवश्यकता आहे. ऋषक-कृषक संस्कृतीच्या प्रस्थापनेतूनच राक्षसी वृत्तींचा आपोआप नायनाट होईल... पण इंद्राला ते पटलं नाही. संस्कृती प्रस्थापनेसाठी पुष्कळ वेळ लागणार होता. तेवढा वेळ थांबण्याची त्याची सिद्धता नव्हती. रावणासारख्या राक्षसाचा त्याला वेळीच नि:पात आवश्यक वाटत होता. त्यासाठी त्याला लढाऊ संघशक्तीची अपेक्षा होती.''

क्षणभर थांबून गौतम ऋषी म्हणाले, ''इंद्राची भूमिका योग्य होती तरी ती मला तितकीशी पटली नव्हती. अप्रत्यक्षपणे तो ऋषक-कृषक संस्कृतीचा उपमर्द करीत आहे असं मला वाटलं. मग मी इंद्राला म्हटलं, ''या संस्कृतीचाच तू उपमर्द केलास, ऋषींच्या तपालाच तू अव्हेरलंस तर तुझं आर्यावर्तातलं राज्यही ठिकाणावर राहणार नाही!

''आमच्यात बरीच वादावादी झाली. अखेर मीही संतापलो आणि इंद्राला रागानं म्हटलं, तू ऋषक-कृषक प्रयोगावरच अधिक्षेप केला आहेस. तू वृषणरहित होशील अर्थात वीर्यहीन होशील - वीरता गमावून बसशील! इंद्र रागावून निघून गेला. मीही तिथला कृषीचा प्रयोग सोडून दिला. शेती संपली. मशागत केलेली भूमी शिलावत कडक होऊन गेली. त्या भूमीला - भूमिपुत्रांना मी म्हटलं, मी आता साधनेसाठी हिमालयात जात आहे. एक दिवस दशरथपुत्र - महान योद्धा राम इथे

येईल. या पडिक भूमीचं हृदगत तोच जाणेल. तेव्हाच या 'अहल्ये'चा उद्धार होईल. तोपर्यंत तुम्ही तुमचा 'पाठ' पक्का करीत रहा!'' रामाकडून अपेक्षित असणारं कार्य गौतमांना माहीत होतं. म्हणूनच ते ठामपणे तसं म्हणाले होते.

काही काळ हिमालयात साधना केल्यानंतर ऋषिमंडळाच्या विनंतीवरून गौतम ऋषी पुन्हा कार्यरत झाले होते. ते दंडकारण्याच्या मुखाशी येऊन राहिले होते. ब्रह्मगिरी पर्वतरांगांमधील जमातींना त्यांनी कृषिशास्त्र शिकवलं होतं.

तोपर्यंत तिथल्या जमातींची फळं आणि शिकार एवढ्यावरच गुजराण चाले. गौतम ऋषींनी कृषिशास्त्र शिकवण्यापूर्वी त्या जमातींमधे प्रथम सद्विचार भरले. दया, अभिमानशून्यता, परोपकार वृत्ती आणि इंद्रियनिग्रह त्या जमातींना समजावला; आणि मग त्यांना कृषीचा मंत्र दिला. त्यावेळी त्यांनी त्या जमातींना समजावलं होतं की, पाऊस पडलाच नाही तर फळं कोठून मिळणार? म्हणून कृषी करून, त्यात स्वत:ला कष्टवून उत्पादन मिळू शकतं आणि भावी कालासाठी ते टिकवूनही ठेवता येऊ शकतं.

कृषी करायची तर जलाची प्रामुख्यानं आवश्यकता असते. पुष्कळ विचार आणि संशोधन केल्यानंतर गौतमांना ब्रह्मगिरीवर एक जलस्रोत सापडला. मधेच गुप्त झालेल्या त्या जलस्रोताचं उगमाचं ठिकाण हुडकून त्यांनी आपल्या सहकाऱ्यांसह एका नदीला प्रवाहित केली. तीच नदी 'गोदावरी' या नावानं प्रसिद्ध झाली होती. नदी प्रवाहित झाल्यावर त्या महान ऋषींनी कृषीचा प्रयोग सिद्ध केला आणि एक आदर्श समाज त्या परिसरात घडवला. त्यांचं कार्य बघायला साक्षात 'त्र्यंबकेश्वर' तिथे अवतरले.

अगस्त्य ऋषी म्हणाले, ''ऋषीवर! आपण कृषीत एवढं संशोधन केलंत! इथल्या पर्वतीय जमातींना कृषिमंत्र देऊन प्रोत्साहित केलंत... त्यांच्यात समृद्धी आणलीत... आपल्या कार्याला माझा नमस्कार आहे. आपण आपलं कार्य असंच सुरू ठेवावं असं मला वाटतं. या भारतवर्षातून राक्षसांना नामशेष करणं, रावणासारख्या अत्यंत प्रबळ शत्रूचा विनाश करणं एवढंच उद्दिष्ट इंद्राच्या डोळ्यांपुढे आहे. म्हणून त्यानं पूर्वी आपला उपमर्द केला असेल...''

''असेल! पण ऋषीय कार्यामुळेच आज आर्यावर्त सुसंस्कृत झाला ना? राक्षसमुक्त झाला ना? आपण तर संपूर्ण विंध्याचल बदलून टाकलात ऋषीवर! केवढं आभाळाएवढं कार्य केलंत आपण! ते नरमांसभक्षक संपले - त्यांच्यात सुपरिवर्तन झालं. म्हणून तर आज राज्यव्यवस्था शांततेत नांदू शकतात ना? आर्यावर्तातला सामान्य प्रजाजन ऋषींच्या अशा कार्यामुळेच भयमुक्त झाला ना? ऋषींमुळेच तो सुसंस्कृत आणि समृद्ध जीवन जगू लागला ना? हे कार्य करताना किती ब्राह्मण-ऋषींनी आपल्या प्राणांची आहुती दिली! त्याची काही मोजदाद? आणि जे जगले त्यांच्या पदरी काय पडलं? ही अशी उपेक्षाच ना?''

त्यांना समजावताना अगस्त्य म्हणाले, ''ऋषीवर, आपला संताप मी समजू शकतो. पण आपण थोडंच काही मिळवण्यासाठी कार्य केलं? आपल्याला कोणत्याही राजमंडळात 'राजर्षी' म्हणून पद नकोय्... धनाची अपेक्षा नाही, प्रसिद्धीची तर त्याहूनही नाही! आपली बांधिलकी केवळ परमेश्वराशी! त्याचं प्रेम मिळवण्यासाठी आपण तप करतो... रामच सारं काही पाहून घेईल! त्याचीच प्रतीक्षा आहे!''

रामाची प्रतीक्षा सर्वांनाच होती. अगस्त्य ऋषींचाही त्याला अपवाद नव्हता.

ताटकावधानंतर रामाचं नाव आर्यावर्तात दुमदुमत होतं.

मध्यंतरी त्या संदर्भात पुष्कळ घडामोडी घडल्या होत्या.

दोन तपांपूर्वी त्या 'दैवी' पुत्रांचा इक्ष्वाकू कुळात जन्म झाला होता. दशरथ राजाची थोरली पत्नी कौसल्या हिच्या पोटी रामानं जन्म घेतला होता. सुमित्रा नामक दुसऱ्या राणीच्या पोटी लक्ष्मण आणि शत्रुघ्न यांनी; तर कैकेयीच्या पोटी भरत जन्माला आला होता. सारेच पुत्र परमेश्वराचे अंश होते. थोरला राम तर सद्गुणांचा कळस होता.

ताटका वधानंतर रामाच्या अनेक सद्गुणांची आर्यावर्तात चर्चा होत होती. तो आत्मसंयमी होता. तेजस्वी, धैर्यवान, जितेंद्रिय आणि बुद्धिमान म्हणून प्रसिद्ध होता. तो उत्तम वक्ता होता तसाच वेदवेदांगांचं तत्त्व जाणणारा होता. धनुर्वेदामधे तर त्याचा हात धरणारा आर्यावर्तात दुसरा कुणीही योद्धा नव्हता. श्रेष्ठ योद्धा असूनही तो धर्मपालन करणारा वैदिक धर्मरक्षक होता. तो सागरासारखा प्रशांत, हिमालयाप्रमाणे उत्तुंग व्यक्तिमत्वाचा आणि चंद्रासम शीतल होताच; पण क्रोधवश झाल्यावर तो प्रलयकाळाच्या अग्नीप्रमाणे भासायचा! अर्थात मूळचा तो क्षमाशील वृत्तीचाच होता. भावी काळात राक्षसांचा कर्दनकाळ ठरणाऱ्या अशाच दैवी योद्ध्याची भारतवर्षाला – विशेषतः ऋषींना प्रतीक्षा होती. ऐन कुमार वयातच राम-लक्ष्मणांचे सद्गुण दिसून आले होते.

ऋषिमंडळानं ठरवल्याप्रमाणे योग्य वेळी महर्षी विश्वामित्र दशरथाकडे गेले होते. त्यांनी दशरथाकडे राम-लक्ष्मणांची मागणी केली होती. तेव्हा दशरथराजानं असमर्थता दर्शवत महर्षींना म्हटलं होतं, 'माझे हे दोन्ही पुत्र देवदुर्लभ आहेत. ते कुमार कोवळे आहेत. अयोध्येबाहेर ते कधी गेलेले नाहीत...'

दशरथराजानं असमर्थता दाखवल्याबरोबर विश्वामित्र पुन्हा ऋषिमंडळाकडे गेले होते. ऋषिमंडळानं राजर्षी वसिष्ठांशी संपर्क साधला होता. मग वसिष्ठऋषींनी दशरथ राजाची समजूत काढून राम-लक्ष्मणांना विश्वामित्रांबरोबर पाठवण्याची व्यवस्था केली होती.

महर्षी विश्वामित्रांबरोबर अनेक वनांमधून फिरताना राम-लक्ष्मणांना ऋषींच्या अस्थींचे ढिगारे दिसले होते. अयोध्येसारख्या सुंदर आणि प्रगत नगरीत राहून राम-लक्ष्मणांना वनांमधल्या भीषण वास्तवाचं भान कधीच आलं नसतं. त्यांच्या

अवतरणाची इतिकर्तव्यता आणि हेतू समजलाच नसता. म्हणूनच ऋषिमंडळाची त्या कुमारांना अयोध्येबाहेर नेण्याची योजना होती. अनेक वनांमधून फिरताना राम-लक्ष्मणांना उद्ध्वस्त झालेले ऋषींचे आश्रम बघायला मिळत होते. जिथे जिथे अगस्त्यऋषींनी कार्य केलं होतं तिथे तिथे ती ताटका नामक राक्षसी विध्वंस करताना त्यांना दिसत होती. त्या राक्षसीला ठार मारणं कुणाही वीराला आजपावेतो जमलं नव्हतं.

परंतु विश्वामित्रांच्या सांगण्यावरून रामानं त्या दुष्ट राक्षसीचा वध केला होता. मग पुढे तीर्थयात्रा करीत विश्वामित्रांनी त्या दोन देवपुत्रांना मिथिलेत नेलं होतं. जनकाची सुकन्या सीता हिच्याशी विश्वामित्रांनी रामाचा वाङ्‌निश्चय केला होता. यथावकाश विवाहसोहळा संपन्न होऊन सारेजण अयोध्येला परतले होते.

आता प्रतीक्षा होती राम दक्षिणेत येण्याची.

अगस्त्य पुढे म्हणाले, ''ऋषीवर, आपणा सर्व ऋषींना रामाची प्रतीक्षा आहे. पण-''

''पण काय?''

''माझ्या माहितीप्रमाणे दशरथ राजा रामाला अयोध्येबाहेर पाठवायला मुळीच अनुकूल नाही. महर्षी विश्वामित्रांबरोबर त्यानं मोठ्या अनिच्छेनं दोन्ही पुत्रांना पाठवलं होतं. दंडकारण्य म्हणजे राक्षसांचं आगर! शिवाय देवांचा पराभव करून रावण उत्कल प्रांतापर्यंतचं क्षेत्र प्रभावित करू लागला आहे. त्याला संपूर्ण भारतवर्षात साम्राज्य पसरायचं आहे. दैवी-वैदिक संस्कृती उखडून टाकायची आहे. त्याचा प्रतिकार करणारा समर्थ योद्धा रामाशिवाय या पृथ्वीवर दुसरा कुणीही नाही. साऱ्या ऋषिमंडळाचे नेत्र आता रामाकडे लागून राहिले आहेत. अन्यथा-''

गौतमांनी एक सुस्कारा सोडला. मग म्हणाले, ''याचा अर्थ राम इतक्यात येण्याची शक्यता नाही! किती काळ आपण प्रतीक्षा करायची? अनेक ठिकाणी असंख्य ऋषींनी केलेली तपं व्यर्थ...'' त्यांना पुढे बोलवलं नाही.

तेव्हा त्यांची समजूत घालताना अगस्त्यऋषी म्हणाले, ''चिंता करू नका ऋषीवर! आणखी बऱ्याच घडामोडी मला समजल्या आहेत!''

''कशा? कोणत्या?''

''मी एक सिद्ध आहे, ऋषीवर!'' अगस्त्य हसत पुढे म्हणाले, ''म्हणजे माझ्या काशीतल्या आश्रमातून आलेल्या स्नातकांनी काही वार्ता आणल्या आहेत...''

गौतम ऋषी शंकित मुद्रेनं पहात होते.

''ऋषीवर, एक मोठं षड्यंत्र अयोध्येत आकार घेत आहे. अर्थात ही वार्ता गुप्त आहे. केवळ आपल्याला म्हणून सांगतो-''

''सांगा... ती गुप्तच राहील-''

"ब्रह्मदेवांच्या अनुमतीनं इंद्रदेव या संदर्भात कार्यरत आहे! अयोध्येतल्या अंत:पुरातील व्यक्तींना तो प्रेरणा देत आहे... रामाचा यौवराज्याभिषेक पुढील मासात अयोध्येत संपन्न होणार आहे. तोपर्यंत देव आणि ऋषी यांचं सु-षड्यंत्र आकार घेईल याची निश्चिती वाटते!... रामाला या दंडकारण्यात यावंच लागेल... आणि पुढे...!!"

अगस्त्य ऋषींनी गौतमांना सारं काही अभोगत स्वरूपात सांगितलं होतं. अर्थात गौतमांना सारं काही जाणून घ्यायची उत्सुकता होतीच; पण अगस्त्यांना तो विषय पुढे वाढवायचा नव्हता.

गौतमांचा निरोप घेऊन ते त्यांच्या आश्रमातून बाहेर पडले.

एका तपानंतर राम दंडकारण्यात येणार आहेत हे भाकीत त्या देव-ऋषींना माहीत नव्हतं असं थोडंच होतं?

त्या दिवशी अनध्याय होता. अगस्त्यऋषी आपल्या पुरोहित-स्नातकवर्गासह दोन योजन अंतरावरील एका वन्य वस्तीत कार्यार्थ गेले होते. केवळ दहा-बारा वानप्रस्थी आणि चार स्नातक आश्रमात थांबले होते. आश्रमाची व्यवस्था पाहणं आणि रक्षण करणं हे दायित्व त्यांच्याकडे होतं. आश्रम परिसरात असणारी बोरं, पेरू, आलू आदी वृक्षांवरची फळं स्नातकांनी कार्यकर्त्यांसाठी आदल्याच दिवशी काढून ठेवली होती. आता दोघे स्नातक प्रात:कालीच आणखी फळं काढण्यात मग्न झाले होते. दोघे-तिघे वानप्रस्थी आश्रमानजीकच्या कृषीत धान्य गोळा करण्याचं काम करीत होते. गौतमऋषींनी जरी 'अहल्या' शिलावत् केली असली तरी अगस्त्य ऋषी ऋषी-कृषीविचारांचं प्रक्षेपण-प्रस्थापन त्यांच्या या नव्या आश्रमातून करीतच होते.

ब्रह्मगिरी परिसरात काही वर्षं कार्य केल्यानंतर अगस्त्यऋषींनी आणखी दक्षिणेकडे सरकून जनस्थानात या विशाल आश्रमाची प्रस्थापना केली होती. भावी कालात 'प्रवरा'नदी म्हणून नावारूपाला आलेल्या नदीच्या खोऱ्यात त्यांनी कृषी रुजवली होती. आश्रमीय जनांसह आजूबाजूच्या जमातींचे लोकही कृषी करू लागले होते. यव, तांदूळ, गहू, ज्वारी, हरभरा, बाजरी, उडीद आदी पिकं आलटून-पालटून तिथे घेतली जायची.

आताही ते वानप्रस्थी आणि इतर काही लोकांनी प्रात:कालीच कृषिकार्य आरंभलं होतं.

एव्हाना वर्षाकाल सरला होता. विविध पिकांची कणसं शेतात डोलत होती. कडधान्याच्या शेंगा तरारून उठल्या होत्या. ते आश्रमीय 'कृषक' वाळलेल्या शेंगा तोडत होते. वृक्षांवर चढलेले दोघे स्नातक त्या कृषकांच्या 'श्रमपरिहारा'ची व्यवस्था

पहात होते! दत्तानं वृक्षांवरून काढलेली फळं गौरांग त्या कृषकांना शेतात नेऊन देत होता.

त्या दिवशी मागे थांबलेले आश्रमीय जन फलाहारच करणार होते. त्यामुळे फळांची-कंदांची आवश्यकता भासणारच होती. मध्यान्हीचा फलाहार आणि थोडी विश्रांती झाल्यानंतर आश्रमीय कृषक पुन्हा कार्यमग्न झाले होते. शिंदीची फळं पाडून झाल्यानंतर आणि आणखी बोर-करवंद गोळा केल्यानंतर दत्ता ऐन संध्यासमयी चिंचेच्या झाडावर चढला होता.

गौरांग त्याला म्हणत होता, ''दत्ता, सूर्य मावळतीला जाऊ लागलाय्... आता चिंचा नकोत-''

''अरे थांब! थोड्याच गाभुळ्या काढतो. उद्या आपले आश्रमीय परततील... अन्न शिजवावं लागेल. कालवणासाठी चिंचा लागतील की!''

''मग उद्या सकाळी काढू की! ते पहा कृषक शेतातून परतत आहेत... उतर खाली!''

त्याच्या बोलण्याकडे लक्ष न देता दत्ता त्या मध्यम उंचीच्या चिंचेच्या शेंड्यावर पोचला देखील! तिथून त्यानं सभोवार दृष्टी फिरवली. तेव्हा आश्रम-परिसराचं अतिशय विलोभनीय दृश्य त्याच्या दृष्टीत भरलं. पश्चिमेकडे दूरवर घनदाट वृक्षराजींनी समृद्ध असलेल्या डोंगररांगांनी आश्रम परिसराला कोंदण दिलं होतं. रत्नगडातून उगम पावलेली पूर्ववाहिनी 'प्रवरा' नामक नदुली आश्रमाच्या दक्षिणेकडून प्रवाहित होत पुढे जात होती. दुतर्फा गर्द वृक्षवल्लरींची जणू तिला आभूषणं लाभली होती. जांभुळ, आम्र, बेल, वट, पिंपळ, बकुळ, चिंच आदी विशाल वृक्ष तिच्या दोन्ही तटांचं संरक्षण करीत होते. पश्चिमेकडच्या डोंगररांगांमधून झिरपलेले अनेक छोटे-छोटे झरे तिला येऊन मिळताना नैसर्गिक साहचर्याचं दर्शन घडवीत होते. अनेकविध पक्षी-प्राणी, औषधी वनस्पती, कीटक यांनी तो सारा परिसर समृद्ध बनला होता. निसर्गराजानं त्या परिसरावर मोहोर उमटवून जणू त्या परिसराला आपली राजधानी बनवलं होतं!

अगस्त्य ऋषींनी त्या परिसरात आपला आश्रम उभारून जणू 'मणिकांचन' योगाचीच अनुभूती सर्वांना दिली होती. सारे आश्रमीय जन तिथे प्रशांत जीवन व्यतीत करीत होते. तपश्चर्येतून केलं जाणारं भगवद्कार्य आणि निसर्गाशी राखलेलं साहचर्य यातून मिळणारी समृद्धी आणि तृप्ती सारे आश्रमीय पुरेपूर अनुभवत होते.

तो सारा परिसर न्याहाळत असताना दत्ता मनोमन सुखावून गेला होता. चिंचेच्या शेंड्याची एक फांदी पकडून तो म्हणाला देखील, ''गौऱ्या, अरे या वृक्षावरून सारा परिसर काय दिसतो म्हणून सांगू! ये तू वर...''

''तूच खाली ये! मला तुझ्यासारखं वृक्षाच्या शेंड्यावर जाता येत नाही माहीत आहे ना?''

''मुकतो आहेस रे या आनंदाला! अरे, त्या रत्नगडाकडे जाणारा तो सूर्य बघ! या आपल्या नदीला... मिळणारे... ते झरे... गौऱ्या!''

''काय झालं रे?''

''ते बघ!''

''काय?''

दत्ता काही सांगण्याच्या मन:स्थितीतच नव्हता... तो झपाट्यानं घसरत-ठेचकाळत झाडावरून उतरू लागला.

''काय झालं दत्त्या?''

''सांगतो...'' शेवटच्या - खालच्या फांदीवरून दत्तानं अक्षरश: उडी मारली. भूमीवर तो थोडासा हेलपाटला...

दम खाऊन तो म्हणाला, ''तो राक्षस... तोच तो-''

''कोण? मारीच?''

''हो... तो ती वनं तुडवत इकडेच येत आहे. ते वृक्ष कोलमडून पडताहेत बघ!''

थोडा वेळ ते दोघे त्या राक्षसाच्या उन्मादाकडे बघत राहिले.

दूरवरच्या वनातून अत्यंत भेसूर आवाज कानी पडू लागला होता. मोठमोठे वृक्ष उन्मळून पडू लागले होते. झाडाझुडपांमधून उमटणारी सळसळ, पालापाचोळा तुडवल्याचा कर् कर् आवाज, वृक्षाच्या फांद्या तुटण्याचे आवाज असे संमिश्र आवाज त्या कंपायमान ध्वनीत मिसळून गेले होते.

ते पाहताच गौरांग आणि दत्ता आश्रमाच्या दिशेनं धावत सुटले. धावताना ओरडत होते, 'तो राक्षस आला आहे... धावा! लपून बसा...'

एव्हाना तो धिप्पाड राक्षस आश्रमीय शेतीपाशी येऊन पोचला होता. कापणीला आलेली पिकं शेतात डोलत होती. लवकरच ती 'लक्ष्मी' आश्रमाची समृद्धी वाढवणार होती. पण काही क्षणातच त्या राक्षसानं त्या 'लक्ष्मी'चा गळा घोटला! कर्णकटू आवाज काढत त्यानं ती शेती यथेच्छ तुडवायला सुरुवात केली. उभी पिकं भुईसपाट होऊ लागली. मूग, तूर आदी शेंगांची झुडपं त्यानं उपटून प्रवरेच्या पात्रात फेकून दिली.

शेतीची नासाडी करून झाल्यावर तो राक्षस आश्रम-परिसराकडे येऊ लागला. सारे वानप्रस्थी तेव्हा लपून बसले होते. आश्रमाचं संरक्षण करण्यासाठी मात्र चारही स्नातक मिळेल त्या शस्त्रांनिशी आश्रमाबाहेर उभे ठाकले होते.

मारीच तेव्हा त्यांच्यापुढे येऊन उभा राहिला. सात हात उंचीच्या त्या काळ्याकभिन्न राक्षसानं कमरेला तसंच काळं वल्कल बांधलं होतं. त्याच्या डोईवर बैलाच्या शिंगांपासून बनवलेलं ओबडधोबड शिरस्त्राण होतं. कुरळ्या केसांच्या

जटा त्या शिरस्त्राणाबाहेर लोंबत होत्या. प्राण्याच्या हाडांपासून तयार केलेल्या कर्णकुंडलांनी त्याच्या भेसूर स्वरूपाला 'शोभा' आणली होती. त्याच्या काळ्याकुट्ट उघड्याबंब शरीराला कित्येक दिवस जलाचा स्पर्शही झालेला नसावा! तुडवलेल्या पिकाचे पर्ण-कण त्याच्या अंगाला चिकटून बसले होते.

आश्रमापाशी येऊन मारीचानं कर्णकटू आवाज काढला. त्याबरोबर आश्रमात लपून राहिलेल्या स्त्रिया किंचाळू लागल्या. काही वानप्रस्थींची दातखिळी बसली. आश्रमीय भूमीत निर्भयपणे वावरणारे ससा-मोर-मृगादी प्राणी दाट झाडीत लपून बसले.

तथापि, चार आश्रमीय युवक त्या राक्षसापुढे समर्थपणे उभे ठाकले होते.

दत्तानं मारीचाच्या दिशेनं तीरकमटयातून भराभर तीर सोडले. दुसऱ्यानं पाषाणाचा वर्षाव सुरू केला. तिसरा गोफणीतून दगड फेकू लागला. पण त्या राक्षसावर त्या आक्रमणाचा फारसा परिणाम होत नव्हता.

दाणदाण ढांगा टाकत तो पुढे आला आणि त्यानं गौरांगाची खांद्यावर रुळलेली शिखा पकडली. गौरांग ओरडू लागला. राक्षस त्याला फरफटत नेऊ लागला. गौरांगानं प्रतिकार सुरू केला. त्याचवेळी दत्तानं आणि इतर दोघा स्नातकांनी राक्षसावर पाषाणांचा वर्षाव केला. तेव्हा गौरांगाला सोडून तो पाषाण चुकवू लागला. एक पाषाण त्याच्या वर्मी लागला. तेव्हा कर्णकटू आवाज काढून तो पुन्हा घनदाट अरण्याकडे गेला आणि दिसेनासा झाला.

दत्ता आणि सहकारी गौरांगजवळ गेले. तो निपचित पडला होता. त्याचा ऊर धपापत होता. सर्वांग रक्तबंबाळ झालं होतं. शिखा अस्ताव्यस्त झाली होती. मस्तकातून रक्त वहात होतं. त्याहीपेक्षा अन्याय्य आक्रमणामुळे तो मनातून दुखावला गेला होता. त्याच्या नेत्रांमधून घळाघळा अश्रू वहात होते.

स्नातकांनी त्याला आश्रमातल्या एका कुटीत उचलून नेलं. तिथल्या जाणकार वानप्रस्थींनी त्याच्या क्षतींवर लेपन केलं.

दक्षिण भारतवर्षातली राक्षसांची आव्हानं अद्याप संपली नव्हती - संपणारही नव्हती - ऋषींच्या यज्ञकार्याला समर्थ संरक्षक लाभेपर्यंत!

■

२२

कायाकल्प!

पन्नाशीनंतर शरीर वृद्धत्वाकडे झुकू लागतं. त्याचं कारण म्हणजे शरीर-मनात साठून राहिलेला कचरा! विचारांचा कचरा सांभाळून वृद्ध माणूस केवळ आठवणीत रमतो. 'कायाकल्प' विधीचा वृद्ध मनुष्याला लाभ होतोच - नाही असं नाही. परंतु त्यापेक्षा मनाची स्वच्छता अधिक महत्त्वाची असते. यौगिक क्रियांनी आपण कायेचं वृद्धत्व लांबवू शकतो. मनावर केलेल्या संस्कारांमुळे वृद्धत्वाचं भानही नष्ट होऊ लागतं. काया-परिवर्तनापेक्षा मनाला तारुण्य लाभणं हाच खरा 'कायाकल्प' आहे.

"मंत्रसामर्थ्यावर तुम्ही विश्वास ठेवा!" अगस्त्य शिष्यांना समजावत होते. "गौरांग, तुला त्या राक्षसापासून मोठा उपद्रव झाला... पण आता तो या आश्रम परिसरात कदापि फिरकू शकणार नाही यावर विश्वास ठेव! हा आश्रम परिसर आता मंत्रांनी प्रभावित झाला आहे. काही वर्षं मंत्रप्रभाव टिकेल. पुन्हा नव्यानं अभिमंत्रण करावं लागेल... माझ्या साऱ्या सिद्धी आणि मंत्रतंत्र विद्या मी यासाठी कारणी लावल्या आहेत!"

गौरांगच्या क्षतींची पुन्हा विचारपूस करून अगस्त्य म्हणाले, "राम इथे येतील तेव्हाच त्या राक्षसाचा - त्याच्यासारख्या अनेक राक्षसांचा उच्छेद होईल. तोपर्यंत मंत्र काम करतील-"

अगस्त्यांच्या कथनावर अविश्वास दाखवण्याचं कारणच नव्हतं. सारे शिष्य त्यांच्या समवेत मंडलाकार बसून त्यांचं बोलणं ऐकत होते.

दत्तानं विचारलं, "आचार्य, तो राक्षस आपल्याला त्रास का देतो? आपण तर त्याला कोणतीच पीडा दिलेली नाही..."

अगस्त्य क्षणभर शांत राहिले.

तेव्हा सुतीक्ष्ण नावाच्या शिष्यानं तो विषय लावून धरत विचारलं, "आपण ब्रह्मगिरीहून इथे आलो आणि तो राक्षस यायला लागला...!"

अगस्त्य शांतपणे उत्तरले, "त्याला कारण मीच आहे!"

"आपण?" सारे शिष्य केवढ्यांदा ओरडले!

पलीकडे बसलेल्या वृद्ध कपिलकांनी विचारलं, "आपला काय संबंध आचार्य?"

"सांगतो-"

मग अगस्त्यांच्या मुखातून सारेजण तो इतिहास ऐकू लागले -

आर्यावर्तातील सरयू नदीच्या किनाऱ्यावरून दक्षिणेकडे गेल्यानंतर 'मलद' आणि 'कुरुष' नावाचे दोन मोठे प्रदेश होते. वृत्रासुराला मारल्यानंतर देवांसह इंद्र आकाशमार्गानं सरयू नदीकाठी आला होता. तिथे ऋषींनी पवित्र गंगाजल आणलं होतं. जलाभिषेक करून इंद्रानं तिथे पापक्षालन विधी केला होता. देवांना आर्यावर्तात

भूमी हवीच होती. इंद्राला तो अस्पर्शित प्रदेश आवडला. म्हणून त्यानं तो प्रदेश देव आणि ऋषींच्या वास्तव्यासाठी योग्य असा बनवला. प्रदेश सुंदर बनवण्यासाठी आर्य, ऋषी आणि देव या सर्वांचेच श्रम कारणी लागले होते. 'सुर्य' देशात तग धरून राहणं देवांना दिवसेंदिवस कठीण झालं होतं. त्यामुळे भारतवर्षातील अनेक प्रदेश वास्तव्यासाठी सुयोग्य करण्याचं त्यांचं कार्य चाललं होतं. मलद आणि करूष हे प्रदेश असेच सुंदर बनवले होते. धव, अश्वकर्ण, ककुभ, बिल्व, तिंदुक, पाटल, बदरी यांसारख्या असंख्य वृक्षांनी ते वन सुशोभित झालं होतं.

महत्प्रयासानं देव-ऋषींनी तो प्रदेश वास्तव्यासाठी सुयोग्य करूनही ते तिथे राहू शकले नव्हते. त्याला कारण म्हणजे सुकेतू नामक यक्षाची कन्या ताटका!

अगस्त्य ऋषींनी ताटकेसंदर्भातला इतिहास थोडक्यात सांगितला –

सुकेतू नावाचा सज्जन यक्ष पूर्वी होऊन गेला होता. त्याला अपत्य नव्हतं. म्हणून त्यानं पुष्कळ साधना केली. ती फलद्रूप होऊन त्याला हे ताटका नामक कन्यारत्न झालं. ताटका अतिशय सुंदर होती. तिनं जेव्हा यौवनात पदार्पण केलं तेव्हा सुकेतूनं तिचा विवाह जंभपुत्र सुंद याच्याशी लावून दिला. त्या सुंदापासूनच ताटकेला मारीच नावाचा पुत्र झाला.

हा पूर्ववृत्तान्त सांगून अगस्त्य ऋषी पुढचे प्रसंग सांगू लागले– ''सांस्कृतिक कार्य करीत मी जेव्हा दक्षिणेकडे सरकत होतो तेव्हा हा सुंद माझ्या संपर्कात आला. तो बोलून चालून राक्षसी प्रवृत्तीचा होता. त्याला सुधारायचा मी पुष्कळ प्रयत्न केला. पण त्याच्यात सुधारणा न होता तो सर्व जनांना तापदायक ठरू लागला. ऋषीय कार्याला हानी पोचवू लागला. अखेर मला त्याचा वध करावा लागला. त्यामुळे ताटका खूप संतापली. ती आणि मारीच मला मारायला धावून आले... मी ऋषीय जीवनपद्धती स्वीकारली असली तरी मी एक समर्थ योद्धाही आहे; शिवाय तप:साधना करताना मला अनेक सिद्धीही प्राप्त झाल्या आहेत ही गोष्ट त्या दोघांनाही माहीत नव्हती. त्या दोघांचा प्रतिकार करीत असतानाच माझ्या मुखातून शापवाणी उच्चारली गेली– मारीचा, तुझं वर्तन सज्जन मनुष्यासारखं नाही... तेव्हा तू राक्षस होशील... आणि ताटके, तुझं हे सुंदर रूप नाहीसं होऊन तुला घोर रूप प्राप्त होईल. तुझी मुद्रा आणि देह आक्राळ-विक्राळ होऊन तू नरमांसभक्षक होशील!''

अगस्त्यच पुढे म्हणाले, ''इंद्रानं मला 'शाप' दिला ती एक साधी 'आज्ञा' होती. पण माझ्या तोंडून निघालेली शापवाणी ही एका सिद्ध ऋषीची शापवाणी होती! तिचा परिणाम होणारच होता. माझं मन तेव्हा सैरभैर होऊन गेलं होतं. ज्या नरमांसभक्षकांना सुधारण्यासाठी मी 'तप' करीत होतो त्याला छेद देणारी गोष्टच तेव्हा माझ्या हातून घडली होती.''

थक्क होऊन सारे आश्रमवासी आपल्या गुरूचं अवलोकन करीत होते. वाचासिद्धी प्राप्त झालेल्या आपल्या गुरूविषयी त्यांना परमादर वाटत होता. अशा

गुरूचा आपल्याला सहवास घडतो आहे या विचारानं साऱ्यांचंच अंत:करण उचंबळून आलं होतं.

"त्यामुळे ते राक्षस बनलेले माता-पुत्र मला त्रासदायक ठरू लागले. जिथे जिथे मी तप करीत गेलो; तिथे तिथे हे दोघं माझं कार्य उद्‌ध्वस्त करून टाकू लागले. धनधान्य आणि वनश्रींनी समृद्ध झालेले मलद आणि करूष हे दोन प्रदेश या माता-पुत्रांनी असेच उद्‌ध्वस्त करून टाकले. आता त्या वनात पुन्हा व्याघ्र, सिंह, वराह, गज मुक्तपणे संचार करतात. अनेक प्रकारचे कीटक तिथे आहेत. भास पक्ष्यादी अनेक हिंस्र पक्ष्यांचे दारुण शब्द आता तिथे ऐकू येतात. रानटी वेली-वनस्पतींनी तो सारा प्रदेश व्यापून टाकला आहे. आता पुन्हा काही ऋषी त्या प्रदेशात कार्यरत झाले आहेत. कारण रामानं ताटकेला मारलं आहे. मारीच मात्र माझा प्रतिशोध घेण्यासाठी या दंडकारण्यात येऊन ठेपला आहे.

"आश्रमीय जनांनो, 'प्रतिशोध-भावना' ही फार मोठी, कधीही नामशेष न होणारी कीड असते. पूर्वी वृत्रपर्वताचे बंधारे उद्‌ध्वस्त करून कृत्रिम प्रलय घडवून आणल्यामुळे सहस्रो असुर-राक्षसांना जलसमाधी मिळाली. तेव्हापासून ते देवांचा प्रतिशोध घेण्यासाठी तत्पर झाले. मोह ही वृत्ती त्यामागे असते. त्याच मोहापायी माली-सुमाली यांसारख्या राक्षसांनी देवांकडून लंका आयती मिळवली. पण तेवढं करून ते थांबले नाहीत. त्यांना आणखी हाव सुटली. म्हणून त्यांनी देवांवर आक्रमण केलं. तेव्हा उरूवासी विष्णूंनी त्यांचा पराभव करून त्या राक्षसांना पाताळात ढकलून दिलं. पुढे जन्माला आलेल्या रावणाला वाटलं, देवांनी आपली 'हक्का'ची लंका अन्यायानं हिरावून घेतली! म्हणून तो प्रतिशोधासाठी तत्पर झाला. भारतवर्षाच्या किनाऱ्याला लागलेल्या राक्षसांपुढेही तसाच एकसूत्री कार्यक्रम होता - जिथे जिथे देव जातील तिथे तिथे जाऊन प्रतिशोध घेणं!

"आश्रमीय जनहो, हे दुष्टचक्र केव्हा थांबणार? ऋषींनी सर्व जमातींच्या दैवतांचा स्वीकार करून परस्परांमधे समरसता निर्माण करण्याचा पूर्वीपासून प्रयत्न केला - आजही करीत आहेत. त्यासाठी घोर अरण्यात जाऊन त्यांनी तप केलं - आजही करीत आहेत. परस्परांमधे बंधुभाव निर्माण झाल्याशिवाय हा प्रश्न सुटणार नाही, या पृथ्वीवर शांतता प्रस्थापित होऊ शकणार नाही... त्यासाठी आपल्या कार्यात सातत्य ठेवावं लागेल. मारीच-रावण यांसारख्या राक्षसांनी उद्‌ध्वस्त केलेल्या ऋषीय कार्याची पुन्हा पुन्हा प्रस्थापना करावी लागेल..."

अगस्त्य बोलायचे थांबले तेव्हा वृद्ध कपिलकांनी नेत्र पुसत म्हटलं, "महर्षी, केवढा संयम आहे आपला! आपल्यासारख्या ऋषींनी निर्माण केलेली सुव्यवस्था डोळ्यांदेखत मातीमोल होऊन जावी ही तशी दु:खदायक घटना! पण-"

अगस्त्य मंद स्मित करीत म्हणाले, "अहो, जो आव्हानं स्वीकारतो, संस्कृती प्रस्थापनेसाठी - संस्कृतीच्या संवर्धनासाठी रक्त आटवतो, हाडाची काडं करतो,

संकटावर मात करून पुन्हा समर्थपणे उभा ठाकतो त्यालाच 'ऋषी' म्हणतात ना! आपल्या व्रतापासून जो विचलित होत नाही, मानवता प्रस्थापनेच्या कार्यात जो अढळ राहतो आणि हे कार्य करीत असताना प्रसंगी जो आपले प्राणही पणाला लावतो त्यालाच ऋषी म्हणतात की नाही?''

सर्वांनी संमतिदर्शक माना डोलावल्या.

मग सुतीक्ष्ण नावाच्या शिष्याकडे पाहून अगस्त्य म्हणाले, ''मग हे कार्य तूही उचलायला नको का?''

संभ्रमित मुद्रेनं सुतीक्ष्ण त्यांच्याकडे पहात असतानाच अगस्त्यऋषी त्याला म्हणाले, ''सायंप्रार्थना आणि भोजनानंतर माझ्या कुटीत ये!''

एवढं बोलून अगस्त्यांनी ॐकार म्हटला. सारेजण आपापल्या कार्यासाठी निघून गेले.

सुतीक्ष्णानं अगस्त्यांच्या कुटीत प्रवेश केला तेव्हा त्याचे गुरू लेखनात मग्न असलेले त्याला दिसले. एक तेलदिवा त्यांच्या बैठ्या मंचकाजवळ तेवला होता. त्याचा पिवळसर मंद प्रकाश अगस्त्यांच्या मुद्रेवर पसरला होता. मागच्या कुडाच्या भिंतीवर त्यांची विशाल सावली त्यांच्या विशाल व्यक्तिमत्वाप्रमाणेच डोलत होती. लाकडी बोरूनं त्यांचं भूर्जपत्रांवर कसलं तरी लेखन चाललं होतं.

सुतीक्ष्ण आल्याचं त्यांना समजलं होतं. हातानंच त्यांनी त्याला समोर येऊन बसायची खूण केली. तो आपल्या गुरूपुढे विनयानं येऊन बसला.

''हे बघ सुतीक्ष्णा... संहाराचं काम तत्काळ होऊ शकतं. सर्जनशील कार्य उभं करण्यासाठी पुष्कळ कालावधी लागतो. सर्जनशील कार्यात ताटकेसारखे असुरी लोक अडसर आणतातच! राक्षस-असुर हे सात्विक जनांपेक्षा नेहमीच प्रबळ असतात. तथापि, राजसी आणि तामसी विचारसरणी कितीही प्रबळ झाली तरी त्यासमोर वरवर कमकुवत वाटणारी सात्विक वृत्ती एक ना एक दिवस प्रभावी ठरतेच ठरते!''

सुतीक्ष्णानं या गोष्टी, हे विचार गुरुमुखातून अनेकदा ऐकले होतेच. त्यामुळे आचार्यांनी तातडीनं बोलावण्याचा उद्देश अद्याप त्याच्या ध्यानात आलेला नव्हता.

त्याच वेळी अगस्त्य त्याला म्हणत होते, ''सुतीक्ष्णा, तुझं वेदाध्ययन पूर्ण झालं आहे. अनेक शास्त्रं तुला अवगत झाली आहेत. शस्त्रविद्याही तू जाणतोस. या आश्रमातलं तुझं शिक्षण पूर्ण झालं आहे... आता सर्जनशील कार्य करण्यासाठी तू आश्रमातून बाहेर पडायचं आहेस!''

ते ऐकून सुतीक्ष्णाच्या नेत्रांमधे टच्कन पाणी उभं राहिलं. ''आचार्य... मी... मी-''

त्याला गलबलून आलं.

''माझा काही अपराध...?''

''अपराध...? छे रे! अरे, ज्ञानसंपन्न होणं हा अपराध असतो का? उलट तू सारं शिक्षण अल्पकाळातच पुरं केलंस...

सुतीक्ष्ण खरोखरच तैलबुद्धीचा होता. सारी शास्त्रं त्यानं विधिवत् आत्मसात केली होती. त्या काळी शिक्षण ठराविक प्रकारचं असे. कालाला अनुसरून शिक्षणाचे उद्देशही ठरवले गेले होते. विद्यार्थ्याच्या मनात पावित्र्य आणि धार्मिकता यांची भावना निर्माण करणं, त्यांच्या चारित्र्याचं संवर्धन करणं, व्यक्तिमत्वाचा विकास करणं, कर्तव्याची जाणीव करून देणं आणि संस्कृतीची वृद्धी तसंच प्रसार करण्याची इच्छा त्याच्या मनात निर्माण करणं हा शिक्षणाचा प्रमुख उद्देश असे. याबरोबरच मूर्ताकडून अमूर्ताकडे जाण्याचा मार्गही शिक्षणातून दाखवला जाई. त्याकाळी आकाशस्थ ग्रहगोल सहज दिसत. स्वाभाविकच त्या संदर्भातली गणितं आश्रमातील पाठशाळांमधे शिकवली जात. गूढार्थ सहज ध्यानात यावा म्हणून विद्यार्थ्याला अनेक विषय रूपक आणि लक्षणस्वरूपात समजावून दिले जात. वैदिक मंत्रांची संथा देणं हा शिक्षणातला प्रमुख भाग असे. याप्रमाणेच इतिहास, नाराशंसी गाथा, छंदशास्त्र, याज्ञिक कर्म, भूमिती आणि ज्योतिषशास्त्र हेही विषय आश्रमांमधे शिकवले जात.

त्याकाळी ऋषी आणि आर्यजन भारतवर्षातील अरण्यांमधे जाऊन यज्ञयाग करीत असत. अरण्यवासीयांशी प्रेमानं संबंध जोडत असत. अशा वेळी भाषेचं आदान-प्रदान होत असे. परंतु; त्यामुळे मूळ वैदिक सिद्धान्त भ्रष्ट होऊ नयेत किंवा इतर भाषांमुळे मूळ संस्कृत भाषा दूषित होऊ नये म्हणून ती भाषा व्याकरणबद्ध करण्याचं कार्यही सुरू झालं होतं. त्याचंही शिक्षण विद्यार्थ्यांना दिलं जाई. विद्यार्थ्याला शस्त्रविद्या, गायनकला, जादूटोणा, गणित, कृषी, पशुपालन इत्यादी विषयांचं ज्ञान द्यायलाही प्रारंभ झाला होता. मोठ्या नगरांजवळच्या आश्रमशाळांमधे या शिक्षणाबरोबरच पाथरवटाचा व्यवसाय, नृत्य, धनुर्वेद, औषधींची विद्या, शिल्पकला आदी विषयही विद्यार्थ्याच्या आवडीनुसार शिकवले जात.

सुतीक्ष्ण अशा कित्येक विद्यांमधे पारंगत झाला होता.

अगस्त्य पुढे म्हणत होते, ''तुझ्यासारखा स्नातक ही या आश्रमाची शोभा आहे! पण केवळ ज्ञानसंपन्नता असणं ही ऋषिकार्याची इतिकर्तव्यता नसते. उलट तो ऋषिकार्याचा प्रारंभ असतो! भगवद्कार्यासाठीच तुला आश्रम सोडून जायचं आहे!''

''आपल्याला सोडून कुठे जाऊ आचार्य?'' त्याच्या नेत्रांमधून अश्रू ओघळायला लागले. अगस्त्यांनाही गलबलून आलं.

ते म्हणाले, ''मलाही खूप दुःख होतं हे सांगताना... पण ऋषींनी असं भावनेत अडकायचं नसतं. आपली भेट नित्य होतच राहणार आहे. कारण मी तुला फार दूर

पाठवणार नाही. इथून उत्तरेकडे केवळ चार योजन अंतरावर तू नवा आश्रम प्रस्थापित करायचा आहेस... गौतम ऋषींचं तिथलं कार्य काहीसं थंडावलं आहे. नवीन आश्रम स्थापून तू त्यांच्याच कार्याला गती द्यायची आहेस! तू एकटा नाहीस सुतीक्ष्ण... शास्त्र आणि शस्त्रसिद्ध असणाऱ्या वीस युवकांना मी ही दीक्षा देणार आहे. प्रत्येकाशी वैयक्तिक बोलून नंतर सर्वांची समारंभपूर्वक विविध भागात पाठवणी करायची आहे. रामानं ताटकेला मारलं आहे. आणखी काही वर्षांनी राम-लक्ष्मण आणि सीता या वनात येतील! तोपर्यंत ऋषीय कार्य या दंडकारण्यात प्रस्थापित व्हायला हवं!''

सुतीक्ष्णाच्या मस्तकावर आपला उजवा हात ठेवून अगस्त्य म्हणाले, ''विजयी भव!... जा तू!''

सुतीक्ष्णानं आपल्या गुरूपुढे भूमीवर मस्तक टेकलं आणि मग तो कुटीबाहेर जाऊ लागला. अगस्त्यांनी आपले नेत्र मिटून घेतले - क्षणभरच! मग एकदम नेत्र उघडून त्यांनी जोरात हाक मारली- ''सुतीक्ष्णा!''

सुतीक्ष्णानं धावतच कुटीत प्रवेश केला.

''काय झालं आचार्य?''

''भगवान परशुराम चार दिवसांपूर्वी नर्मदा आश्रमातून निघाले आहेत. येत्या दोन दिवसात ते आपल्या आश्रमात येत आहेत. त्यांचं उचित स्वागत व्हायला हवं... उद्या प्रातःकाली सर्वांना सूचना दे!'' अगस्त्यांनी त्याच्याकडे पहात मंद स्मित केलं.

''ठीक आहे आचार्य!''

सुतीक्ष्ण कुटीबाहेर पडला. त्रिकालाचं ज्ञान असणाऱ्या सिद्ध अगस्त्य ऋषींचे आपण शिष्य आहोत याविषयी त्याला धन्यता वाटत राहिली.

बरोबर दोन दिवसांनी परशुराम अगस्त्याश्रमात ऐन संध्यासमयी येऊन पोचले. आश्रमीय जनांनी भावपूर्ण अंतःकरणानं त्यांचं यथोचित स्वागत केलं. सारे सोपस्कार पार पडल्यानंतर दोन ऋषी एकांतात बोलत बसले.

''मला कायाकल्प करून घ्यायचा आहे ऋषीवर!'' भगवान परशुरामांनी आपल्या आगमनाचा उद्देश विनासंकोच सांगितला.

अगस्त्यांनी हसून म्हटलं, ''आता या वयात कायाकल्प?''

''कायाकल्प 'या' वयातच करायचा असतो ना ऋषीवर! तरुण वयात कायाकल्पाची का आवश्यकता?'' विनोदानंच परशुराम पुढे म्हणाले, ''काया वृद्ध होऊ लागली की कायाकल्प!''

दोघेही खळखळून हसले.

''ऋषीवर, आपण स्वतः सिद्ध आहात. आपलं कार्य तर किती महान! आपण संपूर्ण विंध्याला 'वाकवलंत,' सागराला 'नमवलंत!' आपण भविष्यवेत्ते आहात.

कायाकल्पासह अनेक अतर्क्य विद्या आपल्याला अवगत आहेत हे मी जाणतो... म्हणून मी मुद्दाम आपल्याकडे आलो!''

''पण भगवान्... आपल्याला कायाकल्प करून घेण्याची काय आवश्यकता आहे? आपली शरीरयष्टी केवढी पिळदार आहे. आपण शक्तिमान आहात. अनेक क्षत्रिय राजांना आपण नमवलंत-''

''ते खरं आहे... अनेक क्षत्रियांशी लढताना माझा शक्तिक्षय झाला. कार्तवीर्य सहस्रार्जुनानं माझे पिताश्री जमदग्नी यांना ठार मारलं. मग मी क्रोधविष्ट झालो. क्षत्रियांचा संहार आरंभला. नर्मदेच्या तीरी मी कार्तवीर्याला ठार मारून प्रतिशोध घेतला. त्याच्या पुढच्या पिढीचाही विनाश केला. त्यानंतर मी अनेक उन्मत्त क्षत्रियांचा संहार केला; पण श्रीरामाला मात्र मी हरवू शकलो नाही. रामानं मिथिलेत शिवधनुष्य तोडलं होतं. मग मी माझं विराट आणि दिव्य असं 'वैष्णव' धनुष्य त्याच्या पुढे केलं - त्याची परीक्षा घेण्यासाठी. त्या धनुष्याला रामानं सहज प्रत्यंचा चढवली! रामाचं श्रेष्ठत्व मी तेव्हाच मान्य केलं.

''त्याच दरम्यान माझे गुरू कश्यप ऋषी यांनी मला बोलावून घेतलं. 'गुरुदक्षिणा' म्हणून त्यांनी माझ्याकडून आर्यावर्ताचं दान मागितलं. अर्थात मी आर्यावर्त सोडून दक्षिणेकडे जावं अशीच त्यांची इच्छा होती. म्हणून मी इथे आलो...''

परशुरामांनी सारा पूर्ववृत्तान्त आणि दक्षिणेकडे येण्याचा हेतू एका दमात विशद केला.

अगस्त्य म्हणाले, ''या साऱ्या वार्ता माझ्या कानावर आल्या होत्याच. विशेषत: आपले पिताश्री जमदग्नीऋषींना त्या सहस्रार्जुनानं ठार मारल्याचं समजलं होतं. संस्कृतिप्रस्थापन कार्यात ती फार मोठी आहुती पडली होती. काही महिन्यांपूर्वी वृद्ध भृगुऋषीही इहलोक सोडून गेले...''

''म्हणूनच या ऋषींचं कार्य पुढे सुरू ठेवण्याची प्रेरणा मला माझ्या गुरूंकडून मिळाली. आपलं मार्गदर्शन घेण्याविषयी माझ्या गुरूंनीच सुचवलं...''

''ते मी करीनच! पण कायाकल्प करून घेण्याची तुम्हाला काय आवश्यकता? मी नाही का वृद्धत्वाकडे झुकलो?''

''ऋषीवर, आपल्या कार्याची मी बरोबरीच करू शकत नाही. पण तप:साधना करायची म्हणजे शरीर उत्तम आणि निरोगी हवं ना! म्हणून-''

अगस्त्यऋषी पुन्हा हसले. ''किमान तीन मास तरी तुम्हाला इथे वास्तव्य करावं लागेल... मग मी तुम्हाला पुढचा मार्ग सांगीन!''

परशुरामांचे भेदक नेत्र आनंदानं चमकले.

दीक्षान्त समारोह संपन्न होत आला होता. सुतीक्ष्णासह एकूण वीस स्नातकांना त्या दिवशी यज्ञीय दीक्षा दिली गेली होती. भगवान परशुरामांच्या उपस्थितीत त्या भावपूर्ण कार्यक्रमाचं आयोजन ऐन चैत्र मासाच्या अखेरीला केलं गेलं होतं. त्या वीस स्नातकांनी भल्या पहाटेच मुंडन करून डोईवर खांद्यापर्यंत लांब अशी शिखा ठेवली होती. मुंडन केलेल्या मस्तकावर झेंडूच्या माळा बांधल्या होत्या. गोमयानं सारवलेल्या भूमीवर ते सारे स्नातक ओळीनं बसले होते. आश्रमातल्या स्नातकांनीच बसण्यासाठी नारळाच्या झावळ्यांपासून बस्करं तयार केली होती. चार दिवस अगोदरच बस्करांसभोवती गहू पेरले होते. त्यामुळे प्रत्येक चौकोनी बस्करासभोवती तशीच गव्हांकुरांची महिरप सजली होती. शुभ्र सुती अन्तरीय - धोतर आणि तसंच शुभ्र उत्तरीय प्रत्येक स्नातकानं खांद्यावरून पांघरलं होतं.

समोर आचार्यवर्गासाठी एक उच्चासन सिद्ध केलं होतं. कामट्या, करवंट्या, पानं-फुलं, नारळाच्या झावळ्या, चटया यांनी ते उच्चासन सजवलं होतं. साराच परिसर गोपद्म, ॐकार, स्वस्तिक आदी सांस्कृतिक चिन्हांनी सजला होता.

शुभ्र वस्त्रांकित पाच आचार्य उच्चासनावर बसले होते. परशुरामांसह अगस्त्यऋषीही मधोमध स्थानापन्न झाले होते. एव्हाना प्रत्येक आचार्यानं आणि दोघा स्नातकांनी आपापलं मंतव्य केलं होतं. दोन्ही बाजूंनी भावनिक शब्द उच्चारले गेले होते.

आता अगस्त्यऋषी बोलू लागले-

'माझ्या प्रिय शिष्यांनो! शिष्य तरी कसं म्हणायचं तुम्हाला? इतकी वर्षं तुम्ही या आश्रमात राहिलात... परस्पर स्नेहाचं भावबंधन इथे अनुभवायला मिळालं. आज तुम्ही आश्रम सोडून जाणार... तुम्ही तुमच्या मातापित्यांना सोडून आठ-दहा वर्षांपूर्वी या आश्रमात आलात. त्यावेळी तुमच्या माता-पित्यांची काय मनोवस्था झाली असेल याचा अनुभव मी आज घेत आहे. गुरुगृही येण्यासाठी जेव्हा तुम्ही निघाला असाल तेव्हा तुमच्या मातेला काय वाटलं असेल? तिला वाटलं असेल, नको याला गुरुगृही पाठवायला... पण आपला मुलगा सुसंस्कृत व्हावा, शिकावा म्हणून त्यावेळी तुमच्या आईनं काळजावर दगड ठेवला असेल... आज माझीही तशीच अवस्था आहे... तुम्ही मला सोडून...'

अगस्त्यांना हुंदका आवरता आला नाही. नेत्रांमधून दोन अश्रू भूमीवर टपकले.

'आज तुम्ही शिकला आहात - सुसंस्कृत झाला आहात. आता आपापल्या घरी जा. उद्योग-व्यवसाय करा... पण संस्कृती-प्रसाराच्या कार्याला कधीही अंतर देऊ नका! आज वीस स्नातक इथून जाणार आहेत. पण त्यातल्या पाच जणांवर मी विशेष दायित्व दिलं आहे. हे स्नातक स्वत:ची आश्रमशाळा चालवून ऋषीय कार्यही करतील. हे पाच स्नातक म्हणजे गौरांग, सुतीक्ष्ण, दत्तात्रय, सोम आणि विद्यारण्य... ऋषीय कार्य करण्यासाठी हे पाच जण स्वयंसिद्ध आहेत. दंडकारण्य, ब्रह्मगिरी, नर्मदा आदी ठिकाणी यांचे आश्रम प्रस्थापित होतील. उर्वरित स्नातक आपापल्या गावी

जाऊन पाठशाळा सुद्धा सुरू करू शकतील... आज आपल्या इथे साक्षात् भगवान परशुराम अवतरले आहेत. त्यांच्याच हातून स्नातकांनी दीक्षा घ्यावी!'

त्या दिवशी परशुराम 'दीक्षित' बनले. प्रत्येक स्नातकाचं त्यांनी गंडाबंधन केलं. आपापल्या आचार्यांना, परशुरामांना आणि विशेषत: अगस्त्यऋषींना वंदन करताना प्रत्येक स्नातकाला गहिवरून येत होतं. दीक्षान्त समारोह संपन्न झाला तरी भावनांचा जोर ओसरला नव्हता. गेली आठ-दहा वर्षं परस्परांच्या सान्निध्यात व्यतीत केल्यानंतर होणाऱ्या ताटातुटीबद्दल प्रत्येकालाच दु:ख होत होतं. स्नातक परस्परांना भेटत होते - आलिंगन देत होते.

सूर्य दहा अंगुळं वर आला तेव्हा ते वीस स्नातक आश्रम सोडून निघाले. त्यांच्या जाण्याची सिद्धता आधीच केली होती. कुणाचे पालक त्यांना न्यायला आले होते तर कुणी स्वत:हून प्रवास करून जाणार होतं. अश्व, बैलगाडे त्यांना घेऊन जाण्यासाठी सज्ज होते.

स्नातकांना घेऊन ती वाहनं निघाली तेव्हा त्यांच्याकडे पहात अगस्त्यऋषी आणि इतर आश्रमीय जन आश्रमद्वाराशीच थांबले. त्यावेळी प्रत्येकाच्या नेत्रांमधून अश्रू ओघळत होते. कुणीच कुणाशी बोलत नव्हतं.

काही वेळातच सारा आश्रम सुना सुना होऊन गेला. दोन मासांनंतर नवीन विद्यार्थी येईपर्यंत तो आश्रम असा सुना सुनाच राहणार होता!

अंगणातच तैलमर्दन विधी ऐन रंगात आला होता! आश्रमातला चंपीवाला परशुरामांचं अंग तीळाच्या तेलानं रगडत होता. चौपायीवर पहुडलेले परशुराम त्यामुळे सुखावून गेले होते. चंपी करताना चंपीवाला मुखातून विविध प्रकारचे आवाज काढत होता, हलकी शिळ घालत होता. मधूनच लाकडी लाटण्यानं पोट-पाठ-कंबर रगडत होता. अंगठ्यानं कमरेखाली ठराविक ठिकाणी दाब देत होता. त्यावेळी मात्र परशुराम थोडे ओरडत होते.

तेव्हा चंपीवाला त्यांना सांगत होता, ''भगवन्, आपण दोन मासांपूर्वी इथे आलात. त्यावेळी किती ओरडत होता! ज्याअर्थी विशिष्ट ठिकाणी दाब दिल्यानंतर दुखतं त्याअर्थी शरिरात कुठे कुठे अनियमितता झालेली असते. पण आता दु:ख किती कमी झालं आहे पहा! पोटातल्या वायूचं संतुलन बिघडलं की अनेक प्रकारचे त्रास उद्भवतात. तैलमर्दन आणि विशिष्ट नसा दाबून बिघडलेलं संतुलन पूर्ववत् होतं. आपल्याला हे नाही जाणवत?''

परशुराम उठून बसले. त्यांची गौरकाया तेव्हा तरारून उठली होती. चंपीवाल्याचं कौतुक करताना ते म्हणाले, ''अरे, आता फार काही दुखत नाही... पुन्हा यौवनात पदार्पण केल्यासारखंच वाटतं मला!''

चंपीवाला त्यांचे खांदे दाबू लागला. परशुरामांचे लांब केस तेव्हा जटेसारखे डोईवर बांधले होते.

''नुसतं शरीरच नव्हे; तर आपले केस सुद्धा काळे होऊ लागलेत भगवन्!''

तो तैलमर्दन 'विधी' चालू असताना इतर आश्रमीयजन आपापल्या कार्यात मग्न होते. कुणी नदीवरून कुंभात जल भरून आणत होतं तर कुणी स्नानाची व्यवस्था पहात होतं. पहाटेच गोमयानं सारवलेल्या अंगणात काही आश्रमीय महिला रंगावल्या रेखत होत्या. पलीकडच्या अंगणात आश्रमातले उर्वरित विद्यार्थी हुतूतू खेळत होते; तर काही विद्यार्थी एका विशाल आम्रवृक्षावर चढून 'पांसुविकर्षण' हा खेळ खेळत होते. फांदी हलवून दुसऱ्या गटातील मुलाला पाडण्याचा तो धसमुसळा खेळ होता! असे मैदानी - वृक्षांवर चढाओढ करून खेळलेल्या खेळांमुळे तरुण स्नातक चांगले धष्टपुष्ट होत. नवीन स्नातक येईपर्यंत विद्यार्थ्यांना काही दिवस अनध्याय होता. त्यामुळे दिवसभर थोड्याफार उनाडक्या करणं, भरपूर खेळणं, आजूबाजूच्या वनात सहल काढणं, प्रवरेत पोहणं अशा मौजमजेत विद्यार्थी रमून जायचे. त्यात परशुराम आश्रमात आल्यामुळे त्यांच्या उत्साहाला कोण उधाण आलं होतं! प्रतिदिनी रात्री भोजन उरकल्यानंतर विद्यार्थ्यांना परशुरामांकडून अनेक गोष्टी, वीरश्रीच्या कथा ऐकायला मिळत. त्याबरोबरच परशुरामांच्या कायाकल्प-विधीत सुद्धा ते सहकार्य करीत.

एव्हाना तैलमर्दन आटोपलं होतं. चंपीवाल्यानं हाताचे पंजे जुळवून परशुरामांच्या मानेवर, पाठीवर आघात केले होते. आता त्यांचा साग्रसंगीत स्नानविधी संपन्न होणार होता!

कृतज्ञताभावानं ते चंपीवाल्याला म्हणाले, ''तू माझी खूप सेवा केलीस रे! आश्रमातल्या सर्वांनीच मला साथ दिली - प्रेम दिलं. आता ऋषीवरांच्या अनुज्ञेनं मी उद्या इथे प्रस्थान ठेवणार!''

चंपीवाला म्हणाला, ''भगवन्, मलाही आपल्या सान्निध्याची सवय झाली! आपली सेवा करायला मिळाली हे मी माझं परमभाग्य समजतो...''

''अरे, मग एवढा खंतावतोस का? सेवेची आणि माझ्या सान्निध्याची संधी तुला देतो की अजून! चल माझ्याबरोबर!''

''कुठे भगवन्?''

''ऋषीवर सांगतील तिथे!''

''पण-''

''अरे, गंमत केली तुझी! या महान् ऋषींना सोडून कुठेही जाऊ नकोस हो! ते साक्षात् देव आहेत. संपूर्ण भारतवर्षात त्यांच्या कार्यानं गती घेतली आहे... अशा महर्षींचा सहवास लाभणं हे महत्‌भाग्य असतं. मीही तीन मास तो आनंद घेतला! समाधान पावलो. आता त्यांची अनुज्ञा घेऊन-''

परशुरामांना पुढे बोलवलं नाही. अगस्त्यऋषींच्या प्रेमळ सान्निध्यात त्यांच्या कठोर अंत:करणालाही पाझर फुटायला लागला होता. तीन मास त्यांना तीन दिवसांसारखे वाटले. अजून काही दिवस अगस्त्यांच्या सान्निध्याचा आनंद लुटावा असं क्षणभर त्यांना वाटलं. पण ते तसं करणार नव्हते. कारण कायाकल्प करून प्राप्त केलेलं नवयौवन त्यांना पुन्हा भगवद्‌कार्यात झिजवायचं होतं. तीच त्यांची जीवननिष्ठा बनून गेली होती. अगस्त्यऋषींच्या मार्गदर्शनाखालीच ते पुन्हा कार्यरत होणार होते.

कुटीतल्या मिणमिणत्या दीपाच्या प्रकाशातही परशुरामांचं व्यक्तिमत्व खुलून उठलं होतं. तीन मास निष्ठेनं केलेल्या कायाकल्प विधीमुळे त्यांच्या व्यक्तिमत्वात अमूलाग्र परिवर्तन घडून आलं होतं. अगस्त्यांच्या मार्गदर्शनाखाली त्यांनी यौगिक क्रिया केल्या होत्या. तैलमर्दन प्रतिदिनी झालं होतं. याचबरोबर विविध औषधींची योजना आणि मनावर झालेले सकारात्मक संस्कार यांमुळे त्यांच्या शरीरावरील वृद्धत्व-निदर्शक त्वचा गळून पडली होती. नागानं कात टाकावी आणि नव्या जोमानं सळसळ करावी असाच प्रकार घडला होता. ते पुन्हा तरुण दिसू लागले होते. त्यांची प्रमाणबद्ध शरीरयष्टी तेजस्वी दिसू लागली होती. शत्रूला भयभीत करणाऱ्या खदिरांगार नेत्रांतही भावपूर्ण चमक आली होती.

त्यांच्या मुखातून तसेच भावपूर्ण शब्द आता बाहेर पडले, ''ऋषीवर! काय चमत्कार केलात आपण! मला नवचैतन्य लाभलं!''

''हा चमत्कार नाही भगवन्, शास्त्र आहे!'' अगस्त्य सांगू लागले, ''दर सात वर्षांनी मेंदूतल्या पेशी वगळता शरीरातली पेशीन् पेशी बदलू लागते. दर बारा वर्षांनी हे परिवर्तनाचं कार्य पूर्ण होतं. मनुष्याला नकळत नवीन शरीर लाभतं. पण पन्नाशीनंतर शरीर वृद्धत्वाकडे झुकू लागतं. त्याचं कारण म्हणजे शरीर-मनात साठून राहिलेला कचरा! कुमार वयात आशा असते; तर वृद्धत्वात केवळ स्मृती असते. विचारांचा कचरा सांभाळून वृद्ध माणूस केवळ आठवणीत रमतो. त्याच्यापुढे भवितव्य नसतं. 'कायाकल्प' विधीचा वृद्ध मनुष्याला लाभ होतोच - नाही असं नाही. परंतु त्यापेक्षा मनाची स्वच्छता अधिक महत्त्वाची असते. यौगिक क्रियांनी आपण कायेचं वृद्धत्व लांबवू शकतो. मनावर केलेल्या संस्कारांमुळे वृद्धत्वाचं भानही नष्ट होऊ लागतं.''

''त्याचा अनुभव मी घेतच आहे... अंगात नवा जोम संचारला आहे. नवी उमेद आली आहे. नव्या आशा पल्लवित झाल्या आहेत...''

''काया-परिवर्तनापेक्षा मनाला तारुण्य लाभणं हाच खरा 'कायाकल्प' आहे भगवन्! इथे तज्ज्ञांच्या मार्गदर्शनाखाली तुमच्या कायेत परिवर्तन घडवून आणलं गेलंच; परंतु सकारात्मक विचारांनी तुमच्या मनात साठलेलं स्मृतींचं ओझं मी कमी

केलं. 'शोक' नाहीसा केला. शोक म्हणजे पूर्वी घडलेले आणि अनुभवलेले प्रसंग षड्रिपूंच्या आधारानं मनात धरून ठेवणं! त्या ठिकाणी ऐन तारुण्यात असतात तशा नव्या आशा आपण प्रतिस्थापित केल्या. शरीर-मनाचं असं संतुलन केल्यामुळेच आपण पुन्हा यौवनात पदार्पण केलं आहे! आता नव्या महत्त्वाकांक्षा!''

''महत्त्वाकांक्षा?''

''अर्थात! परमेश्वरी कार्यच करण्यासाठी आपला जन्म आहे ना?''

''खरं आहे... पण कुठे आणि काय कार्य करावं हे मला अजून समजत नाही-''

''मी सांगतो ना!'' अगस्त्य हसत म्हणाले. ''दंडकारण्यात माझं कार्य आकार घेत आहे. माझे स्नातक विविध ठिकाणी आश्रम स्थापत आहेत. नर्मदा ते गोदावरी-प्रवरा एवढ्या परिसरात अनेक ऋषी कार्यरत आहेत. राम दंडकारण्यात आल्यानंतर मी माझ्या काही शिष्यांसह दक्षिण-पूर्वेकडे जाईन. आता राहता राहिला प्रांत म्हणजे पश्चिम किनारपट्टी. इथून दक्षिणेकडे जाऊन दक्षिण-पश्चिम किनारपट्टीवर तुम्ही कार्य करावंत असं मला वाटतं.''

''पण कार्य तरी काय करू?''

''प्रथम मनुष्य परिवर्तन... मग भूमी! तिथे डोंगराळ प्रदेश आहे. सागरापर्यंत भूमी तयार करावी लागेल. कृषी रुजवावी लागेल...''

अगस्त्यांनी मग परशुरामांना कार्याची दिशा समजावली. ती ऐकून परशुराम संतुष्ट होऊन गेले. नवी काया सळसळू लागली. नव्या आशा पल्लवित झाल्या. त्यात अगस्त्यऋषींचं मार्गदर्शन लाभल्यामुळे ते कार्यतत्पर झाले.

अगस्त्यांना वंदन करून ते म्हणाले, ''ऋषीवर! आपण माझं जीवनच बदलून टाकलंत. माझी कर्मभूमी मला दिसू लागली आहे... उद्या पहाटेच मी या आश्रमात प्रस्थान ठेवत आहे. मी आपला कृतज्ञ आहे. आपली स्मृती सदैव माझ्या मनात राहील!''

ती भेट तिथेच संपली.

अगस्त्यांचा निरोप घेऊन परशुराम कुटीबाहेर पडले.

त्याच वेळी सुभद्रादेवींनी सहेतुक अगस्त्यांच्या कुटीत प्रवेश केला होता!

■

२३

गूढ दिव्य तरंगांचं

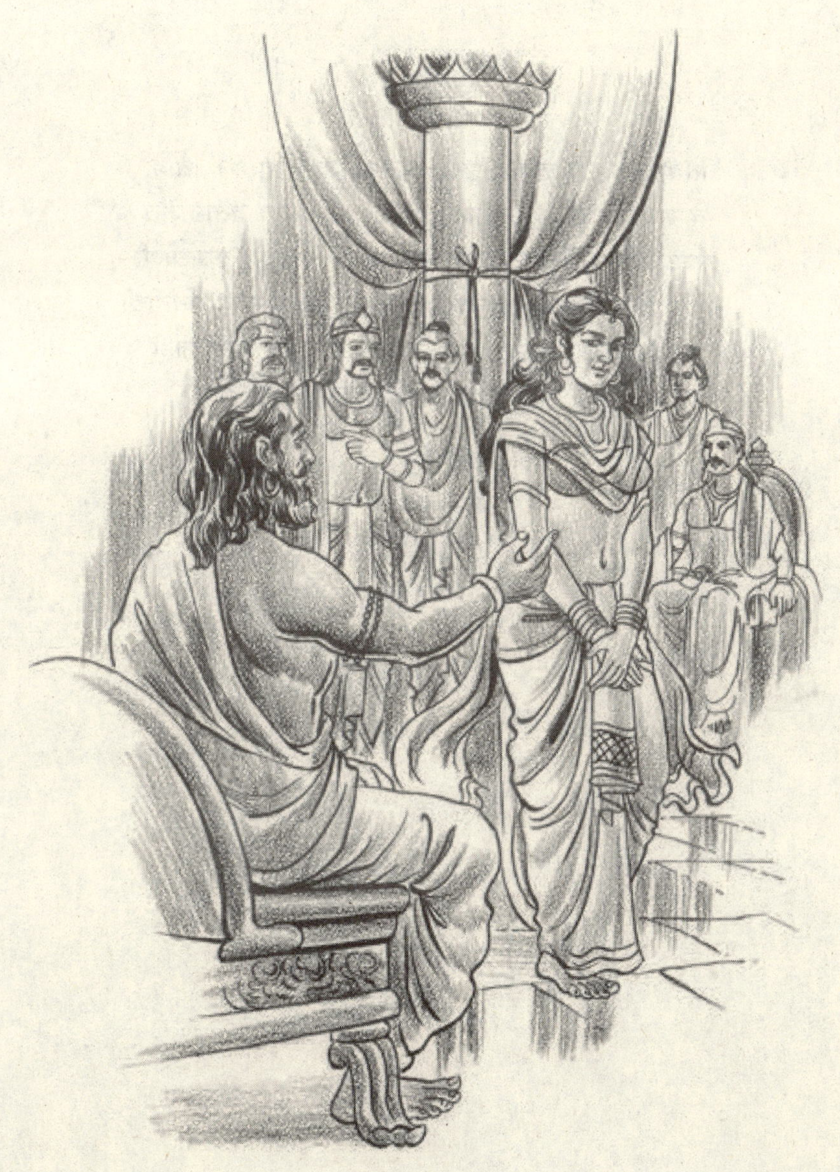

विवाह करून संतान उत्पन्न करणं हा तुझा धर्म आहे. ते संस्कृतीचंच एक कार्य आहे. पृथ्वीवरचा नवनिर्मित समाज हा सात्विक, तृप्त, सुसंस्कृत, विचारी, कर्मयोगी आणि ईश्वराभिमुख व्हावा म्हणून तर अशा शुद्ध संततीची आवश्यकता असते. पण तू मात्र आम्हाला अजूनही तरंगतच ठेवलं आहेस!

“त्या परशुरामांचा तू कायाकल्प केलास! कशासाठी?'' कुटीत प्रवेश करताच सुभद्रादेवींनी तोंडाचा पट्टा सोडला.

“कशासाठी म्हणजे? त्यांना संस्कृतीचं कार्य करायचं आहे!'' अगस्त्यांनी समर्थन केलं.

“आणि तुला कार्य करायचं नाही वाटतं? परशुराम आहेत ब्रह्मचारी! मी किती वेळा तुला सांगितलं... तुला अविवाहित राहून चालणार नाही! प्रत्येक ऋषीनं विवाह केला आहे. कश्यप-अदिती, जमदग्नी-रेणुका, भृगू-ख्याती, च्यवन-अरुषी अशी किती दंपतींची नावं सांगावीत? काहींनी तर अनेक भार्या केल्या. तुला नाही वाटत, ऋषींची एक सुसंस्कारित पिढी जन्माला यावी? तुझ्यासारख्या श्रेष्ठ ऋषीची तर यायलाच हवी!''

दोन दिवसांपूर्वीच सुभद्रादेवी जनस्थानातल्या या आश्रमात आल्या होत्या. दिवसेंदिवस त्या थकत चालल्या होत्या. तरीही एवढा प्रवास करून त्या आपल्या पुत्रवत् ऋषीला भेटायला आल्या होत्या. अगस्त्य ऋषी अजूनही विवाहास अनुकूल होत नव्हते. म्हणून आज त्या मातेच्या अधिकारानं त्यांची कानउघाडणी करीत होत्या.

त्याच पुढे म्हणाल्या, “तुझी साठी केव्हाच उलटली! नव्वदीत विवाह करणार आहेस का तू?''

अगस्त्यांनी त्यांचं बोलणं काहीसं हसण्यावारी नेलं.

“त्या परशुरामांचा केलास ते ठीक आहे; पण तू तुझा कायाकल्प करायला हवास!''

अगस्त्यांवर असा मातृवत् अधिकार गाजवणारं भारतवर्षात दुसरं कुणीही नव्हतं. सुभद्रादेवींना समजावत ते म्हणाले, “माते, मी नक्की विचार करीन!''

“विचार नको - निर्णय हवा आहे मला! मी इथे चांगली एक मास राहणार आहे... तोपर्यंत निर्णय घे!''

सुभद्रादेवी जशा अवचित कुटीत आल्या तशाच डुलत डुलत कुटीबाहेर निघून गेल्या. बसल्या जागेवरूनच अगस्त्य त्यांच्या पाठमोऱ्या आकृतीकडे बघत राहिले.

गेले काही दिवस ते कोणत्यातरी अभ्यासात व्यग्र असत. भूर्जपत्रावर आकडेवारी करत. आताही ते आपल्या 'अभ्यासात' मग्न होते. पण मधेच विवाहाच्या विषयानं विक्षेप आणला होता. हातातल्या बोरूशी उगाचच खेळत ते शून्य दृष्टीनं भूमीकडे काही वेळ बघत बसले.

'विवाह!'

त्यांचं विचारमंथन सुरू झालं-

'सृष्टीचं सर्जन झालं आणि द्वैतभाव निर्माण झाला... शिव-पार्वती, प्रकृती-पुरुष, आत्मा-परमात्मा, भक्त-भगवंत, गुरु-शिष्य, पुरुष-स्त्री, ऋषी-ऋषीपत्नी! पुरुष कर्तव्याचं प्रतीक तर स्त्री हे भावाचं प्रतीक! माझ्या कार्यात भाव कमी पडतो आहे का? शुष्क सामाजिक कार्यात भाव नसेल तर जीवन सुंदर आणि परिपुष्ट बनू शकत नाही. पुरुषाच्या जीवनात स्त्री नक्कीच सौंदर्यलहरी आणते! मग मी इतकी वर्षं विवाहाचा विचार का केला नाही? आता वय झाल्यावर विवाह? कोण देणार आपली कन्या अशा वयस्क भणंग ऋषीला?'

त्यांनी हातातला बोरू वस्त्राला पुसून ठेवणीत ठेवून दिला. लेखनाचं बसकं मंचक बाजूला केलं. मग पूर्वाभिमुख होऊन ते ध्यानस्थ बसले. कोणताही निर्णय घेण्यापूर्वी ईशसंकेत जाणून घेण्याचा त्यांचा प्रघात होता. अनंत विषय मनात व्यापून असतानाही या सिद्धाचं ध्यान चटकन् लागत असे. आजही काही वेगळं घडत नव्हतं.

पद्मासनात बसल्याबरोबर त्यांचा श्वास लगेच मंदावला. विचार थांबले- शून्यवत् होऊन गेले. आनंदलहरींनी शरीरात संचार केला. कालातीत अवस्था त्यांना प्राप्त झाली. निदान पृथ्वीवरचा काळ त्यांच्यासाठी संदर्भहीन होऊन गेला. आता केवळ द्वैतभाव उरला होता. त्यांच्या अंतर्दृष्टीसमोर निळसर तरंग साकार होऊ लागले. ते वायूरूप निळसर तरंग हळूहळू आकार घेऊ लागले. तरंग-स्वरूपातच त्यांचे पितर साकार होऊ लागले. पितरांचे विचार अगस्त्यांच्या अंतर्मनात उमटू लागले. त्यांना ते उमजत होते.

पितर म्हणत होते, 'प्रगल्भ आणि सात्त्विक वृत्तीची भावी पिढी निर्माण होण्यासाठी शुद्ध ऋषिबीज रुजलंच पाहिजे. ऋषींचं 'गोत्र' झालं पाहिजे. ऋषींची परंपरा खंडित होणं ईश्वराला मुळीच मान्य नाही. ती परंपरा खंडित झाली तर आम्हाला पुन्हा पृथ्वीवर जन्म घ्यावा लागेल. या हेतूनंच परमात्म्यानं आमच्यासाठी पुढचे उच्चतम् स्तर दुर्लभ ठेवले आहेत. त्यामुळे आम्ही केवळ अवकाशात तरंगत आहोत. तुझ्या संतानाच्या प्रतीक्षेत आहोत. तुला संतान झाल्याशिवाय आम्हाला पुढची सद्गती नाही.

'विवाह करून संतान उत्पन्न करणं हा तुझा धर्म आहे. ते संस्कृतीचंच एक कार्य आहे. पृथ्वीवरचा नवनिर्मित समाज हा सात्त्विक, तृप्त, सुसंस्कृत, विचारी,

कर्मयोगी आणि ईश्वराभिमुख व्हावा म्हणून तर अशा शुद्ध संततीची आवश्यकता असते. आपल्या तपश्चर्येनं ऋषी प्रस्थापित समाजाला सुसंस्कृत आणि ईश्वराभिमुख करीतच आहेत. पण स्वत: ऋषींची तशीच शुद्ध संततीही तितकीच आवश्यक आहे. अनेक ऋषी म्हणूनच विवाहित आहेत. पण तू मात्र आम्हाला अजूनही तरंगतच ठेवलं आहेस! ऋषीय धर्माचं तू आता तरी पालन करायला हवंस आणि आमची या अवस्थेतून सुटका करायला हवीस!'

अगस्त्यांच्या अंतर्मनानंच त्या पितरांना सकारात्मक प्रतिसाद दिला. ते पितर संतुष्ट झाले. पुन्हा निळसर-शुभ्र तरंगांनी पितरांच्या त्या आकारांना व्यापून टाकलं आणि ते आकार तरंग-स्वरूपातच अदृश्य होऊन गेले.

त्या सिद्धाचं अंतर्मन आता वधूचा शोध घेऊ लागलं. निळसर अवकाशात त्यांना भारतवर्षातील पूर्वप्रांत दिसू लागला. त्या प्रांतातलं विदर्भ राज्य दिसू लागलं. राजप्रासादातील अंत:पुरात आपल्या शयनमंदिरात निद्राधीन असलेली एक सुंदर उपवर कन्या त्यांच्या अंतर्दृष्टीसमोर तरळली. पूर्वी ध्यानावस्थेत असताना त्यांच्या अंतर्दृष्टीपुढे हीच बालिका अवचित साकारली होती. अंतर्मनानंच त्या बालिकेची निर्मिती केली होती. जणू अंतर्मनाची ती 'निर्मिती' त्यांनी तेव्हा विदर्भराजाकडे सांभाळ करायला दिली होती - ती उपवर होईपर्यंत! आज त्यांना या साऱ्याचा कार्यकारणभाव उमजला होता.

एव्हाना अर्धी घटिका मागे सरली होती.

अगस्त्य ऋषी ध्यानावस्थेतून बाहेर आले. पितरांचे आणि अंतर्मनाचे संदेश त्यांना समजले होते. पितरांना आणखी 'तरंगत' ठेवायचं नाही असा त्यांनी मनोमन निश्चय केला. आता त्यांना वेळ मुळीच दवडायचा नव्हता - अगदी कायाकल्प करण्यासाठीसुद्धा! दुसऱ्याच दिवशी प्रस्थान ठेवायचं त्यांनी मनाशी नक्की केलं.

त्यांच्या डोळ्यांपुढे आता एकच उद्दिष्ट होतं - विदर्भ राजाला गाठणं!

अगस्त्यऋषी प्रथम विंध्याचलाच्या आश्रमात गेले. तिथे त्यांची शंखाशी भेट झाली. तिथल्या आश्रमाचं कार्य उत्तम रीतीनं चाललेलं त्यांना दिसलं. मग शंखाला घेऊन ते वाराणसीतल्या आश्रमात गेले. तिथे त्यांचे दोन पट्टशिष्य अक्षय आणि प्रगाथा यांची भेट झाली. भावमीलनाचा अपूर्व सोहळा तिथे घडला. परस्परांची विचारपूस झाली. तिन्ही शिष्यांना अगस्त्यांनी विवाह करण्याची आज्ञा केली. विवाहाचं महत्त्व समजावलं.

त्यानंतर शिष्यपरिवारासह अगस्त्य मजल-दरमजल करीत पूर्वेकडच्या विदर्भ राज्यात जाऊन पोचले.

अगस्त्यऋषींचं विदर्भराजानं यथोचित स्वागत केलं.

एव्हाना अगस्त्यऋषींचं नाव आणि कार्य निम्म्याअधिक भारतवर्षाला माहीत झालं होतं. संस्कृती-प्रस्थापनेसाठी ते किती झिजले होते हेही सर्वांना समजून चुकलं होतं. त्याची प्रचिती स्वत: अगस्त्यांनाही त्या प्रवासात आली होती. बैल जोडलेलं त्यांचं वाहन येताच प्रत्येक ठिकाणी त्यांचं उत्स्फूर्त स्वागत होत होतं. ज्या लोकांमधे सुपरिवर्तन घडून आलं आहे असे जन तर अगस्त्यांचं स्वागत करून त्यांच्या चरणांवर अश्रूंचा अभिषेक करीत. लोकांचं प्रेम पाहून ते महान ऋषीही भावनाविवश होऊन जात; काहीसे संकोचून जात. मान-सन्मान मिळवण्यासाठी त्यांनी थोडंच हे कार्य केलं होतं? त्यांची बांधिलकी 'देवां'शी होती. ईश्वराशी होती.

विदर्भ राजानं आत्यंतिक प्रेमानं अगस्त्यांचं स्वागत आणि पाद्यपूजा केली तेव्हाही ते ऋषी संकोचून गेले. आपलं परमादरानं स्वागत करणारा हा राजा आपली मागणी ऐकताच कसा प्रतिसाद देईल याचाही विचार ते करीत होते.

राजानं अगस्त्यांना अंत:पुरात नेऊन स्थानापन्न केलं. मग हात जोडून म्हणाला, ''ऋषीवर! आज प्रात:कालीच दोन सूर्य उगवल्याचा अनुभव मला मिळत आहे - एक पूर्वेकडून आणि एक आपल्या रूपानं पश्चिमेकडून!''

अगस्त्यांनी मंद स्मित करून राजाच्या काव्यमय बोलण्याला प्रतिसाद दिला.

राजा पुढे म्हणाला, ''आता सारे विधी उरकल्यानंतर फलाहार करू... मग भोजन-''

''ठीक आहे-''

एव्हाना राजाचे कौटुंबिक जन अगस्त्यांचे आशीर्वाद घ्यायला आले होते. राजानं सर्वांची ओळख करून दिली. ऋषींनी सर्वांचं शुभचिंतन केलं. त्यानंतर राजाची कन्या कौशितकी पुढे आली. तिनं ऋषींना वाकून नमस्कार केला.

'सौभाग्यवती भव!' अगस्त्य तिच्याकडे बघत राहिले. ती कन्या अतिशय सुस्वरूप होती. प्रत्येक जीवात असणारा सौंदर्याचा अंश जणू विधात्यानं तिला घडवताना तिच्यामधे सम्मीलित केला असावा असंच त्यांना वाटलं. हरिणीसारखे नेत्र, नेत्रात गोमातेचा आतुर भाव, मयुराच्या पिसाऱ्यासारखा सुंदर घनदाट केशसंभार, भृंगराजासारखा केसांचा रंग, सिंहिणीसारखी नीतळ कांती याचबरोबर चाफेकळीसारखी नासिका तिच्या मध्यम बांध्याच्या व्यक्तिमत्वात भर घालत होती.

अगस्त्यांना मनोमन तिचं सौंदर्य प्रतीत होऊ लागलं. विखुरलेल्या सौंदर्याचं जणू त्यांनीच तिच्या व्यक्तिमत्वात सम्मीलन केलं होतं. त्याच दृष्टीनं ते तिच्याकडे बघत होते. त्यांच्या अंतरंगात काहीशी खळबळ माजून राहिली होती. आता त्यांना थांबणं शक्य नव्हतं. ज्या कारणासाठी ते इतक्या दूरवर आले होते ते कारण राजाला लगेच सांगून टाकायचं त्यांनी तेव्हाच ठरवलं.

ते राजाला थेट म्हणाले, ''राजन्, ज्या कारणासाठी मी जनस्थानाहून इथपर्यंत आलो ते कारण तुम्हाला प्रथम सांगतो-''

''आज्ञा ऋषीवर!''

''मला तुझी ही कन्या पत्नी म्हणून हवी आहे!''

राजाच्या छातीत धस्स् झालं. राणीच्या हातातलं फुलांचं ताट खाली पडलं. इतर स्त्रियांच्या उत्तरियांचे पदर आश्चर्ययुक्त भाव दर्शवत मुखाकडे गेले. दासींचं वारा घालण्याचं कार्य थबकलं. कौशितकी मात्र धीरोदात्तपणे ऋषींकडे पहात उभी होती.

राजानं पुन्हा चाचरत विचारलं, ''ऋषीवर! आपण... आपण माझ्या या कन्येविषयीच-''

''होय राजन्! अनेक सुंदर जीवांच्या मुद्रा आणि अस्तित्व लोप पावून त्यांचं उर्वरित सौंदर्य तुझ्या या कन्येच्या रूपात साकारलेलं मला दिसतंय्! तुझी ही लोपामुद्रा मला पत्नी म्हणून पसंत आहे!''

राजा मनोमन म्हणाला, 'पण मला आपण जामात म्हणून पसंत पडायला हवेत ना! आपण वृद्धत्वाकडे झुकला आहात. रानावनात हिंडणारे आपण एक ऋषी... रापलेले! माझी उपवर कन्या सुकुमार, कोमल...!'

राजाच्या नेत्रांमधे पाणी तरळलं. त्या महान ऋषींना नकार कसा द्यावा याचा तो विचार करीत असतानाच लोपामुद्रा नि:संदिग्धपणे म्हणाली, ''पती म्हणून मला हे ऋषीवर पसंत आहेत!''

राणीचा पदर नेत्रांकडे गेला. सारं अंत:पुर अवाक् होऊन त्या प्रकाराकडे बघत होतं. ऋषीवर गंमत करीत असावेत असंही काही जणांना वाटत होतं. पण लोपामुद्रेच्या निर्णयामुळे संदिग्धता संपली होती.

राजा अडखळत म्हणाला, ''ऋषीवर, आपण प्रथम विश्रांती घ्या... प्रवासात दमून आला आहात. नंतर आपण याविषयी बोलू...''

''ठीक आहे,'' अगस्त्य म्हणाले, ''विवाहाच्या नियोजनाविषयी आपण सविस्तर बोलूच-''

राजाला विवाहाच्या निर्णयाविषयी बोलायचं होतं तर ऋषींना विवाह समारंभाच्या नियोजनाविषयी!

तेव्हा लोपामुद्रेनं आपल्या पित्याला म्हटलं, ''तात, माझा निर्णय दृढ आहे. हीच नियतीची इच्छा असावी. हे महान ऋषी मला पती म्हणून लाभावेत हे माझं परमभाग्यच! तेव्हा आपण मुळीच खंतावून जाऊ नये!''

लोपामुद्रेनं आपल्या मातेचीही अशीच समजूत काढली. अकस्मात् साऱ्या गोष्टी घडून आल्या होत्या. धक्कादायक घटना अकस्मातच घडत असतात! त्यावेळी देवांची आकाशात तरंगत राहणारी विमानं विदर्भ राज्यावर असती तर लोपामुद्रेचा निर्णय ऐकून त्यांनी वरून पुष्पवृष्टीच केली असती! विमानातून आकाशवाणी करताना देव-देवता म्हणाल्या असत्या- 'धन्य-धन्य आहेस तू लोपामुद्रा!'

राजकन्येच्या असीम त्यागाचा धक्का राजाराणीला बसणं स्वाभाविक होतं. अश्रू ढाळतच त्या दोघांनी ती रात्र व्यतीत केली.

यथावकाश विवाहसोहळा संपन्न झाला आणि ऋषी-ऋषीपत्नी जनस्थानातल्या आश्रमाकडे निघाले.

कालचक्र कधी थांबत नसतं आणि काही घडामोडी घडवून आणल्याखेरीज ते पुढेही जात नसतं!

कालकुपीत सर्वकालीन घडामोडी आधीच दडून राहिलेल्या असतात की काय कुणास ठाऊक? कदाचित घडामोडी घडणं निश्चित असतं; त्या घडवून आणण्यासाठी संबंधित व्यक्तींना केवळ अंत:प्रेरणा मिळत असते.

अयोध्येतल्या अंत:पुरात तशाच काही घडामोडी घडल्या होत्या. त्या घडवण्यात इंद्राची प्रामुख्यानं प्रेरणा होती. त्याला कारणही तसंच होतं. कुमारवयात राम-लक्ष्मणांना विश्वामित्र ऋषींसमवेत पाठवताना दशरथ राजानं पुष्कळ आढेवेढे घेतले होते. किंबहुना तो आपल्या पुत्रांना महर्षी विश्वामित्रांबरोबर पाठवण्यासाठी मुळीच अनुकूल नव्हता. ऋषिमंडळ आणि वसिष्ठऋषी यांनी राजावर दडपण आणलं म्हणून राजा तेव्हा तयार झाला होता.

आता देवांना आणि ऋषींना रामवताराचं प्रयोजन साध्य करायचं होतं. रावण दिवसेंदिवस प्रबळ होत चालला होता. काही महिन्यांपूर्वी झालेल्या घनघोर युद्धात देवांना रावणाविरुद्ध पराभव पत्करावा लागला होता. रावणपुत्र मेघनादनं तर प्रत्यक्ष इंद्राला नमवलं होतं. 'इंद्रजित' हे नामाभिधान तो सन्मानानं मिरवू लागला होता. रावणीसंस्कृतीनं जर उभं भारतवर्ष व्यापलं असतं तर देवांना वास्तव्यासाठी ठिकाणच उरलं नसतं. आर्यसंस्कृती-वैदिक संस्कृती या देशातून हद्दपार झाली असती. रावणाच्या भोगवादी असुरी संस्कृतीनं देशाचा विनाश केला असता. भारतवर्षातला एकही राजा रावणापुढे टिकाव धरणं आता शक्य नव्हतं. अपवाद होता केवळ रामाचा!

अशा परिस्थितीत रामानं रावणाला शक्य तितक्या लवकर नमवणं अत्यावश्यक होतं. रामानं रावणाशी युद्ध करण्यासाठी दंडकारण्यात जाणं हे देवांना आणि ऋषींनाही अपेक्षित होतं. देव-ऋषींची सुप्त इच्छा आणि योजना दशरथ राजानंही जाणली होती. तथापि, काही झालं तरी रामाला त्या राक्षसांच्या समूहात पाठवायचं नाही असाच निश्चय त्यानं मनाशी केला होता. राज्य सोडून रामाला कुठे जाता येऊ नये म्हणून राजानं रामाला तातडीनं यौवराज्याभिषेक करण्याचं ठरवलं होतं. पदभारात अडकल्यानंतर तो दंडकारण्यात जाऊ शकणार नव्हता - निदान हे कारण तरी पुढे करता आलं असतं. म्हणूनच दशरथानं हा राज्याभिषेकाचा डाव टाकला होता.

अखेर डाव-प्रतिडावामधे देव आणि ऋषी वरचढ ठरले! अयोध्येत राज्याभिषेकाची मोठ्या उत्साहात सिद्धता सुरू असतानाच मंथरा दासीनं कैकेयीचे कान फुंकले होते. भरताला राजसिंहासन मिळायला हवं असं तिनं कैकेयीच्या मनात भरवलं. मंथरेला माध्यम बनवून इंद्रच तिला प्रेरणा देत होता हे कैकेयीनं जाणलं होतं. राजाची ती लाडकी राणी भारतवर्षाच्या भल्यासाठी असीम त्याग करायला सिद्ध झाली. रामाला वनवासात पाठवल्याबद्दल तिला त्या काळातलाच नव्हे; तर भविष्यातला समाजही दूषणं देत राहणार होता. तिला दुष्ट ठरवणार होता. सत्य असंच दडून राहत असतं. क्रांतिकार्याला गुप्ततेचा शापच असतो की काय कुणास ठाऊक!

ठरलेल्या योजनेप्रमाणे कैकेयीनं यौवराज्याभिषेकापूर्वी दशरथ राजाजवळ दोन वरांच्या पूर्ततेची मागणी केली. पूर्वी देवांच्या बाजूनं दैत्यांशी लढताना दशरथराजा विद्ध होऊन रथात कोसळला होता - मूर्च्छित झाला होता. तेव्हा बरोबर असलेल्या कैकेयीनं दैत्यांशी द्वंद्व करून त्यांना पळवून लावलं होतं आणि तो रथ रणांगणापासून दूर नेत आपल्या पतीचे प्राण वाचवले होते. कैकेयीचा पराक्रम दशरथाला जेव्हा समजला होता तेव्हा त्यानं तिला दोन वर दिले होते. 'वर' म्हणजे बंधन! दिलेला शब्द पाळणं हा त्या काळी आर्यांचा धर्म होता. वर-पालनासाठी प्रसंगी प्राणत्यागाचीही आर्यांची सिद्धता असे.

दोन वर मागताना कैकेयीनं म्हटलं होतं -

अभिषेकसमारंभो राघवस्योपकल्पित: ।।
अनेन वाभिषेकेण भरतो मऽभिषिच्यताम्
यो द्वितीयो वरो देव दत्त: प्रीतेन मे त्वया ।।
नव पंच च वर्षाणि दण्डकारण्यमाश्रित: ।।

आजच राम वनात जात असलेला मला बघायचा आहे, अशी पुस्ती जोडून कैकेयीनं वर मागताना दशरथाला म्हटलं होतं, 'भरतानं रामाऐवजी यौवराज्यपदाचा स्वीकार करावा आणि रामानं अजिनं-वल्कलं परिधान करून चौदा वर्षांसाठी दंडकारण्यातच जावं!'

भरताला राज्य मिळाल्यानंतर राम दुसऱ्या कोणत्याही वनात गेला असता तरी कोणता प्रत्यवाय होता? पण कैकेयीनं वर मागताना वनवासाचं निश्चित ठिकाण सांगितलं होतं. यावरूनच देव आणि ऋषींच्या सु-षड्यंत्राची कल्पना कुणालाही येऊन चुकली असती.

राम वनवासात निघाला आणि त्याच्याबरोबर सावलीसारखा असणारा लक्ष्मणही निघाला. सीताही रामासमवेत निघाली. वास्तविक सीता रामाबरोबर गेली नसती तरी चाललं असतं. लक्ष्मण-पत्नी ऊर्मिला कुठे वनात गेली होती? पण सीतेनं वनात जाणं देवांना अपेक्षितच होतं. सीतेनंही तसाच निर्धार केला होता!

मग पुढील काही वर्षं त्या तिघांचा घनघोर वनांमधून प्रवास होणार होता. त्या प्रवासात त्यांनी प्रथम भरद्वाजमुनींच्या आश्रमात वास्तव्य केलं होतं. पुढे चित्रकूट, अत्रीमुनींचा आश्रम अशा ठिकाणी वास्तव्य करून ते दंडकारण्यात जाणार होते.

रामाची प्रतिज्ञा दंडकारण्यातल्या अनेक ऋषींच्या कानी गेली होती. त्यामुळे त्या सर्वांमधे नवउत्साह संचारला होता.

अगस्त्य ऋषींनाही कर्णोपकर्णी या वार्ता समजत होत्या. आता त्यांना रामाच्या भेटीची प्रतीक्षा होती. परंतु; तत्पूर्वी रामासाठी दक्षिण-सागरापर्यंत सांस्कृतिक कार्याचा विस्तार करणं त्यांना अत्यावश्यक वाटलं होतं. त्या दृष्टीनं ते विचार करू लागले.

प्रवरेत स्नान आणि अर्घ्यादी विधी उरकून अगस्त्य आपल्या कुटीत परतले. कुटीच्या मागच्या अंगणात तेव्हा सुस्नात झालेली पाठमोरी लोपामुद्रा त्यांच्या दृष्टीस पडली. आज ती डोक्यावरून न्हाली होती. तिचा घनदाट केशसंभार मुक्त होता. कोवळ्या उन्हात केस झटकून वाळवताना ती डावीकडे झुकली होती. तिला न्याहाळत अगस्त्य जागीच थबकून उभे राहिले. तिच्या पिवळसर गौरकांतीनं आता त्यांचं लक्ष वेधून घेतलं. पाठीमागे मारलेल्या शुभ्र कंचुकीच्या गाठीकडे ते क्षणभर रोखून पहात राहिले. तिचं शुभ्र अंतरीय आत्ता काहीसं गुडघ्याच्या वर सरकलं होतं. तिच्या पुष्ट गौर पोटऱ्यांनी तोलून धरलेली तिची कमनीय आकृती तेव्हा अधिक आकर्षक दिसत होती.

पासष्ट वर्षांचे अगस्त्य ऋषी त्या साकार सौंदर्याकडे अविचल होऊन पहात राहिले. त्यांचं चित्त काहीसं सैरभैर झालं. श्वासानं वेगवान लय पकडली.

त्याचवेळी एक गिरकी घेऊन लोपमुद्रा मागे वळली. तिचा मुक्त केशसंभार हवेत लयीत हेलकावत तिच्या डाव्या खांद्यावरून पुढे आला. तेव्हा तिच्याकडे निरखून पहात उभे असलेले तिचे पती तिच्या दृष्टीस पडले. लज्जेनं तिची दृष्टी भूमीकडे वळली. पुन्हा आतुरल्या दृष्टीनं तिनं नेत्र मिचकावत अगस्त्यांकडे बघितलं. तिच्या काळ्याभोर कमलनेत्रांना साजेशी अशी शुभ्र कर्णफुलं अगस्त्यांच्या दृष्टीत भरली. आपल्या पतीकडे पहात असताना तिचे ओष्ठद्वय विलग झाले होते. पतीचं चित्त सैरभैर झालं आहे हे तिनं तेव्हाच ओळखलं. पुरुषाचं विचलित झालेलं अंतरंग स्त्रीच जाणू शकते!

झटकन् वळून लोपामुद्रेनं बाजूच्या खुंटीवरचं शुभ्र उत्तरीय आपल्या खांद्यावरून ओढून घेतलं. आपलं सौंदर्य झाकून स्त्री पुरुषाला सौंदर्यपानाचंच निमंत्रण देत असते की काय कुणास ठाऊक!

"दूध आणू...?" अगस्त्यांची तंद्री भंग करून तिनं विचारलं.

"अं...? दूध...?"

"हो... स्नानानंतर घेता ना प्रतिदिनी?"

"हो - म्हणजे...?"

"सातूचं पीठ देऊ का दुधातून?"

"हो... दे..." आपण काय बोलतो आहोत हे त्या तपस्व्याला मुळीच कळत नव्हतं. पायातले पैंजण वाजवत लोपामुद्रा त्यांच्या समोर येऊन उभी राहिली.

"नक्की काय हवंय् आपल्याला पतिराज?" खोडसाळपणे तिनं विचारलं.

"मला... मला..." त्यांना काहीच बोलता येईना.

तेव्हा लोपामुद्रेनं त्यांच्या खांद्यांवर आपले हात अलगद ठेवून मस्तक त्यांच्या छातीवर विसावलं. तिच्या केसांमधून हात फिरवत अगस्त्य म्हणाले, "परमात्म्यानं तुझं रूप बनवताना कोणती आयुधं वापरली कुणास ठाऊक!"

मस्तक दूर करून ती म्हणाली, "वा! एक ज्ञानसंपन्न तपस्वी आज एखाद्या तरुण प्रेमिकासारखं बोलताहेत की!"

"खरंच, मुद्रा, मी तरुण असतो तर...! नियतीचा संकेत जाणून मी या वयात तुझा हात राजेश्रींकडे मागितला... तारुण्याचा बहर असताना देवकार्यात गुंतून गेलो. विवाहाचा विचार मनात कधी उद्भवलाच नाही! आता तुला या वृद्धाशी संसार-"

"असं बोलायचं नाही देव!" त्यांच्या मुखावर हात ठेवून ती पुढे म्हणाली, "मी सुद्धा कोणत्यातरी अनामिक अंत:प्रेरणेनं आपल्याशी विवाह करण्यासाठी प्रवृत्त झाले..."

"ती नियतीचीच इच्छा असावी... पण तुला एखादा तरुण-"

"पण मला त्याविषयी खेद वा खंत वाटत नाही, देव!... आणि मी केवळ तुमच्या बाह्यरूपावर थोडीच भाळले होते? मी भाळले ते तुमच्या त्यागवृत्तीवर, तपावर, निष्ठेवर - परार्थ-भावावर!"

"मुद्रा, हे जरी खरं असलं तरी सळसळणाऱ्या तारुण्याचं बाह्यरूप नवपरिणितेला सुख देत असतंच ना! त्यासाठी मी कायाकल्प..."

"त्याची काही आवश्यकता नाही, देव! आपलं हेच रूप मला भावलेलं आहे...!"

एवढ्यात विद्यार्थ्यांनी 'ॐ पूर्णमद: पूर्णमिदं' म्हणून वेदपाठ म्हणायला प्रारंभ केला. पलीकडच्या विशाल कुटीतून येणारा तो मंत्रध्वनी ऐकून अगस्त्यांनी म्हटलं, "मला गेलं पाहिजे... पाठ सुरू झाला..."

"मी कुठे आडकाठी केली?" खट्याळपणे हसत तिनं पुढे म्हटलं, "आजपर्यंत कधी केली आहे का...? आपला विवाह होऊन चार मास सरले... अजून... म्हणजे, अजून मी केवळ आपली शिष्याच राहिले आहे की!"

''खरंय ग... पण काय करू? एकांतात काळ कंठावा असे दिवस अजून तरी आलेलेच नाहीत... हे दंडकारण्य-''

''ते मला माहीत का नाही?'' तिनं नेत्र मिचकावले.

''राम इथे येईपर्यंत मला - म्हणजे आपल्याला पुष्कळ काम करायचं आहे. दक्षिण महासागरापर्यंतचा प्रदेश पालथा घालायचा आहे... बरं, याविषयी नंतर बोलू... आत्ता मला खीर दे... आणि भोजनाचा काय बेत आहे आज?''

''घोसावळी आली आहेत भरपूर! भरीत करता येईल... हुलग्याचं कालवण, भाकरी आणि भात! सुभद्रादेवींशी बोलून ठरवते-''

खिरीचा आस्वाद घेतल्यानंतर अगस्त्य ऋषी आश्रमातल्या पाठशाळेत निघाले.

कुटीच्या द्वाराला टेकून लोपामुद्रा सस्मित मुद्रेनं आपल्या पतीच्या पाठमोऱ्या आकृतीकडे बघत राहिली.

रात्रीचा तिसरा प्रहर सरत आला तरी अगस्त्य कुटीत आले नव्हते. त्यांचीच वाट बघत लोपामुद्रा लाकडी खाटेवर बसली होती. प्रात:कालच्या पूर्वरंगाचा उत्तररंग रंगण्याची तिला प्रतीक्षा लागून राहिली होती. पण अद्याप 'तो' रंग रंगतच नव्हता. 'रंगारी' अजून दूर दूरच होता! निकट असूनही खूप दूर!

वाट पाहून ती थकली. उसासे कोरडेच राहिले. केसात माळलेली फुलं मलूल पडायला लागली - तिच्यासारखीच! आणखी एक प्रहर पुढे सरकला. रंग न भरताच रंगाचा बेरंग झाला.

ती जागची उठली. पतीच्या शोधार्थ कुटीबाहेर पडली. बाहेर वसंतऋतूतलं चांदणं तेव्हा ऐन बहरात होतं. पौर्णिमेचा चंद्रमा माथ्यावर आला होता. रजनी त्याच्या निळसर प्रभेत सामावून गेली होती - हरवून गेली होती. मोगऱ्याचा मोहक सुगंध मधूनच हेलकावत येत होता. पण लोपामुद्रेला त्या सुगंधाशी किंवा तेजाळलेल्या चंद्राशी काही कर्तव्य नव्हतं. तिचे नेत्र तिच्या सूर्यासम तेजस्वी पतीचा शोध घेत होते. दोन कुट्या ओलांडून ती पुढे जाऊ लागली.

तेवढ्यात एका कुटीच्या अंगणातून सुभद्रादेवींची हाक तिच्या कानांवर पडली, ''अग, आत्ता कुठे निघालीस...? इतक्या रात्रीची! झोप येत नाही वाटतं?''

''नाही... म्हणजे ऋषीवर अजून परतले नाहीत म्हणून-''

''बरं... आणि दुपारी सांगितलेलं लक्षात ठेव हो!''

''काय माते?''

''विसरलीस एवढ्यात?''

दुपारची भोजनं उरकल्यानंतर सुभद्रादेवी आणि लोपामुद्रा कुटीसमोर असलेल्या कडुलिंबाच्या वृक्षाखाली गप्पा मारत बसल्या होत्या. तेव्हा गप्पांच्या ओघात लोपामुद्रेचं अंत:करण जाणून सुभद्रादेवींनी तिला कानमंत्र दिला होता. त्या म्हणाल्या होत्या, ''त्याला एकाच गोष्टीचा निदिध्यास आहे... ऋषींना तो तसा असतोच! तो म्हणजे संस्कृती-प्रस्थापनेसाठी तप करणं. हे जन वरून शांत बसलेले दिसले तरी त्यांच्या अंत:करणात खळबळ माजून राहिलेली असते... तुझा पतीही तसाच! एकतर तो सतत कार्यमग्न तरी असतो किंवा विचारात तरी गुरफटलेला असतो...''

ती शंकित मुद्रेनं सुभद्रादेवींकडे पहात होती.

''पण एक, तो जेव्हा प्रसन्न दिसतो तेव्हाच त्याला-''

''हो, आलं ध्यानात!'' लोपामुद्रेला कानमंत्र मिळाला होता. त्या दिवशी तिचे पतिराज चांगले प्रसन्न होते. प्रात:काली त्यांनी तिचं सौंदर्यपान केलं होतं. तेव्हा त्यांचं मन काहीसं अस्थिर झालं होतं - अनामिक लहरींनी व्यापून गेलं होतं. लोपामुद्रेनं त्यांचं मन जाणलं होतं. ते नक्कीच प्रसन्न होते. तीच योग्य वेळ होती. सर्वत्र सामसूम झाल्यावर तिला आता त्यांचीच प्रतीक्षा लागून राहिली होती. त्यांच्या वाटेकडे डोळे लावून ती इतका वेळ कुटीत बसून होती. पण तिचे प्रसन्न पतिराज अद्याप परतले नव्हते.

सुभद्रादेवींना तिनं विचारलं, ''आपण झोपला नाहीत?''

''वय झालं ना! निद्रादेवी लवकर प्रसन्न होत नाही! म्हणून या चांदण्याचा आनंद घेत बसले झालं!''

लोपामुद्रेला त्यांच्या त्या आनंदाशी सध्यातरी कर्तव्य नव्हतं. काहीही न बोलता ती पुढे जाऊ लागली. तेव्हा तिला अडवत सुभद्रादेवींनी पुन्हा विचारलं, ''पण तू निघालीस तरी कुठे...? एवढ्या रात्री...?''

''ते परतले नाहीत ना अजून...''

''परतले नाहीत? कुठून? तो तर इथेच आहे की!''

''कुठे?''

''त्या तुमच्या कुटीपलीकडच्या छोट्या कुटीत!''

''तिथे...? बरं, बघते!''

तो विषय आवरता घेऊन लोपामुद्रा त्या छोट्या कुटीकडे निघाली. ती जेव्हा त्या कुटीपाशी जाऊन पोचली तेव्हा अत्यंत खालच्या स्वरातले मंत्र तिच्या कानी पडले. कुडाच्या फटीतून तिनं आत बघितलं. ती कुटी मंद अशा निळसर प्रकाशानं व्यापलेली तिला दिसली; आणि त्या प्रकाशात नेत्र मिटून कोणते तरी अगम्य मंत्र म्हणत बसलेले तिचे पतिराज तिला दिसले.

चकित होऊन ती काही वेळ तिथेच थबकून राहिली.

त्या सर्वस्वी अनोख्या आणि अद्‌भुत अशा नीलरंगी प्रकाशाच्या प्रत्यक्ष दर्शनानं ती भारावून गेली.

त्या नीलरंगातून अगस्त्यांच्या अंतश्चक्षूंपुढे काय साकार होत होतं हे तिला कळणं मुळीच शक्य नव्हतं!

■

२४

प्रेमाचा साक्षात्कार – ज्ञानाचा आविष्कार

ज्योतिष आणि भविष्य या विषयांच्या निदिध्यासामुळे त्यांना प्रत्येक व्यक्तीच्या उगमापाशी जाता आलं होतं. देवनिर्मित अवकाशातील विशाल केंद्राला सारे पृथ्वीवासी अगम्य अशा तंतूंनी जोडलेले आहेत याचं साक्षात् दर्शन त्यांना घडलं. ते नित्यदर्शन होतं – कालातीत होतं तरी कालनिदर्शकही होतं. अगम्य अशा सूत्रांचा बोध तेव्हा अगस्त्यांना झाला. प्रत्येक व्यक्तीचा नावा–गावासह नियोजित कार्यक्रम त्यांना 'दिसला'

अगस्त्य ऋषींनी आपल्या कुटीत प्रवेश केला तेव्हा रात्र सरत आली होती. निशा त्वरेनं उषेला भेटायला निघाली होती. कुटीचं द्वार लावून त्यांनी समोर बघितलं. खाटेवर लोपामुद्रा पालथी झोपलेली त्यांना दिसली. तिचं उत्तरीय अस्ताव्यस्त झालेलं होतं. अंतरीय गुडघ्याच्या वर सरकलं होतं. विमुक्त केशसंभारात तिची मुद्रा लपून गेलेली होती.

आवाज न करता अगस्त्य भूमीवर पसरलेल्या अंथरूणाकडे निघाले.

तेवढ्यात लोपामुद्रेनं मुखावरचा केशसंभार दूर केला. मेघांना दूर सारून पौर्णिमेच्या चंद्रमानं दर्शन द्यावं तसाच प्रकार घडला. अगस्त्यांना चंद्रदर्शन झालं!

''हे काय? तू जागीच आहेस?''

''पतिराजांनीच निद्रादेवीला हिरावून नेलं! मग निद्रा लागणार तरी कशी? उठून बसत तिनं म्हटलं.

तीच पुढे काहीशा त्राग्यानं म्हणाली, ''किती वेळ प्रतीक्षा करायला लावायची? कोणत्या कार्यात गढून गेला होता एवढे?''

तिच्या शेजारी येऊन बसत ते उत्तरले, ''अग, काही कार्यंच अशी असतात की-''

''कार्याशिवाय दुसरंही जीवन असतं म्हटलं!'' तिनं तोंडाचा फुगा केला.

''खरंय् तुझं... तुझ्याकडे बघायला मला वेळच मिळत नाही बघ! खरोखर! किती अन्याय करतो मी तुझ्यावर... तू राजप्रासादात वाढलेली... मऊ-मऊ शय्येवर निजायची तुला सवय! इथे या खाटेवर तुला निद्रा लागणं-''

''मी निद्रेविषयी बोलत नाही...''

''मग...?''

ती पुढे म्हणत होती, ''आपण असे जवळ असलात म्हणजे लागेल की निद्रा मला! पण आपण जवळ असता तरी कुठे?''

''काहीतरीच हं तुझं, मुद्रे! सतत तर तुझ्याजवळ असतो. तुला बरोबर घेऊनच प्रवासाला जातो - खरं ना?''

एक सुस्कारा सोडून ती म्हणाली, ''शरीरानं नाही म्हणत मी! पण आपलं मन मात्र दूर कुठेतरी-''

''अग, दिवसरात्र कार्याचेच विचार माझ्या मनाला व्यापून असतात. काय करणार? शेवटचा माणूस सुखी-सुसंस्कृत होईपर्यंत-''

''तर, तर! ते मला माहीत का नाही?... पण मघाशी तुम्ही त्या शेजारच्या कुटीत-''

तिचं बोलणं पुरं व्हायच्या आत ते म्हणाले, ''ते कार्य वेगळं होतं... बरं, ते जाऊ दे! आता तुझा हात माझ्या हाती दे पाहू!''

सुखाची लहर लोपामुद्रेच्या अंगातून लहरून गेली. अस्ताव्यस्त झालेलं खांद्यावरचं शुभ्र उत्तरीय तिनं दूर केलं. मग लाडिक हावभाव करून आपला उजवा हात तिनं पतिराजांपुढे धरला. ते तिच्या कोमल हातावरून हात फिरवू लागले. मग एकदम भानावर येत ते जागचे उठले. कोपऱ्यात तेवत असलेला तेलदिवा त्यांनी बिछान्याशेजारच्या चौपाईवर आणून ठेवला. दिव्याची वात मोठी केली. कुटी उजळून निघाली.

''हे काय! इश्श्य! इतका उजेड कशासाठी? बाहेरून येणारा तो चंद्रप्रकाश पुरेसा नाही वाटतं?''

तिच्या शेजारी बसून अगस्त्यांनी पुन्हा तिचा हात हाती घेतला. त्यांच्या हाती हात देताना लोपामुद्रा अतिशय सुखावून गेली. अभावितपणे ती त्यांच्याजवळ सरकली.

''अग, उजवा हात नाही - डावा दे!''

''डावा तर डावा! हा घ्या...'' ती लाडिकपणे म्हणाली.

तिचा डावा हात हाती घेऊन ते म्हणाले, ''स्त्रीचा डावा हात... म्हणजे डावा अंगठा बघायचा असतो!''

''डावा अंगठा? कशासाठी?''

''पुरुषाचा उजवा अंगठा आणि स्त्रीचा डावा! त्यावर सारी नोंद असते!''

''काय बोलताहात आपण? प्रकृती ठीक आहे ना?''

''धडधाकट आहे मी, मुद्रा!''

''मग असे संदर्भहीन का बोलताय? मला... मला वाटलं, माझा हात...''

''तुझ्या डाव्या हाताचा अंगठाच बघायचा होता! भूत-भविष्याचं सारं ज्ञान अंगठा धारण करतो मुद्रे!''

''माझा हात त्यासाठी हवा होता हातात?'' आपला हात त्यांच्या हातातून सोडवत तिनं पुढे कातावून म्हटलं, ''मी कोणत्या अपेक्षेनं-'' शेजारी काढून ठेवलेल्या उत्तरियात तिनं तोंड लपवलं.

''अग, एवढं रागवायला काय झालं? मी काही चुकीचं बोललो का?''

त्यांनी तिच्या खांद्याला घट्ट धरलं; पण त्यांना झिडकारून ती रडू लागली.

तिच्या मस्तकावरून हात फिरवत ते तिची समजूत घालू लागले, ''मला क्षमा कर मुद्रे! मी वेगळ्याच विचारात होतो... नुसते विचार नाही ग, एक अभूतपूर्व ज्ञान! सृष्टीतल्या मनुष्यमात्रांविषयी! त्याचं भूत-भविष्य-''

''आपलं वर्तमानात लक्ष नाही! भूत-भविष्य जाणून करायचंय काय मला?'' त्यांच्याकडे बघत ती म्हणाली. तेव्हा अश्रूंनी डबडबलेले तिचे नेत्र दीपाच्या प्रकाशात त्यांना स्पष्ट दिसले. तिची गोरीपान मुद्रा लालीलाल होऊन गेली होती.

तिचे अश्रू पुसत त्यांनी तिला जवळ घेण्याचा प्रयत्न केला. पण ती कातावलेलीच होती.

''अग, फार मोठं विज्ञान माझ्या हाती लागलं आहे! ऐकून तर घे...!''

पण ती काहीही ऐकण्याच्या मनस्थितीत नव्हती. पालथं पडून तिनं उत्तरियात आपलं तोंड खुपसलं. कितीतरी वेळ ती उसासे देत रडत राहिली. ते तिला थोपटत राहिले.

आकाशातला चंद्रमा तेव्हा मावळतीकडे झुकला होता!

दुसरा सारा दिवस अबोल्यात गेला! दिवसभर लोपामुद्रा आश्रमीय कर्मं करीतच होती. पतिसेवाही करीत होती. पण पतिराजांशी एक शब्दही न बोलता! कार्यमग्न असतानाही अगस्त्य मधूनच तिच्याकडे बघायचे. पण ती मुळीच दृष्टीला दृष्टी द्यायची नाही. विरहिणीचं हे रूप अगस्त्यांना प्रथमच अनुभवायला मिळत होतं. सृष्टीचं सारं ज्ञान त्यांच्यासारख्या ऋषींच्या पायाशी असे. परंतु; पत्नी रागावली, रुसली-फुगली की आणखीनच सुंदर दिसते, हा शोध मात्र अगस्त्यांना आज प्रथमच लागला होता! अबोला धरलेल्या स्त्रीकडे पुरुष अधिक आकर्षित होतो, हा अनुभवही त्यांना आज मिळत होता.

त्या दांपत्यामधे काहीतरी बिनसलं आहे हे चाणाक्ष सुभद्रादेवींनी तेव्हाच ओळखलं होतं. पण यावेळी त्यांनी मध्यस्थी केली नाही. तो सारा दिवस त्यांनी तसाच जाऊ दिला. तिसऱ्या दिवशी भोजनानंतर मात्र त्या अगस्त्यांच्या कुटीत आल्या. अगस्त्य तेव्हा विद्यार्थ्यांसह एका वृक्षाखाली जाऊन बसले होते. 'श्रुती-स्मृती' या विषयावर ते विद्यार्थ्यांशी चर्चा करीत होते. ती संधी साधूनच सुभद्रादेवी लोपामुद्रेशी बोलायला आल्या होत्या.

गप्पांच्या ओघात सुभद्रादेवींनी थेट विषयालाच हात घातला, ''कालपासून पाहतेय्... गप्प गप्प दिसतेस!''

''कुठे काय? काही नाही...''

'''काही नाही' याचाच अर्थ 'काहीतरी' आहे!'' सुभद्रादेवी हसून म्हणाल्या. ''अग, ऐंशी पावसाळे पाहिले आहेत मी म्हटलं! सांग... स्पष्टपणे सांग!''

तिची मान खाली गेली.

''मला समजतंय, त्याची साठी उलटलेली! तू ऐन विशीची! तो एक प्रगल्भ ऋषी... आणि तू संसारसुखाची अपेक्षा असणारी...''

ती अधोवदनच होती.

''अग, पती मुद्दामहून स्त्रीचा उपमर्द करीत नसतो... पुष्कळदा त्याच्याकडून अजाणतेपणानं गोष्टी घडत असतात. आपण इतकं मनावर घ्यायचं नसतं!''

''मध्यरात्रीसुद्धा अजाणत्या गोष्टी घडतात?'' ती उसळली. ''ज्या गोष्टी घडायला हव्यात त्या घडत नाहीत! आणि नाही त्या... केवढा तो अपेक्षाभंग!''

''कसला अपेक्षाभंग? सांग मला मोकळेपणानं!''

''नाही, म्हणजे-''

''अग, तो मला पुत्रासमान आहे... तू कन्येसमान! आपल्याच माणसांपासून गोष्टी दडवून ठेवायच्या?''

आता ती काहीशी लाजली. त्या रात्री घडलेला प्रकार तिनं सुभद्रादेवींना सांगितला. मग फणकारून म्हणाली, ''कोणत्या वेळी कोणत्या विषयात रमायचं एवढंही...?''

''एक गोष्ट ध्यानात ठेव लोपामुद्रा... तो एक तपस्वी ऋषी आहे... पूर्वाश्रमीचा देव आहे! सुसंस्कृत मानवसमूहाचं प्रस्थापन करणं हीच या ऋषींची जीवननिष्ठा असते. संसारात ते पडत नाहीत. पण पत्नीशिवाय ऋषीय-कार्यालाही अपूर्णता येते. मीच वेळोवेळी तसा आग्रह धरला म्हणून तो विवाहास सिद्ध झाला. अन्यथा हे ऋषी एका वेगळ्या स्तरावर वावरत असतात. तुझा पूर्वजन्म जाणूनच त्यानं तुझी भार्या म्हणून निवड केली. तू फार पुण्यवान आहेस लोपामुद्रा! असा ज्ञानी, तपोनिष्ठ ऋषी पती म्हणून लाभणं अतिशय दुरापास्त असतं. संसारसुख काय; कुणीही सामान्य व्यक्ती उपभोगतच असते. पण असे ऋषी संसारापलीकडचं जीवन पाहणारे 'द्रष्टे' असतात. त्यांना थोडं समजूनच घ्यावं लागतं!''

''मी घेतच असते की समजून!'' लोपामुद्रा गंभीरपणे म्हणाली. ''कार्यकाल सोडला तर ते या विश्वात नसतातच कधी! तरीही मी हे जीवन स्वीकारलं आहे. एका महान ऋषीची आपण पत्नी आहोत याचा मला निश्चितच अभिमान आहे. तशी मी भाग्यवानच आहे! पण याचा अर्थ क्षणिक असलं तरी संसारसुख-''

''थोडी प्रतीक्षा कर लोपामुद्रे! अजून तू त्याच्या सिद्धी जाणत नाहीस! वृद्ध काया फेकून तो तुझ्याजोगता तरुणही होऊ शकतो! पण सिद्धींचा वापर त्यानं आजतागायत स्वत:साठी केलेला नाही... परंतु तुझ्यासाठी तो करू शकतो!''

''पण मी त्यांना ते आहेत तसंच स्वीकारलेलं आहे! तो माझा त्याग म्हणा नाहीतर आणखी काही...''

''तुझं मन मी जाणते लोपामुद्रा! तुझं कुल, राजप्रासाद, तिथली सुखं त्यागून तू या अरण्यात आलीस. ऐन विशीत आश्रमीय जीवन स्वीकारून राहिलीस यातच तुझं श्रेष्ठत्व आहे. खरोखर, तुझ्या त्यागाला तोड सापडणार नाही. आपल्या पतीसाठी तू केवढा मोठा त्याग केला आहेस! पण देवकार्यात किंवा यज्ञीयकार्यात जीवन झोकून देणं याचा अर्थ शरीरसुख घेऊच नये असं मुळीच नाही. उलट पती-पत्नींच्या परस्पर प्रेमातून भाव फुलतो आणि मग घेतलेल्या शरीरसुखातून एक प्रकारची अनामिक तृप्ती मिळते. तुला त्यासाठी प्रतीक्षा करावी लागते आहे हे मी जाणते.''

लोपामुद्रेची मान लज्जेनं खाली गेली. कपोलांवर रक्तिमा चढला. सुभद्रादेवी तेव्हा मनाशी म्हणत होत्या, *'हे सौंदर्य, हे यौवन तसंच सुकून जाता कामा नये... उलट ते फुलत राह्यला हवं.'*

उघडपणे त्या म्हणाल्या, ''मी काय सांगते ते ऐक! तो जेव्हा प्रसन्न असेल तेव्हाच तू त्याच्याकडून शरीरसुखाची अपेक्षा कर... मात्र त्यासाठी तू स्वतःहून पुढाकार घेऊ नकोस!''

लोपामुद्रेनं लाजून मान डोलावली.

''तोपर्यंत त्याच्या भावविश्वात जाण्याचा प्रयत्न कर! त्याला समजून घेण्याचा प्रयत्न कर... तुझ्या सहभागातूनच तो हळु हळू प्रसन्न होतो की नाही पहा!''

विद्यार्थ्यांबरोबरची बैठक आटोपत आली होती. सुभद्रादेवींचाही तिला धडा देऊन झाला होता. अगस्त्य पुन्हा कुटीत येण्याअगोदरच निघायला हवं होतं. लोपामुद्रेला जवळ घेऊन सुभद्रादेवींनी तिच्या मस्तकावर थोपटलं. मग त्या डुलत डुलत कुटीबाहेर निघून गेल्या.

अनुभवरूपी बीज पेरलं गेलं होतं. ते फलद्रूप होण्यासाठी प्रतीक्षा ही करावीच लागणार होती!

''हा घ्या माझा डावा हात!'' लोपामुद्रेनं मिस्किलपणे हसून म्हटलं.

त्या रात्री जेव्हा अगस्त्य ऋषींनी आपल्या कुटीत प्रवेश केला तेव्हा समोरचं दृश्य पाहून ते चकित झाले. लोपामुद्रेनं बिछान्याजवळ चौपायी ठेवली होती. त्यावर तेवलेला तेलदिवा ठेवून ती त्यांची वाट बघत बसली होती.

सुभद्रादेवींनी दुपारी तिची समजूत काढल्यानंतर तिच्या वृत्तीत फरक पडला होता. मग तिनं न बोलता पण किंचित सुहास्य मुद्रेनं पतिसेवा आरंभली होती. दिवसभर जेव्हा जेव्हा तिची आपल्या पतीशी गाठ पडत होती तेव्हा तेव्हा ती स्मितहास्य करून मान खाली घालत होती.

त्या पतिराजांनाही आपल्या पत्नीमधील बदल जाणवत होता. त्यांना स्वत:हून तिच्याशी बोलावंसंही वाटत होतं. पण तो वयोवृद्ध ज्ञानी ऋषी ऐन तारुण्यातल्या आपल्या अल्लड पत्नीशी बोलायला धजावत नव्हता.

अखेर रात्री जेव्हा आपल्या पत्नीशी गाठ पडली तेव्हा ती प्रेमभरल्या लटक्या रागानं म्हणाली, ''हं... माझा डावा हातच बघायचा होता ना आपल्याला? हा माझा डावा हात!''

गेल्या दोन-तीन दिवसांमधला दोघांनाही असह्य झालेला ताण एका क्षणात सैलावला. दोघेही सुखावले. मनोमीलन झालं. अगस्त्यांनी आवेगानं आपल्या पत्नीला जवळ ओढून घेतलं. त्यांच्या घट्ट मिठीत ती काही क्षण सुखावली. मग एकदम त्यांना दूर करीत कर्तव्यनिष्ठेचा आव आणून ती म्हणाली, ''आता दुसरं काही नाही! त्या दिवशी अर्धवट राहिलेलं कार्य! हा माझा डावा हात...!''

तिच्या मस्तकावर हलकेच थोपटत ते म्हणाले, ''खूप कामं अर्धवट राहिली आहेत! नक्की कोणतं काम प्रथम करायचं?''

''माझी मती त्या दिवशी भ्रष्ट झाली होती. आता पतिदेवांचीही झालेली दिसते!''

''काही कामांसाठी मती भ्रष्टच व्हावी लागते की!''

''चला! काहीतरीच आपलं! भ्रष्ट कामं आत्ता नाहीत! आत्ता विचारी कामं! बघा माझा डावा हात... हा अंगठा बघायचा होता ना आपल्याला?''

अगस्त्यांचं काहीसं विचलित झालेलं चित्त पुन्हा थाऱ्यावर आलं. विकारावर विवेकानं मात केली! त्या रात्रीची ती अनुभूती त्यांना स्मरू लागली. ती विस्मरणात जाणं शक्यही नव्हतं.

आपल्या पत्नीचा डावा हात हाती घेऊन ते बोलू लागले, ''अग, त्या रात्रीचा अनुभव प्रथम तुला सांगायचा होता. मला मिळालेल्या ज्ञानाची त्वरित सत्यता पडताळून बघायची होती. म्हणून मी तुझ्याजवळ आलो होतो...''

''मला क्षमा करा देव!'' ती त्यांना एकदम बिलगली. तिच्या नेत्रांमधून अश्रू ओघळायला लागले. अगस्त्य तिच्या मस्तकावरून हात फिरवत राहिले - तिला थोपटत राहिले.

पहिला आवेग जेव्हा ओसरला तेव्हा त्यांच्या मिठीतून दूर होत तिनं उत्तरियानं आपले नेत्र टिपले. मग स्पष्टपणे म्हणाली, ''आता मला सारं काही जाणून घ्यायचं आहे, देव! मी आता आपल्या कार्यात कधीही कोणताही विक्षेप आणणार नाही... मला क्षमा करा!''

''पण क्षमा मागावी असं तू काहीच केलेलं नाहीस मुद्रा! उलट मीच तुझ्या भावना समजू शकलो नाही. त्याबद्दल तूच मला-''

तिनं एकदम त्यांच्या तोंडावर बोट ठेवून त्यांचं बोलणं बंद केलं. मग म्हणाली, ''आता झालं-गेलं विसरून जायचं!''

''हां! आत्ता कसं बोललीस! झालं-गेलं विसरायचंच असतं; पण भूत-भविष्याची नोंद आधीच झालेली असते. ती पुसली जाऊ शकत नाही...! तेच तर मला तुला सांगायचं होतं!''

''म्हणजे? मला नाही समजलं-''

''सांगतो, ही संपूर्ण सृष्टी म्हणजे परमात्म्याचा पूर्वनियोजित कार्यक्रम आहे. ब्रह्मा, इंद्र, प्रजापती, सर्व देव, पृथ्वी, वायू, जल, आकाश, तेज, इतर भुतं, सर्व स्थावर-जंगम, प्राणी, पक्षी, कीटक यांमधून परमात्माच व्यक्त होत असतो. मनुष्यासारखा विकसित जीव हा या पूर्वनियोजित कार्यक्रमातलाच एक घटक! जशी सृष्टी पूर्वनियोजित तसेच प्रत्येक व्यक्तीचे जन्म-मृत्यू-पुनर्जन्म, जीवनातील घटनाक्रम इत्यादी सर्व काही पूर्वनियोजितच!''

लोपामुद्रेला हे ज्ञान नवीन नव्हतं. बोलूनचालून ती एक ऋषिपत्नी होती. तिनं असे विचार पूर्वी त्यांच्या मुखातून कित्येकदा ऐकले होते. तरीपण तिच्या मनात एक प्रश्न आकार घेत होता, *'जर सारंच काही पूर्वनियोजित आहे तर मग व्यक्तीच्या कर्तृत्वाला आणि महत्त्वाकांक्षांना काही अर्थच उरत नाही!'* पण आत्ता पतिराजांच्या बोलण्यात विक्षेप न आणता ती त्यांचं बोलणं केवळ ऐकत राहिली.

''आता हा तुझा डाव्या हाताचा अंगठा बघ!'' तेलदिव्याकडे तिचा हात नेऊन ते पुढे सांगू लागले, ''स्त्रियांच्या डाव्या अंगठ्यावर आणि पुरुषांच्या उजव्या अंगठ्यावर त्या त्या व्यक्तीचा पूर्वनियोजित कार्यक्रम मुद्रित झालेला असतो! या अंगठ्यावर लंबगोलाकार अशा साधारणत: एकशे आठ रेषा असतात. या एकशे आठ रेषा हीच त्या व्यक्तीची ओळख असते. व्यक्तीच्या सर्व पूर्व आणि भविष्यकालीन कर्मांची नोंद या एका अंगठ्यावर झालेली असते! विशेष म्हणजे ही नोंद व्यक्तीच्या जन्मापूर्वी आणि मृत्यूनंतरही विशिष्ट ठिकाणी संग्रहित होतच असते. किंबहुना ती 'नोंद' हा त्या पूर्वनियोजित कार्यक्रमातलाच भाग असतो!''

आता मात्र लोपामुद्रा चकित होऊ लागली होती. तिनं एकदम विचारलं, ''हे सारं ज्ञान आपल्याला त्याच दिवशी प्राप्त झालं?''

''अग, अजून 'त्या' ज्ञानाविषयी मी काहीच सांगितलेलं नाही! मी केवळ प्रास्ताविक केलं... पुढचं ज्ञान किंवा अनुभूती म्हण, त्याविषयी अद्याप तुला सांगायचंच आहे... पण या ज्ञानार्जनाचा प्रारंभ मात्र पूर्वीच झाला - भृगुआश्रमात!''

विंध्याला 'नमवल्या'नंतर अगस्त्यऋषी भृगुआश्रमात गेले होते. भृगूंकडून त्यांना ज्योतिषशास्त्राचं ज्ञान मिळवायचं होतं. पंचागविद्या आणि ज्योतिषशास्त्र या दोन्ही विषयात भृगूंनी प्रचंड संशोधन केलं होतं; आणि त्या ज्ञानाची एक संहिता सिद्ध केली

होती. 'भृगुसंहिता' म्हणून ती पुढे नावारूपाला आली. अगस्त्यऋषींनी भृगुआश्रमात राहून वृद्ध भृगूंकडून ज्योतिष आणि पंचांगविद्या या दोहोंचं विशेष आणि सखोल ज्ञान प्राप्त केलं होतं. पुढे विविध आश्रमांची प्रस्थापना करीत असतानाही त्यांचा 'भृगु-संहिते'वर सखोल अभ्यास सुरूच होता.

त्याविषयी थोडक्यात सांगून अगस्त्य म्हणाले, ''प्रत्येक व्यक्तीच्या अंतरंगात दोन प्रेरणास्थानं असतात. या दोन प्रेरणास्थानांकडून मिळणाऱ्या प्रेरणांच्या प्रभावानुसार व्यक्ती विचार करीत असते - कर्म करीत असते. ही दोन्ही प्रेरणास्थानं व्यक्तीच्या अंतरंगातील विशिष्ट ठिकाणंच प्रभावित करीत असतात.

''पहिलं प्रेरणास्थान हे मन आणि बुद्धीला प्रभावित करीत असतं. त्यानुसार कर्मेंद्रियं आणि ज्ञानेंद्रियं संपूर्ण शरीराकडून कार्य घडवून आणत असतात. हे पहिलं प्रेरणास्थान व्यक्तीला स्वार्थयुक्त कर्मांसाठी प्रेरित करीत असतं. व्यक्ती आणि व्यक्ती-व्यक्ती मिळून झालेला समाज स्वार्थपरायण विचारात राहूनच भौतिक उत्कर्ष करण्याचा प्रयत्न करीत असतो. व्यक्तीची आणि पर्यायानं समाजाची जशी गरज वाढत जाईल तसे भौतिक सृष्टीतले नवे नवे शोध लागत जातात. भौतिक, खगोल किंवा रसायनशास्त्रातले ऋषी तसे शोध लावण्यासाठी कार्यरत राहतात.

''या पहिल्या प्रेरणास्थानाचा संपर्क अवकाशातल्या विशाल संपर्क-यंत्रणेशी असतो. ऋषी जेव्हा आपल्या शोधकार्यात तादात्म्य पावतात तेव्हा त्या संपर्क-यंत्रणेकडूनच भौतिक शोध लावणाऱ्या ऋषींना पहिल्या प्रेरणास्थानाच्या मार्फत प्रेरणा मिळत असते. भौतिक सृष्टीत मग नवे नवे शोध लागतात - ते लागतच राहतात. एक शोध मागे जातो - दुसरा येतो. मनुष्याच्या गरजा वाढतच राहतात आणि नवे नवे शोध लागतच राहतात. जेवढी गरज तेवढीच प्रेरणा!

''अपूर्णता हा या पहिल्या प्रेरणास्थानाचा स्थायिभाव असतो. तरीपण अपूर्णतेकडूनच पूर्ण सुख मिळवण्याचा प्रयत्न मानवाकडून होत राहतो. परंतु; ते कदापि शक्य नसतं. राजसी आणि तामसी भावानं हे प्रेरणास्थान प्रभावित असल्यामुळे कर्म करताना अथवा सुखोपभोग मिळवताना व्यक्तीच्या हातून बरी-वाईट कर्मं होतच राहतात आणि जशी कर्मं होतात तसे परिणाम व्यक्तीला आणि मानवसमूहाला भोगावे लागतात.''

लोपामुद्रा एकाग्रतेनं ते ज्ञान ग्रहण करण्याचा प्रयत्न करीत होती. ऐन निद्रासमयी ते जड ज्ञान तिला झेपत नव्हतं. प्रारंभी तिच्या नेत्रांवर झापड येत होती. पण तिचे पती जसजसे तिला ज्ञानसागराकडे नेत होते तसतशी तिची निद्रा उडत चालली होती.

''कर्माचे बरे-वाईट परिणाम होणं, ते भोगणं आणि उर्वरित भोग भोगण्यासाठी पुन्हा जन्माला येणं हे सारं पूर्वनियोजित कार्यक्रमानुसार ठरलेलंच असतं.'' अगस्त्य पुढे सांगत होते, ''पूर्वजन्म, चालू जन्मात निश्चित घडणाऱ्या घडामोडी, पुढील

जन्म आणि पुढेही निश्चित घडणाऱ्या घडामोडी याची पूर्ण नोंद 'सूत्रा'च्या स्वरूपात व्यक्तीच्या अंगठ्यावर झालेली असते. त्यात कोणताही बदल होऊ शकत नाही."

"हे झालं पहिल्या प्रेरणास्थानाविषयी..." लोपामुद्रेनं विचारलं, "पण दुसऱ्या प्रेरणास्थानाचं स्वरूप काय असतं?"

"सांगतो ना... व्यक्तीच्या अंतरंगात दुसरं जे प्रेरणास्थान असतं त्यात व्यक्तीच्या शेकडो जन्मांतील कर्मांचा संचय झालेला असतो. हे प्रेरणास्थान सुद्धा अवकाशातील उच्चतम् अशा संपर्क यंत्रणेशी जोडलेलं असतं. जेव्हा व्यक्तीला भावानंद मिळतो तेव्हा हे दुसरं प्रेरणास्थान कार्यरत झालेलं असतं. म्हणजे, भोगानंदासाठी पहिलं स्थान कार्यरत होतं तर भावानंदासाठी दुसरं स्थान कार्यरत होतं, समजलं?"

संभ्रमित मुद्रेनंच तिनं होकार दिला.

ते पुढे सांगू लागले, "व्यक्तीच्या अंतरंगात राहून हे दुसरं प्रेरणास्थान दोन प्रकारांनी कार्यरत राहतं. पहिला प्रकार म्हणजे नियोजित कार्यक्रमानुसार व्यक्तीच्या चालू जन्मातील घडामोडींचं नियोजन करणं आणि त्या प्रेरणास्थानात साठलेल्या कर्मप्रभावांना नियंत्रित करणं.

"प्रत्येक व्यक्तीच्या अंतरंगात जे पहिलं प्रेरणास्थान असतं ते प्रत्येक जन्मी नवीन असतं; पण हे दुसरं विशाल प्रेरणास्थान देहपतनानंतरही जीवाबरोबर कायम जोडलेलंच राहतं. या दुसऱ्या प्रेरणास्थानाचं दुसरं महत्त्वाचं कार्य म्हणजे व्यक्तीला सत्कार्यासाठी प्रेरणा देणं. सत्प्रवृत्त करणं - जीवनाचा हेतू समजावणं. जी व्यक्ती या दुसऱ्या प्रेरणास्थानाकडून आलेले संकेत जाणू शकते ती व्यक्ती स्वत:चा आत्मिक विकास करू शकते. पण यात अडचण अशी आहे की, भोगात रमवणाऱ्या पहिल्या प्रेरणास्थानानं व्यक्तीला इतकं प्रभावित केलेलं असतं की त्यामुळे दुसऱ्या प्रेरणास्थानाचे संकेत व्यक्तीच्या बाह्य मनापर्यंत पोचतच नाहीत... आणि मग व्यक्ती पूर्वनियोजित कार्यक्रमानुसारच कर्मं करीत - जीवन-मृत्यूच्या रहाटगाडग्यात फिरत राहते."

"देव! हे फारच गहन आहे!" लोपामुद्रा उत्स्फूर्तपणे म्हणाली, "पण मला एक शंका आहे... जर पूर्वनियोजित कार्यक्रमानुसारच सारं काही घडणार असेल तर व्यक्तीच्या महत्त्वाकांक्षा किंवा व्यक्तीचं कर्तृत्व याला काहीच अर्थ उरत नाही म्हणायचा!" तिनं मघाशी मनात धरून ठेवलेल्या प्रश्नाला वाट मोकळी करून दिली.

"एका दृष्टीनं तुझं म्हणणं योग्य आहे," अगस्त्य समजावू लागले, "एखादं ध्येय ठरवणं, महत्त्वाकांक्षा बाळगणं, त्यासाठी प्रयत्न करणं, विचार करणं हे केवळ मेंदू ठरवत नाही किंवा बाह्य मन ठरवत नाही. मन आणि मेंदू हे केवळ माध्यम असतात. नियोजित कार्यक्रमानुसारच त्यांना पहिल्या प्रेरणास्थानाकडून प्रेरणा मिळत असतात. म्हणजेच त्या व्यक्तीच्या हातात काहीही नसतं हे उघड आहे!"

शंकित मुद्रेनं लोपामुद्रा त्यांच्याकडे बघत राहिली. ती म्हणाली, ''जर पूर्वनियोजित कार्यक्रमानुसारच सारं काही होणार असेल तर दुष्ट व्यक्तीला त्याच्या दुष्टपणाबद्दल अथवा दुष्कृत्याबद्दल दोष तरी का द्यावा? किंवा चांगल्याचं गुणगान तरी का करावं? दोष द्यायचाच झाला तर त्या पूर्वनियोजित कार्यक्रमालाच द्यावा लागेल!''

तिच्या बोलण्यावर अगस्त्य मनसोक्त हसले. पण लगेच त्यांनी आपलं हसणं आवरतं घेतलं. कारण एव्हाना मध्यरात्र झाली होती. सारा आश्रम निद्रावश झाला होता. कुणाची निद्रा मोडणं योग्य नव्हतं. म्हणून हसणं आवरून ते म्हणाले, ''तल्लख बुद्धीची आहेस हो तू! तू म्हणतेस ते बरोबर आहे... पूर्वनियोजित कार्यक्रमानुसारच सारं काही घडत आहे; घडणार आहे. पण ते सुद्धा अर्धसत्य आहे!''

''ते कसं?''

''शरीरांतर्गत जे दुसरं विशाल प्रेरणास्थान असतं ते या चक्रातून सुटण्याचा मार्ग दाखवत असतं. या प्रेरणास्थानाचा संपर्क थेट परमात्म्याशी असतो. नियोजित कार्यक्रमाच्या प्रभावक्षेत्रात ते येत नाही. पण व्यक्ती या दुसऱ्या प्रेरणास्थानाविषयी अनभिज्ञ असते. त्यामुळे या दुसऱ्या प्रेरणास्थानाकडून येणारे संकेत व्यक्तीच्या मनापर्यंत पोचतच नाहीत; आणि म्हणूनच व्यक्ती पूर्वनियोजित कार्यक्रमात अडकून या विशाल चक्रात फिरत राहते. धावतं रथचक्रं कसं असतं तशीच व्यक्ती खाली-वर होत पुनर्जन्माच्या चक्रात नियोजित कार्यक्रमानुसारच फिरत राहते.''

''मग या चक्रातून सुटण्याचा मार्ग?''

''फिरत्या चक्राच्या मधल्या 'आसा'च्या भूमिकेत जाणं!''

''मला नाही समजलं-''

''अग, रथचक्राचे आरे खाली-वर होत असतात. पण ते चक्र ज्या आधारावर फिरतं तो आधार स्थिर असतो. तो फिरत नाही! त्या भूमिकेत जाऊन जीवनाकडे - पूर्वनियोजित कर्मांच्या प्रभावाकडे तटस्थपणे पाहता आलं आणि त्याचबरोबर दुसऱ्या प्रेरणास्थानाचे संकेत कळू लागले की व्यक्ती या 'चक्रा'तून सुटू शकते!''

''तशी बुद्धी होणं हाही प्रेरणेचाच - पर्यायानं पूर्वनियोजित कार्यक्रमाचाच भाग नाही का म्हणता येणार?''

''फार बुद्धिमान आहेस तू लोपामुद्रा!'' अगस्त्यांनी प्रशंसा केली.

''पत्नी कुणाची आहे म्हटलं मी?''

दोघेही हसले.

मग अगस्त्य समजावून सांगू लागले, ''तुझ्या प्रश्नांचं उत्तर होकारार्थी आहे तसंच नकारार्थी सुद्धा आहे! या चक्रातून सुटका होण्याची बुद्धी होणं हा पूर्वनियोजित कार्यक्रमाचा एक भाग झाला. पण अंत:प्रेरणेचे म्हणजेच दुसऱ्या प्रेरणास्थानाचे

संकेत जर कोणत्याही व्यक्तीनं ग्रहण केले आणि त्यानुसार आपल्या कर्मात बदल घडवून आणला तर मात्र व्यक्ती या पूर्वनियोजित कार्यक्रमाला छेद देऊन अंतिम आनंदाला प्राप्त होऊ शकते!''

''मग व्यक्ती हे संकेत का जाणत नाही?''

''याचं कारण मोह! 'मोह' हा फार मोठा सापळा आहे मुद्रा! अग, या दुसऱ्या प्रेरणास्थानाकडून आलेले संकेत ग्रहण करून व्यक्ती जरी शुद्ध कर्मं करू लागली, धर्म्य कृत्यं करू लागली अथवा आत्मविकास करू लागली तरी ती मोहात केव्हाही अडकू शकते. मोहाची शक्ती आणि प्रभाव इतका प्रबळ असतो. व्यक्ती जेव्हा आत्मविकास करू लागते तेव्हा निरनिराळ्या 'सिद्धी' सापळे बनून मार्गात येतात. वाचासिद्धींसह अनेक सिद्धी त्या व्यक्तीला अनायसे प्राप्त होतात; आणि इथेच बहुतांश व्यक्ती अडकण्याचा संभव असतो. व्यक्ती सिद्धींचा वापर करू लागली - विशेषत: स्वार्थासाठी सिद्धींचा वापर करू लागली की विकास-मार्गावरून तिचं अध:पतन होतं. ती गर्तेत जाते.''

''बाप रे! त्यापेक्षा नियोजित कर्मं करून विकास करत जाणं बरं बाई!''

''पण नियोजित कर्मं करून सुद्धा व्यक्तीचा विकास होऊ शकतो की!''

''तो कसा काय?''

''यज्ञीय कर्म! निष्काम कर्म! हाच विकासाचा एकमेव उपाय आहे - अन्य उपाय नाही!''

मग दीर्घश्वसन करून ते म्हणाले, ''बोलता बोलता मी तुला तत्त्वज्ञानाच्याच गहन प्रांताकडे घेऊन चाललो बघ! त्यामुळे मूळ विषय बाजूलाच राहिला... त्या रात्री मी जेव्हा ज्योतिष्य-भविष्याचा अभ्यास करीत बसलो होतो ना... त्या पलीकडच्या कुटीत? तर एकाएकी माझी तंद्री लागली. ती केवळ ध्यानावस्था नव्हती तर मी अवचितपणे दुसऱ्या प्रेरणास्थानालाही ओलांडून पुढे गेलो... आणि मग मला शब्दातीत अशी दिव्य अनुभूती मिळू लागली...''

क्षणभर ते बोलायचे थांबले तेव्हा लोपामुद्रा म्हणाली, ''त्याच वेळी मी आपल्याला शोधत त्या कुटीपाशी आले होते. तेव्हा तेजस्वी निळसर प्रकाश त्या कुटीत व्यापून राहिलेला मला दिसला-''

''सामान्य व्यक्ती तो प्रकाश पाहू शकत नाही, मुद्रा! तू खरंच खूप प्रगल्भ आहेस, असामान्य आहेस... विकासाच्या अंतिम स्तरावर पोचलेली आहेस. मी तुला ध्यानात 'साकार' केली - तू जशी मला तेव्हा दिसलीस तशीच प्रत्यक्षात होतीस! म्हणूनच मी विदर्भराजांकडे येऊन तुला मागणी घातली!''

लोपामुद्रा काहीशी सुखावून गेली. मग पुन्हा भानावर येत तिनं विचारलं, ''देव, आपल्या अनुभूतीविषयी...''

"हो, सांगतो ना!"

त्यांना मिळालेली अनुभूती त्यांनी जशीच्या तशी कथन केली-

प्रचंड तप, लोकसंग्रह, संस्कृती-प्रस्थापनेसाठी निरपेक्षभावानं झिजणं अशा परमेश्वरी कार्यामुळे ते अंतर्यामी असलेल्या दोन प्रेरणास्थानांपलीकडे गेले होते. केवळ विद्वत्ताच नव्हे; तर विशुद्धता आणि विनम्रता त्यांच्यामधे पुरेपूर बाणली होती. ज्ञानमार्गानं पुढे जाऊन ते देवांच्या - परमेश्वराच्या विशाल यंत्रणेपर्यंत पोचले होते. ज्योतिष आणि भविष्य या विषयांच्या निदिध्यासामुळे त्यांना प्रत्येक व्यक्तीच्या उगमापाशी जाता आलं होतं. देवनिर्मित अवकाशातील विशाल केंद्राला सारे पृथ्वीवासी अगम्य अशा तंतूंनी जोडलेले आहेत याचं साक्षात् दर्शन त्यांना घडलं. ते नित्यदर्शन होतं - कालातीत होतं तरी कालनिदर्शकही होतं. अगम्य अशा सूत्रांचा बोध तेव्हा अगस्त्यांना झाला. प्रत्येक व्यक्तीचा नावा-गावासह नियोजित कार्यक्रम त्यांना 'दिसला'.

त्या रात्री ते ध्यानावस्थेत असताना अव्यक्त अशी दैवी यंत्रणा त्यांच्यापुढे व्यक्त झाली होती. एका भिन्न स्तरावरची आणि भिन्न मितीतली अनुभूती त्यांना मिळाली होती. त्या वैश्विक यंत्रणेपेक्षा ते विशाल बनले होते, का ती यंत्रणा त्यांच्यापुढे लहान आकारात साकार झाली होती हे त्यांना सांगता आलं नसतं.

पण एका अगम्य अशा तेजोमय केंद्रकातून निघालेले कोट्यवधी निळसर तंतू पृथ्वीवरच्या प्रत्येक व्यक्तीला जोडलेले त्यांना 'बघायला' मिळाले होते. त्या प्रजातंतूंच्या कार्याचा कार्यकारण भाव लगोलग त्यांच्या ध्यानात आला होता. त्या तंतूंमधून होणारं संदेशांचं वहन, प्रेरणा, चलनवलन, ताळेबंद त्यांना उमजला होता. प्रत्येक व्यक्तीच्या अंतर्यामी असलेल्या प्रेरणास्थानांमधे संग्रहित झालेल्या जीवनपटाचा सांकेतिक आराखडा व्यक्तीच्या अंगठ्यावर उमटलेला त्यांना 'दिसला' होता. मंदगतीनं फिरत असलेलं ते विशाल तेजोमय चक्र 'पाहून' ते हरखून गेले होते. केवळ आत्मानुभूतीच नव्हे; तर परमेश्वराचा प्रांत त्यांना काहीसा उमजला होता. सृष्टीचा कार्यकारणभाव समजून चुकला होता. तो अगम्य दैवी प्रकार 'पाहताना' आत्यंतिक सुंदर अशा संगीतानं त्यांना भारावून टाकलं होतं.

हा अनुभव सांगून अगस्त्य म्हणाले, "मुद्रा, ते साक्षात् ज्ञान त्या रात्री माझ्यामधे आपोआप संग्रहित झालं. हे ज्ञान अनेकविध सिद्धींच्याही पलीकडचं ज्ञान आहे. हे ज्ञान कोणत्याही ज्ञानशाखेत बसणारं नाही. विश्वातल्या प्रत्येक व्यक्तीची 'नाडी' आता माझ्या हाती आली आहे असं समज!"

"म्हणजे? मला नाही समजलं..."

"अग, गेले दोन दिवस मी ही अनुभूती घेत आहे. जी व्यक्ती समोर येते तिचं संपूर्ण चरित्र आणि चारित्र्य माझ्या दृष्टीसमोरून सरकून जातं!"

लोपामुद्रा एकदम भावविवश झाली. तिनं एकाएकी उठून त्यांचे पाय पकडले.

''अग, हे काय करतेस?'' तिला पुन्हा आपल्या शेजारी बसवत ते म्हणाले, ''तुला पाहून मात्र मला खात्री होऊन चुकली!''

घाबऱ्याघुबऱ्या स्वरात तिनं विचारलं, ''कसं आहे माझं चारित्र्य! शुद्ध दिसलं ना?''

तिच्या कपोलांवरून प्रेमानं हात फिरवत ते म्हणाले, ''अतिपवित्र! जन्मोजन्मी उत्कर्ष पावत तू या जन्मात आली आहेस! म्हणूनच तू एक ऋषिपत्नी झाली आहेस. इथून पुढे तू माझ्याबरोबर दक्षिणेत येणार आहेस. तुला एक पुत्र-''

''पुरे, पुरे!'' त्यांच्या मुखावर हात ठेवत ती म्हणाली, ''मला माझं भविष्य जाणून घेण्यात मुळीच रस नाही. आपलं भविष्य तेच माझं भविष्य! मी पतिव्रता आहे हे ऐकून माझे कान तृप्त झाले आहेत. आता पुढे काहीही ऐकायची मला आवश्यकता वाटत नाही!... पण एका गोष्टीचं मात्र मला वाईट वाटतं...''

''कशाविषयी ग?''

''त्या रात्री आपल्याला दैवी अनुभूती मिळाली... आणि मी...'' तिचे नेत्र लगेच पाणावले.

तिला जवळ घेऊन थोपटत अगस्त्य म्हणाले, ''अग, तेही घडणारच होतं - अगदी तसंच! पूर्वनियोजित कार्यक्रमानुसार! अन्यथा मला स्त्रीचं कोमल अंत:करण उमजलंच नसतं! अबोला धरलेल्या पत्नीविषयीच्या ओढीचा अनोखा अनुभवही मिळाला नसता! हो की नाही?''

होकारार्थी मान हलवून ती त्यांना आणखी बिलगली.

त्यावेळी चंद्रमा पश्चिम क्षितिजावर टेकला होता!

■

२५

दक्षिणायन

आजपर्यंत तुम्ही केवढी तपश्चर्या केलीत! खरोखर, त्याला तोड नाही... त्यासाठी तुम्ही 'देवपद' पणाला लावलंत... अनेक राजमंडळं निर्माण करण्यात तुमचा सहभाग होता. निरिच्छ-निरपेक्ष वृत्तीनं तुम्ही हे देवकार्य केलंत... आपल्या एका शब्दावर धनाच्या राशी आपल्या पायाशी येतील! देव, भारतवर्षात जो सर्वात धनवान राजा आहे त्याच्याकडून आपण माझ्यासाठी - म्हणजे आपल्या येणाऱ्या अपत्यासाठी धन आणावंत अशी माझी अट आहे...

प्रवरा नदीला उजवी घालून जेव्हा तो जथा पुढे निघाला तेव्हा नुकताच अरुणोदय झाला होता. सुमारे पाच योजनं पूर्वेकडे जाऊन मग त्या जथ्याला दक्षिणेकडे जावं लागणार होतं. अगस्त्य आणि लोपामुद्रा यांचा छकडा पुढे होता. त्यापुढे काही अश्वस्वार होते. अगस्त्यांच्या गाडीवर कामट्यांचं आच्छादन होतं. त्यांच्याबरोबर तसेच अनेक आच्छादित गाडे चालले होते. अश्व आणि अश्वस्वारही निघाले होते. अनेक स्नातक, आचार्य, पुरोहित हेही अगस्त्यांच्या 'दक्षिण-दिग्विजय' कार्यात सहभागी झाले होते. मार्गात ठिकठिकाणी वास्तव्य करून ते सारे दक्षिणसागरापर्यंत जाणार होते. त्यादृष्टीनं मोठं 'पथ्याशन' त्यांनी बरोबर घेतलं होतं. प्रवासात बरोबर नेल्या जाणाऱ्या शिदोरीला पथ्याशन म्हटलं जायचं. त्यात तांदूळ, यव, मूग, चणे, कुळीथ, उडीद आदी खाद्यपदार्थ होतेच; पण थोडंफार द्रव्यही त्यांनी बरोबर बाळगलं होतं. जथ्यातील आश्रमीय गोपालांनी काही गायीसुद्धा बरोबर घेतल्या होत्या.

एव्हाना वसंतऋतू सरून पाठोपाठ वैशाख आणि वर्षाऋतूही मागे सरले होते. पुढचे किमान तीन मास प्रवासात जाणार होते. त्यादृष्टीनंच अगस्त्यांनी आपल्याबरोबर साधनसामग्री घेतली होती. त्या मंत्रसिद्ध सिद्धाच्या वाटेला आता एकही राक्षस जाऊ शकणार नव्हता. तथापि, त्यांनी थोडा शस्त्रसाठाही बरोबर ठेवला होता. ऋषीय ध्वज-पताका फडकावत ते गाडे निघाले होते.

मध्यान्हीच्या सुमारास पूर्वेपर्यंतचा प्रवास पूर्ण झाला आणि तो जथा दक्षिणेकडे वळला. त्यावेळी घनदाट वृक्षराजींखाली तो समूह काही काळ विसावला. चुली पेटल्या. भात, मूग शिजवले गेले. आश्रमीय स्त्रियांनी कुळथ्याचं पिठलं बनवलं. मातीच्या पात्रांमधे तांदळाची खीर तयार केली. भोजन आणि विश्रांती घेऊन मग तो जथा पुढे निघाला. त्यांना आता प्रवरेचा उतार शोधायचा होता. तिथे प्रवरा ओलांडून दक्षिणेकडे जायचं होतं. उतार सापडायला फारसा वेळ लागला नाही. प्रवरा ओलांडून तो जथा आणखी दहा योजनं पुढे गेला तेव्हा सूर्य अस्ताचली टेकला होता. त्या घनदाट वनातच कार्यकर्त्यांनी मग वास्तव्यासाठी सुरक्षित जागा शोधली. तळ पडला. सायंसंध्या, प्रार्थना झाल्यानंतर सर्वांनी मिताहार घेतला. लगेच पथाऱ्या पसरल्या गेल्या. जथ्याचं रक्षण करण्याचं दायित्व काही युवकांनी उचललं.

सारेच जण पहिल्या दिवसाच्या त्या प्रवासानं दमले होते. त्यामुळे त्यांना निद्राधीन होण्यासाठी मुळीच वेळ लागला नाही.

अगस्त्य मात्र निद्रावश न होता ध्यानस्थ बसून राहिले.

समत्वयोग साधण्यापूर्वी त्या सिद्धाला ध्यानात कितीतरी गोष्टींचं आकलन झालं. कितीतरी घटना दृश्यमान झाल्या. त्याविषयी मौन बाळगण्याचं काहीच कारण नव्हतं!

रात्रीचा पहिला प्रहर.

त्या खडतर प्रवासाची आता सर्वांनाच सवय झाली होती. प्रतिदिनी त्यांचा सुमारे पंधरा योजनं प्रवास होत असे. महाराष्ट्र प्रदेश पार करून ते करवीर म्हणून ओळखल्या जाणाऱ्या प्रांताजवळ येऊन ठेपले होते. करवीर प्रांत हा दक्षिण दिग्विजयासाठी शुभारंभाचा प्रदेश ठरणार होता. त्या प्रांतात यज्ञीय कार्य कसं करायचं, कार्याला कुठे आणि कशी दिशा द्यायची, कोणत्या गटांनी कुठे जायचं, वैदिकांचे सद्विचार कसे रुजवायचे, पुरोहितवर्गानं यज्ञाचं आयोजन कुठे कुठे करायचं, यज्ञाच्या पुष्ट्यर्थ ऋषींनी कुठे तप करायचं इत्यादी गोष्टींचं त्या संपूर्ण प्रवासात नियोजन केलं गेलं होतंच.

साऱ्या नियोजनाचा आढावा प्रतिरात्री अगस्त्यऋषी घेतच होते.

त्या रात्री भोजनोत्तर सारे कार्यकर्ते चेतलेल्या अग्नीसभोवती गोलाकार बसून पुढील कार्याची आखणी करीत होते. नियोजनावर अखेरचा हात फिरवीत होते.

तेवढ्यात अगस्त्य आणि लोपामुद्रा हे दोघे त्या कार्यकर्त्यांसमवेत येऊन बसले. दोघे-तिघे पुरोहितही त्यांच्याबरोबर होते. कार्यकर्त्यांनी करवीर प्रांती करायच्या कामाचं सारं नियोजन अगस्त्यऋषींपुढे मांडलं. ते ऐकून अगस्त्यांनी त्या कार्यकर्त्यांचं कौतुक केलं. काही सूचना करून प्रत्येकाची पाठ थोपटली.

मग सर्वांवरून आपली प्रेमळ दृष्टी फिरवत ते म्हणाले, ''दंडकारण्यात आपण यज्ञीयसंस्था रुजवली आहे. जनस्थानातल्या आपल्या आश्रमातून त्याचं नियोजन होतच राहील. राक्षस तिथे यज्ञीय कार्यात विघ्न आणण्याचा प्रयत्न करीत राहतीलच. पण ते आणखी काही वर्षंच! राम जेव्हा जनस्थानात पोचतील तेव्हा तिथल्या राक्षसांचा समूळ उच्छेद होईल. आपण त्याची चिंता करायचं कारण नाही. ऋषिमंडळ सर्व घडामोडींवर लक्ष ठेवून आहे. त्यांचं नियोजन आणि संपर्कयंत्रणा कल्पनातीत आहे...

''आता दक्षिणेकडील आपलं नियोजनही तितकंच महत्त्वाचं आहे. दक्षिण सागरापर्यंतची भूमी वैदिक विचारांनी आपल्याला प्रभावित करायची आहे. उत्तर दंडकारण्यातील जटायू जमातीत वैदिक विचार रुजले आहेत. दक्षिणेकडे वानर

जमात मोठ्या प्रमाणात आहे. किष्किंधेत त्यांचं राज्य आहे. ती जमात संस्कृती-प्रस्थापन कार्यात कशी उपयोगात आणायची याचा आपल्याला विचार करायचा आहे. दक्षिणेकडे इल्वाल आणि शूरपद्म असे दोन दैत्य राजे राज्य करतात. ते रावणाला अनुकूल आहेत. तिथेही आपल्याला कार्य प्रस्थापित करायचं आहे. तेच आपल्यासाठी फार मोठं आव्हान आहे. कारण इल्वाल हा दैत्य कालकेय वंशातील आहे. ओघानंच देवांशी त्याचं हाडवैर आहे. त्यामुळे तिथे कार्य करताना कदाचित आपल्याला वेगळा मार्ग आचरावा लागेल असं मला जाणवतंय्!''

ओघानंच देवांचा विषय निघाला होता. अगस्त्य सांगू लागले, ''पुष्कळ गोष्टी मला कळून चुकल्या आहेत...''

त्या गोष्टी कशा कळल्या हे मात्र त्यांना सांगायचं नव्हतं - आपल्या सिद्धींचं प्रदर्शन करायचं नव्हतं. सिद्धींचा आधार घेऊन त्यांनी आजपर्यंत कुणावरही प्रभाव पाडला नव्हता. अखंड कर्मयोगावरच त्यांचा भर होता. आपल्या विचारातून ते आपल्या शिष्यांना आणि इतरेजनांना कर्मप्रवृत्त करीत असत.

''वायव्येकडील देवराज्य जवळपास नामशेष झालं आहे-'' ते पुढे बोलू लागले, ''असुर्य देशानं 'सुर्य' देश गिळंकृत केला आहे... वृत्राचे बंधारे तोडून जलप्रलय केल्यानंतर देवांना काही काळ इतरत्र विस्थापित व्हावं लागलं होतं. हिमालयात त्यांची राज्यं निर्माण झाली. देवांचे शत्रूही देवांमागोमाग या भारतवर्षात विस्थापित झाले. इथेही ते देवांना त्रासदायक ठरत आहेत. 'उरू'वासी लोक अजूनही विष्णुदेवाच्या अधिपत्याखाली तग धरून आहेत. पण असुर आणि त्यांच्यामधे तणाव आहे. तो भविष्यातही कायम राहील असं वाटतं!

''या पार्श्वभूमीवर वैदिक ऋषींनी मात्र अपरिमित तप:साधना करून ही भूमी मोठ्या प्रमाणावर सुसंस्कृत केली आहे. शेवटी फळ तपालाच मिळत असतं - सदिच्छेला नाही!''

बोलण्याच्या ओघात अगस्त्यऋषींनी सारं श्रेय इतर ऋषींना देऊन टाकलं होतं. श्रेयासाठी ते थोडेच धडपडणारे होते?

वास्तविक संपूर्ण विंध्याचल त्या महान ऋषींनी एकट्यानं 'नमवला' होता. पश्चिम सागरतटी क्रांती केली होती. काशीपासून दंडकारण्यापर्यंत त्यांनी अफाट कार्य केलं होतं. मानवीसंस्कृती रुजवली होती. आता दक्षिण दिग्विजयाची पताका त्यांनी फडकावली होती. भारतवर्षातल्या या विशाल कार्यक्षेत्रात त्यांनी सुनियोजित आश्रमांची साखळी निर्माण केली होती. दंडकारण्यापासून विंध्याचल आणि काशीपासून उत्तरपूर्वप्रांतापर्यंत त्यांनी प्रस्थापित केलेल्या असंख्य आश्रमांमधे सहस्रो विद्यार्थी विद्यार्जन करीत होते. प्रत्येक आश्रमातल्या सहस्रो विद्यार्थ्यांसमवेत आचार्यवर्ग आणि वानप्रस्थीजनही वास्तव्य करून होते.

अगस्त्यांनी त्या त्या आश्रमाला एक आचारसंहिता ठरवून दिली होती. त्यानुसार त्या त्या आश्रमाचं यथोचित कार्य सुरू होतं. अनेक नगरांमधे त्यांच्या पाठशाळाही कार्यरत होत्या. विविध आश्रमांमधून शिकून बाहेर पडलेले विद्यार्थी त्या वेदपाठशाळा चालवीत असत. इतर ऋषींप्रमाणेच वेदविचारांची एक सुप्त क्रांती अगस्त्यांनी भारतवर्षात केली होती.

ऋषींची तपोवनं, आश्रम, पाठशाळा यांचा प्रत्येक राजमंडळाशी थेट संपर्क होता. राजमंडळं ही ऋषिविचारांवरच अधिष्ठित असली पाहिजेत असा अलिखित कडक नियम होता. त्यामुळे कोणत्याही ऋषीला, मुनीला, ब्राह्मण-पुरोहितांना राजप्रासादात - अगदी अंत:पुरातही थेट प्रवेश असे. हे निरिच्छ जन अशातऱ्हेनं विविध राज्यात संपर्क ठेवून राजकार्याचा केव्हाही आढावा घेत. ऋषिविचाराला कुठे छेद जात नाही ना, यावर लक्ष ठेवत. तसं वाटलं तर प्रसंगी उपदेश करीत - राजाला भानावर आणीत.

वन्यजमातींपासून नागरी, ग्रामीण अशा सर्वांनाच एकाच वेदविचाराच्या सूत्रात बांधल्यामुळे सर्वत्र लोक सुख-शांती अनुभवत होते. आश्रमांमधून वेदज्ञानाबरोबरच विद्यार्थ्यांच्या आवडीनुसार आणि कुलपरंपरेनुसार व्यावसायिक शिक्षणही दिलं जात असे. त्यामुळे प्रत्येक व्यक्ती - प्रत्येक कुटुंब समृद्ध झालं होतं. परस्पर स्नेहभाव अनुभवणारा, परस्परांना पुष्टी देऊन समृद्ध जीवन जगणारा एक मानवसंघ ऋषींच्या अविश्रांत तपातून आणि कर्मयोगातून भारतवर्षात अस्तित्वात आला होता.

अगस्त्य पुढे सांगत होते, ''या देवकार्याला उद्ध्वस्त करू पाहणारे असुरी वृत्तीचे दैत्य लोक दक्षिणेकडे कार्यरत आहेत. गोकर्णाजवळच्या सागरात शिवलिंग हाती घेतलेला रावण मला दिसतो आहे...''

एकदम त्यांनी तो विषय आवरता घेतला. मग ते म्हणाले, ''आपल्या ऋषीय कार्याचे आणि संस्कृतीचे पडसाद या करवीर प्रांतापर्यंत उमटलेले आहेत. त्यामुळे इथे कार्य करणं तसं अवघड नाही. मार्गात एका डोंगरावर आपला आश्रम प्रस्थापित झाला आहे. त्यासाठी फार काळ तप करावं लागलं नाही. दक्षिणेकडील कार्याच्या दृष्टीनं तो शुभसंकेतच मानावा लागेल!''

त्यांचं म्हणणं योग्यच होतं. दक्षिणेकडे मार्गक्रमणा करीत असताना वाटेत त्या डोंगरावर अगस्त्यांनी काही काळ तपश्चर्या केली होती. पायथ्याच्या जमाती सद्‌विचारी होत्या. पूर्वी अनेक ऋषींनी तिथे तपश्चर्या केली होती. त्यामुळे भूमी *तयार* होती. भावी कालात 'मनमाड' नावानं तिथे एक शहर निर्माण होणार होतं!

''त्या डोंगराप्रमाणेच हा करवीरप्रांतही कार्यासाठी सुकर ठरणार आहे...'' अगस्त्य पुढे सांगत होते, ''इथल्या वनात राहणारे लोक लाघवी आहेत. सहृदय आहेत. भावुक आहेत. त्यांच्यामधे कार्य करणं कठीण नाही. इथेही आपण विनाविलंब एक आश्रम प्रस्थापित करू शकतो... पुढचं पुढे!''

अगस्त्यांनी पुढचं पुढेच राहू दिलं होतं! भविष्य त्यांना वर्तमानात आणायचं नव्हतं!

मावळतीच्या तांबुस सूर्याकडे पहात अगस्त्य पश्चिमसागरकिनारी उभे होते. लोपामुद्रा त्यांच्यामागे उभी होती. सागरासारखं अथांग आणि विशाल व्यक्तिमत्व असलेल्या आपल्या पतिराजाच्या पाठमोऱ्या आकृतीकडे बघत ती सुद्धा निश्चल उभी होती. हाताची घडी घालून ते महान ऋषी सागराकडे दृष्टी लावून होते. वाऱ्याबरोबर त्यांचं शुभ्र उत्तरीय हेलकावत होतं. तसंच शुभ्र अन्तरीयही फडफडत होतं. काहीसे विरळ झालेले केस मागे उडत होते. सागराकडे पाहताना अगस्त्य मनाशी म्हणत होते, *'हे सागरा, तू मला नेहमीच अनुकूल राहिलास! तुझ्या आश्रयानं राहणाऱ्या जनांनी जलदगतीनं माझे विचार उचलले. ऋषीय संस्कृती अंगिकारली. या संस्कृतीत स्वार्थप्रणित चुकीचे विचार घुसले नाहीत तर ही संस्कृती काळाच्या कसोटीवरही टिकून राहील. हे सागरा, असुररूपी भोग तुझ्याच आश्रयानं राहतात. एका कालकेय वृत्तीचा निप्पात झाला. पण भविष्यात हे 'कालकेय' वेगळं रूप धारण करून आले आणि त्यांनी माझ्या या सागरजनांना मोहवश केलं तर इतक्या कष्टानं प्रस्थापित केलेली संस्कृती झटकन् लयाला जाईल. आज याच सागरीजनांमधे वाल्या नामक एक व्यक्ती जन्माला आली आहे. ती भावी कालात एक महान ऋषी होणार आहे. असंच परिवर्तन मला अपेक्षित आहे. पण परिवर्तन उलट दिशेनं झालं तर मात्र मला पुन्हा जन्म घेऊन या तुझ्या तटी यावं लागेल. माझ्या सागरीजनांमधे अस्मिता भरून पुन्हा त्यांचा जीवनविकास साधावा लागेल! हे सागरा त्यावेळी प्रवाही नित्यत्व राखून तूच साऱ्या चढउतारांचा साक्षीदार असणार आहेस!'*

त्या महान सिद्धाला आता सारंच भूत-भविष्य दृष्टीसमोर दिसू लागलं होतं. ज्योतिष्य-भविष्याचा अभ्यास करता करता त्यांना जनस्थानाच्या आश्रमात त्या रात्री दिव्य अनुभूती मिळाली होती. प्रत्येक व्यक्तीला जोडणारा प्रजातंतू त्यांच्या दिव्यदृष्टीसमोर साकार झाला होता. व्यक्ती-व्यक्तीला जोडला गेलेला तो अव्यक्त तंतू आकाशस्थ अद्भुत यंत्रणेतून निघालेला त्यांना 'दिसला' होता. आकाशस्थ केंद्रकातून निघालेले असे लक्षावधी तंतू प्रत्येक व्यक्तीला जोडले जाऊन संपूर्ण मानवसमूहाचा तंतू म्हणजेच 'प्रजातंतू' तयार झाला होता. प्रत्येक व्यक्तीचं कर्म आणि त्यानुसार ठरलेलं त्याचं भूत-भविष्य त्या तंतूमधून आकाशस्थ यंत्रणेत नोंदलं गेलेलंही त्यांना 'दिसलं' होतं. ऋषीय कार्य करीत असतानाही त्यांचा प्रजातंतूतल्या प्रत्येक 'तंतू'वर अभ्यास सुरूच होता.

करवीर प्रांती आश्रम स्थापल्यानंतर त्यांच्या कार्यानं दक्षिणेत वेग घेतला होता. पूर्वसागर ते महानदी एवढ्या टापूत त्यांनी प्रचंड तपश्चर्या केली होती. आपल्या

परिवारासह वस्ती-वस्तीवर जाऊन त्यांनी विचारसिंचन केलं होतं. सहस्रो जन ऋषीय कार्याला जोडले गेले होते. गेल्या काही वर्षांत असंच 'तप'कार्य करीत करीत ते पश्चिम सागरतटाजवळच्या प्रदेशात स्थिरावले होते. हा प्रांत भावी काळात 'कर्नाट' नावानं प्रसिद्ध होणार होता. आश्रमानजीक असणाऱ्या सागरकिनारी ते प्रतिदिनी सकाळ-संध्याकाळ जात असत. सागराशी हितगुज करत. बऱ्याचदा लोपामुद्राही त्यांच्याबरोबर असे. आजही ती त्यांच्या पाठीशी उभी होती.

सागराशी भावपूर्ण हितगुज झाल्यानंतर अगस्त्यांनी ओंजळीत सागरजल घेतलं आणि मावळत्या दिनकराला अर्घ्य दिलं. नेत्र मिटून त्यांनी सागराला वंदन केलं आणि ते मागे वळले. लोपामुद्रा तेव्हा त्यांच्या शेजारीच येऊन उभी होती. अभावितपणे त्यांना तिचा स्पर्श झाला. ते तिच्याकडे अनिमिष नेत्रांनी बघत उभे राहिले. मावळतीच्या रविराजाची नारिंगी-सोनेरी प्रभा तिच्या रक्तवर्णी गौर मुद्रेवर पसरली होती. त्या सौंदर्यवतीचं मुखकमल अनामिक तेजानं खुलून उठलं होतं. आपल्या पत्नीचं ते अद्भुत, अलौकिक रूप पाहून अगस्त्यांचं अंग अनामिक लहरींनी शहारून गेलं. त्या प्रणयलहरी होत्या का? त्यांना सांगता आलं नसतं. प्रणयलहरींनी अंगात शिरकाव करायला त्या लहरींना आजपावेतो संधी तरी कुठे मिळाली होती? मदनबाण अद्याप त्यांच्यापर्यंत पोचूच शकले नव्हते!

पण आता त्या मावळतीच्या सूर्यकिरणांनी जादू केली होती. सोनेरी सूर्यकिरणांनी लोपामुद्रेची मुद्रा खुलवली होती आणि ती पाहून तिच्या समोरच्या व्यक्तीच्या अंगात मदनबाण घुसले होते! अनिमिष नेत्रांनी ते तिला काही क्षण न्याहाळत राहिले. मग हलकेच त्यांनी आपला उजवा हात तिच्या कपोलांवर ठेवला. असंबद्ध वाटावं अशातऱ्हेनं ते पुटपुटले, ''विश्वामित्रांसारख्या ऋषींचाही तपोभंग... अशाच सौंदर्यानं-''

लोपामुद्रेनं चटकन् त्यांचा हात बाजूला करत मान वळवली. पुरुषाला मोहात पाडल्यानंतर लगेच आपलं सर्वस्व त्याला अर्पण करायचं नसतं ही नवपरिणितेची मानसिकता तिच्यामधे नव्हती असं थोडंच होतं?

त्यांचा हात हाती घेऊन ती म्हणाली, ''अर्घ्यदान झालं ना? मग जाऊ या आश्रमाकडे-''

''आश्रमाकडे? हो आश्रमाकडे... पण इथेच आपण आणखी थोडा वेळ...?'' त्यांच्या मुखातून तुटक शब्द बाहेर पडू लागले.

''इथे? आणि अग्निहोत्र... तसंच सायंप्रार्थना कोण करणार? पुरोहित?''

''नाही... हो... म्हणजे प्रतिदिनी करतोच की आपण... पण... नाही... ती करायलाच हवी!''

''मग चला-''

त्यांचा हात धरून लोपामुद्रा जरा ओढतच त्यांना घेऊन जाऊ लागली.

त्यावेळी तिच्या मनात सुभद्रादेवींचा उपदेश घुमत होता- *'तो प्रसन्न दिसला की मगच तुझं अंत:करण उघड कर-'*

चालताना ते म्हणाले, ''थांब मुद्रे, आज मी तुझी इच्छा-''

''आणि तुमची नाही वाटतं...?''

''हो, आहे... आज मी-''

''थोडा धीर धरा देव!''

''इतकी वर्षं तशीच गेली! मी तुला ते सुख दिलं नाही... आणि आता धीर...? आणखी किती काळ धरायचा?''

''आश्रमात चला... रात्री सांगीन!''

तिचं बोलणं काहीसं कोड्यात टाकणारं होतं. त्या सिद्धानं ध्यान लावलं असतं तर तिचा मनोदय त्यांनी तेव्हाच जाणला असता. पण त्यांनी तसं केलं नाही. तिच्याच तोंडून त्यांना सारं काही जाणून घ्यायचं होतं.

पुळणी तुडवत ते चढ चढून वर आले. आणखी शंभर पावलं चालून गेल्यानंतर ते आश्रमात येऊन पोचले. त्या दरम्यान स्नातक-पुरोहितांनी होमाची सिद्धता केली होती. आजूबाजूचे वनवासीजन प्रार्थनेसाठी जमा झाले होते.

अग्निहोत्र आणि सायंप्रार्थना झाल्यानंतर भोजनाची सिद्धता झाली. भात आणि कुळीथ-पिठलं असा बेत होता. भोजन झाल्यानंतर सारे आश्रमवासी आपापल्या कुटिराकडे विश्रांतीसाठी निघून गेले.

अगस्त्य आणि लोपामुद्रेनंही आपल्या कुटिरात प्रवेश केला.

संध्यासमयीचा 'विषय-विकार' अद्याप अगस्त्यांच्या मनाआड झाला नव्हता. बाजेवर ते तिच्याशेजारी बसले. तिच्या मुक्त केशसंभारावरून त्यांनी हात फिरवला. तिचे कपोल - गाल आपल्या हातांच्या ओंजळीत अलगद पकडले. मग हलक्या आवाजात ते म्हणाले, ''देवांनी सोपवलेलं ऋषीय कार्य करण्यात सारा जन्म गेला. हे सळसळणारं तारुण्य पुढ्यात असतानाही मी त्याचं पान कधी केलं नाही. किंबहुना माझं त्याकडे दुर्लक्षच झालं... आता ऋषीय कार्याचा संध्यासमय समीप आला आहे. अजून कार्याला विराम नसला तरी जेवढं कार्य भगवंतानं आपल्या हातून करवून घेतलं आहे त्यात मी तृप्त आहे. त्यामुळे थोडं स्वास्थ्य... थोडी उसंत... मिळाली आहे. माझं मन आज प्रसन्न आहे. तप:कार्य करतेवेळी मन प्रसन्नच होत असतं. पण आज वेगळ्या-अनामिक जाणिवांनी माझं अंगप्रत्यंग सळसळत आहे... सांग, तुझी काय इच्छा आहे?''

''देव, मी आपल्या कार्यात तनामनानं गुंतून गेले आहे. त्यात मी संतुष्ट आहेच! तरीपण विवाहित स्त्री पुत्रसंतानाच्या नेहमीच प्रतीक्षेत असते-''

''तेच तर म्हणतोय् मी...'' असं म्हणून ते तिच्या जवळ सरकले. पण त्यांच्या गालावर हात ठेवून लोपामुद्रेनं त्यांना दूर केलं. पुत्रसंतान हवं असूनही ती आपल्याला दूर का करते आहे हे त्या ऋषींना समजेना. जे हवहवंसं वाटतं त्याला वरपांगी विरोध करण्याचा स्त्रीचा स्वभाव असतो की काय कुणास ठाऊक! त्यांना तरी तसं वाटून गेलं. म्हणून ते पुन्हा लोपामुद्रेजवळ सरकले. पण पुन्हा तिनं त्यांना दूर केलं.

अगस्त्य तेव्हा मनातून थोडे खंतावले. आपलं वय वाढलं आहे. डोईवरचे केस कमी झाले आहेत. दाढी-मिशा खुरटत चालल्या आहेत. रानावनात तप करून शरीर रापलं आहे. या कोमल विरहिणीला आता मी आवडत नसणार... अशा नकारात्मक विचारांनी त्यांचं मन ग्रासून गेलं. पौर्णिमेच्या चंद्रावर काळ्याकुट्ट मेघांनी आक्रमण करून चंद्रतेज ग्रासून टाकावं असाच प्रकार घडला. त्यांचं मुख म्लान होऊन गेलं. ते तिच्यापासून दूर सरकले. खाली मान घालून बसले.

''कसला विचार करताय देव?'' तिनं खोडकरपणे विचारलं.

एक सुस्कारा सोडून ते उत्तरले, ''मी आता वृद्ध झालो, मुद्रा! तुझ्या सळसळत्या तारुण्याचं पान...''

''हे काय भलतंच बोलणं बाई!'' ती लाडिकपणे म्हणाली, ''मी कधी असं दर्शवलं तरी आहे का? आणि जे मनातच नाही ते दर्शवणं तरी शक्य आहे का?''

ते मौन राहिले.

मग पुन्हा त्यांच्याजवळ सरकत ती म्हणाली, ''आपल्या भावना मी जाणते. आपण मला परमप्रिय आहात. मी सुद्धा मीलनासाठी आतुर आहे... पण-''

''पण काय?''

''माझी एक अट आहे-''

''अट? आपला विवाह होऊन इतकी वर्षं उलटली. आता तू अट घालतेस?''

''हो बाई! माझी एक अट आहेच मुळी!''

''बरं, सांगा तरी ती!''

''हे पहा, मी राजप्रासादात वाढले आहे. तरी मी तुमच्याशी विवाहबद्ध होऊन हा वनवास आनंदानं पत्करला... पण, पण आता माझ्या अपत्याच्या नशिबी असा वनवास येता कामा नये असं मला वाटतं. आजपर्यंत तुम्ही केवढी तपश्चर्या केलीत! खरोखर, त्याला तोड नाही... त्यासाठी तुम्ही 'देवपद' पणाला लावलंत. साऱ्या दैवी भोगांचा त्याग केलात. अनेक राजमंडळं निर्माण करण्यात तुमचा सहभाग होता. निरिच्छ-निरपेक्ष वृत्तीनं तुम्ही हे देवकार्य केलंत... आपल्या एका शब्दावर धनाच्या राशी आपल्या पायाशी येतील! देव, भारतवर्षात जो सर्वात धनवान राजा आहे त्याच्याकडून आपण माझ्यासाठी - म्हणजे आपल्या येणाऱ्या अपत्यासाठी धन आणावंत अशी माझी अट आहे...''

''हे तू काय बोलतेस मुद्रा? आजपर्यंत मी अयाचक व्रताचं पालन केलं आहे... आता तू मला हात पसरायला सांगतेस? ती गोष्ट मला कदापि जमणार नाही - माझी अस्मिता मी मुळीच पणाला लावणार नाही... हाच माझा अंतिम निर्णय आहे!''

''मग माझाही निर्णय ऐका... माझी अट मान्य नसेल तर मी सुद्धा मीलनासाठी सिद्ध होऊ शकणार नाही...''

तिचं निर्वाणीचं बोलणं ऐकून अगस्त्यांना धक्काच बसला.

आजपर्यंत ती अशी कधी वागली नव्हती. त्यांच्या कार्यात ती बरोबरीनं सहभागी झाली होती. ऋषीय विचार तिच्यामधे पुरेपूर भिनले होते. तरीही तिनं अशी विचित्र अट घालावी याबद्दल त्यांना फार आश्चर्य वाटत होतं. आता पुढे बोलणंच खुंटलं होतं. पुढे काहीही न बोलता तिनं अंथरूण जवळ केलं होतं. काही क्षणातच ती गाढ झोपीही गेली.

सारं काही अवचित घडलं होतं. त्याचं कारण अगस्त्यांच्या ध्यानी येत नव्हतं. ते जाणून घ्यायला हवंच होतं. पण ती तर निद्रावश झाली होती. मग जाणणार तरी कसं? तो सिद्ध ऋषी लगेच भूमीवर तृणासन घालून नेहमीप्रमाणे ध्यानस्थ बसला. पण ध्यान लागेना. अनंत विचारांनी मनात कल्लोळ उठवला होता. मन शांत झाल्याशिवाय ध्यान लागणार नव्हतं. मग त्यांनीही शय्या जवळ केली. विचारांच्या गर्तेत असतानाच त्यांना केव्हा निद्रा लागली हे त्यांचं त्यांनाही कळलं नाही.

पहाट होण्यापूर्वीच त्यांना जाग आली. मन शांतावलं होतं. प्रसन्न झालं होतं. ते पुन्हा तृणासनावर पद्मासन घालून बसले. दीर्घ श्वसन करून ध्यानमग्न झाले. त्यांचं लाडकं दैवत भगवान महादेवांना त्यांनी आवाहन केलं.

त्या दैवताचंही त्यांच्यावर पराकोटीचं प्रेम होतं. थोड्याच वेळात भगवान त्यांच्या अंतर्दृष्टीसमोर साकारले. विचारांनीच विचारांची देवाण-घेवाण झाली. महादेवांकडून त्यांना प्रतिसाद मिळाला- *'तिची मागणी योग्य आहे. ती तू पुरी करायला हवीस! अन्य काही जाणायचा तू आत्ता तरी प्रयत्न करू नकोस... तिच्या इच्छापूर्तीसाठी त्वरित कार्यरत हो!'*

भगवान महादेवांनी तिच्या बाजूनं कौल दिला होता. यात नक्कीच काहीतरी सद्हेतू असणार असं अगस्त्यांना वाटून गेलं. पण यातून ईश्वराला नक्की काय साधायचं आहे? अयाचक व्रतापासून मला परावृत्त करण्यात त्याचा काय हेतू आहे? असे प्रश्न त्या सिद्धाला पडत होते; तथापि कालकुपीत दडलेलं भविष्य त्यांना जाणून घ्यायचं नव्हतं.

रहस्यभेद झाला की त्या विषयाची चव निघून जात असते!

■

२६

अंतरंगातील तेज प्रगटलं!

हे राजे माझ्यासाठी इथे आले होते. त्यांना संपवण्याचा
तुझा डाव होता. त्याची भरपाई म्हणून तू या प्रत्येक
राजाला एक सहस्र गायी दे. सुवर्ण दे...
मला वीस सहस्र गायी दे आणि तितकंच सुवर्ण दे.
याशिवाय मला तू एक सुवर्णमय रथ
आणि दोन वेगवान अश्व दे...

दक्षिणेकडच्या मणिमतीनगरीचं नगरद्वार स्पष्ट दिसू लागलं होतं. त्या राज्याचा ध्वज नगरद्वारावर डौलानं फडकत होता. नगरद्वारावरचे काढते-घालते लाकडी सेतू खंदकावर स्थिरावले होते. तिथेच इल्वाल राजाचे प्रधान आणि इतर काही मंत्री अगस्त्यांच्या स्वागतासाठी उभे होते. केसांच्या लांब वेण्या घातलेल्या स्त्रिया हातात तबकं घेऊन उभ्या होत्या. त्यावेळी नगरद्वार झेंडूच्या माळा-फुलांनी सजवलं होतं. भूमीवर गोमयानं सारवण करून संमार्जन केलं होतं. रंगीबेरंगी रंगावल्या रेखल्या होत्या. नगरद्वाराच्या आत दुतर्फा असणाऱ्या अभ्यागत कक्षावर अनेकविध तोरणं उभारली होती.

अगस्त्यांच्या शेजारीच रथात बसलेला व्रघ्नाश्व राजा म्हणाला, ''महर्षी, इल्वालानं स्वागताची तर जय्यत सिद्धता केलेली दिसते!''

''हो, असं दिसतं खरं! पण हा दैत्य राजा आहे... कालकेयांच्याच वंशातला! समुद्रमार्गे येऊन इथे स्थिरावला... सावध राह्यलं पाहिजे! बाह्य देखावा मनुष्याला भुलवतो!''

अगस्त्यांच्या बोलण्यावर त्यांच्या डावीकडे बसलेल्या श्रुतर्वा राजानं म्हटलं. ''अल्पकाळातच भारतवर्षातला सर्वात धनाढ्य राजा म्हणून लौकिक मिळवला या राजानं! आपल्याला आवश्यक तेवढं धन हा इल्वाल नक्कीच देईल याची निश्चिती वाटते ऋषीवर...''

''महादेवांची इच्छा!'' अगस्त्यांनी मोजक्या शब्दात अभिप्राय दिला. मणिमती नगरीकडे निघण्यापूर्वी अगस्त्यांनी अंतर्ज्ञानानं सारं काही जाणलं होतं. लोपामुद्रेच्या विचित्र मागणीचं रहस्य त्यांना कळून चुकलं होतं.

त्या रात्री लोपामुद्रेनं राजमातेला शोभेल असं धन एखाद्या राजाकडून आणण्याची अट अगस्त्यांना घातली होती. महादेवांनीही तसा संकेत दिल्यानंतर अगस्त्य प्रथम श्रुतर्वा राजाकडे गेले होते. त्यांचं यथोचित स्वागत करून श्रुतर्वा राजानं त्यांची विचारपूस केली होती. तेव्हा येण्याचं प्रयोजन सांगून अगस्त्यांनी म्हटलं होतं, कुणालाही पीडा होणार नाही, राज्यावर आणि पर्यायानं प्रजाजनांवर बोजा पडणार नाही हे पाहून मला द्रव्यदान कर.

ते ऐकताच राजानं राज्याचा सर्व आय-व्यय आणि इतर व्यवहार अगस्त्यांपुढे ठेवला होता. मग म्हणाला, ''यातून जी शिल्लक राहील ती आपली ऋषीवर!''

पण अगस्त्यांना राज्यकारभारात होणारा आय-व्यय सम असल्याचं आढळलं. अशा परिस्थितीत त्या राजाकडून द्रव्य घेणं त्यांना उचित वाटलं नव्हतं. म्हणून ते श्रुतर्वा राजाला घेऊन व्रध्नाश्व राजाकडे गेले. तिथेही तीच परिस्थिती होती. तिथेही धन न मागता अगस्त्य त्या दोन राजांना घेऊन अनुक्रमे पुरुकुत्स, महाधनाढ्य आणि त्रसदस्यू अशा राजांकडे गेले. सर्वत्र सारखीच परिस्थिती होती. आय-व्यय सम होता. आता आणखी कुणाकडे जाण्यात अर्थ नाही असं वाटून त्या राजांनी अगस्त्यांना इल्वालाकडे जाण्याविषयी सुचवलं होतं. तो दैत्य राजा मोठा धनाढ्य आहे; तो निश्चित हवं तेवढं धन देईल असंही त्यांनी सांगितलं होतं.

त्यानुसार अगस्त्यांनी त्या पाचही राजांना बरोबर घेऊन इल्वालाच्या मणिमती नगरीत जाण्याचा निर्णय घेतला होता. अगस्त्य ऋषींसह पाचही राजे त्यांचे मंत्री आणि निवडक सैन्यासह आता मणिमती नगरीजवळ येऊन पोचले होते.

नगरद्वारापाशी ते सारे रथातून पायउतार झाले. सर्वांची यथाविधी पाद्यपूजा झाली, औक्षण झालं. मग सारेजण राजप्रासादाकडे निघाले. रस्त्यातून जाताना ते पाचही राजे चकित होऊन सभोवती पहात होते. सुंदर महामार्ग, उद्यानं, वनश्री, देखण्या वास्तू, सुवर्णालंकारांनी समृद्ध असलेले प्रजाजन पाहून ते हरखून गेले होते. इल्वालाची ती मणिमती नगरी खरोखरच सुंदर होती. हीच मणिमती नगरी सहस्रो वर्षांनी चालुक्य राजवंशाची 'बदामी' म्हणून नावारूपाला येणार होती.

रथांमधून राजप्रासादाकडे जात असताना ते पाच राजे त्या मणिमती नगरीतील विविध दृश्यं नेत्रांत साठवून घेत होते.

अगस्त्यऋषींना मात्र त्यात रस नव्हता. त्यांना त्यांचं कार्य दिसत होतं. शिवाय 'सुर्य' देशात त्यांनी मणिमतीहून अनेक पटींनी सुंदर असलेलं देवराज्य पाहिलं होतं. तिथेच ते लहानाचे मोठे झाले होते. आर्यावर्तात त्यांनी काशी-मिथिला आदी सुंदर राज्यं बघितली होती. अयोध्येसारख्या अतिसुंदर नगरीतील स्वयंशासित राज्यव्यवस्था अनुभवली होती. त्या पार्श्वभूमीवर त्यांना या मणिमतीचं कितीसं महत्त्व वाटणार होतं? इल्वालाकडे कशाप्रकारे धनाची मागणी करावी याच विचारात ते गढून गेले होते.

सारे रथ राजप्रासादापाशी येऊन पोचले तेव्हा ते आपल्या विचारतंद्रीतून जागे झाले. राजप्रासादाच्या भव्य द्वारापाशीच इल्वाल राजानं अगस्त्यऋषींचं यथोचित स्वागत केलं. बरोबर आलेल्या क्षत्रिय राजांचाही सन्मान करून तो सर्वांना अंत:पुरात घेऊन गेला. इल्वाल जेव्हा अगस्त्यांना सामोरा गेला होता तेव्हाच त्यांना त्याचं खरं रूप कळून चुकलं होतं. त्याचं काळकुट्ट अंत:करण त्यांना उमजलं होतं.

बोलून चालून इल्वाल हा दानव होता. देव आणि क्षत्रिय राजे यांचा तो रावणाप्रमाणेच कट्टर विरोधक होता. आर्य राजांना लढाईत हरवणं आपल्याला मुळीच शक्य नाही हेही तो जाणून होता. त्यामुळे एखादं षड्यंत्र रचून एकेका राजाचा किंवा क्षत्रियाचा काटा काढण्याची कुटील नीती त्यानं कित्येक वर्षं अवलंबली होती. वरपांगी गोड बोलणारा हा राजा क्षत्रियांना भोजनासाठी निमंत्रण देत असे. मग बल्लवाचार्यांकडून अत्यंत रुचकर असा मांसाहार बनवून घेऊन त्यात तो एकप्रकारची औषधी मिसळत असे. त्या औषधीमुळे यथावकाश मांसाशन करणाऱ्याच्या पोटात वातवृद्धी होऊन त्यातच पोट फुगून फुटत असे. अशा कित्येक क्षत्रियांचा त्यानं बळी घेतला होता.

आज तर त्याच्यासाठी प्रतिशोध घेण्याची मोठी पर्वणीच होती. क्षत्रिय राजे अनेक सैनिकांसह त्याच्या प्रासादात उपस्थित होते. एकाच वेळी त्या अनेक क्षत्रियांना त्याला मारता येणार होतं. त्यामुळे असुरी आनंद त्याच्या मनात मावेनासा झाला होता.

एव्हाना मध्यान्ह झाली होती. अंत:पुरात पंगत सजली होती. नक्षीदार पाट आणि त्यापुढे चौरंग मांडले होते. चौरंगांसभोवती रंगावल्यांची सजावट केली होती.

सारेजण स्थानापन्न झाले. सुवर्णस्थालीत विविध पदार्थ वाढले गेले. आर्यराजांनी हात जोडून 'ॐ सहनाववतु सहनौभुनक्तु'चा गजर करायला प्रारंभ करताच अगस्त्यऋषींनी त्यांना थांबवलं. शेजारी बसलेल्या क्षत्रिय राजांच्या कानात ते कुजबुजले, ''ताटात जे वृषभाचं मांस वाढलेलं आहे ते ताटाबाहेर काढा आणि माझ्या ताटापुढे ठेवा!''

संभ्रमित होऊन त्या राजांनी वृषभाचं मांस आपल्या गुरूच्या ताटापुढे ठेवलं.

मग अगस्त्यांनी त्या राजांसह पुन्हा 'ॐ सहनाववतु'चा मंत्रघोष केला. समोर बसलेला इल्वाल संशयित दृष्टीनं अगस्त्यांकडे पहात होता. आपला कुटील डाव फसतो की काय असं त्याला वाटत होतं. परंतु; अगस्त्यांनी वृषभाच्या मांसाच्या पात्रात हात घालताच मात्र त्याचे नेत्र आनंदानं चमकले.

मांसाहार करताना अगस्त्य म्हणत होते, ''ऋषीय जीवनपद्धती स्वीकारल्यानंतर मी कधी मांसाहार केलेला नाही... पण आज मी मांस खाणार आहे... माझंच नव्हे; तर या राजांना वाढलेलंही!''

असं म्हणून अगस्त्यऋषींनी सारं मांस फस्त करून टाकलं.

इल्वाल त्यांच्याकडे आश्चर्यानं पहात राहिला. थोडंसं मांस जरी पोटात गेलं असतं तरी 'वातापि' आपला प्रभाव दाखवणार होता. पण समोर बसलेल्या ऋषीनं तर सर्व क्षत्रियांना वाढलेलं मांस एकट्यानं खाऊन टाकलं होतं! वातवृद्धी होऊन त्या ऋषीचं पोट त्वरित फुटून जाणार होतं - इल्वालाला ते हवंच होतं.

पण अगस्त्यांवर कोणताच परिणाम दिसून येईना.

भोजनोत्तर पान-सुपारी झाली. त्यावेळीही इल्वाल मोठ्या अपेक्षेनं अगस्त्यांकडे पहात होता. त्यांच्या पोटात तयार होणारा 'वातापी' पोट फाडून बाहेर येण्याची तो वाट पहात होता. दोन घटका मागे सरल्या तरी त्या ऋषींवर कोणताच परिणाम झालेला त्याला दिसला नव्हता. 'ती औषधी मांसात घालायला बल्लवाचार्य विसरला की काय,' या विचारानं इल्वाल आपल्या जागेवरून उठला आणि तावातावानं मुदपाकगृहाकडे निघाला.

तेव्हा त्याला अडवत अगस्त्य म्हणाले, ''थांब इल्वाल!''

तो जागीच थबकला.

अगस्त्यांनी खूप प्रदीर्घ नाद करणारा अपान वायू सोडला. मग त्याच्याकडे पहात हसून म्हणाले, ''तुझ्या 'वातापी'ला मी पोटातच मारून टाकलं आहे! अरे, मी एक सिद्ध ऋषी आहे म्हटलं! तुझं विष सामान्यांवर प्रभाव करू शकतं; माझ्यासारख्या सिद्धावर नाही - समजलं?''

अगस्त्यांचं बोलणं ऐकून त्यांच्याबरोबरचे क्षत्रिय राजे संतापले. विषबाधा करून आपल्याला मारण्याची इल्वालाची योजना त्यांना कळून चुकली. अगस्त्यांमुळे आज ते मोठ्या संकटातून वाचले होते. त्यांचे आभार मानून ते राजे उठून उभे राहिले. कमरेच्या तलवारी-खंजिर त्यांनी उपसले. त्याचवेळी सेवकांच्या वेषातील अनेक देव-सैनिकांनीही शस्त्रं उपसली. इल्वालाच्या शरीररक्षकांनीसुद्धा शस्त्रांना हात घातला. एकच कल्लोळ माजला.

ते पाहून इल्वाला अगस्त्यांपुढे येऊन उभा राहिला. त्यानं विचारलं, ''आपण कशासाठी इथे आलात? माझ्याच राज्यात येऊन माझ्याविरुद्ध शस्त्र चालवायला?''

अगस्त्यांऐवजी श्रुतर्वानंच उत्तर दिलं, ''आजवर तू अनेक क्षत्रियांना फसवून मारलंस...''

''त्याची शिक्षा देण्यासाठी आम्ही आलो आहोत-'' पुरुकुत्स राजानं श्रुतर्वाचं बोलणं पुरं केलं.

त्यांच्या बोलण्याकडे दुर्लक्ष करून इल्वालानं अगस्त्यांना पुन्हा विचारलं, ''आपली माझ्याकडून काय अपेक्षा आहे तेवढं सांगा-''

''ऐक, मी माझ्या व्यक्तिगत कार्यासाठीच तुझ्याकडे आलो होतो, राजा. अन्य कोणताही हेतू नव्हता. 'अतिथी देवो भव,' ही आम्हा आर्यांची नीती आहे. अतिथीला भोजनासाठी निमंत्रित करून आम्ही कधी विषप्रयोग करीत नाही - तो आमचा धर्म नाही. पण तू आम्हाला भोजनाला बसवून विषप्रयोग केलास... या राजांनी तुझं 'वातापी'युक्त मांस खाल्लं असतं तर इथल्या इथे त्यांचं क्रियाकर्म करण्याची वेळ आली असती. तुझा कुटील हेतू मी अंतर्ज्ञानानं जाणला होता. म्हणून

मी आज मांसभक्षण केलं... तुझ्या 'वातापी'ला आतल्या आत जाळून टाकला!''

यावर प्रतिवाद करणं इल्वालाला शक्यच नव्हतं. त्यामुळे पुन्हा मूळ विषयावर येत त्यानं विचारलं, ''मला आपली अपेक्षा सांगा-''

''सांगतो... हे राजे माझ्यासाठी इथे आले होते. त्यांना संपवण्याचा तुझा डाव होता. त्याची भरपाई म्हणून तू या प्रत्येक राजाला एक सहस्र गायी दे. सुवर्ण दे... मला वीस सहस्र गायी दे आणि तितकंच सुवर्ण दे. याशिवाय मला तू एक सुवर्णमय रथ आणि दोन वेगवान अश्व दे...''

ते ऐकून इल्वाल म्हणाला, ''ऋषीवर, ही मागणी अवास्तव आहे. मी ती पुरी करू शकत नाही...''

त्याचं बोलणं पुरं व्हायच्या आतच प्रतिहारी धावत आला. घाबऱ्याघुबऱ्या स्वरात म्हणाला, ''महाराज... घात झाला! आपली संपूर्ण मणिमतीनगरी देवसेनेनं आणि इतर आर्यराजांच्या सेनेनं व्यापली आहे... आपल्या सैनिकांनी शस्त्रं खाली ठेवली आहेत...''

''काय सांगतोस...!'' इल्वाल मटकन् खाली बसला. त्याला कमालीचा धक्का बसला होता. तो थरथर कापू लागला होता... मग रडवेल्या स्वरात म्हणाला, ''ऋषीवर, आपणच माझा घात केलात की!''

श्रुतर्वाराजा लगेच म्हणाला, ''ऋषीवरांना कशाला दोष देतोस? त्यांच्या अपरोक्ष हे षड्यंत्र रचलं गेलं आहे - तुला धडा शिकवण्यासाठी!''

व्रध्नाश्व राजाही उसळून म्हणाला, ''अनेक ब्राह्मण-क्षत्रियांना तू आजपर्यंत मारलंस! देवांविरुद्ध कट रचलेस. आर्यांशी विनाकारण शत्रुत्व केलंस-''

''विनाकारण?'' इल्वाल उसळला, ''आमचा कालकेय वंश देवांनी नष्ट केला. आम्हाला देशोधडीला लावलं...''

त्याचक्षणी काही देवांसह इंद्रानं अंत:पुरात प्रवेश केला. इल्वालाचं बोलणं त्याच्या कानावर पडलं होतं. इंद्र संतापून म्हणाला, ''आम्ही 'सुर्य' देशात शांततेनं राहत होतो. आमचा विकास करत होतो. पण तुझ्या पूर्वजाला - वृत्राला ते पाहवलं नाही. त्यानंच आमच्याशी उघड उघड वैर केलं. कशासाठी? आमची समृद्धी त्याच्या डोळ्यात खुपत होती म्हणूनच ना? दुसऱ्यांचा उत्कर्ष तुम्हा असुरांना पहावत नाही... तुम्हाला काम न करता आयतं हवं असतं. या वृत्तीचा परिणाम म्हणजे सर्वनाश! या भारतवर्षात आम्ही आलो तसेच तुम्हीही आलात. पण इथे येऊन, स्थिरावून पुन्हा आमच्याशी वैरभाव जपलात. सतत आर्यावर्ताला उपद्रव देत राहिलात... त्यासाठी कूटनीतीचाही अवलंब केलात. आता कशाला शोक करतोस! तुझ्याच कर्माचं हे फळ आहे! साऱ्या देवसेनेनं आणि आर्य राजांच्या सेनेनं आज तुझी मणिमतीनगरी व्यापून टाकली आहे! आता तुझं हे राज्य आमचं झालं आहे!''

इंद्रानं विजयी मुद्रेनं अगस्त्यांकडे बघितलं. त्याचवेळी इल्वालानं अगस्त्यांचे चरण धरले. तो कळवळून म्हणाला, ''आपणच निर्णय करा ऋषीवर! पण एकच विनंती आहे, मला जीवदान द्या!''

अगस्त्यांनी विशिष्ट अभिप्रायानं इंद्राकडे बघितलं. परस्परांचे संकेत परस्परांना समजले. मग त्याला उठवत अगस्त्य म्हणाले, ''तुला जीवदान मिळेल; पण यापुढे तू राजसिंहासनावर बसू शकणार नाहीस... हे राज्य आता तुझं राहिलेलं नाही.''

इंद्राचे सशस्त्र सैनिक इल्वालाला बंदी बनवून घेऊन गेले.

इंद्राजवळ जाऊन अगस्त्य म्हणाले, ''मोठं षड्यंत्र रचलंत की!''

''रचावंच लागलं ऋषीवर! अन्यथा हा इल्वाल नमला नसता... पण त्यासाठी मला-''

''लोपामुद्रेला प्रेरणा द्यावी लागली, असंच ना?''

इंद्र मोठ्यांदा हसला. मग म्हणाला, ''आपण सिद्ध आहात... सारं काही जाणताच! कालकेयांचा नि:पात करण्यासाठी देवांना आपलंच सहाय्य घ्यावं लागलं. हा इल्वाल त्यांच्याच वंशातला. मोठा पाताळयंत्री होता. त्याला नमवण्यासाठी आम्ही हेतूपुरस्सर आपल्याला इथे पाठवण्याची व्यवस्था केली... हे राजे त्यासाठी सहाय्यार्थ धावून आले!''

अगस्त्य शांतपणे म्हणाले, ''लोपामुद्रेची विचित्र अट ऐकून मला तसा संशय आलाच होता. पण महादेवांनी कौल दिल्यामुळे-''

''ऋषीवर!'' इंद्रानं मग उत्साहात येऊन म्हटलं, ''दक्षिण मुक्त झाली! आता दक्षिणसागर तेवढा मुक्त व्हायचा राहिला! आजचं हे यश फार मोठं आहे ऋषीवर... या नगरीत विस्थापित होऊन आपण ही नगरी सुस्थितीत आणावी अशी माझी विनंती आहे.''

त्यावर हसून अगस्त्य म्हणाले, ''देवराज, मी पडलो एक ऋषी - रानावनात फिरणारा! राज्य करणं हे माझं काम नाही... अनुशासनासाठी माझ्यासमवेत आलेल्या या राजांवर ते दायित्व सोपवू या!''

''ठीक आहे, पण माझी एक विनंती मान्य करावी...''

''सांगा-''

''या नगरीनजीक कुठेतरी - अगदी इथल्या अरण्यात आपण आश्रम उभारून विस्थापित व्हावंत असं मला वाटतं-''

इंद्राच्या विनंतीत अमान्य करण्यासारखं काहीच नव्हतं.

इंद्रानं मग श्रुतर्वादी आर्य राजांवर मणिमती नगरीचं दायित्व सोपवलं. काही देवही त्या नगरीत वास्तव्य करणार होते. अवचित ती नगरी ताब्यात आल्यानंतर त्या राज्याची व्यवस्था लावण्यासाठी काही काळ जाणारच होता. त्यासाठी काही देव आणि ते राजे पुढचं नियोजन करण्यासाठी मणिमती नगरीतच थांबणार होते.

अगस्त्यांना मात्र थांबणं शक्य नव्हतं. लोपामुद्रेला दिलेला शब्द त्यांना पाळायचा होता. त्यांना जेवढं धन आवश्यक होतं तेवढं घेऊन त्यांनी इंद्रादी देवांचा आणि सहकारी राजांचा निरोप घेतला. मग इल्वालाच्या वेगवान अश्व जोडलेल्या सुवर्णरथातून ते आपल्या शिष्यांसह त्वरित निघाले.

जनस्थानात लोपामुद्रा त्यांचीच प्रतीक्षा करीत होती.

''आता तरी तू संतुष्ट झालीस ना?'' अगस्त्यांनी लोपामुद्रेला विचारलं.

''होय देव!'' काहीशा लज्जेच्या स्वरात ती म्हणाली, ''पण हे सारं करण्यामागे इंद्रदेवांचा हात होता हे आपण जाणलंच असणार! माझा काही प्रमाद-''

''प्रमाद कसला? तुला प्रेरणा देणारा तो देवराजच होता हे मी पूर्वीच जाणलं होतं. तो कुणाकुणाला प्रेरणा देतो हे त्याचं त्यालाच ठाऊक! इक्ष्वाकू कुलातल्या कैकेयीला त्यानं अशीच प्रेरणा देऊन रामाला वृद्ध दशरथराजाच्या माया-पाशातून बाहेर काढलं. रामानं वनवासात दंडकारण्यातच गेलं पाहिजे, असा वर मागण्यासाठी त्या देवराजानंच कैकेयीला मंथरेकरवी प्रेरणा दिली होती. पण त्याचा हेतू शुद्ध असतो हे ध्यानात ठेव.''

''खरंय आपलं... तरीही मी आपली क्षमा मागते-''

अगस्त्यांचं तिच्या या बोलण्याकडे फारसं लक्ष नव्हतं. त्यांच्या मनात इंद्राविषयीच विचार चालले होते. ती गोष्ट स्वाभाविकही होती. ते स्वत: पूर्वाश्रमीचे 'देव' होते. देवराज्यात त्यांचा इंद्रदेवाशी नित्य संपर्क असे. त्यामुळे 'इंद्र'पदाची महती ते पूर्णपणे जाणून होते. उतारवयात ऐन तारुण्यातल्या गोष्टी प्रकर्षानं आठवत असतात. बालवयातल्या आणि तारुण्यातल्या स्नेहीमंडळींची, मित्रवर्गाची विशेष आठवण होत असते. त्या आठवणी मनात उफाळून येत असताना व्यक्ती काहीशी भावनाकुलही होऊन जाते.

अगस्त्यांचं थोडफार तसंच झालं होतं.

शून्यात बघत ते म्हणाले, ''माझे आणि इंद्रदेवांचे तेव्हा संबंध बिघडले होते... तरीपण सांगतो, 'इंद्र' हा श्रेष्ठच असतो. मुद्रे, देवराज्यात 'इंद्र'पद सहजगत्या कुणाला मिळत नाही. ज्या व्यक्तीनं शंभर अश्वमेध यज्ञ केले आहेत आणि प्रचंड तप केलं आहे अशीच व्यक्ती इंद्रपदी आरूढ होऊ शकते. 'तप' करणं म्हणजे ईश्वरी कार्यासाठी झिजणं - संस्कृतीहीन जनांपर्यंत यज्ञादी वेगवेगळ्या मार्गांनी ईश्वरीविचार नेण्यासाठी तन-मन झिजवणं... धन कारणी लावणं!

''अशा सर्वगुणसंपन्न श्रेष्ठ व्यक्तीलाच 'इंद्र'पद दिलं जातं. देवराज्यातला तो अलिखित नियम आहे... सहेतुक अथवा निर्हेतुक भावानं जर एखादा ऋषी-तपस्वी ब्रह्मचर्याचं पालन करून अखंड तप करीत असेल तर अशा व्यक्तीचा भावी

इंद्रपदासाठी अनायसे विचार केला जातो. मग देवराज्यातले चार ब्रह्मजाणते पुरुष अर्थात 'ब्रह्मदेव' अशा तपस्व्यांची परीक्षा घेण्यासाठी त्यांच्याकडे अप्सरा पाठवतात. सुंदर अप्सरांच्या मायाजालात तो अडकतो आणि आपल्या नैष्ठिक ब्रह्मचर्य व्रतापासून ढळतो! त्याचा 'तपो'भंग होतो. विश्वामित्रांचं असंच झालं...!''

लोपामुद्रेनं मधेच विचारलं, ''म्हणजे इंद्रपद मिळण्यासाठी किंवा मिळवण्यासाठी तपःकार्याबरोबरच ब्रह्मचर्य व्रताचं कसोशीनं पालन करावंच लागतं, बरोबर ना?''

''हो... पण ब्रह्मचर्य व्रताचं पालन करणं म्हणजे अविवाहित राहणं असं नव्हे! विवाहित राहूनही ब्रह्मचर्य व्रताचं पालन करता येऊ शकतं. प्रत्येक ऋषी विवाहित असूनही ब्रह्मचर्य व्रताचंच पालन करतो.''

''मला नाही समजलं!'' प्रश्न विचारताना लोपामुद्रेची भृकुटी उभवली गेली.

तिच्या शेजारी बसत अगस्त्य म्हणाले, ''स्त्री-पुरुष संगापेक्षा तपःकार्याच्या भंगाचा इथे संबंध आहे, मुद्रा! अप्सरेच्या विळख्यात सापडलेला तपस्वी अनायसे तिच्यामधेच रात्रंदिवस रममाण होतो. त्यामुळे तपःकार्याचा विसर तरी पडतो किंवा त्यात ढिलाई तरी येते. 'इंद्रपदा'च्या परीक्षेत असा मनुष्य अनुत्तीर्ण ठरतो!''

''म्हणजे, स्त्री-पुरुषसंगाला हे व्रत प्रतिबद्ध नाही तर!'' त्यांच्याजवळ सरकत तिनं लाडिकपणे विचारलं.

तिच्या मुक्त काळ्या केशसंभारातून बोटं फिरवत अगस्त्य म्हणाले, ''नाही... संगातून जीवाला एकप्रकारची अनामिक तृप्तीच मिळत असते... फक्त त्यात संयम महत्त्वाचा असतो-''

''मग आपल्याला आणखी कशाची प्रतीक्षा आहे?'' त्यांच्या खांद्यावर हात ठेवत तिनं विचारलं.

तिला जवळ घेत ते म्हणाले, ''आता कसलीच प्रतीक्षा नाही... त्याचसाठी तर तुला तत्परतेनं या मणिमतीच्या आश्रमात घेऊन आलो!''

इल्वालाला नमवल्यानंतर अगस्त्यऋषी आवश्यक तेवढं धन घेऊन जनस्थानातल्या आश्रमात गेले होते. तिथली व्यवस्था लावून ते इंद्राच्या इच्छेनुसार लोपामुद्रेसह पुन्हा मणिमती नगरीत आले होते. 'मणिमती' आणि 'वातापी' ही नगरं त्यांना नव्यानं उभी करायची होती. दानवी वृत्तीनं नासलेल्या सामाजिक परिस्थितीला वळणावर आणायचं होतं. तिथे वेदविचार रुजवायचे होते.

वैचारिक परिवर्तन घडवून आणण्याचं हे आव्हानात्मक कार्य करण्यासाठी मणिमती नगरीत वास्तव्य करणं क्रमप्राप्त होतं. म्हणूनच वातापी आणि मणिमती या दोन नगरींजवळच अगस्त्यांनी एका मोठ्या आश्रमाची प्रस्थापना केली होती. त्यांचा मोठा शिष्यगण आणि इतर आश्रमीय जन त्या आश्रमाच्या निर्मितीसाठी कार्यरत होते. इल्वालाकडून मिळालेलं धन त्यासाठी कारणी लागत होतं.

आश्रमाची रूपरेखा, वास्तूंची संरचना, विविध अनुष्ठानांसाठी आवश्यक असणारी भूमी, कुट्यांची निर्मिती, कृषीचं नियोजन, गोशालेची व्यवस्था इत्यादी अनेक उपक्रमात वृद्ध अगस्त्यऋषी जातीनं लक्ष घालत होते. प्रत्येक कार्यात देखरेख करीत होते. त्यात दिवस कधी मावळायचा हे समजत नसे. मग सायंप्रार्थना-भोजनादी विधी उरकून ते दमूनभागून आपल्या कुटीत परतत. लोपामुद्राही त्यांच्या समवेत तेवढीच कार्यरत असे. त्यामुळे त्या जोडप्याला रात्री केव्हातरी एकत्र येण्यासाठी थोडी उसंत मिळे.

आश्रम उभारणीचं कार्य त्या दिवशी जरा लवकर आटोपल्यामुळे रात्री त्यांना एकांत अनुभवायला मिळत होता.

अगस्त्य पुढे म्हणत होते, ''प्रतीक्षेचा काळ आता संपला, मुद्रा!''

तिचे नेत्र अनामिक आनंदानं चमकले. तेलदिव्याच्या प्रकाशात तिच्या नेत्रांमधले भाव त्यांना स्पष्ट दिसले.

ती म्हणाली, ''ऋषीवर, वृद्धापकाळाच्या खाईत लोटणारी तपश्चर्या मी सुद्धा आपल्याबरोबर वर्षानुवर्षं केली आहे. माझं शरीर अकाली झिजत चाललं आहे. पण तरीही आपल्यासारख्या वृद्ध ऋषीला माझ्या शरीराचं आकर्षण वाटतंच ना?''

अगस्त्यांनी हसून होकारार्थी मान हलवली.

''देव, माझ्यासारख्या ब्रह्मवादिनी स्त्रियाही पुरुषांशी संग करीत असल्याच पाहिजेत - खरं ना?''

''हो, आता आपल्या मीलनातून पुत्रोत्पत्ती झाल्यावर आपण दुर्धर अशा संसारयुद्धातही विजय प्राप्त करू शकू...''

दोन तप:पूत जीव परस्परांच्या मिठीत घट्ट अडकून गेले. त्यावेळी लोपामुद्रेच्या कानाशी सुस्कारे देत अगस्त्य पुटपुटले, ''अडवून धरलेल्या जलाप्रमाणे प्रमाथी अशा कामविकारानं माझ्या शरीराच्या अणुरेणूंना व्यापलं आहे. माझ्यासारख्या सत्वस्थ ऋषीला या चंचलेनं पूर्णत: वश केलं आहे...!''

अगस्त्यांना उताणं पाडतानाच तिनं उजव्या हातानं तेलदिव्याची वात निस्तेज केली! त्या दोघांच्याही अंतरंगातलं तेज, जोम, वेग कुटीतल्या अंधकारातच अधिक प्रगटणार होता!

■

२७

पेदियाल पर्वतावरील पहाड

दहा तोंडांनी बोलतो तो दशानन! दहा ठिकाणी दहा परस्पर भिन्न विचारांनी बोलणारा आहे तो! त्याचे दहा मंत्री दहा भिन्न विचार प्रसृत करतात. त्यामुळे विरोधक संभ्रमित होतात! आपला हेतू साध्य करणं एवढंच अशा लोकांना माहीत असतं... प्रारंभी अशा दुतोंडी – दहा तोंडी लोकांना यशही मिळतं.

पण अंतिमत: त्यांचा विनाश होतो...

पेदियाल पर्वत, *तमीळ प्रांत*

प्रात:कालीच अगस्त्यऋषी आपल्या आश्रमातील एका मोठ्या कक्षात बसले होते. त्याच कक्षात त्यांचे सात-आठ शिष्यही कार्यमग्न होते. दोन शिष्य आपल्या गुरूसाठी दोन हातात मावतील अशा भूर्जपत्राच्या आडव्या पट्ट्या कापून देत होते. प्रत्येक पट्टीवर वृद्ध अगस्त्यऋषी विश्वातल्या प्रत्येक व्यक्तीचं त्यांना 'दिसलेलं' भूत-भविष्य एका काट्याच्या सहाय्यानं खरडून लिहीत होते.

समोरच्या बाजूला बसलेले त्यांचे चौघे शिष्य त्यांच्या गुरूंनी व्याकरणबद्ध केलेल्या तमीळ भाषेचं पुनर्लेखन करीत होते.

इतक्यात इध्मवाहनं त्या कक्षात प्रवेश केला. आपल्या पित्याला तो म्हणाला, ''तात, भोजनाची सिद्धता झाली आहे... माताश्री प्रतीक्षा करीत आहेत-''

''हो... हे एवढं भूर्जपत्र नोंदवून झालं की येतोच असं सांग तुझ्या मातेला...''

इध्मवाह जाऊ लागताच अगस्त्यांनी त्याला थांबवून विचारलं, ''तू कसा काय आलास आत्ता निरोप द्यायला?''

''आमचा पाठ संपला म्हणून आलो होतो मातेला भेटायला...''

''पाठशाळा सोडून असं मधेच यायचं नाही हं पुन्हा, जा...''

मान डोलावून तो पळत निघून गेला.

अगस्त्य-लोपामुद्रेचा हा पुत्र आता नऊ वर्षांचा झाला होता.

त्या नऊ वर्षांत खूप काही घडामोडी घडल्या होत्या.

इध्मवाहच्या जन्मानंतर वर्षभरातच दक्षिण भारतवर्षात मोठा दुष्काळ पडला होता. अगस्त्यांनी अत्यंत कष्टानं तिथे रुजवलेला 'कृषिमंत्र' निष्प्रभ ठरू पहात होता. कृषीकडे वळलेले कृषक अगस्त्यांना येऊन सांगत होते,

'ऋषीवर, उभं पीक जळून गेलं. आता खायचं काय?'

'आमची पोरं-बाळं भुकेनं तडफडताहेत-'

'जनावरांना चारा-पाणी नाही...'

'आमच्या पंचवीस गायी मेल्या-'

'आम्ही पुन्हा मांसाहाराकडे वळावं का?'

'निदान मासे तरी! पण भात तर हवाच!'

'दर वर्षा-दोन वर्षांआड दुष्काळ पडतो - कसं जगायचं?'

जलाचं दुर्भिक्ष नेहमीच जाणवायचं आणि कृषक अगस्त्यऋषींपुढे येऊन आपल्या व्यथा मांडायचे. त्या ऐकून त्या वृद्ध ऋषीच्या नेत्रांमधून घळाघळा अश्रू वहायचे. दुष्काळ निवारणार्थ काहीतरी कायमस्वरूपी उपाययोजना केलीच पाहिजे असं त्यांना वाटू लागलं. अन्यथा अथक परिश्रमातून प्रस्थापित केलेली ऋषक-कृषक संस्कृतीच धोक्यात आली असती. त्यांनी पुष्कळ विचार केला. आणि एके दिवशी त्यांना ध्यानात संदेश मिळाला. त्यांनी ब्रह्मगिरीवर जायचं ठरवलं. त्यासाठी एका विशाल योजनेची त्यांनी आखणी केली. त्यांच्या प्रत्येक आश्रमाशी संबंधित असलेल्या लाखो युवकांची सुनिश्चित फळी त्यांनी उभी केली. शेकडो कार्यकर्ते नियोजन करू लागले. श्रमभक्तीसाठी सहस्रो गट सिद्ध झाले. मणिमती आणि वातापी राज्यांनजीक असलेल्या ब्रह्मगिरीपासून ते तमीळ प्रांतापर्यंत विविध ठिकाणी उताराची जागा पाहून खोदाईचं नियोजनबद्ध काम सुरू झालं. भारतवर्षातील विविध राज्यांमधून आलेले असंख्य स्थापत्यविशारद, वास्तुविशारद आणि भूस्तरशास्त्रज्ञ त्या विशाल दैवीकार्यात निरपेक्ष भावानं सहभागी झाले. ब्रह्मगिरीवर उगम पावलेला जलस्रोत वातापी-मणिमती नगरांमधून तमीळ प्रांतापर्यंत आणण्यात आला. गंगोत्रीप्रमाणेच ब्रह्मगिरीवरचं ते उगमस्थान कावेरा ऋषी म्हणून नावारूपाला आलं आणि तमीळ प्रांतापर्यंत विशाल पात्रानं सळसळत येणारी ती नदी कावेरा ऋषींची कन्या अर्थात 'कावेरी' ठरली! ती कावेरी दुष्काळग्रस्त भागाला वरदान ठरू लागली. तिच्या दुतर्फा कृषी समृद्ध झाली. वैदिक मंत्रांनी ती भूमी निनादून उठली. सारे कृषक समृद्ध झाले. तृप्त झाले. दक्षिणसागरापर्यंत वेदांचा घोष सुरू झाला. पुन्हा एकदा अगस्त्यांचं तप:कार्य फलद्रूप झालं.

तथापि, अनार्य दानवांना हे सुपरिवर्तन पाहवत नव्हतं. सत्कार्याच्या विरोधात दानव-राक्षसांची नेहमीच एकजूट होत असते. कारण अशा सामाजिक कार्यामुळे ते प्रभावहीन होत असतात! त्यामुळे अशा कार्यात अडथळे निर्माण करणं हा त्यांचा आवडीचा उद्योग बनतो! शूरपद्म नामक अनार्य दानव याच वृत्तीचा होता. तो 'देव'कार्याचा पक्का विरोधक होता. विशेषत: तो इंद्राशी नेहमी स्पर्धा करीत असे. त्याची उपद्रवक्षमता जशी वाढू लागली तसा त्याचा बंदोबस्त करणं हे देवांचं प्रथमकर्तव्य ठरलं. त्यासाठी देवांना पुन्हा अगस्त्यऋषींचंच सहाय्य घ्यावं लागलं.

मग अगस्त्यांना पुन्हा एकदा युद्धकर्म करावं लागलं होतं. अति-दक्षिणेत शूरपद्माशी त्यांचं घनघोर युद्ध झालं. त्या अस्त्रसिद्ध-मंत्रसिद्ध महान ऋषीपुढे शूरपद्माचा कितीसा निभाव लागणार होता? काही वेळातच तो अगस्त्यांना शरण आला. इतकंच नाही; तर तो अगस्त्यांच्या तप:कार्यातही सहभागी झाला!

जवळपास संपूर्ण दक्षिण भारतवर्ष आता अगस्त्य ऋषींच्या कार्यानं प्रभावित झालं होतं. कावेरीप्रमाणेच ताम्रपर्णी आणि सुवर्णमुखी अशा दोन नद्यांचे उगम शोधून अगस्त्यांनी कृषकांसाठी जलाची व्यवस्था केली होती. आणखी दक्षिणेकडे सरकत त्या महान भारतव्यापी ऋषींनी मलयगिरी आणि वेदारण्य या भागात शिरकाव करून प्रचंड तप:कार्य केलं होतं. तिथे प्राचीन काळापासून नांदत असलेल्या तमीळ लोकांशी प्रेमाचे संबंध जोडले होते. तमीळ संस्कृती तेव्हा भाषेसह मृतप्राय बनू पहात होती. ऋषीय संस्कृतीचा भारतवर्षभर प्रसार आणि रुजवात करण्याच्या कार्यात भाषेचा अडथळा नेहमीच असायचा. अगस्त्य जेव्हा तमीळ प्रांतात गेले तेव्हा त्यांना सर्वत्र तमीळ भाषा प्रचलित असलेली दिसली. त्या संस्कृतीत ऋषीय संस्कृतीचे विचार नेण्यासाठी मग तमीळ भाषा शिकणं त्यांना आवश्यक वाटलं. यथावकाश त्यांनी ती भाषा आत्मसात केलीच; पण त्या संस्कृतीची वैदिक संस्कृतीशी सांगड घालून त्यांनी तमीळ संस्कृतीचं संवर्धनही केलं. हे कार्य करत असताना वृद्ध अगस्त्य ऋषींनी अक्षरश: कंबर कसली. संस्कृतीचं संवर्धन हे भाषेमुळे होत असतं. त्यासाठी अगस्त्यांनी तमीळ भाषेला व्याकरणबद्ध करायचं ठरवलं होतं. तमीळ प्रांतात कलोपासना आणि साहित्यनिर्मिती व्हावी म्हणून त्यांनी दिवसरात्र त्या भाषेचा अभ्यास करून त्या पुरातन भाषेचं व्याकरणही सिद्ध केलं! त्यांच्या या कार्यामुळेच भावी कालात काव्य-नृत्य-संगीतादी कलांची त्या प्रांतात भरभराट होणार होती.

त्यांचे शिष्य आता अगस्त्यांनी सिद्ध केलेल्या व्याकरणाचंच पुनर्लेखन करीत होते.

त्याचवेळी इध्मवाह आला होता आणि आपल्या मातेचा निरोप सांगून निघून गेला होता.

बाजूला बसलेल्या शिष्यांजवळ 'नाडीग्रंथा'च्या लिखित पट्ट्या देत अगस्त्यऋषी जागचे उठले. 'तपा'नं झिजलेलं शरीर सरळ व्हायला थोडा वेळ लागला. कक्षाबाहेर जाता जाता ते म्हणाले, ''षण्मुख, या लिहिलेल्या पट्ट्या दोऱ्यात व्यवस्थित ओवून ठेव... पृथ्वीवरच्या मानवाचं भूत-भविष्य यात नोंदलं गेलं आहे... सांभाळून काम कर-''

''होय आचार्य-''

त्याच्याकडे समाधानानं पाहून अगस्त्य कक्षाबाहेर जाऊ लागले. तेवढ्यात मुरूगनं धावतच कक्षात प्रवेश केला. पेदियाल पर्वतावरील त्या आश्रमातला मुरूग हा अगस्त्यांचा पट्टशिष्य होता. आत येताच अगस्त्यांनी त्याला विचारलं, ''मुरूगा, एवढा तातडीनं का आलास?''

''आचार्य, लंकेहून काही दूत आले आहेत. पुलस्त्य-पौत्र रावण आपली भेट घेऊ इच्छितात-''

''माझी भेट...? बरं, ठीक आहे... अभ्यागत कक्षात त्या दूतांना घेऊन जा... त्यांची भोजनादी व्यवस्था प्रथम कर... तोपर्यंत मीही भोजन करून येतो-''

मान तुकवून मुरूग निघून गेला.

अगस्त्यांनी मागे वळून आपल्या कार्यमग्न शिष्यांकडे बघितलं. साऱ्यांच्याच मुद्रा त्यांना चिंताग्रस्त दिसल्या. मदन नावाचा शिष्य घाबऱ्याघुबऱ्या स्वरात म्हणाला, ''आचार्य, रावण भेटीला येणार म्हणजे... आपल्याला सावध राहयला पाहिजे! शस्त्रसज्ज व्हायला हवं...''

त्याच्याकडे हसून बघत अगस्त्य म्हणाले, ''त्याची आवश्यकता नाही... तो मला गुरुपद देऊ इच्छित आहे! म्हणून येणार आहे!''

इतकं बोलून अगस्त्य कक्षाबाहेर निघून गेले.

आपल्या आचार्यांना भविष्यकालीन घटना आधीच कशा काय कळतात या विचारानं कक्षातले त्यांचे शिष्य आ वासून त्यांच्या पाठमोऱ्या आकृतीकडे बघत राहिले.

सूर्य झपाट्यानं अस्ताचली निघाला होता.

त्याच वेळी पेदियाल पर्वत चढून चार अश्वस्वारांनी दौडतच अगस्त्याश्रमात प्रवेश केला. आपल्या गृहाबाहेरच्या अंगणात उभ्या असलेल्या अगस्त्यऋषींनी शंख आणि गौरांग यांना तेव्हाच ओळखलं. त्यांच्याबरोबर आणखी दोन सहकारी होते.

अश्वांना कुंपणापाशी बांधल्यावर त्या चौघांनी डोईवरची मलिन वस्त्रं काढून झटकली. मग अश्वांवरचं आपापलं गाठोडं पाठीवर टाकून ते आपल्या आचार्यांपुढे आले. चौघांनी वाकून आपल्या गुरूचे चरण धरले.

'आयुष्यमान भव!' अगस्त्यांनी शंखाचे आणि गौरांगचे खांदे आळीपाळीनं घट्ट पकडले. उर्वरित दोघा शिष्यांनाही प्रेमानं जवळ घेतलं. त्यांना विचारलं, ''प्रवास कसा झाला? मार्गात - विशेषत: दंडकारण्यातून इथपर्यंत येताना काही त्रास...? राक्षसांचा उपद्रव...?''

''नाही आचार्य...'' शंख उत्तरला, ''कोणतंही संकट आलं नाही. पण-''

''त्याविषयी मागाहून बोलू... प्रथम स्नान-संध्या उरकून घ्या... मग भोजन झाल्यानंतर माझ्या गृहात या...''

सहजगत्या त्या चौघांची दृष्टी अगस्त्यांच्या गृहाकडे वळली.

विटा-मातीनं बांधलेलं ते ऋषिसदन अतिशय देखणं दिसत होतं. वैदिक धाटणीच्या त्या गृहाला चारही बाजूनं उतरतं छप्पर होतं. पुढे ओसरी होती. घरापुढचं अंगण गोमयानं सारवलेलं होतं. त्यावर रंगावल्यांची अनेक शुभचिन्हं रेखली होती.

शंख बोलून गेला, ''आचार्य, किती सुंदर आहे हे आपलं गृह! जनस्थानातही आपण असंच घर बांधू या!''

''अरे, ही तमीळ जनांची बांधकामाची शैली आहे! किती सुंदर कला आहे बघ यांची!''

''आणि आचार्य, हा पर्वत, त्या हिरवाईनं नटलेल्या बाजूच्या पर्वतरांगा अभूतपूर्व अशाच आहेत. किती सुंदर आणि नेत्रसुखद निसर्ग आहे इथला!'' गौरांग भारावून बोलत होता. गौरांगचं म्हणणं खरंच होतं. मलयगिरी आणि पेदियाल पर्वतरांग चंपक, तिलक, आम्र, प्रसेक, निर्गुडी, तिवस, करवीर, अशोक, करंज, प्लक्ष, वट, जंबू, आमलक, अर्जुन, शिसव, पद्मक, नील अशोक अशा असंख्य वृक्षराजींनी समृद्ध होती. सुगंधी मोगरा, कुंदाची झाकरं, करंज, बकुळ, रंजक, नागचाफा आदी पुष्पवाटिकांनी त्या वृक्षराजींना सुगंधित केलं होतं. घनदाट वृक्षराजीत वराह आणि मृग तर होतेच; पण चक्रवाक, कारंडव, प्लव, क्रौंच आदी असंख्य पक्ष्यांच्या प्रजातींचं सतत कूजन चाललेलं असे.

त्या अभूतपूर्व सृष्टीवरून दृष्टी फिरवत शंख म्हणाला, ''आचार्य, ह्या पर्वतरांगा, हा निसर्ग पाहताना मला विंध्याचलाची आठवण झाली–''

''खरंय तुझं!'' अगस्त्य बोलू लागले, ''विंध्याचल माझ्या अंत:करणात स्थिरावला आहे शंखा! आपण केवढं आव्हान पेललं त्याचं!''

''आपण... म्हणजे आपण स्वत: आचार्य!''

शंख पुढे बोलणार एवढ्यात त्याला अडवत अगस्त्य म्हणाले, ''उभ्याउभ्याच आपल्या गप्पा सुरू झाल्या पहा! प्रथम तुम्ही स्नान-संध्या करून ताजेतवाने व्हा... मग भोजनोत्तर आपण बोलू–''

पलीकडे उभ्या असलेल्या षण्मुखला अगस्त्यांनी अभ्यागत कक्षात त्या शिष्यांची व्यवस्था करायला सांगितली आणि ते आपल्या गृहात प्रवेश करते झाले.

रात्री भोजनोत्तर शंख आणि गौरांग अगस्त्यांच्या गृहात येऊन बसले. खापराच्या वाडग्यातून दूध आणून लोपामुद्राही त्यांच्या समवेत बसली. इध्मवाह स्वतंत्र खोलीत झोपी गेला होता.

सर्वांपुढे दुधाचे वाडगे ठेवून लोपामुद्रेनं विचारलं, ''जनस्थानातील आश्रमाची काय वार्ता? सारं काही ठीक चाललंय ना?''

''होय गुरुमाते–'' शंखानं सांगितलं, ''आश्रमातले सारे उपक्रम आचार्यांनी आणि आपण ठरवल्याप्रमाणेच होत आहेत.''

''आणि सुभद्रादेवी कशा आहेत?''

''त्या आता अगदी थकल्या आहेत. आश्रमातूनच काय; आपल्या कुटीतूनही त्या कुठे जाऊ शकत नाहीत–'' गौरांगानं माहिती दिली.

अगस्त्य गंभीरपणे म्हणाले, ''त्या माझ्या मातेला काही कमी पडू देऊ नका हं! त्यांच्या आग्रहामुळेच मी गृहस्थाश्रमी झालो! त्यांना सांगा, आम्ही खुशाल आहोत. इध्मवाह खुशाल आहे... पाठशाळेत उत्तम शिक्षण घेत आहे, हेही त्यांना सांगा... आणि त्यांची यथोचित सेवा-शुश्रुषा करा... आता फार काळ त्या...''

अगस्त्यांनी आपले नेत्र टिपले.

वयोमानानुसार अलीकडे ते चटकन् भावनाविवश होत.

पूर्वीच्या आठवणी निघाल्या म्हणजे त्यांच्या स्फटिकासारख्या शुद्ध अंत:करणातून भावनांचा झरा खळाळून उठत असे. अशावेळी लोपामुद्रा त्यांच्या भावनांना आवर घालीत असे.

तिनंच विषय बदलून विचारलं, ''शंखा, भारतवर्षातील आपल्या सर्व आश्रमांचं कार्य कसं चाललं आहे? तू, अक्षय, प्रगाथा आणि हा गौरांग... सर्व आश्रमांचा कार्यभार बघता ना? काही अडचण आली तर सांगत जा!''

''होय माताजी,'' गौरांग म्हणाला, ''सर्व आश्रमांचं कार्य उत्तम प्रकारे सुरू आहे. आपण एक आचारसंहिता दिल्यामुळे काही अडचण येत नाही. काही नवा निर्णय घ्यायचा असेल तर तेवढ्यापुरतं आपल्याकडे यावं लागतं. अन्यथा...''

लोपामुद्रेनं समाधानानं मान हलवली.

आता तिची सुद्धा चाळीशी उलटली होती. पण गेली अनेक वर्षं आपल्या पतीबरोबर तपश्चर्या केल्यामुळे तिला कार्यातले सारे बारकावे माहीत झाले होते. भिन्नविचारी जनांना एका सूत्रात, एका विचारानं कसं बांधायचं हे तिला चांगलं ठाऊक होतं. भारतवर्षातल्या सर्व अगस्त्याश्रमांचं व्यवस्थापन ती स्वत: पहात असे. यज्ञीय कार्यक्रमांचं नियोजनही तिच्या मार्गदर्शनाखालीच होत असे. विशेषत: त्या ऋषीयकार्याशी जोडल्या गेलेल्या सहस्रो कुटुंबांना सौंदर्यपूर्ण जीवनासाठी ती स्वत: मार्गदर्शन करीत असे. त्यासाठी आपल्या पतीबरोबर अथवा स्वतंत्रपणेही ती सर्व आश्रमांमधून परिभ्रमण करीत असे.

गौरांगच्या बोलण्यावर शंख आता तिला सांगत होता, ''माते, जनस्थानाचं सारं नियोजन आपण सांगितल्यानुसार आम्ही दोघं करीत आहोत. आमच्या भार्याही आमच्याबरोबरीनं कार्य करतात-''

मधल्या काळात अक्षय, शंख, प्रगाथा, गौरांग असे सर्वच विद्यार्थी शिक्षण संपताच अगस्त्यांच्या सूचनेवरून विवाहबद्ध झाले होते. त्यामुळे त्यांच्या कार्याला आणखी गती प्राप्त झाली होती.

अगस्त्य म्हणाले, ''पत्नीरूपातली स्त्री अशी कार्यात पाठीशी उभी राहिली की कार्याला गती येतेच; शिवाय कार्याचं नियोजनही उत्तम प्रकारे होतं! कोणत्याही धार्मिक अथवा सांस्कृतिक कार्याला स्त्रीच्या सहभागाशिवाय पूर्णत्व येऊच शकत

नाही... स्त्रीच्या सहभागाशिवाय केलेलं दैवीकार्य हे नीरस, शुष्क आणि नैराश्यानं ग्रासलेलंच राहतं, हो की नाही?'' अगस्त्यांनी नेत्र मिचकावून लोपामुद्रेकडे बघितलं.

तिनंही हसून प्रतिसाद दिला.

मग पुन्हा मूळ विषयावर येत अगस्त्यांनी विचारलं, ''आपल्या कार्याचा मला थोडक्यात अहवाल दे शंखा!''

शंखानं अगस्त्याश्रमांच्या कार्याचा अहवाल थोडक्यात सांगितला-

भारतवर्षात रुद्रप्रयाग, काशी, विंध्याचल, पश्चिमसागर किनारपट्टी, जनस्थान, ब्रह्मगिरी, प्रवराकाठ, ओंकारेश्वर, मणिमती-वातापी, सह्यगिरी, मलयगिरी, वेदारण्य, दंडकारण्य, ताम्रपर्णी-सुवर्णमुखी नद्यांचे संगम इत्यादी असंख्य ठिकाणी त्या महान अगस्त्यऋषींनी आश्रमांची प्रस्थापना केली होती. प्रत्येक आश्रमांनी जवळपासचा किमान शंभर कोस परिसर वैदिक विचारांनी प्रभावित केला होता. आश्रमांशी संलग्न असणारी अगणिक उपासना केंद्रही गावोगाव - वनप्रदेशात व्यापली होती. लहान आश्रमात कमीत कमी एक सहस्र तर काशीसारख्या मोठ्या आश्रमांमधून तीस-चाळीस सहस्र विद्यार्थी वैदिक शिक्षण घेत होते. त्या जोडीला व्यावसायिक शिक्षणही विद्यार्थ्यांना मिळत होतं. मोठ्या नगरातून आलेले विद्यार्थी आपल्या व्यावसायिक शिक्षणाचा उपयोग उदरभरणासाठी करीत होते तर कित्येक ब्राह्मण विद्यार्थ्यांनी नगरांमधून स्वतंत्र पाठशाळा सुरू केल्या होत्या. अरण्यवासीयांनी ऋषिकर्म आचरणात आणून कृषिकर्म सुरू ठेवलं होतं. संपूर्ण विंध्याचल, मध्य भारतवर्ष इथे कृषीनं जोर धरला होता. कृषीमालाला आर्यावर्तातल्या मोठमोठ्या नगरांमधून भरपूर मागणी येऊ लागली होती. त्यामुळे एकेकाळच्या नरमांसभक्षक असणाऱ्या पूर्वजांचे वंशज आता कृषिकर्मामुळे समृद्ध बनले होते.

अगस्त्याश्रमांमधून शिकत असलेले आणि पूर्वी विद्यार्जन केलेले असे काही लक्ष विद्यार्थी भारतवर्षात ऋषीय संस्कृतीच्या कार्यात अविरतपणे कार्यरत होते. त्यांच्या परिश्रमांतून एक आचार आणि एकविचार असणारा सुखी, समृद्ध समाज अस्तित्वात आला होता.

अगस्त्यऋषींच्या शेकडो आश्रमांचं व्यवस्थापनही अगस्त्य-लोपामुद्रेनं ठरवून दिलेल्या नियमावलीप्रमाणे सुरू होतं. विद्यार्थी यथाशक्य गुरुदक्षिणा देत होते आणि त्यातून सर्व आश्रमांचा आय-व्यय सांभाळला जात होता. शिवाय देवांचंही सहाय्य त्या आश्रमांना मिळत असे. आश्रमीय जन, स्नातक, कृषक, वनवासी, सागरीजन अशा अगस्त्यांच्या कार्यामुळे प्रभावित झालेल्या जनांनी श्रमभक्तीतून कावेरीसारख्या नद्या हव्या त्या ठिकाणी प्रवाहित केल्या होत्या. असंख्य गोशाला प्रस्थापित केल्या होत्या. गायीचं दूध विनामूल्य वितरीत होत असे.

आणि आता अगस्त्यऋषींनी पुरातन तमीळ संस्कृतीशी हार्दिक संबंध जुळवले होते. इतकंच नव्हे; तर मृतप्राय होत असलेल्या त्या भाषेचं पुनरुज्जीवन केलं होतं.

त्या भाषेला व्याकरणबद्ध केलं होतं. त्यामुळेच तमीळ भाषा आणि त्यांची वैदिकांप्रमाणेच पुरातन असलेली उच्च संस्कृती कालौघात टिकून राहणार होती. आपली भाषा टिकवली तरच संस्कृती टिकून राहू शकते हे त्या द्रष्ट्या ऋषीला पूर्णत: ठाऊक होतं.

अगस्त्याश्रमांच्या कार्याचा थोडक्यात अहवाल देऊन शंख म्हणाला, ''आचार्य, तमीळ भाषेचं व्याकरण सिद्ध करून आपण केवढं मोठं कार्य केलं आहे!''

''आणि नाडीग्रंथ तर–''

गौरांगाला मधेच अडवत अगस्त्यऋषी म्हणाले, ''आपण काही करत नसतो; आपल्या हातून परमात्माच असं कार्य घडवून आणत असतो बाळांनो! आपण किती जमीन सुपीक करून पुढे गेलो आहोत हे जसं नदी मागे वळून बघत नाही तसंच आपण वागलं पाहिजे. तीच तर ऋषीयकार्याची प्रधान ओळख आहे – सत्कार्य करून नामानिराळं राहणं!''

मग त्याच विषयाच्या अनुषंगानं ते पुढे म्हणाले, ''असंख्य ऋषींनी शेकडो वर्षं या भारतवर्षात संस्कृती प्रस्थापनेचं कार्य केलं. ईशप्रेरणेनं आपल्याला जेवढं शक्य होतं तेवढं आपण या देशात केलं. अपवाद वगळता ऋषीय कार्य दक्षिण महासागरापर्यंत पसरलं आहे. एवढ्यावरच आपल्याला थांबून चालणार नाही. 'कृण्वन्तो विश्वम् आर्यम्,' ही आपली सद्घोषणा आहे. विश्वातल्या संस्कृतिहीनांपर्यंत आपल्याला ऋषीय-विचार न्यायचे आहेत. त्यादृष्टीनं मी आपल्या यज्ञीय कर्म करणाऱ्या तपस्वींसाठी एक वैश्विक कार्यक्रम आखत आहे.

''पूर्व आणि पश्चिम सागरकिनारा आपल्या विचारांनी प्रभावित आहे. या दोन किनाऱ्यावरच्या सागरीजनांनी श्रमभक्तीतून मोठं आरमार सागरात उभं करायचं आहे आणि दोन्ही सागरांमधील छोटी-मोठी बेटं गाठायची आहेत. वेदविद्याजाणते असंख्य ऋषी, स्नातक, तपस्वी आणि पुरोहितवर्ग त्या त्या बेटावर जातील. जसं आपण विंध्याचलात कार्य केलं तसंच कार्य ते तिथे करतील. याशिवाय आपले पर्वतीय जन हिमवान प्रदेश पिंजून काढतील... या संपूर्ण यज्ञीय परिक्रमेचं नियोजन तुमच्या या गुरुमाता करीत आहेत. योग्य वेळी तुम्हाला सूचना मिळेलच.''

त्या दोघा शिष्यांचे नेत्र आनंदानं चमकत होते. सागराबरोबरच विश्व कवेत घेण्याची आपल्या आचार्यांची दैवी आकांक्षा पाहून ते हरखून गेले होते. वृद्धत्वातही युवकांना लाजवील अशी कार्यतत्परता पाहून तर ते त्यांच्यापुढे मनोमन नतमस्तक झाले.

अगस्त्यऋषींच्या दृष्टीनं मात्र ते त्यांच्या जीवनातलं पूर्वनियोजित कार्य होतं. नाडीग्रंथ सिद्ध करणाऱ्या त्या ऋषीला त्यांचं जीवित कार्य माहीत नसणं शक्य तरी होतं का? फार पुढच्या युगात जे प्रदेश कंबोडिया, मलेशिया, नेपाळ, जावा, इंडोनेशिया आदी नावांनी प्रसिद्ध पावणार होते तिथे त्यांच्या कार्याचा प्रसार झालेला त्यांना 'दिसत' होता!

तो विषय बदलून मग अगस्त्यांनी आपल्या शिष्यांना विचारलं, ''तुम्ही नुकतेच मला मलयगिरीवरच्या आश्रमात भेटून गेला होता. मग पुन्हा तातडीनं येण्याचं काय कारण?''

अधोमुखानं शंख शांतपणे म्हणाला, ''आचार्य, आपण सर्व काही जाणता...''

''तरीही मला तुमच्या मुखातून ऐकायचं आहे!''

''आचार्य, रावणभगिनी शुर्पणखा आपल्या दोन मुलींसह सध्या दंडकारण्यात तळ ठोकून बसली आहे.'' शंख सांगत होता.

''हं!''

''ती आल्यामुळे मारीचालाही बळ मिळालं आहे. शिवाय खर आणि दूषण नावाचे तिचे दोन सहकारी राक्षसही दंडकारण्यात ठेपून आहेत. पर्यायानं त्या अरण्यात वास्तव्य करून असलेल्या इतर राक्षसांनाही बळ प्राप्त झालं आहे. त्यामुळे यज्ञांचा पुन्हा मोठ्या प्रमाणावर विध्वंस सुरू झाला आहे. ऋषींचं बळीसत्र पुन्हा गती घेऊ लागलं आहे...''

शंखाच्या बोलण्यावर गौरांगनं अधिक माहिती पुरवली, ''आपल्या जनस्थानातल्या आश्रमाला त्यांचा धोका नाही आचार्य... पण ऋषींनी इतक्या कष्टानं प्रस्थापित केलेल्या कार्याला मात्र धोका संभवतो-''

एक सुस्कारा सोडून अगस्त्य म्हणाले, ''आश्रम कुणाचेही का असेनात; ऋषीय कार्याला - यज्ञसंस्थेला पुन्हा धोका संभवतो आहे ही गोष्ट आपल्या दृष्टीनं अतिशय गंभीर आहे... उद्या रावण इथे मला भेटायला येत आहे. त्याच्याशी मी याविषयी बोलेन. पण त्याचा काही उपयोग होणार नाही हे मी जाणून आहे. देवांशी त्याचं हाडवैर आहे. देव आणि वैदिक आर्यसंस्कृतीचा तो कट्टर विरोधक आहे. इंद्रजयामुळे आणि महादेवांचे आशीर्वाद मिळाल्यामुळे तो उन्मत्त बनला आहे. दैवी संस्कृती उखडून त्याला भोगवादी असुरी संस्कृती या भारतवर्षात रुजवायची आहे. म्हणून तो भारतवर्षात नियोजनबद्ध पाय पसरू लागला आहे. उत्कल प्रांतापर्यंत त्यानं मजल मारली आहे. किष्किंधेत त्यानं वालीशी तह करून त्याला पूर्वीच आपलंस केलं आहे. आता दंडकारण्यात पाय रोवून आर्यावर्तात स्थिरावलेल्या देवांना आणि आर्यराज्यांना आव्हान देण्याची त्याची महत्त्वाकांक्षी योजना आहे. दंडकारण्यातल्या यज्ञीय कार्याला उखडल्याखेरीज तिथे त्याला पाय रोवता येणार नाही हे तो जाणून आहे. म्हणून स्थानिक राक्षसांना सर्वप्रकारचं बळ देऊन तो तिथे असुरी संस्कृती प्रस्थापित करण्याच्या प्रयत्नात आहे. केवळ युद्ध करून नव्हे; तर राजकीय डाव खेळूनही त्याला संपूर्ण भारतवर्ष गिळंकृत करायचं आहे. राजकीय डावपेचांचा एक भाग म्हणूनच तो माझी भेट घेण्यासाठी येत आहे!''

संभ्रमित मुद्रेनं ते दोघे शिष्य आपल्या गुरूकडे पहात असतानाच अगस्त्य हसत म्हणाले, ''चिंता करू नका, सर्व काही ठीक होईल...''

''पण आपण काही शस्त्रयोजना... ?''

''नाही शंखा! राक्षसांना केवळ आपणच दंड केला पाहिजे असं थोडंच आहे? आपण ते काम करू शकतो... विश्वामित्रही करू शकत होते. पण मग खऱ्या योद्ध्यांसाठी काही कार्य ठेवायचं की नाही? त्यांनीच ते करायला हवं. आता फार काळ प्रतीक्षा करावी लागणार नाही. अवतार-प्रयोजनाची पूर्तता व्हायची वेळ अगदी समीप येऊन ठेपली आहे!''

त्या दोघांना त्यांचं बोलणं फारसं उमजलं नव्हतं.

त्यांना निरोप देताना अगस्त्य म्हणाले, ''वाईटातून चांगलंच निष्पन्न होत असतं...! बाळांनो, ऋषीय तप:कार्य उखडणं सहजासहजी शक्य नसतं! तुम्ही निश्चिंत रहा-''

ते दोघे शिष्य अगस्त्य आणि लोपामुद्रेला प्रणाम करून गृहाबाहेर पडले.

अगस्त्यऋषींना आता रावण-भेटीची उत्सुकता लागून राहिली होती!

आश्रमातल्या मंत्रणाकक्षात जेव्हा रावणानं प्रवेश केला तेव्हा तिथे उपस्थित असलेले आश्रमीय जन त्याच्याकडे अवाक् होऊन पहात राहिले. रावणाचं व्यक्तिमत्वच तसं होतं. काळ्यासावळ्या वर्णाचा रावण म्हणजे सह्यपर्वतातील चालता-बोलता पहाडच! मावळतीच्या सूर्यदेवाला ग्रासून टाकलेल्या काळ्याकभिन्न मेघांना सोनेरी किनार लाभावी तसं सोनेरी आभूषण त्याच्या मस्तकावर शोभत होतं. त्याचे काळे कुरळे कुंतल खांद्यावर रुळले होते. त्याची भक्कम शरीरयष्टी आणि परिपुष्ट बाहू त्याच्या पीतवर्णी उत्तरियाच्या आडून त्याचं सामर्थ्य दर्शवीत होते. तर त्याची लांब कर्णभूषणं, सोनेरी बाहूभूषणं, अंगुलीत्राण आणि त्याच्या भव्य छातीवर रुळलेल्या वैदूर्य मण्यांच्या माळा त्याची संपन्नता दर्शवीत होत्या. त्याच्या चालीतून त्याच्यामधला रांगडा भाव आणि आत्मविश्वास दृष्टोत्पत्तीस येत होता. त्याचे नेत्र म्हणजे खदिरांगार फेकण्याचं जणू माध्यमच होतं. त्याच्या किंचित बसक्या नासिकेवरच्या काळ्या जाडजूड मिशा उठून दिसत होत्या. त्याची राजसी-तामसी वृत्ती आणि भौतिक समृद्धी साध्या-सरळ सात्विक वृत्तीच्या आश्रमीयांमधे मुळीच सामावणारी नव्हती. त्याच्या समवेत आलेला राक्षसगणही तसाच समृद्ध होता.

दाण्दाण् पावलं टाकत जेव्हा रावण समोर उच्चासनावर बसलेल्या अगस्त्यऋषींसमोर आला तेव्हा त्याच्या बरोबरचा राक्षसगणही पुढे आला. अगस्त्यऋषींच्या चरणांना स्पर्श करून रावणानं बरोबर आणलेली उपायानं त्या नि:संग ऋषींपुढे धरली.

उपायानांनी भरलेल्या सुवर्णस्थालींमधे अनेक प्रकारची रत्नं होती. वैदूर्य मण्यांच्या माला होत्या. रत्नजडित सुवर्णाची बाहूभूषणं आणि कर्णभूषणं होती. विविध प्रकारचे

मोती, मौक्तिकमाला आणि हिऱ्यांनी अवगुंठित केलेली अंगुलीत्राणंही होती. त्याशिवाय देशोदेशींच्या आभूषणांनी युक्त अशी पात्रं सुद्धा होती. रावणाचा केमेत देशाशी समुद्रमार्गे मोठा व्यापार होता. त्यामुळे त्या देशांमधल्या आभूषणांचाही अंतर्भाव त्या उपायानांमधे होता.

त्या उपायानांकडे पाहून अगस्त्य म्हणाले, ''या धनाचा मला काय उपयोग विश्रवासुत? देवराज्यात असताना हे वैभव माझ्या पायाशी होतं... आजही मला गरज भासलीच तर देव - विशेषत: मरुतदेव ती भागवतात!''

''देवांबरोबर या असुराच्याही धनाचा स्वीकार करावा गुरुवर्य!''

असं म्हणून तो गडगडाटी हसला.

तेव्हा अगस्त्य म्हणाले, ''रावणा, मी कुणाकडूनही असं विनाकारण दान स्वीकारलेलं नाही... आणि जेव्हा मला धनाची आवश्यकता भासली तेव्हा मी ते स्व-सामर्थ्यावर मिळवलं!''

''होय गुरुवर्य! मी आपला पराक्रम ऐकून आहे... आपल्या कार्याविषयी मला आदर आहे. आपण दक्षिण सागरतटी आल्याचं समजलं म्हणून तर मी धावत आपल्या भेटीला आलो! आपण स्वत: सिद्ध आहात. महान योद्धे आहात! आपण केलेल्या तपाचं वर्णन करायला माझ्याजवळ शब्द नाहीत...! आपल्या दोघांचं आराध्य दैवतही एकच - भगवान महादेव! म्हणून तर मी आपल्याला गुरू मानतो. कृपा करून माझ्या या उपायानाचा अव्हेर करू नका!''

त्याचं वरवरचं लाघवी बोलणं ऐकून अगस्त्य म्हणाले, ''शिष्य म्हणून मी तुझा स्वीकार करायला हवा असेल तर ही उपायानं - धन तू परत घेऊन जा!''

''एकदम मान्य गुरुवर्य! या भौतिक व्यवहारापेक्षा मला आपलं शिष्यत्व अधिक महत्त्वाचं वाटतं!'' रावणानं आपल्या 'गुरू'वर पराकोटीची 'निष्ठा' दर्शवली.

त्यावेळी अगस्त्य ऋषी त्याच्याकडे निरखून पहात होते.

रावणाच्या मुद्रेवर एकप्रकारचं विलक्षण तेज होतं. एका अजिंक्य सेनानीचं दर्शन त्याच्या व्यक्तिमत्वातून पुरेपूर प्रगट होत होतं. इंद्राच्या वज्रादी आयुधांनी केलेले व्रण त्याच्या छातीवर उठून दिसत होते.

त्याला निरखतच अगस्त्यांनी विचारलं, ''तुझी इथे व्यवस्था...?''

''नाही गुरुवर्य!'' हात जोडत तो पुढे म्हणाला, ''आपल्या अनुज्ञेनं या पर्वताच्या पायथ्याशीच माझ्या सेनेचा तळ पडला आहे. प्रात:कालीच महादेवांना आवाहन करून मी पूजाविधी उरकला. मी स्वत: रचलेल्या शिवतांडव स्तोत्राचं गायन केलं. माझ्या पिताश्रींनी शिकवलेले विशिष्ट वेदमंत्र म्हटले.

मग न्याहारी उरकून आपल्या दर्शनाला आलो झालं!''

''बरं, आसन तर ग्रहण कर-''

''या सभेत मी बसणार नाही गुरुवर्य! माझी ती पात्रता नाही. त्यापेक्षा आपला शिष्य म्हणून केवळ आपल्यापुढे भूमीवर बसण्याचं तेवढं धाडस करीन!''

त्याच्या बोलण्याचा हेतू अगस्त्यांच्या तेव्हाच ध्यानात आला. त्याला घेऊन ते आतल्या खोलीत गेले. अगस्त्य आपल्या बैठकीवर बसले. रावण समोर दर्भासनावर स्थानापन्न झाला. मग पुन्हा त्यानं अगस्त्यांपुढे डोकं टेकलं.

''अरे, मघाशी नमस्कार केलास की!''

''हो, पण आपण आशीर्वाद कुठे दिला? सिद्धाचा आशीर्वाद सत्य होतो हे मी जाणतो!''

''ठीक आहे, कल्याणमस्तु! तुझं कल्याण होईल!'' असा आशीर्वाद देऊन अगस्त्यांनी आपल्या मनातच पुस्ती जोडली, *'अवताराच्या हातून मृत्यू येण्यात कल्याणच असतं!'*

रावण सरळ होऊन बसला.

तेव्हा त्याचे 'गुरू' 'विशिष्ट' दृष्टीनं त्याचं अवलोकन करू लागले. भूत-भविष्य जाणत्या त्या सिद्धाला रावणाच्या शरीरातून एक दिव्य पारदर्शी देह खेचल्यासारखा अलगद पुढे आलेला 'दिसला'. त्या धुरकट वलयांकित देहात साठलेला त्याचा भूतकाळ अगस्त्यांच्या दृष्टीसमोरून क्षणात तरळून गेला. लगेचच छोट्या स्वरूपात भावी प्रसंग त्यांना दिसू लागले. सीताहरण, लंकादहन, राम-रावण युद्ध आणि रावणाचा अंत त्यांना त्या वलयांकित 'कार्यक्रमा'त दडलेला 'दिसला'. आणखी चार वर्षांनी रावणाचा अंत आहे हेही त्यांना उमजलं.

''आपल्या आशीर्वादानं आता माझं नक्कीच कल्याण होणार गुरुवर्य!''

रावणाच्या बोलण्यामुळे अगस्त्यांची तंद्री भंग पावली. वलयांकित अद्भुत 'कार्यक्रम' पुन्हा रावणाच्या शरीरात सामावून गेला.

रावण पुढे म्हणत होता, ''मला आपलं मार्गदर्शन हवं आहे गुरुवर्य!''

''मी तुला काय मार्गदर्शन करणार? तू तुझ्या विचारांनीच वागतोस. मी एवढंच सांगीन, देवांशी वैर सोडून दे... ऋषींना अभय दे... दंडकारण्यात कशाला तुझ्या भगिनीला पाठवलंस?''

पुन्हा हात जोडत तो म्हणाला, ''गुरुवर्य, आता माझं देवांशी वैर राहिलेलंच नाही. त्यांच्यापुढे मी अजिंक्य ठरलो आणि वैरभाव संपला... आणि देवांशी मी विनाकारण वैर केलं होतं का? त्यांनी माझ्या पूर्वजांना पाताळात ढकलून दिलं होतं! त्याचा प्रतिशोध मी घेतला एवढंच!''

त्याच्या पूर्वजांनी देवांच्या विरोधात कोणती कृत्यं केली, शांतताप्रिय देवराज्याला कसं भंडावून सोडलं याचा साद्यंत इतिहास अगस्त्यांना माहीत होता. सारी भौतिक

समृद्धी विनासायास आणि फुकटात पदरात पाडून घेण्याच्या असुरी वृत्तीचा त्यांना पुरेपूर अनुभव होता.

तथापि, त्यांना तो विषय आत्ता बोलायचा नव्हता. ते एवढंच म्हणाले, ''रावणा, आता तरी तू सामंजस्यानं वागावंस असं मला वाटतं.''

''तेच मी ठरवलं आहे गुरुवर्य! पण कितीही झालं तरी शत्रू तो शत्रूच! माझ्या त्या शत्रूनं आपल्याला नाही का क्लेश दिले? 'देव'पदावरून दूर केलं – देशोधडीला लावलं? म्हणजे देवांच्या बाबतीत आपल्या दोघांचा अनुभव एकसारखाच आहे!''

रावणानं एक दूषित विचार अगस्त्यांच्या मनात घातला; आणि मग ते कसे प्रतिसाद देतात याचा वेध घेत राहिला.

पण त्या सिद्धाच्या स्थिरवृत्तीवर त्या दूषित विचाराचा थोडाच परिणाम होणार होता? ते शांत बसून होते.

रावणाला वाटलं, आपला एक विचारतरंग अनुकूल परिणाम घडवून आणतोय. म्हणून तो स्पष्टपणे म्हणाला, ''गुरुवर्य, आपण एक झालो तर काय बहार येईल! सध्या मी लंकेचं पुनरुज्जीवन करीत आहे. त्यासाठी अमाप धन कारणी लावत आहे. साऱ्या सुखसोयी माझ्या लंकेत असतील. कशाला असं रानावनात रहायचं? शरीर कष्टवायचं? आपल्यासाठी लंकेत–''

''माझ्या संदर्भातला तुझा सद्हेतू माझ्या ध्यानात आला रावणा... पण माझं सारं उमेदीचं आयुष्य रानावनातच व्यतीत झालंय. आता वृद्धापकाळात मी कुठे जाणार? मी आहे तिथे संतुष्ट आहे...''

ती भेट तिथेच संपली. जलपान आणि फलाहार करून रावण आपल्या गुरूला नमस्कार करून निघून गेला.

रात्री लोपामुद्रेला सारा वृत्तान्त कथन करताना अगस्त्य म्हणाले, ''पक्का दांभिक आहे तो दशानन–''

''दशानन?''

''दहा तोंडांनी बोलतो तो दशानन! दहा ठिकाणी दहा परस्पर भिन्न विचारांनी बोलणारा आहे तो! त्याचे दहा मंत्री दहा भिन्न विचार प्रसृत करतात. त्यामुळे विरोधक संभ्रमित होतात! आपला हेतू साध्य करणं एवढंच अशा लोकांना माहीत असतं. अशा लोकांच्या गोड बोलण्याला, बाह्य दिखाव्याला सामान्य लोक भुलतात. प्रारंभी अशा दुतोंडी – दहा तोंडी लोकांना यशही मिळतं. पण अंतिमत: त्यांचा विनाश होतो...''

''पण तो आला होता कशासाठी?'' लोपामुद्रेनं विचारलं.

''माझा पूर्वेतिहास उकरून काढून मला देवांविरुद्ध द्रोह करायला प्रवृत्त करण्यासाठी! माझं सहाय्य लाभलं तर संपूर्ण भारतवर्षात त्याला पाय रोवता येईल

हा त्याचा कुटील हेतू! म्हणून मला 'गुरुपद' दिलं! भौतिक समृद्धीचं प्रलोभन दाखवलं, एवढंच, दुसरं काही नाही!''

मग लोपामुद्रेकडे निरखून पहात ते म्हणाले, ''मुद्रा, आता कार्यपूर्तीची वेळ समीप आली आहे. कळसाध्याय तेवढा उरलाय! इथलं कार्य लवकरात लवकर मार्गी लावलं पाहिजे. आपल्या आचारसंहितेत ते बसवून हा पेदियालपर्वत सोडून निघालं पाहिजे-''

''कुठे देव?''

''दंडकारण्यात - जनस्थानातील आश्रमाकडे! अवताराचं तिथे आगमन होत आहे!''

ती त्यांच्याकडे आश्चर्यानं पहात राहिली.

■

२८

भावनांचं मीलन आणि विरहाचा भाव!

ही सारी शस्त्रं मला इंद्रानं दिली आहेत... अर्थात
ही तुझ्यासाठी दिली आहेत. हे सारं देवरचित पूर्वनियोजित
कार्य आहे. संग्रामामधे विष्णूंनी अशाच शस्त्रांनी
महादैत्यांचा संहार केला होता. दधिची ऋषींकडून इंद्रानं
ज्याप्रमाणे वज्राचा स्वीकार केला तसाच तू या शस्त्रास्त्रांचा
स्वीकार कर आणि महादैत्यांचा संहार कर...
ऐन निर्णायक प्रसंगी हा 'ब्रह्मदत्त' बाण – अर्थात
अस्त्रधारी अग्निबाण तुला यश प्राप्त करून देईल!

गौरांगनं धावतच होमशालेत प्रवेश केला. होमकुंडाजवळ बसलेल्या अगस्त्य ऋषींना उत्साहानं म्हणाला, ''आचार्य, राम आले आहेत... त्यांची भार्या सीता आणि भ्राता लक्ष्मणही त्यांच्या समवेत आहेत...''

''कुठे आहेत ते?''

''आश्रमद्वाराशी... त्यांचे बंधू त्यांचा निरोप घेऊन आले आहेत!''

''अरे मग माझी अनुज्ञा कसली मागतोस? त्वरित त्या तिघांना आत घेऊन ये!''

गौरांग लगबगीनं निघाला तेव्हा त्याला थांबवून अगस्त्य म्हणाले, ''आश्रमद्वाराशी त्या तिघांचं यथोचित स्वागत करा... पाद्यपूजा करून इथे घेऊन या-''

थोड्याच अवधीत राम-लक्ष्मण-सीता यांनी दंडकारण्यातल्या अगस्त्याश्रमात प्रवेश केला. शिष्य त्यांना होमशालेत घेऊन आले. त्या दैवी पुत्रांना पाहण्यासाठी सारे आश्रमीय मुनीजन लगबगीनं आपापली कर्मं सोडून बाहेर आले. त्या दैवी पुत्रांचं अलौकिक रूप पाहून ते हरखून गेले.

ते तिघे होमशालेपुढच्या प्रांगणात आले तेव्हाच अगस्त्यऋषी त्यांच्या स्वागतासाठी होमशालेच्या पायऱ्या उतरू लागले होते.

तेव्हा राम लक्ष्मणाला म्हणाला, ''लक्ष्मणा, भगवन् अगस्त्यऋषी स्वत: आपल्या स्वागतासाठी येत आहेत पहा! अरे, हे ऋषी म्हणजे तप:कार्याचं साक्षात् भांडारच आहे... अशा महान ऋषीचं दर्शन होणं हे परमभाग्यच असतं!''

इतकं बोलून राम तत्परतेनं पुढे झाला आणि अंगणात आलेल्या अगस्त्यऋषींचे त्यानं पाय धरले. लक्ष्मण आणि सीता यांनीही रामाचं अनुकरण केलं. तिघेही मग हात जोडून त्या सिद्ध ऋषीपुढे विनयानं उभे राहिले!

त्यांचं शुभचिंतन करताना अगस्त्यऋषी अतिशय प्रेमानं त्यांना अवलोकन करीत राहिले. राम-लक्ष्मणांची अंगकाठी प्रमाणबद्ध होती. बाहू विशाल आणि भक्कम होते. त्यांच्या काहीशा उभ्या मुद्रेवरची सरळ नासिका प्रकर्षानं उठून दिसत होती. जवळपास एक तप त्या तिघांनी वनात व्यतीत केलं होतं हे त्या तिघांकडे पाहून कुणाच्याही चटकन् ध्यानात आलं असतं.

रावणाच्या थेट विरुद्ध असं रामाचं व्यक्तिमत्व होतं. त्याच्या वागण्या-बोलण्यात कमालीची मर्यादा होती. त्या महान ऋषींविषयीचा अतीव आदरभाव त्याच्या हालचालींमधून व्यक्त होत होता. त्याची निळसर गौरकांती, भावुक नेत्र, उंच अंगकाठी, लयबद्ध चाल त्याच्यातल्या देवत्वाची पुरेपूर प्रचिती देत होती.

लक्ष्मणही साधारण तसाच दिसायला होता तरी थोडा रागीटपणा त्याच्या व्यक्तिमत्वात दडलेला आहे हे त्या सिद्ध ऋषींनी तेव्हाच ओळखलं. पण त्याचं रामावरचं आत्यंतिक प्रेम आणि केवळ त्याच्याकरता त्यानं केलेला राज्याचा त्याग लक्ष्मणातलं श्रेष्ठत्व सिद्ध करीत होता.

सीतेचाही त्याग तसाच श्रेष्ठ होता. सीतेनं रामाबरोबर राज्य सोडून बाहेर पडणं हे रावणाच्या विनाशासाठी घडलेलं जणू विधिलिखितच होतं.

सीतेचं सौंदर्य वर्णनातीत होतं. राजप्रासादाचंच भूषण बनून राहण्यासारखं ते सौंदर्य आज रानोमाळ भटकत होतं. वनचरांपासून दुष्ट राक्षसांच्याही दृष्टीस पडत होतं. तिचे लांबसडक काळे कुंतल रानावनात हिंडून मलिन झाले होते. पिवळसर गौर अंगकांती तशीच मलिन होऊन गेली होती. तिचे नेत्र काहीसे बारीक होते. पण त्यातून तिची पराकोटीची पतिनिष्ठा प्रकर्षानं डोकावत असे.

जटा झालेल्या केशसंभारातून आणि मलिन झालेल्या अंगकांतीमधूनही तिचं अलौकिक सौंदर्य उपस्थितांना तेव्हा उमजत होतं.

त्या तिघांचं स्वागत करून अगस्त्यऋषी त्यांना होमशालेत घेऊन गेले. त्यांना बसण्यासाठी आसन दिलं गेलं. जलपान झालं. मग वैश्वदेव करून अगस्त्यांनी शिष्यांसह त्या तिघांना अर्घ्यदान दिलं. पाठोपाठ त्या तिघांचा फळं-मुळं देऊन आणि पुष्प देऊन सत्कार केला. मग अगस्त्यांनी म्हटलं, ''रामा, तू सर्व लोकांचा राजा आहेस, तू महारथी असूनही धर्मप्रवर्तक आहेस. माझ्यासह सर्व ऋषिमुनींना तू प्रिय आहेस. त्याचप्रमाणे तू सर्वमान्य आहेस. या भावनेनंच आज इथे तुझा सत्कार होत आहे.''

राम म्हणाला, ''ऋषीवर, आपण फार महान आहात. आपल्या दर्शनाची आम्हा तिघांनाही कितीतरी वर्षं प्रतीक्षा होती. आम्ही ज्या ज्या आश्रमात गेलो तिथे तिथे केवळ आपल्या नावाचा घोष कानी पडत होता. इथे येता येता इथला सुंदर निसर्गही जणू आपलंच गुणगान करीत होता-''

रामाचं हे बोलणं म्हणजे अनुभवाचेच बोल होते.

दंडकारण्यात शिरल्यापासून त्या तिघांना सर्वत्र अगस्त्यऋषींचं कार्य दिसत होतं. अनेक ठिकाणी त्यांच्याच शिष्यांचे आश्रम बघायला मिळत होते. अगस्त्यऋषींचं जीवन, त्यांचे अलौकिक विचार, त्यांनी रानोमाळ भटकून केलेली तप:साधना, संस्कृती-प्रस्थापनेसाठी उचललेले अपार कष्ट, प्राचीन ऋषींच्या कार्याला पुन्हा

गती देऊन त्यांनी निर्माण केलेली सुसूत्रित आश्रमांची शृंखला, कालकेयांसारख्या दानवांचा केवळ स्व-सिद्ध शक्तीनं केलेला नि:पात अशा अनेक गोष्टी त्या तिघांना आतापर्यंत ऐकायला मिळाल्या होत्या. तेव्हापासून अगस्त्यऋषींचं दर्शन घेण्याची रामाला ओढ लागून राहिली होती.

प्रत्येक ऋषीच्या आश्रमात कुठे एक वर्ष, कुठे चार मास तर कुठे पाच-सहा मास असं वास्तव्य करीत राम-लक्ष्मण-सीता यांनी बारा वर्षं वनवासात व्यतीत केली होती. मग ते ब्रह्मगिरीवरच्या सुतीक्ष्णऋषींच्या आश्रमात येऊन पोचले होते.

त्यांच्या आश्रमात काही दिवस राहून एके दिवशी रामानं त्या ऋषींना विचारलं होतं, ''ऋषीवर, मुनीश्रेष्ठ अगस्त्यऋषी याच वनात कुठेतरी वास्तव्य करून असतात असं मी अनेक ऋषींकडून ऐकलं आहे. त्या विवेकी महर्षींचं ते स्थान अद्याप मला सापडलेलं नाही. त्या महर्षींची सेवा करावी असा माझा मनोदय आहे.''

मोठ्या हर्षानं सुतीक्ष्ण तेव्हा रामाला म्हणाले होते, ''रामा, इथून तू दक्षिणेकडे चार योजनं जा. तिथे अगस्त्यमुनींच्याच एका भ्रात्याचा आश्रम आहे. तो आश्रम पिप्पलीवनांनी शोभित आहे. विपुल फुला-मुळांनी तो परिसर व्याप्त आहे. करंडोल, हंस, चक्रवाक आदी नाना पक्ष्यांचं त्या परिसरात नित्य कूजन चालतं. तिथे अनेक प्रकारची कमलयुक्त सरोवरं आहेत. तिथे तू एक रात्र वास्तव्य कर. मग तिथून तू पुन्हा दक्षिणेकडे एक योजन चालून गेलास म्हणजे विपुल वृक्षांनी सुशोभित असा रम्य प्रदेश तुला लागेल.''

सुतीक्ष्ण ऋषींचा निरोप घेऊन मग ते तिघे त्यांचा आश्रम सोडून निघाले होते. एक रात्र अगस्त्य भ्रात्याकडे मुक्काम करून दुसऱ्या दिवशी प्रात:काली अगस्त्याश्रमाकडे जाण्यासाठी त्यांनी प्रस्थान ठेवलं होतं. एक योजन अंतर काटून जाण्यासाठी पूर्ण एक दिवस कारणी लागला. कारण तो सारा परिसर दिव्यत्वानं प्रभारित होता. तिथले दिव्यकण टिपत टिपत ते जात होते. मार्गातली वनश्री तशीच अद्‌भुत होती. जलकदंब, फणस, साल, अशोक, तिवस, करंज, मोहा, टेंभुरणी आदी असंख्य प्रफुल्लित वृक्ष त्यांना दिसले. गजांनी मुरगळलेले, वानरांनी सुशोभित झालेले आणि असंख्य पक्ष्यांनी नादित झालेले ते वृक्ष पाहून ते तिघे हरखून गेले.

राम तेव्हा लक्ष्मणाला भारावून म्हणाला होता, ''स्निग्धपर्णांनी युक्त असे हे वृक्ष दिसतात. पशुपक्षीही शांत दिसतात त्याअर्थी त्या जितेंद्रिय महर्षींचा आश्रम जवळ आलेला असावा.''

लक्ष्मणानं त्याला अनुमोदन देऊन म्हटलं, ''खरं आहे दादा, ते समोरचं वन - ती वृक्षराजी पहा... विपुल धूमानं व्याप्त झालेली आहे...''

राम म्हणाला, ''ते मृगांचे कळप पहा! कसे शांत आणि तृप्त दिसतात. वल्कलं घातलेले ते समुदाय बघ... तेही तसेच तृप्त वाटतात. वृक्षांवरचं पक्षिगणाचं कूजन ऐक! जणू आत्मभान आणणारे मंत्रच म्हणत आहेत!

''लक्ष्मणा, हा त्या महर्षींचा प्रभाव बरं!'' तोच पुढे भारावून म्हणत होता, ''स्वकर्मानं हे महर्षी जगतात प्रख्यात झाले. त्या पुण्यवान मुनींनी दैत्यांचा स्वसामर्थ्यानं निग्रह करून ही दक्षिण दिशा वैदिक आर्यांसाठी निर्वैर केली. राक्षसगणाला या प्रदेशावर अधिपत्य हवं होतं. पण या मुनींमुळे ते शक्य झालं नाही. हताश होऊन दुरूनच ते या आश्रमाचं अवलोकन करतात असं मी ऐकलंय्... क्रूरकर्मे आणि हिंसक निशाचरांनी आपल्या स्वाभाविक कर्मांचा त्याग करून या परिसरात वास्तव्य केल्याचंही समजतं. राक्षसांना जिंकून घेण्यासाठी अशक्य वाटणाऱ्या विंध्याद्रीपासून दंडकारण्यापर्यंत पसरलेल्या या वनात आता केवळ या महर्षींचं अधिपत्य आहे. सारे अरण्यवासी त्यांच्या आज्ञेचं पालन करतात. सर्वांचंच हित करण्यासाठी हे महर्षी तत्पर असतात. त्यामुळे ते आपलंही कल्याण करतील. म्हणून हे सौम्या, वनवासाचा उर्वरित काळ या आश्रमात राहून त्या महर्षींची सेवा करण्यासाठी कारणी लावावा असा माझा मनोदय आहे.''

रामानं केलेलं अगस्त्याश्रमाचं वर्णन आणि तिथे राहण्याचा मनोदय ऐकून लक्ष्मणही सुखावून गेला होता. तो म्हणाला, ''दादा, तुझा विचार अगदी योग्य आहे.''

सीताही म्हणाली होती, ''देव, माझीही तशीच इच्छा आहे. या पवित्र आश्रमात राहून आपल्याला त्या महर्षींची सेवा करता येईल. मग पुढे ते सांगतील तसं आपण करू...''

राम म्हणाला, ''वैदेही, तुला माहीत आहे, गंधर्व, देव, यक्ष आणि सिद्ध हे सुद्धा या आश्रमात नित्य येत असतात. या महर्षींचा उपदेश घेत असतात. विशेष म्हणजे, असत्य भाषी, निर्दय, शठ, दुष्ट आणि पापी व्यक्ती इथे येऊच शकत नाही... आणि आलीच तर जिवंत राहू शकत नाही. हा आश्रम अगम्य अशा शुद्ध लहरींनी प्रभारित आहे.''

क्षणभर थांबून राम म्हणाला, ''या आश्रमाचं आणखी एक दिव्यत्व तुम्हाला कदाचित माहीत नसेल... तपश्चर्येमुळे सिद्ध झालेले अनेक महात्मे आणि श्रेष्ठ ऋषी आपल्या जीर्ण देहांचा त्याग करून सूर्यासारख्या तेजस्वी विमानांमधे आरूढ होत इथूनच स्वर्गाला गेले आहेत!''

लक्ष्मण आणि सीता रामाचं बोलणं ऐकून चकित होऊन गेले होते. जीर्ण देहाचा त्याग, विमान, स्वर्ग यांविषयी त्यांना रामाकडून अधिक जाणून घ्यायचं होतं. पण ते शक्य झालं नव्हतं. कारण एव्हाना ते अगस्त्याश्रमाच्या मुख्य द्वाराशी येऊन पोचले होते.

वैश्वदेव, फलाहार मग भोजनादी सारे विधी उरकल्यानंतरही राम अगस्त्य ऋषींचा आश्रम आणि त्यांचं कार्य या विषयातच रंगून गेला होता. इतक्या महान ऋषींनी मोठ्या प्रेमादरानं आपला सत्कार करावा या विचारानं ते तिघेही अवघडून गेले होते – काहीसे ओशाळून गेले होते.

त्यांचं मन जाणून अगस्त्य म्हणाले, ''हे काकुत्स्था, अशा प्रकारे अतिथींचं पूजन न करणारा पुरुष खोटी साक्ष देणाऱ्या पुरुषाप्रमाणे परलोकी पापभक्षण करतो! तू तर सर्व लोकांचा राजा आहेस, महारथी आहेस तसाच धर्मप्रवर्तक आहेस. म्हणून तू मला प्रिय आहेस - मान्य आहेस. तुझा सत्कार न करून कसं चालेल? आता तुम्ही दिवसभर चालून दमला असाल. ही वैदेही तर थकून गेली असेल. आज तुम्ही विश्रांती घ्या... मग उद्या आपण बोलू...''

अगस्त्यांनी गौरांगाला हाक मारली. राम-लक्ष्मणांची स्वतंत्र कुटीत व्यवस्था करायला सांगितली. सीतेला आश्रमीय स्त्रियांकडे सोपवलं.

त्या महर्षींचा निरोप घेऊन राम-लक्ष्मण-सीता हे तिघे आपापल्या कुटिरांकडे निघून गेले. तेव्हा अगस्त्य त्वरेनं उठले आणि होमशालेच्या बाहेर जाऊ लागले. जाता जाता लोपामुद्रेला म्हणाले, ''मी जरा जाऊन येतो...''

''आत्ता?''

''हो, त्या पश्चिमेकडच्या डोंगरात जाऊन येतो-''

''पण या संध्यासमयी?'' चिंतायुक्त स्वरात तिनं विचारलं.

''हो, कामच तसं महत्त्वाचं आहे! तू मुळीच चिंता करू नकोस... मला कोणत्याही जीवापासून, निसर्गापासून अगदी राक्षसांपासूनही धोका संभवत नाही! तू जाणतेसच हे!''

''गौरांग नाही तर इध्मवाहला बरोबर-''

''बरोबर कुणीही नको! माझं एकट्याचंच काम आहे ते... तुला सांगीन नंतर...!''

ती पुढे काही बोलण्याची वाट न पाहता ते सिद्ध महर्षी तिथून निघूनही गेले.

आज राम इथे आले असताना पतिराजाचं एवढं कोणतं तातडीचं काम निघालं, याचा विचार करीत ती तिथेच थबकून उभी राहिली.

प्रात:कालची सारी आन्हिकं उरकल्यानंतर राम-लक्ष्मण अगस्त्यऋषींबरोबर आश्रमातून फेरफटका मारण्यासाठी निघाले. इतक्यात लोपामुद्रेसह सीता त्यांना सामोरी आली. लक्ष्मणाची दृष्टी सीतेच्या चरणांकडे गेली तर राम तिच्याकडे अवाक् होऊन पहातच राहिला.

सीतेचा केशसंभार विमुक्त होता. केसातली मलिनता पूर्णपणे जाऊन तिचे लांबसडक केस कोवळ्या उन्हात भृंगराजाप्रमाणे चमकत होते. तिची मूळची पिवळसर गौरकांती तेजाळून निघाली होती.

रामानं काही विचारायच्या आत लोपामुद्रेनंच रामाला विचारलं, ''कशी दिसते ही वैदेही?''

''अतिसुंदर! अंत:करणाप्रमाणेच निष्कलंक!!''

''ती सुंदर तर आहेच; आणि निष्कलंकही असणार आहे!''

लज्जेनं सीता अधोवदन होऊन उभी होती.

लोपामुद्राच म्हणाली, ''भल्या पहाटेच आश्रमीय स्त्रिया हिला त्या समोरच्या झऱ्याकडे घेऊन गेल्या होत्या. त्या झऱ्यातल्या सिद्ध आणि शुद्ध जलानं ती न्हाली... तत्पूर्वी आश्रमात तैलमर्दन करण्यात आलं. रामा, गेल्या दहा वर्षांत केवढे कष्ट उपसले या कोमल कन्येनं! आर्यावर्त ते हे दंडकारण्य एवढी पायपीट केली तुझ्याबरोबर... जिनं कधी राजप्रासादातल्या उद्यानाखेरीज नगरातल्या पर्णवाटिकाही बघितल्या नव्हत्या ती ही राज्ञी आज राक्षस आणि दैत्यांनी व्यापलेल्या रानावनात हिंडते आहे...''

लोपामुद्रेचे नेत्र भरून आले.

सीतेचं अंत:करणही उचंबळून आलं. काही न बोलता ती लोपामुद्रेला बिलगली. मग म्हणाली, ''मी स्वत:हून हे जीवन स्वीकारलं आहे माई! माझ्या नाथांशिवाय मी इतरत्र - अगदी राजप्रासादात सुद्धा क्षणभरही राहू शकत नाही.''

''ते मी सर्व जाणते वैदेही! तरीही मी तेच म्हणते, तुझा हा असीम त्याग आहे - संस्कृतीसाठी...''

''बरं, चला...'' अगस्त्यांनी त्या विषयाला विराम दिला.

सीता लोपामुद्रेसह कुटिरात निघून गेली.

मग राम-लक्ष्मणांना घेऊन अगस्त्य पुढे निघाले. आश्रमीय जनांची कुटिरं, पाठशाला, होमशाला, गोशाला, सभागृह, धान्याचं कोठार, कृषी, आचार्यसदन, वानप्रस्थींची कुटिरं, विद्यार्थी-स्नातकांची कुटिरं अशी ठिकाणं दाखवत ते एका बैठकीपुढे येऊन थांबले.

''हे ब्रह्मदेवांचं स्थान-'' त्या बैठकीकडे निर्देश करून अगस्त्य सांगू लागले, ''ही पृथ्वीवरच्या देवांची स्थानं नाहीत हं! मूळ आकाशस्थ देवदेवतांची ही प्रातिनिधिक स्थानं आहेत. या प्रत्येक स्थानापुढे त्या त्या देवाचे आवाहनमंत्र म्हणून त्यांना अधिष्ठित केलं आहे. आकाशस्थ देवांच्या विविध शक्ती इथे अव्यक्त स्वरूपात व्यापून असतात.''

मग प्रत्येक देवाचं स्थान दाखवत ते पुढे जाऊ लागले, ''हे रुद्राचं स्थान... हे विष्णूचं... हे इंद्राचं... हे सूर्याचं आणि हे सोमाचं स्थान. इथे पुढे हे भगाचं... हे कुबेराचं, हे विश्वकर्म्याचं तर हे वायुदेवाचं स्थान.''

पुढे जाऊन त्यांनी वरुण, अष्टवसू, गायत्रीदेवी, नाग-गरुड आणि स्कंद यांचीही स्थानं राम-लक्ष्मणांना दाखवली.

''रामा, अंतरिक्षातली प्रत्येक देवता विविध शक्तींची धारक आहे. त्या त्या देवतेला आवाहन करून ते ते वैदिक मंत्र म्हटले की, त्या त्या देवतांच्या शक्ती

आविर्भूत होतात. हा आश्रम अशा शक्तींनी प्रभावित आहे, परिवेष्टित आहे. ज्या ज्या ठिकाणी देवतांना आवाहन करून वैदिक मंत्रांचं पठण होतं तिथे तिथे त्या त्या देवता विशिष्ट लहरींच्या स्वरूपात उपस्थित होतात. त्या देवतांकडून मनुष्याला अनेक शक्ती आणि सिद्धी प्राप्त होत असतात.''

फिरत फिरत ते पुन्हा होमशालेपाशी आले होते. त्या समोरचं अंगण सारवलेलं होतं. काही स्त्रिया रंगावल्या रेखत होत्या. होमशालेतून तेव्हा आश्रमीय पुरोहितांनी केलेला मंत्रजागर कानी पडत होता.

राम म्हणाला, ''किती पवित्र आणि प्रशांत वाटतं या आश्रमात, नाही का लक्ष्मणा? हे मृग निर्भयपणे इथे हिंडतात. त्या सशांनाही कुणाची भीती वाटत नाही. ते मयुर युगुल पहा... स्वच्छंदीपणे इथे फिरत आहे. ते अंगणातले विविध पक्षी पहा... निर्भय होऊन कण-किडे टिपताना दिसताहेत!''

''वसंतऋतूचा महिमा दुसरं काय!''

''नाही ऋषीवर! हा या पवित्र, निःसंग, शुद्ध आणि सात्विक वातावरणाचा परिणाम आहे, नाही का रे सौम्या?''

''होय दादा-''

सारा आश्रमपरिसर फिरून झाल्यानंतर अगस्त्यांसह राम-लक्ष्मण त्यांच्या कुटिरात येऊन स्थानापन्न झाले. त्यावेळी लोपामुद्रेनं तिघांसाठी पेल्यातून दूध आणलं. एका स्नातकानं फळांचं पात्र त्यांच्यापुढे आणून ठेवलं.

''अग, सीता कुठे आहे?'' अगस्त्यांनी लोपामुद्रेला विचारलं.

''ती त्या स्त्रियांबरोबर मागे गेली आहे... बकुळीची फुलं वेचायला.'' इतकं बोलून लोपामुद्रा आपल्या कामाला निघून गेली. ऋषींची अनुज्ञा घेऊन तो स्नातकही पाठशाळेकडे गेला.

आता ते तिघेच कुटीत बसले होते.

दूध प्राशन करता करता रामानं मघाच्याच विषयाची तार छेडली, ''सारे जीव, प्राणी-पक्षी आणि इथले आश्रमीय जनसुद्धा असे एकोप्यानं कसे राहतात महर्षी?''

लक्ष्मणानं लगेच पुष्टी दिली, ''प्राणि-पक्षिकुलासह इथले सारे जन संतृप्त दिसतात. एका दिव्य, प्रसन्न आणि सकारात्मक ऊर्जेनं इथलं वातावरण प्रभारित आहे... खरं ना रामा?''

''योग्य बोललास! ऋषीवर, इथे वेदमंत्रांचं पठण होतं म्हणून वातावरणात असं सुपरिवर्तन घडून येत असेल ना?''

''निश्चितच! पण केवळ तेवढंच कारण नाही. इथली प्रत्येक व्यक्ती सात्विक वृत्तीची आहे. कामविकारासह इथे कोणताही विकार नाही. विकार आला की वातावरण दूषित व्हायला लागतं. विकार व्यक्तीला आत्मविकासापासून दूर खेचून

नेतो. इथले जन विकारशून्य आहेत. विशिष्ट तंत्रांनी इथे विकाराच्या उगमापाशीच उपाययोजना केली जाते. त्यामुळे बुद्धीला आणि मनाला विकार प्रभावित करू शकत नाहीत; मनामधे कोणताही हव्यास उत्पन्नच होत नाही. आपल्यात कमतरता आहे असंही कुणाला वाटत नाही. भौतिक आशा-आकांक्षा, आसक्ती, कर्माभिमान, अहंकार, अभिलाषा हे रिपू इथल्या जनांमधे निर्माणच होत नाहीत. म्हणजे ते रिपू नष्ट होतात असं नाही तर त्यांचं स्वरूप आणि प्रभाव यांमधे परिवर्तन होतं. त्यामुळे वाद होत नाहीत - संवाद मात्र होत राहतात! पारिवारिक भावनेनं सर्वजण इथे एकोप्यानं राहतात. परमेश्वरावर इथल्या जनांचा आत्यंतिक विश्वास आहे. या निसर्गातल्या प्रत्येक जीवाच्या उदरभरणाची व्यवस्था परमेश्वरानं केली आहे; मग त्याला आपली काळजी नसेल का, असा दृढ विश्वास सर्वांमधे वसून आहे. इथल्या कृषीमधून जे मिळतं त्यात प्रत्येकजण तृप्त असतो. इथे अन्नधान्याची साठवणूक केली जात नाही. त्यामुळे विचारातही आपोआप नि:संग वृत्ती येते.

''तरुण स्नातक इथे शिकून मोठ्या नगरात जातात. ते गृहस्थाश्रमात तरी प्रवेश करतात नाहीतर एखादी पाठशाळा किंवा छोटा आश्रम स्थापून ऋषीय कार्य करीत राहतात. जे इतर ऋषी, योगी, सिद्ध, मुनी इथे राहतात ते तर पूर्णत: नि:संग असतात. ज्या ऋषिपत्नी आणि संसारातून परावृत्त झालेल्या स्त्रिया इथे वास्तव्य करतात त्यांच्याही मनात कोणतीही कामना नसते. ऋषीय परंपरा पुढे सुरू ठेवण्यासाठी क्वचित ऋषी आणि ऋषीपत्नीचं मीलन होत असतं - नाही असं नाही; पण ते एक धर्माचरणच असतं. त्यात भोगेच्छा नसते. केवळ पुत्र-प्राप्तीसाठी ऋषी-ऋषिपत्नी एकत्र येतात. आपला हेतू साध्य झाल्यानंतर ते पुन्हा रंगासाठी एकत्र येत नाहीत.

''श्वान, पक्षी आणि निसर्ग यांच्याशी साहचर्य ठेवून जीवन व्यतीत होत असल्यामुळे या सर्वांमधे एक समान सूत्र अस्तित्वात येतं आणि म्हणूनच प्राणी-पक्षी-मनुष्य आणि वनश्री एकोप्यानं - परस्परांना पुष्टी देऊन इथे नांदते. त्याचा परिणाम म्हणजेच संतृप्त, सुखी, आनंदी, निश्चिंत आणि सकारात्मक ऊर्जा प्रस्फुरित करणारं हे आश्रमीय जीवन! असं सुंदर जीवन तुम्हाला पृथ्वीच्या पाठीवर कुठेही सापडणार नाही!''

राम-लक्ष्मणांच्या नेत्रांमधून अश्रू ओघळू लागले होते. त्यांच्याकडे मोठ्या प्रेमानं बघत अगस्त्यांनी त्यांच्या जटांवरून हात फिरवला.

''याच संतृप्त जीवनशैलीचं मला पराकोटीचं आकर्षण वाटतं, महर्षी!'' राम म्हणाला.

अगस्त्य म्हणाले, ''या जीवनशैलीचं दर्शन घडावं, हीच या देशाची जीवनपद्धती बनावी असं ऋषींना वाटतं. ऋषिविचार आणि कृषिविचार यांच्या संयोगातून साकारलेली उच्च-उदात्त संस्कृती! पण-''

''पण काय महर्षी?''

''रामा, रावणासारखे भोगवादी राक्षस या संस्कृतीचा विनाश करू इच्छितात. हे पाताळयंत्री दैत्य केवळ आपल्या स्वार्थासाठी वनचरांवर प्रभाव पाडतात. त्यांना फसवतात. ते त्यांचा स्वप्रतिष्ठेसाठी वापर करून घेतात. ऋषींपेक्षा हे दुष्ट अधिक कार्यरत असतात. कारण त्यांच्याकडे अपरिमित बळ असतं. रावणी संस्कृती दिवसेंदिवस प्रबळ होत आहे. या संस्कृतीनं जर भारतवर्ष व्यापला तर ऋषीय कार्याला तडा जाईल. सर्वत्र भोगवाद बोकाळेल. धर्म स्वार्थासाठी वापरला जाईल. राजसी आणि तामसी वृत्तींचा थयथयाट सुरू होईल. स्वार्थासाठी लोक परस्परांचे लचके तोडतील. सर्वत्र रस्सिखेच सुरू होईल. भोग आणि स्वार्थ परमोच्च बिंदू गाठतील आणि एक दिवस या संपूर्ण भारतवर्षाचा विनाश होऊन जाईल.''

ते बोलणं ऐकून राम-लक्ष्मण अंतर्मुख झाले. महर्षींनी भोगवादाची परिणती त्यांच्या दृष्टीसमोर साक्षात् उभी केली होती.

राम म्हणाला, ''महर्षी, आम्ही हे होऊ देणार नाही... आपण सांगाल तसं कार्य करू-''

लक्ष्मणानं मान हलवून अनुमोदन दिलं.

''हे काम सोपं नाही रामा... माझ्यासारख्या शेकडो ऋषींनी ही संस्कृती टिकवण्यासाठी रक्ताचं पाणी केलं. सहस्रो ऋषींनी बलिदान दिलं. पण भौतिकतेच्या भस्मासुराला रोखण्यासाठी आणखी किती रक्त आटवायचं? किती बलिदानं द्यायची? संहाराचं काम थोडक्या काळात होऊ शकतं. सर्जनशील कार्य प्रस्थापित करण्यासाठी मात्र प्रचंड तप करावं लागतं - *आहुत्या* द्याव्या लागतात!''

''महर्षी, चित्रकूटला आल्यापासूनच सारी परिस्थिती आमच्या ध्यानात आली आहे. दंडकारण्यात शिरताच इथली आणि भारतवर्षापुढची आव्हानंही आम्हाला कळून चुकली आहेत. अनेक ऋषींकडून आम्हाला संस्कृति-विघातकांविषयीचा इतिहास ऐकायला मिळाला आहे. त्यांना नमवण्यासाठी - या विघातक लोकांचा पूर्णत: विध्वंस करण्यासाठी आम्ही कटिबद्ध आहोत. आपण मार्गदर्शन करावं महर्षी-''

''ते तर मी करणारच आहे... पण एक गोष्ट ध्यानात ठेवा... सहजगत्या ते कार्य होऊ शकणार नाही... कीड मुळापासूनच नष्ट करावी लागते, अन्यथा ती वेळोवेळी डोकं वर काढतेच! त्या 'मुळा'पर्यंत जाण्यासाठी कोणत्यातरी दिव्यातून जावंच लागतं, खरं ना?''

''हो, महर्षी... माझी सिद्धता आहे!''

दिव्यदृष्टी लाभलेले ते ऋषी रामाकडे काही क्षण निरखून बघत राहिले. मग मोठ्या प्रेमानं म्हणाले, ''एक मात्र खरं... अंतिम निर्णय चांगलाच होणार आहे! माझा आशीर्वाद तुझ्या पाठीशी आहेच; पण देवही तुझ्या पाठीशी आहेत-''

मग आपल्या आसनावरून उठत अगस्त्य म्हणाले, ''तुम्ही फलाहार करून घ्या... तोपर्यंत मी पाठशाळेत जाऊ येतो... आणि हां! दुपारची वामकुक्षी झाल्यानंतर आपल्याला त्या पश्चिमेकडच्या डोंगरांमधे जायचं आहे – माझे आशीर्वाद हवेत ना? भावी आव्हानांवर मात करायची आहे ना?''

''होय महर्षी!''

वृद्ध अगस्त्यऋषी संथ पावलं टाकत कुटीबाहेर पडले. त्यांना उत्थापन देऊन राम–लक्ष्मणही कुटीबाहेर आले. सहजगत्या त्यांची दृष्टी त्या पश्चिमेकडच्या घनदाट डोंगररांगाकडे वळली.

आव्हानांवर मात करण्यासाठी त्या डोंगररांगांमधे जाण्याचा कार्यकारणभाव मात्र अद्याप त्यांच्या ध्यानात येत नव्हता!

डोंगराचा चढ चढताना अगस्त्य म्हणत होते, ''रामा, रावणानं दंडकारण्यात पाय पसरायला प्रारंभ केला आहे. त्याची भगिनी शुर्पणखा आपल्या दोन कन्यांसह तिथे वास्तव्याला आली आहे. खर आणि दूषण हे दोन राक्षस आपापल्या सैन्यतुकडीसह तिच्यासमवेत आले आहेत...''

''होय, मला ती माहिती मिळाली होती.''

''भारतवर्षात राज्य प्रस्थापित करण्यासाठी रावणानं पद्धतशीरपणे डावपेच आखले आहेत. पूर्वसागर किनाऱ्यावरून त्यानं उत्कल प्रांतापर्यंत पाय पसरायला प्रारंभ केला आहे. किष्किंधेचा अधिपती वाली याच्याशी त्यानं अनाक्रमणाचा तह केला आहे! आता दंडकारण्य व्यापल्यानंतर उत्तरेतल्या आर्यावर्तावर आक्रमण करणं त्याला सहज शक्य होणार आहे. त्यामुळे दंडकारण्य शूर्पणखेसह पूर्णत: राक्षसमुक्त करणं हे तुझ्यापुढचं पहिलं आव्हान आहे–''

चढ चढताना वृद्ध अगस्त्यांना थोडा दम लागला होता. डोंगराच्या मधे असलेल्या एका छोट्या पठारावर ते तिघे काही वेळ उभे राहिले.

त्या पठारावरून सभोवतालचं दृश्य मोठं विलोभनीय दिसत होतं. सूर्यदेव झपाट्यानं डोंगराआड जाण्यासाठी निघाले होते. पक्षिगण त्याला वंदन करण्यासाठी झेपावत होता. पूर्वेकडून ऐन वसंतातल्या पौर्णिमेचं चंद्रबिंब बरंच वर आलं होतं. पायथ्याशी दूरवर दिसणारा आश्रम लहान मुलांच्या खेळातील छोट्या लाकडी घरांसारखा दिसत होता. मधल्या होमशालेतून निघालेला यज्ञीय धूम मात्र सभोवतालच्या वृक्षराजीला व्यापून वर उसळला होता.

पुन्हा ते तिघे डोंगर चढू लागले.

काही वेळातच ते एका कपारीपाशी आले. कपारीवरची पाषाणशीळा अगस्त्यांनी हलकेच दूर केली. त्या पर्वतरांगा पूर्णत: निर्मनुष्य असायच्या. राक्षस आणि हिंस्त्र

श्वापदांचा वावर असल्यामुळे कुणीही त्या पर्वतरांगांमधे जात नसे. अगस्त्यांच्या दृष्टीनं हे स्थान सर्वाधिक सुरक्षित होतं.

कपारीवरचा पाषाण दूर केल्यानंतर राम-लक्ष्मणासह त्यांनी आतल्या गुहेत प्रवेश केला. पौर्णिमेच्या चंद्रप्रकाशामुळे ती गुहा थोडीफार उजळली होती. तथापि दोन काष्ठं देऊन अगस्त्यांनी लक्ष्मणाला अग्नी प्रज्वलित करायला सांगितलं. अग्नी प्रज्वलित होताच ती गुहा उजळून निघाली. गुहेत तीन ठिकाणी छिद्रांमधे मशाली खोचलेल्या होत्या. लक्ष्मणानं ऋषींच्या सांगण्यानुसार त्या मशाली चेतवल्या.

आता संपूर्ण गुहा उजळून निघाली.

मग एका कोपऱ्यात जाऊन अगस्त्यांनी तिथल्या काही शिळा दूर केल्या. त्या खाली एक भलीमोठी संदूक होती. त्यांनी लक्ष्मणाला खुणावलं तेव्हा त्यानं ती संदूक बाहेर काढली.

''उघड झाकण त्याचं!''

झाकण उघडताच त्याला आत जाड कातड्याच्या मोठ्या गुंडाळ्या दिसल्या.

''काढ त्या गुंडाळ्या बाहेर-''

लक्ष्मणानं त्या गुंडाळ्या बाहेर काढल्या. त्यांची बंधनं सोडवली. तेव्हा आतून अनेक दिव्य शस्त्रं बाहेर आली. अवाक् होऊन राम-लक्ष्मण त्या शस्त्रांकडे बघत राहिले. तशी शस्त्रं त्यांनी पूर्वी कधीही बघितली नव्हती.

''पुत्रांनो, ही देवांची शस्त्रं आहेत!''

''देवांची? पण आपल्याकडे कशी-''

''तो मोठा इतिहास आहे - सांगीन कधीतरी... पण ही शस्त्रं आता तुमची आहेत!''

त्या शस्त्रांकडे पाहूनच राम-लक्ष्मणांचे नेत्र आश्चर्ययुक्त आनंदानं चमकत होते.

गुंडाळीतून बाहेर पडलेलं एक भलं मोठं धनुष्य उचलून अगस्त्य म्हणाले, ''हे पुरुषश्रेष्ठा, सुवर्ण, हिरे यांनी विभूषित केलेलं हे दिव्य वैष्णव धनुष्य आहे! विश्वकर्म्यानं ते निर्माण केलेलं आहे. हा बाण बघ... हा सोडल्यानंतर लक्ष्यभेद केल्याशिवाय व्यर्थ जात नाही. असा हा 'ब्रह्मदत्त' नामक बाण आहे. अग्नीप्रमाणे उज्ज्वल अशा बाणांनी समृद्ध असलेला भाता बघ! हे सुवर्णाच्या म्यानात असणारं आणि सुवर्णाचीच मूठ असणारं खड्ग पहा!''

त्यांनी म्यानातून खड्ग उपसलं.

''ही सारी शस्त्रं मला इंद्रानं दिली आहेत... अर्थात ही तुझ्यासाठी दिली आहेत. हे सारं देवरचित पूर्वनियोजित कार्य आहे. संग्रामामधे विष्णूंनी अशाच शस्त्रांनी महादैत्यांचा संहार केला होता. दधिची ऋषींकडून इंद्रानं ज्याप्रमाणे वज्राचा स्वीकार केला तसाच तू या शस्त्रास्त्रांचा स्वीकार कर आणि महादैत्यांचा संहार कर...

ऐन निर्णायक प्रसंगी हा 'ब्रह्मदत्त' बाण - अर्थात अस्त्रधारी अग्निबाण तुला यश प्राप्त करून देईल!''

ती दिव्य शस्त्रास्त्रं पाहून राम-लक्ष्मण थक्क होऊन गेले होते. मशालींच्या प्रकाशात ती शस्त्रास्त्रं चकाकत होती. त्यांची संरचना गूढ होती. ती हाती घेऊन त्यांचं परीक्षण करीत असतानाच अगस्त्य म्हणाले, ''हे धनुष्य, हा बाण किंवा इतर शस्त्रास्त्रं नेहमीसारखी नाहीत हं रामा! ही वापरण्याची तंत्रं सर्वस्वी वेगळी आहेत. ती देवनिर्मित असल्यामुळे ती इतर कुणाकडेही नाहीत... शिवाय मी ही अभिमंत्रित केली आहेत. ही तुला विजयश्रीच प्राप्त करून देतील. तुझा विजय हा देवांचा आणि ऋषींचाच विजय ठरणार आहे! आता भूमीवर आसनस्थ व्हा! तुम्हाला मी ही शस्त्रास्त्रं विधीवत् प्रदान करतो.''

बरोबर आणलेल्या जलाच्या सहाय्यानं अगस्त्यऋषींनी काही मंत्र म्हटले आणि ती शस्त्रास्त्रांची संदूक रामाच्या हाती सोपवली. मग म्हणाले, ''आता ही संदूक घेऊन चला...''

तिघेही गुहेच्या बाहेर पडले.

त्यावेळी सूर्यदेव मावळले होते. पण त्यांची प्रभा अजूनही आकाश व्यापून होती. चंद्रानंही आपला प्रभाव दाखवायला प्रारंभ केला होता. त्या संमिश्र प्रकाशात ते तिघे लवकरच डोंगर उतरून खाली आले.

आश्रमात प्रवेश करताच अगस्त्य म्हणाले, ''रामा, ही संदूक सांभाळून ठेवा... आता मुखमार्जन-फलाहार करून होमशालेत या... अग्निहोत्र आणि भोजन करूनच स्वस्थानी जा - आणि हो, दोन दिवसांनी तुम्हाला हा आश्रम सोडून निघायचं आहे!''

ते ऐकून रामाच्या नेत्रात पाणी तरळलं. तेव्हा त्याच्या खांद्यावर हात ठेवून अगस्त्य म्हणाले, ''रामा, मला तुझा सहवास नको आहे असं का वाटतं तुला? पण भावनेपेक्षा सध्या कर्तव्य महत्त्वाचं आहे... आणि मी सुद्धा हा आश्रम सोडून पूर्वसागरकिनारी जाणार आहे!''

अगस्त्यांनी सुचवल्याप्रमाणे दोन दिवसांनी भल्या प्रात:कालीच राम-लक्ष्मण आणि सीता त्या महर्षींचा निरोप घ्यायला आले. चरणस्पर्श करून रामानं महर्षींना विचारलं, ''इथून आम्ही कुठे जाऊ ऋषीवर?''

''रामा, इथून दोन योजन अंतरावर पंचवटी नामक एक संपन्न प्रदेश आहे. तिथे पुष्कळ मृग आहेत. फळं-मुळं-जल यांनी तो प्रदेश समृद्ध आहे. तिथे जाऊन तू आश्रम सिद्ध कर आणि आपल्या भ्रात्यासह आणि पत्नीसह सुखानं रहा!''

मग सीतेकडे निर्देश करून अगस्त्य म्हणाले, ''रामा, लक्ष्मण ही तुझीच छाया आहे - आणि ही वैदेही पतिनिष्ठ आणि व्रतनिष्ठ आहे हे ध्यानात ठेव! अरुंधती जशी

देवांच्याही प्रशंसेस पात्र होती तशीच ही तुझी भार्या पतिव्रतांमधे अग्रमान देण्याजोगी आहे. यांचा उचित सांभाळ कर!''

राम-लक्ष्मण-सीता या तिघांचेही नेत्र पाणावले. सीतेनं तर लोपामुद्रेच्या कुशीत शिरून विरहाच्या वेदनेला वाट मोकळी करून दिली. त्या काकुत्स्थांची पाठवणी करण्यासाठी सारा आश्रम जमा झाला. पशुपक्षी नि:स्तब्ध झाले. वृक्षवेलीही निश्चल झाल्या. रामाचा विरह कुणालाही सहन होण्यासारखा नव्हता. भावनाकुल होऊन सारा आश्रम अश्रू ढाळू लागला.

मग सर्वांचा निरोप घेऊन जड पावलांनी आणि भरल्या अंत:करणानं राम-लक्ष्मण आणि सीता पायीच निघाले. त्यांच्या पाठमोऱ्या आकृत्यांकडे पाहताना इतका वेळ अडवलेल्या बांधाला अगस्त्यांनी मोकळी वाट करून दिली.

कितीतरी वेळ ते साऱ्या आश्रमीयांसह राम-लक्ष्मण-सीतेच्या दूरवर जाणाऱ्या पाठमोऱ्या आकृत्यांकडे बघत राहिले.

■

२९

'देव'कार्याचं 'भरतवाक्य'

रावणाचं तंत्रज्ञान अतिप्रगत आहे. त्याच्या प्रत्येक सैनिकाच्या कानात एक 'कर्णयंत्र' बसवलेलं असतं. त्याद्वारे त्याला आपल्या शेवटच्या सैनिकाशीही संपर्क साधता येतो. अत्याधुनिक तंत्रज्ञान असल्यामुळेच रावण उन्मत्त बनला आहे... पण उन्मत्ताकडे विचारशक्तीचा अभाव होतो आणि सत्प्रवृत्त व्यक्तीकडे तंत्रज्ञान थोडंफार कमी असलं तरी विचारशक्ती प्रभावी असते. म्हणून तिचा विजय निश्चित असतो... विजयी भव!

मलयगिरीवरच्या अगस्त्याश्रमात ऐन प्रात:काळी 'आदित्यहृदय स्तोत्रा'चं पठण सुरू होतं. अगस्त्यऋषींनीच रचलेल्या त्या स्तोत्राचं सामूहिक पठण ऐकणाऱ्याच्या अंत:करणाची तार छेडत असे. सामान्यांना तो अनुभव मिळायचा; तर अवतारी रामाला तो मिळणं शक्य नव्हतं का? राम-लक्ष्मणांनी तर त्या स्तोत्राची प्रत्यक्ष त्याच्या उद्गात्याकडून संथा घेतली होती. रामाचं मन शांत होण्यासाठीच अगस्त्यऋषींनी त्याला ते स्वरचित स्तोत्र शिकवलं होतं. आश्रमीय विद्यार्थ्यांसमवेत ते दोघेही आता 'आदित्यहृदय स्तोत्रा'चं पठण करीत होते -

'रश्मिमन्तं समुद्यन्तं देवासुरनमस्कृतम्।
पुजयस्व विवस्वन्तं भास्करं भुवनेश्वरम्।।...'

सीतेचा विरह रामाला क्षणोक्षणी दु:खी करीत होता तरी ते स्तोत्र ऐकून आणि पठण करून रामाचं मन तात्पुरतं का होईना नक्कीच शांत झालं होतं. एरवी सीतेच्या आठवणीनं तो दिवसेंदिवस वेडापिसा होऊन जात असे. सीतेला रावणानं पळवून नेलं आहे हे समजताच तो लक्ष्मणासह दंडकारण्यातून निघाला होता.

पूर्वी जनस्थानातल्या अगस्त्याश्रमाला प्रथम भेट दिल्यानंतर अगस्त्यांच्या सूचनेनुसारच ते तिघे पंचवटीत जाऊन स्थिरावले होते. लक्ष्मणानं त्या ठिकाणी एक कुटी उभारली होती. अनेक ऋषी-मुनी त्यांना तिथे भेटायला येत असत. राम-लक्ष्मणही सीतेसह अगस्त्याश्रमात नित्य जात असत. अगस्त्यांकडून ज्ञानप्राप्ती करून घेत असत.

पुढे आपल्या प्रत्येक आश्रमाला भेट देत अगस्त्यऋषी वंगप्रांती गेले. तिथून ते पुन्हा तमीळ प्रांतात येऊन स्थिरावले.

दरम्यान रामाच्या बाबतीत अघटित असंच घडलं. रावणानं सीतेला आकाशमार्गानं पळवून नेलं. कारण, दंडकारण्यात पाय रोवण्यात रावणाला रामाचा मोठा अडसर वाटत होता. दंडकारण्यात आपली भगिनी स्वरूपनखा - शुर्पणखा - हिला रावणानं मुद्दाम पाठवलं होतं. कारण त्याला रामाशी नातेसंबंध प्रस्थापित करायचे होते. ऋषींच्या प्रेरणेनं राम आपल्या विरोधात कार्यरत आहे हे त्याला

माहीत होतं. अगस्त्यांना जसं रावणानं देवांविरोधात आपल्या बाजूनं वळवण्याचा प्रयत्न केला होता तसाच प्रयत्न तेव्हा त्यानं रामाच्या बाबतीत करून पाहिला होता. सौंदर्यवती शुर्पणखेला रामाशी संबंध जोडण्यासाठी पाठवलं होतं. पण लक्ष्मणानं रावणाचा हा डाव उधळून लावला होता.

शुर्पणखेच्या माध्यमातून प्रस्थापित केलेल्या त्याच्या राज्याच्या केंद्राला उद्ध्वस्त करून लक्ष्मणानं शुर्पणखेचं जणू 'नाक'च कापलं होतं. शिवाय या कृतीतून त्यानं अप्रत्यक्ष रावणालाच आव्हान दिलं होतं. त्यावेळी राम-लक्ष्मणांनी शुर्पणखेच्या दोन कन्या आणि तिचे खर-दूषण नामक सेनानी त्यांच्या सैनिकांसह ठार मारले होते.

साऱ्या गोष्टी देवांना हव्या तशाच घडत होत्या. म्हणूनच सीतेला जेव्हा रावणानं पळवून नेलं होतं तेव्हा 'ब्रह्म'देव संतुष्ट झाले होते. आपल्या प्राणप्रिय भार्येला सोडवून आणण्यासाठी राम कार्यतत्पर होईल आणि त्याच्या हातून रावणाचा अंत होईल हे 'ब्रह्मदेव' जाणून होते. रामावताराचं ते मुख्य प्रयोजनच होतं.

सीतेचं हरण झाल्यानंतर जटायू जमातीच्या नेत्यानं सांगितल्यानुसार राम-लक्ष्मण किष्किंधानगरीकडे निघाले होते. किष्किंधेचं राज्य सुग्रीवाकडून हिरावून वाली नामक त्याच्या भावानं पूर्वीच सुग्रीवाला देशोधडीला लावलं होतं. एवढंच नाही तर सुग्रीवाची पत्नी तारा हिला स्वत:कडेच ठेवून घेतलं होतं. दोन समदु:खी वीर मग एकत्र आले होते. त्यांच्यात मित्रत्वाचं नातं प्रस्थापित झालं होतं. मग वालीला ठार मारून रामानं सुग्रीवाला किष्किंधेच्या राजसिंहासनावर बसवलं. पुढे सुग्रीवानं सीतेचा शोध घेण्यासाठी आपले दूत दशदिशांना पाठवले. लंकेत गेलेल्या हनुमानाला सीतेचा शोध लागला. तथापि हनुमानाबरोबर लंकेतून निसटून जाण्यासाठी सीतेनं मान्यता दिली नाही. अन्यथा देवांच्या योजनेलाच धक्का पोचला असता! रामांनी रावणाला जिंकून मग मला घेऊन जावं, असा संदेश तिनं हनुमानाबरोबर पाठवला होता.

लंकेतल्या अशोकवनात सीतेची भेट घेऊन निघाल्यानंतर हनुमानानं लंकादहन केलं होतं. त्यात लंकेचं अपरिमित नुकसान झालं होतं. सीतेचा शोध लागल्यामुळे वानरसेनेसह राम-लक्ष्मण दक्षिण सागरतटी आले होते.

या साऱ्या घडामोडींवर अगस्त्यऋषींचं बारीक लक्ष होतं. म्हणूनच ते मलयगिरीच्या आश्रमामधे येऊन राहिले होते. देवांची कूटनीती यशस्वी होत आहे, या विचारानं त्यांना समाधान लाभत होतं.

आदित्यहृदय स्तोत्राचं पठण संपलं.

मग राम-लक्ष्मणासह अगस्त्यऋषी एका बिल्व वृक्षाच्या छायेत जाऊन बसले.

रामानं तेव्हा हात जोडून म्हटलं, ''महर्षी, स्तोत्र किंवा मंत्र-पठणात रंगून गेलं की साऱ्या चिंता दूर पळतात. मन शांतदान्त होऊन जातं. पण ते पठण संपलं की

पुन्हा मन खंतावतं; नाही त्या विचारांनी ग्रासून जातं... वैदेहीची मला फार चिंता वाटते, ऋषीवर! तो दुष्ट रावण तिच्यावर...''

''रामा, मी तुला पूर्वीच सांगितलं आहे,'' अगस्त्य समजावू लागले, ''तू तिची मुळीच चिंता करू नकोस. अरे, तिला पाहताच मी तिचं सारं चरित्र जाणलं होतं. भूत-भविष्य मला कळून चुकलं होतं. जे झालं ते होणारच होतं. ते मुळीच टळणार नव्हतं. सीता अतिशय धाडसी आहे तितकीच ती पतिव्रता आहे. तिच्या पातिव्रत्याची परीक्षा तू कधी घेऊ नकोस... अरे, ती काही लंकेत अश्रू ढाळत बसलेली नाही - कदाचित ती त्या राक्षसांपुढे तसा देखावा करीत असेल. पण ती फार मोठी कामगिरी करीत आहे...

''भेदनीतीनं ती राक्षसकुलात दूही माजवत आहे. तुला माहीत आहे, तिच्या रक्षणार्थ ठेवलेल्या त्रिजटा नामक राक्षसीमार्फत तिनं रावणभ्राता विभीषण याच्याशी संपर्क साधला आहे. सीतेला पळवून आणल्याबद्दल त्याने रावणाला भर सभेत खडे बोल सुनावले आहेत. कुंभकर्णानेही त्याला अनुमोदन दिलं आहे. विभीषण सत्प्रवृत्त आहे. ऐन युद्धात तो तुझ्या उपयोगी पडेल हे लक्षात ठेव. रावणाला मारल्यानंतर त्यालाच लंकेचं राज्य दे...''

रामानं विचारलं, ''महर्षी, सीतेला सोडवून आणण्याच्या दृष्टीनं आत्ताच त्याचा उपयोग करून घेतला तर...?''

''नाही रामा! रावणाला मारूनच तुला सीतेला सोडवून आणावं लागेल. तीच देवांची इच्छा आहे... पण अशोकवनात राहून सीतेनं केलेल्या गुप्त कार्यामुळे विभीषण तुला सहाय्य करण्यासाठी प्रवृत्त झाला आहे...! रावण स्वत:ला लंकेत सुरक्षित समजतो. सागराचं उल्लंघन तुम्ही सैन्यासह करूच शकणार नाही असा त्याचा दृढ विश्वास आहे. आर्यावर्तात कुणाकडेही आरमार नाही, हे तो दशानन जाणून आहे. त्यातूनही कुणाचं आरमार लंकेकडे आलंच तर त्याचा त्वरित विध्वंस करता येईल यावर रावणाचा विश्वास आहे - आणि तो खराही आहे. रावणानं अंतराळात एक अतर्क्य अशी संदेश-यंत्रणा स्थापित केली आहे. त्याचं नाव 'सूर्यचक्र'. देवांकडूनच या राक्षसांनी हे तंत्रज्ञान मिळवलं आहे!

''त्या सूर्यचक्रामुळे रावणाला त्याच्या उत्तर-पश्चिम किनाऱ्यावर कोण येत आहे हे लगेच समजतं. लंकेतल्या उंच पहाडावरच्या आपल्या प्रासादात बसून त्याला हे ज्ञान होतं. अशावेळी विभीषण तुझ्या उपयोगी पडेल. तुमचा सेतू विभीषणाच्या राज्याला जोडण्याची योजना सीतेशिवाय शक्य झाली नसती. आता विचार करा... सीतेनं तिथे राहून केवढं कार्य केलं आहे ते!''

खरोखर! सीतेनं लंकेत राहून मोठं कार्य केलं होतं. रावणानं तिला अशोकवनातील त्रिजटा नामक दासीच्या प्रासादात बंदी केलं होतं. तिथे राहून सीतेनं त्रिजटेला आपलंसं करून मग तिच्या मार्फत विभीषणाशी संपर्क साधला होता. त्याला सारी परिस्थिती

समजावली होती. रामाच्या विरोधात न जाण्याविषयी सांगितलं होतं. त्यानुसार विभीषणानं राजसभेत रावणाच्या विरोधात विचार मांडले होते आणि रावणाचा रोष ओढवून घेतला होता. पण विभीषण आपल्या विचारांशी ठाम होता. त्यानं मग स्वत:चं गुप्तहेरांचं जाळं लंकाभर पसरलं. त्याची एक विशेष गुप्तचर स्त्री विभीषणाचे संदेश सीतेकडे नेऊन पोचवत असे. थोडक्यात, रावणाचा विनाश करण्यासाठी सीतेसारखी वीरांगना एकटी रावणाच्या गोटात जाऊन राहिली होती. सीतेनं हे देवदुर्लभ धाडस केलं होतं. रामाचे नेत्र तिच्या आठवणीनं टचकन् भरून आले.

लक्ष्मणानं त्याच्या पाठीवर थोपटून त्याचं सांत्वन केलं.

इतक्यात काही विद्यार्थी एका आश्रमीय युवकाला तातडीनं उचलून घेऊन आले. तो युवक कमरेत पूर्णपणे वाकला होता. त्याला सरळ होता येत नव्हतं. सरळ होण्याचा प्रयत्न करताच तो केविलवाणं ओरडत होता.

''काय झालं रे षण्मुख?''

''खेळताना पडला - कुठेतरी नस दुखावली असावी!''

अगस्त्य चटकन् जागचे उठले. त्या तरुणाला त्यांनी भूमीवर झोपवलं. तो एका कुशीवर आडवा झाला. मग अगस्त्यांनी त्याच्या हातावर आणि मानेवर विशिष्ट ठिकाणी दाब दिले. अनुक्रमे ते काही बिंदू दाबत राहिले. थोड्याच वेळात तो तरुण उठून ताठ उभा राहिला. कृतज्ञताभावानं त्यानं अगस्त्यांचे पाय धरले आणि मग इतर सहाध्यायींबरोबर हसत निघून गेला.

राम-लक्ष्मण त्या प्रकाराकडे आश्चर्यानं पहातच राहिले. त्या महान ऋषींना अवगत असलेल्या विविध विद्या पाहून आणि अनुभवून ते स्तिमित होऊन गेले होते.

अगस्त्य तेव्हा म्हणत होते, ''यात काही विशेष नाही. भगवंतानं सारं काही आपल्याबरोबर देऊन ठेवलं आहे. मनुष्य परावलंबी झाला - बाह्य विश्वात रमला की या अंगभूत विद्यांचा त्याला विसर पडतो. संगीतासह या अशा विद्या मी आश्रमीय जनांना शिकवत असतो, असो-''

मग पुन्हा मूळ विषयावर येत अगस्त्य म्हणाले, ''आदित्यहृदय स्तोत्राचं नित्य स्मरण ठेवा... आज रात्री पुन्हा माझ्या गृहात या... रावणासंदर्भात मला तुमच्याशी फार महत्त्वाचं बोलायचं आहे...''

राम-लक्ष्मण आपल्या निवासाकडे निघून गेले. अगस्त्यऋषी कोणती महत्त्वाची गोष्ट सांगणार होते याचा अंदाज मात्र त्यांना बांधता येत नव्हता.

रात्रीची वेळ होती. आश्रमात सर्वत्र सामसूम झालं होतं. अगस्त्य-गृहातल्या अंतर्गृहात लोपामुद्रा निद्राधीन झाली होती. राम-लक्ष्मण मात्र टक्क जागे होते. अगस्त्य सांगत असलेल्या रावणाच्या युद्धतंत्राविषयी ऐकून कुणाचीही निद्रा उडाली असती.

अगस्त्य सांगत होते, ''रावणाच्या सैन्याचे दहा विभाग आहेत. अनेक प्रकारची अस्त्रं त्याच्याकडे आहेत. लढाऊ विमानं आणि युद्धनौकांचा त्याच्याकडे मोठा संग्रह आहे. त्यांच्या निर्मितीच्या मोठ्या कार्यशाळा इंद्रजिताच्या मार्गदर्शनाखाली कार्यरत असतात. रावण जेव्हा रथातून युद्ध करायला निघतो तेव्हा 'याळ' ध्वज तो आपल्या रथावर फडकवतो...''

''याळ...?''

''होय रामा... त्यानं जी वीणा बनवली आहे तिचं नाव याळ. रथयुद्धात त्याचा याळ-ध्वज असतो. पण लंकेत तो रथातून लढायला येण्याची शक्यता फार कमी. मला मिळालेल्या माहितीनुसार तो एकाच ठिकाणी राहून शत्रूवर अस्त्रांचा मारा करतो. ही अस्त्रं आकाशातून कोसळतात. तो कुठून ही अस्त्रं सोडतो याची माहिती अद्याप मिळालेली नाही... पण रामा, या पार्श्वभूमीवर तुझ्या सैन्याचं बलाबल कसं आहे? शक्ती कशी आहे?''

''ऋषीवर, सुग्रीव सहाय्याला आल्यामुळे आम्ही सात सेनाविभाग जमवू शकलो. सुग्रीवाची सेना आपापल्या रथांवर वानरध्वज फडकवते. मी आणि लक्ष्मण खेरीज सुग्रीव, हनुमान, अंगद, अनिल आणि कपीश्वर असे आमचे सेनाप्रमुख आहेत. नलाच्या अधिपत्याखाली मोठे तंत्रज्ञ हे सागरावर सेतू बांधत आहेत. तो सेतू इतका भक्कम होतो आहे की त्यावरून आपलं केवळ सैन्यच नव्हे; तर रथ, शस्त्रास्त्रांची सर्व वाहनं, अश्व आणि सैन्याला लागणारं अन्नधान्यासह इतर सर्व साहित्य एकाच वेळी वाहून नेता येईल... सेतू मन्नारला जोडला जाईल. तिथून दक्षिणेकडे थोड्याच अंतरावर विभीषणाच्या राज्याची सीमा सुरू होते. दक्षिणेकडे कालुतरपर्यंत त्याचं राज्य आहे. तिथपर्यंत आपली सेना सहज जाऊ शकते...''

''मी तेच सांगणार होतो,'' अगस्त्य म्हणाले, ''सेतू आलांडून गेल्यानंतर तुझ्या एका सैन्यतुकडीनं शक्य तेवढ्या लवकर दक्षिण टोक गाठायला हवं... तुमच्या या हालचाली रावणाला समजणार नाहीत असं नाही. परंतु; विभीषणाच्या राज्यात तो फारसा हस्तक्षेप करू शकणार नाही.

''आणखी एक महत्त्वाची गोष्ट... रावणाचं तंत्रज्ञान अतिप्रगत आहे. त्याच्या प्रत्येक सैनिकाच्या कानात एक 'कर्णयंत्र' बसवलेलं असतं. त्याद्वारे त्याला आपल्या शेवटच्या सैनिकाशीही संपर्क साधता येतो. अत्याधुनिक तंत्रज्ञान असल्यामुळेच रावण उन्मत्त बनला आहे... पण उन्मत्ताकडे विचारशक्तीचा अभाव होतो आणि सत्प्रवृत्त व्यक्तीकडे तंत्रज्ञान थोडंफार कमी असलं तरी विचारशक्ती प्रभावी असते. म्हणून तिचा विजय निश्चित असतो... विजयी भव!''

बैठक संपन्न झाली.

अगस्त्यांना वंदन करून राम-लक्ष्मण निघाले. ते गृहाबाहेर पडत असतानाच अगस्त्यांनी विचारलं, ''तुम्ही केव्हा प्रस्थान ठेवणार?''

''दोन दिवसांनी, ऋषीवर...''

''ठीक आहे, मी तुमच्यासमवेत असणार आहे... म्हणजे, मला यावंच लागणार आहे!''

संभ्रमित मुद्रेनं राम-लक्ष्मण त्यांच्याकडे बघत राहिले. ते सिद्ध ऋषी आपल्या समवेत असणार आहेत या विचारानं मात्र त्या दोघांना समाधान वाटत राहिलं.

अजूनही युद्धाचा निर्णय लागत नव्हता. शिबिरात वास्तव्य करून असलेल्या अगस्त्यऋषींना रावणवधाची प्रतीक्षा लागून राहिली होती. रावणवध हे 'देव'कार्याचं 'भरतवाक्य' ठरणार होतं. त्यानंतर अगस्त्यांच्या तप:कार्याचं *उद्यापन* होणार होतं! आयुष्यभर एखादं उद्दिष्ट बाळगल्यानंतर जेव्हा त्या उद्दिष्टाची परिपूर्ती होण्याचा काळ जवळ येतो तेव्हा व्यक्ती काहीशी उतावीळ बनते. अगस्त्य हे जरी महान ऋषी असले तरी त्यांच्या जीवनाचं उद्दिष्ट पूर्ण व्हायचा काळ अगदी समीप येऊन ठेपला होता. पण युद्धाचा निर्णय लागत नव्हता. रावण नमत नव्हता. त्यामुळे ते काहीसे विचलित झाले होते.

सेतूबंधन झाल्यानंतर सारी 'वानरसेना' राम-लक्ष्मण-सुग्रीव यांच्या नेतृत्वाखाली सागर उल्लंघून गेली होती. ठरल्याप्रमाणे रामाचा एक सेनाविभाग लक्ष्मणाच्या अधिपत्याखाली वेगवान हालचाली करून लंकेच्या दक्षिणेपर्यंत जाऊन पोचला होता. विभीषणाच्या राज्यात त्याला कोणताही विरोध झाला नव्हता. पण जेव्हा 'कालुतर' ओलांडून त्याचा सेनाविभाग आणखी दक्षिणेकडे गेला तेव्हा रावणपुत्र इंद्रजित लक्ष्मणाला आडवा आला. पण तेवढ्या अवधीत राम पुढे निसटला आणि लंकेच्या दक्षिण सीमेजवळ 'देवनिवारा' इथे जाऊन त्यानं तळ ठोकला. इतर ठिकाणीही रामसेनेचे तळ पडले. रावणाला सर्व बाजूंनी घेरण्याचं रामाचं नियोजन होतं. त्यानुसार 'कालुतर'जवळ लक्ष्मण, 'कल्याणी'जवळ विभीषण, 'चिलाव-पुलोत्तम' इथे अंगद आणि त्यापुढे हनुमान अशा सेनानींचे सैन्यतळ पडले.

रावणाला पाठीमागून घेरण्याचा रामाचा विचार होता. त्यात तो यशस्वी झाला होता. रामाच्या सेनेनं जेव्हा सागर उल्लंघला होता तेव्हा रावणाच्या सैन्यतुकड्या वानरसेनेचा प्रतिकार करण्यासाठी सज्ज होत्याच. वानरसेनेनं लंकेतल्या घनदाट वनात प्रवेश केला आहे, ही वार्ता गुप्तचरांकडून रावणाला आधीच कळली होती. त्यानुसार वानरसेना किनाऱ्याला लागताच त्या संपूर्ण सेनेचा विनाश करण्याचा डाव रावणानं आखला होता.

पण तो डाव विफल ठरला. कारण घनदाट अरण्यामधे जेव्हा रावणसेना वानरसेनेचा शोध घेऊ लागली तेव्हा एकही 'वानर' सैनिक त्यांच्या दृष्टीस पडला नाही. कारण केवळ हातात मावण्याजोगी शस्त्रं बरोबर घेऊन वानर वृक्षांवर चढून

बसले होते. ती कला त्यांना चांगली अवगत होती. जेव्हा रावणाचे सैनिक अरण्यात वानरांचा शोध घेऊ लागले तेव्हा त्यांना एकही वानर कुठे दिसेना. संभ्रमित होऊन ते त्यांचा शोध घेत असतानाच वृक्षावृक्षांवर बसलेल्या वानरांनी त्या राक्षससेनेवर अवचित वरून शस्त्रांचा मारा केला आणि त्या सर्व राक्षसांना ठार मारून टाकलं. त्यामुळे पुढचा दक्षिणेकडचा मार्ग सुकर झाला.

पण विभीषणाचं राज्य ओलांडून इतर ठिकाणी वानरसेनेचे तळ पडताच घनघोर युद्धाला प्रारंभ झाला. अनेक छोट्या-मोठ्या लढाया होऊ लागल्या. प्रारंभी शस्त्रांच्या सहाय्यानंच लढाया होत होत्या. रावणाला एवढ्यात अस्त्रयोजना करायची नव्हती. कारण ते युद्ध त्याच्या भूमीवर खेळलं जात होतं. आपल्या राज्याचा विध्वंस त्याला होऊ द्यायचा नव्हता. प्रचंड सेनेच्या बळावरच त्याला युद्ध जिंकायचं होतं. त्यासाठी त्यानं देशविदेशातून सैन्याला पाचारण केलं होतं. असुर्य देशातूनही त्यानं सैन्य मागवलं होतं. पण रामानं त्या सर्व असुर सेनेचा विध्वंस केला.

अखेर सर्व आघाड्यांवर अस्त्रयुद्धही सुरू झालं.

त्यावेळी शस्त्रास्त्रयुद्धाचे अनेक प्रकार होते. त्यात प्रकाशयुद्ध, मंत्रयुद्ध, मायिकयुद्ध, यंत्र-तंत्रयुद्ध, संकुलयुद्ध, संघयुद्ध असे प्रकार परिस्थितीनुरूप वापरले जायचे. अस्त्रयोजनेच्या वेळी चुंबकीय शक्ती, विद्युतशक्ती, सौरशक्ती, स्पंदनशक्ती यांचा प्रयोग केला जायचा. लक्ष्मण-इंद्रजित यांच्यात असंच मायावी आणि अस्त्रयुद्ध छेडलं गेलं. परस्परांवर भयानक अस्त्रांचे प्रयोग केले गेले. त्यामुळे लंकेतील दक्षिण टोकाचा मोठा भाग तुटून सागरात गडप झाला. आजूबाजूच्या परिसरात किरणोत्सर्ग पसरला. आता कित्येक वर्षं तिथे गवतही उगवणार नव्हतं.

कुंभकर्णवधानंतर इंद्रजितानं वानरसेनेवर अनेक अस्त्रांचा प्रयोग केला. आकाशगमन करून त्यानं वानरसेनेवर नागपाश, विष्णूपानम् आणि ब्रह्मास्त्र अशी अस्त्र सोडली. त्यामुळे वानरसेनेत हाहाकार उडाला. वानरांवर नागपाश आवळले गेले. तेव्हा त्या अस्त्रांच्या निवारणाचा मार्ग विभीषणानं दाखवला. त्यानं रामाला गरुडास्त्र सोडायला सांगितलं. त्यामुळे नागास्त्राचं निवारण झालं. त्याच वेळी अकंपन राक्षस मेल्याची वार्ता आली. त्यामुळे इंद्रजित संतापला. आकाशातून त्यानं अत्यंत प्रखर अस्त्रांचा मारा सुरू केला. त्यामुळे राम-लक्ष्मणासह असंख्य वानर मूर्च्छित होऊन पडू लागले. तेव्हा जांबवानाच्या आदेशानुसार हनुमानानं हिमालयातून द्रोणागिरी आणला. कारण, मृतसंजीवनी, विशाल्यकरणी, सुवर्णकरणी आणि संधानी अशी औषधं बनविण्यासाठी ज्या वनस्पती लागणार होत्या त्या द्रोणागिरी पर्वतावरच मिळणार होत्या. त्या वनस्पतींचा उपाय होऊन राम-लक्ष्मण आणि वानरसेना पुन्हा भानावर आली. पुन्हा युद्ध सुरू झालं. इंद्रजित प्रभावी ठरू लागला. त्याच्याशी युद्ध करताना लक्ष्मण पुन्हा मूर्च्छित झाला. मृतप्राय होऊन गेला. तेव्हा त्याला तातडीनं शिबिरात आणलं गेलं.

तिथे ठेपून असलेले अगस्त्यऋषी शिबिरात आणलेल्या मृतवत् लक्ष्मणाजवळ जाऊन बसले. त्याच्या मस्तकावरून हात फिरवत ते 'आदित्यहृदय स्तोत्रा'चं विधिवत् मंत्रोच्चारण करू लागले–

सर्वमङ्लमांङ्ल्यं सर्वपापप्रणाशनम्।
चिन्ताशोकप्रशमनम् आयुर्वर्धनमुत्तमम्।।
रश्मिमंतं समुद्यन्तं देवासुरनमस्कृत्यम्।
पूजयस्व विवस्वन्तं भास्करं भुवनेश्वरम्।।
सर्वदेवात्मको ह्येष तेजस्वी रश्मिभावनः।
एष देवासुरगणाँल्लोकान् पाति गभस्तिभिः।।

त्याचा अर्थ सर्वांनाच समजत होता–

'हे स्तोत्र सर्व मंगलांचं मंगल आहे. यामुळे पापांचा नाश होतो. चिंता, शोक दूर करून आयुष्याची वृद्धी करणारं आहे... भगवान सूर्य आपल्या किरणांनी सुशोभित आहे. नित्य उगवणारा हा, देवता आणि असुरांनाही नमस्कारार्ह आहे. विवस्वान नामाभिधानानं सर्वश्रुत असणारा हा सूर्यदेव, संसाराचा स्वामी आहे. त्याचं तू पूजन कर... सर्व देवता याचंच स्वरूप आहेत. आपल्या किरणरूपी तेजोराशींनी तो सर्व जगताला वैभव आणि स्फूर्ती प्रदान करतो. देवासुरांसह तो सर्व लोकांचा प्रतिपाळ करतो...'

याप्रमाणे अगस्त्य आदित्याच्या स्वरचित स्तोत्राचं समंत्रक पठण करीत असतानाच हळूहळू लक्ष्मण शुद्धीवर येऊ लागला. ते पाहून सर्वांनी अगस्त्यांच्या, लक्ष्मणाच्या आणि रामाच्या नावाचा जयजयकार आरंभला. वानरसेनेच्या घोषणांनी सारं शिबिर निनादून गेलं.

त्या निनादांनी रावणसेनेला कानठळ्या बसल्या. लक्ष्मणानं अगस्त्यऋषींचे चरण धरले. त्याला उठवत ते महान सिद्ध ऋषी म्हणाले, ''सौमित्रा, मला स्फुरलेलं हे स्तोत्र अतिशय प्रभावी आहे. शब्दांपेक्षा कुणाला ते स्फुरलं यावर त्याचा परिणाम अवलंबून असतो. हे स्तोत्र नित्य म्हटलं तर अकाली मृत्यूचं भय उरणार नाही! विजयी भव!''

रामसेना जयघोष करीत पुन्हा रणांगणावर उतरली. पुन्हा घनघोर युद्धाला प्रारंभ झाला.

आता मात्र रामसेना वरचढ ठरू लागली. रावणाचे एकेक वीर रणांगणात पडू लागले. अनेक वानरही कामी आले. तथापि, रावणाच्या सैन्याचा अपरिमित विध्वंस होऊ लागला. यथावकाश रावणाचे सर्व प्रमुख सेनानी त्या घनघोर युद्धात मारले गेले. तेव्हा रावणानं सरते शेवटी आपलं 'मूलबलम्' – राखीव सैन्यदल रामावर पाठवलं. पण रामानं त्या सेनादलाचा सेनापती सहस्राक्ष याच्यासह दूषणपुत्र विरुणाचाही पराभव केला.

राम–लक्ष्मणानं आणि वानरसेनेनंही पराकोटीचा पराक्रम गाजवून रावणाचे सर्व प्रमुख सेनानी मारले होते. पण प्रत्यक्ष रावणाचा पाडाव अद्याप होत नव्हता. याला एक कारण होतं. रावण मायावी युद्ध करीत होता. आकाशगमन करून तो युद्ध करताना दिसायचा; पण प्रत्यक्षात त्याच्यावर शस्त्राचा कोणताच परिणाम दिसून येत नसे. शस्त्रच नव्हे तर अस्त्राचाही प्रभाव त्याच्यावर होत नसे.

शिबिरात थांबलेले अगस्त्यऋषी काहीसे खंतावून विचार करीत होते. अखेर त्यांनी काही वेळ ध्यानमग्न होण्याचं ठरवलं. थोड्याच वेळात त्यांना सारं काही समजून चुकलं. युद्धाला जेव्हा काही वेळ विराम पडला तेव्हा राम आपल्या सेनानींसमवेत शिबिरात परतला.

अगस्त्यांना प्रणाम करून राम म्हणाला, ''ऋषीवर, सर्व राक्षसांचा विनाश झाला. पण अद्याप दशानन...''

प्रसन्नपणे हसून अगस्त्य म्हणाले, ''त्याचं युद्धभूमीवरचं अस्तित्व मायावी आहे, रामा...''

''म्हणजे?''

''तो तुम्हाला रणांगणात दिसतो; पण त्याची अस्त्रं दुसरीकडूनच येऊन तुमच्यावर आदळतात. मला हे रहस्य समजलं आहे.''

''खरंच! मग...''

तेवढ्यात विभीषणानं घाईघाईनं शिबिरात प्रवेश केला. रामाला म्हणाला, ''देव, दशानन उद्या आपल्या सेनेवर एका भयानक अस्त्राचा प्रयोग करण्याच्या सिद्धतेत आहे. त्यासाठी तो लकगल - त्रिकूट - पर्वतावरील त्याच्या वेधशाळेत आत्ता बसून आहे. तिथूनच तो नेहमी मायावी अस्त्रं सोडत असतो. त्यामुळे प्रत्यक्ष रावण रणांगणावर अवतरल्याचा शत्रूला आभास होतो. इथेच शत्रू फसतो...''

त्याला पुष्टी देत अगस्त्य म्हणाले, ''याच रहस्याचा उलगडा आत्ता मला झाला...''

विभीषण लगेच म्हणाला, ''खरंय आपलं ऋषीवर... ते स्थान हेच दशाननाचं 'वर्म' आहे - छाती आहे... त्यानं जर ते महाभयानक अस्त्र सज्ज केलं तर... म्हणून तातडीनं त्याच्या वेधशाळेवर जर अस्त्राचा प्रयोग करता आला तर तो केला पाहिजे.''

रावणाचं वर्म समजलं होतं.

थोडाही वेळ वाया न दवडता रामानं अगस्त्यऋषींनी दिलेला ब्रह्मदत्त नावाचा अग्निबाण सिद्ध केला आणि मध्य लंकेतील त्या विशाल डोंगरावर सोडला. त्या देवनिर्मित अस्त्रानं रावणाचा वेध घेतला! रावण गतप्राण होऊन तिथेच कोसळला. एका राक्षसी युगाचा अंत झाला. परस्त्रीचं हरण करणारा, परपीडा देणारा, राजसी–

तामसी वृत्तीचं मूर्तिमंत स्वरूप असणारा रावण आज नामशेष झाला होता. रावणाबरोबरच त्या डोंगरावरची त्याची वेधशाळा आणि अनेक प्रकारच्या मायावी अस्त्रांचा आणि यंत्रणेचाही विनाश झाला होता.

अगस्त्यऋषींनी तेव्हा रामाला कडकडून मिठी मारली. ते म्हणाले, ''रामा, देवांच्या आणि वैदिकांच्या शत्रूचा आज अंत झाला! देवकार्याचा आज अंतिम अध्याय लिहिला गेला! पण आणखी एक गोष्ट राह्यली-''

''कोणती ऋषीवर?''

''तुला मध्यंतरी मी रावणाच्या 'सूर्यचक्रा'विषयी माहिती दिली होती. ते अवकाशस्थित चक्र हीच रावणाची 'अमृता'ची कुपी आहे. त्या चक्रामुळेच रावणाला त्याच्या प्रासादात बसून संपूर्ण लंकेवर नियंत्रण ठेवता येत असे. त्या चक्राचा भेद करणं आवश्यक आहे. कारण भावी कालात त्याचा दुरुपयोग होता कामा नये. देवांनी दिलेल्या अस्त्रांनीच त्या चक्राचा भेद होऊ शकतो... तेव्हा तू त्वरित त्या अस्त्राचा प्रयोग कर!''

रामानं लगेच देवनिर्मित अस्त्राचा प्रयोग केला आणि अवकाशस्थित ते सूर्यचक्र भेदून टाकलं. त्या चक्राच्या ठिकऱ्या ठिकऱ्या उडाल्या. ते पाहून वानरसेनेनं एकच जल्लोष केला. इंद्रादी देवांना ह्या साऱ्या घडामोडी समजतच होत्या. सारे देव तत्काळ लंकेत आले. रामावर स्तुतिसुमनांचा वर्षाव झाला.

इंद्र जेव्हा अगस्त्यांपुढे आला तेव्हा ते हात जोडून म्हणाले, ''देवराज, आज देवकार्याची 'इतिश्री' झाली!'' त्यांचे नेत्र तेव्हा पाणावले होते.

अगस्त्यांचे हात आपल्या हाती घेऊन इंद्र म्हणाला, ''महर्षी, खरोखर, आज आपण आपल्या कार्याचा कळस गाठलात! आपल्यापुढे संपूर्ण देवांचं राज्य नतमस्तक आहे...'' इंद्राच्या नेत्रांमधूनही अश्रू ओघळू लागले.

मग इंद्रानं रामाचं-लक्ष्मणाचं आणि सुग्रीव-हनुमानासह संपूर्ण वानरसेनेचं अभिनंदन केलं.

आता रामापुढे पुढचा महत्त्वाचा कार्यभाग उरला होता. तो म्हणजे त्याच्या पतिव्रता सीतेची भेट घेणं. तिच्या त्यागामुळेच हा अशक्यप्राय वाटणारा विजय मिळाला होता. शिवाय विभीषणालाही राज्याभिषेक करायचा होता.

कार्यपूर्तीच्या तृप्तीतच अगस्त्यऋषी त्या कार्यक्रमांमधे सहभागी होणार होते.

■

३०

ईशकार्याची ‘अनंत’ प्रेरणा

आपलं हे कार्य दीर्घकाळ टिकेल... देहातीत राहून आपण सूक्ष्मरूपानं किंवा अनंत अवकाशातूनही आपल्या कार्याकडे पहात राहू. आपलं ऋषीय कार्य विस्मृतीत जाऊ लागलं तर तिथूनच आपण पुढच्या पिढ्यांना ईशकार्याची प्रेरणा देत राहू...

अगस्त्याश्रमात श्रीरामाचं यथोचित स्वागत झालं.

सीतेसह राम-लक्ष्मण पुन्हा दंडकारण्यातल्या अगस्त्याश्रमात पुष्पक विमानातून आले होते. लक्ष्मणानं सर्वप्रथम ऋषींचे पाय धरले. भावुक स्वरात तो म्हणाला, ''ऐन युद्धात मी मूर्च्छित होऊन पडलो होतो. आपण त्या ठिकाणी उपस्थित झालात आणि 'आदित्यहृदय स्तोत्रा'नं मला शुद्धीवर आणलंत... मी आपला ऋणी आहे ऋषीवर!''

रामही म्हणाला, ''ऋषीवर, हा माझा भ्राता जेव्हा मूर्च्छित होऊन पडला तेव्हा माझं अवसान गळालं होतं-''

''रामा, मी विशेष काही केलेलं नाही! तू मला अतिशय प्रिय आहेस. प्रिय व्यक्तींसाठी कष्ट घेतले तर त्याचं ऋण होत नाही... आज तुमच्या हातून फार मोठं देवकार्य झालं आहे. राक्षसांच्या निर्दालनासाठी शेकडो-सहस्रो ऋषींनी बलिदान दिलेलं आहे. तरीपण तू जे कार्य केलं आहेस त्याला तोड नाही. राक्षसांचा महामेरू आणि देवांनाही अजिंक्य असणाऱ्या रावणाला तू मारलंस यातूनच तुझं श्रेष्ठत्व प्रतीत होतं.''

मग सीतेकडे पाहून अगस्त्य म्हणाले, ''मैथिली, तुझ्या धाडसाचं कौतुक करावं तेवढं थोडं आहे. पळवून नेलेल्या तुझ्यासारख्या राजकन्येनं केवळ अश्रू ढाळत न बसता दूही माजवून रावणाची अभेद्य यंत्रणा खिळखिळी केली, त्याचंही हे फलित आहे! आता तू एक गोष्ट कर... आश्रमीय स्त्रियांना बरोबर घेऊन जा आणि तू पूर्वी जिथे तुझा केशसंभार धुवून न्हाली होतीस तशीच न्हाऊन घे! म्हणजे तुझ्या तप:पूत केशसंभाराला न्हाऊ घालणारं ओढ्याचं जल या प्रवरेला मिळून तिचं तीर्थ बनून जाईल. भविष्यात इथे येणाऱ्या जनांना या प्रवरेचं तीर्थ प्राशन करताना तुझ्या अत्यंत धाडसी कार्याचं स्मरण झाल्यावाचून राहणार नाही.''

अगस्त्यांच्या विनंतीला मान देऊन सीता आश्रमीय स्त्रियांसमवेत त्या डोंगरातल्या ओहोळाच्या दिशेनं निघून गेली.

एव्हाना मध्यान्ह-भोजनाची सिद्धता झाली होती. तेवढ्यात इंद्राचा रथ अगस्त्याश्रमापुढे येऊन पोचला. पाठोपाठ 'ब्रह्मदेवां'चं आगमन झालं. अगस्त्याश्रमाला तेव्हा उत्सवाचं स्वरूप प्राप्त झालं. परस्परांना उपायानं दिली गेली. पाकगृहातूनही

आज संमिश्र सुवास येऊ लागले. प्रत्येकाच्या रसनेला ते आकृष्ट करू लागले. पुष्कळ दिवसांनी पाकगृहात बदाम-काजूयुक्त शिरा, तांदळाची खीर, जवसाची चटणी, गव्हाची पोळी, शाकभाजी, तुरीचं वरण, चटण्या, कोशिंबीरी, सांडग्याचं तळण आदी खाद्यपदार्थ सिद्ध झाले. रामासाठी आणि देवांसाठी तो मोठा 'नैवेद्य' होता!

ज्येष्ठ ऋषींनाही हा 'प्रसाद' मिळणार होता. कारण स्वस्त्यत्रेय, नमुची, प्रमुची, सुमुख, विमुख, नृषंगू, कवषी, धौम्य, कोषेय आदी महान ऋषीही आज अगस्त्याश्रमात आले होते. हे सर्व ऋषी संस्कृती-प्रस्थापन कार्यासाठी आपापल्या कुवतीप्रमाणे झिजले होते. पण आता रावणवधानंतर त्यांना त्यांच्या तपश्चर्येविषयी काही वाटत नव्हतं. त्यांच्या तपाला ईश्वराकडून प्रतिसाद मिळाला होता! म्हणूनच हे सारे ऋषी रावणविनाशक रामाला भेटायला - त्याचं दर्शन घ्यायला तत्परतेनं अगस्त्याश्रमात आले होते.

तप:सिद्धीमुळे सारा ऋषिगण तर कार्यसिद्धीमुळे रघुनंदन कृतकृत्य होऊन गेले होते. गप्पांमधे, आपापले अनुभव कथन करण्यामधे मग सारा आश्रम रंगून गेला.

त्यावेळी ब्रह्मदेवांपैकी एक देव रामाला म्हणाले, ''काकुत्सा, तुम्ही अवतारी पुरुष आहात. राक्षसविनाशासाठी आणि दशाननाच्या नि:पातासाठी आम्हाला एक मोठं षड्यंत्र रचावं लागलं-''

इंद्र लगेच म्हणाला, ''तुला वनात धाडण्याची प्रेरणा मीच कैकेयीला दिली होती. अन्यथा या राक्षसानं दंडकारण्यातून वर येत सर्व आर्यावर्त गिळंकृत करून टाकलं असतं!''

''अरे,'' दुसरे ब्रह्मदेव म्हणाले, ''तुझी भार्या फार धाडसी... तिला रावणानं उचलून नेली तेव्हाच आम्हाला कार्यपूर्तीची निश्चिती वाटली!''

राम विनयानं म्हणाला, ''मला बऱ्याच गोष्टी समजत होत्या. पण प्रत्यक्षात त्यानुसार कार्य करताना क्लेश होतातच की!''

इंद्र लगोलग म्हणाला, ''रामा, देवांनी जे राक्षसविनाशाचं षड्यंत्र रचलं ते पंधरा-वीस वर्षांपूर्वीचं होतं; पण कालकेय दानवांचा संहार करण्यासाठी सुमारे साठ वर्षांपूर्वी मी या अग्निदेवांना - अगस्त्यऋषींना 'शाप' देऊन देवराज्यातून घालवून दिलं होतं. देवांसाठी हा महात्मा सिद्ध महर्षी आयुष्यभर झिजला. माझा हेतू चांगला होता तरी या महात्म्याला मी रानावनात श्रमवलं!''

वृद्ध इंद्राच्या नेत्रांमधून घळाघळा अश्रू ओघळू लागले. अभावितपणे त्यानं अगस्त्यांना कडकडून मिठी मारली आणि अडवून धरलेल्या भावनांना वाट मोकळी करून दिली.

भावनांचा जोर ओसरल्यानंतर अगस्त्य म्हणाले, ''देवराज, आपल्यामुळेच मला तप:कार्याची संधी मिळाली. तप:कार्यामुळे व्यक्तीचा मृत्युपश्चात आणखी विकास होत असतो!''

त्यांचं सूचक बोलणं ऐकून सारेजण चपापले. गप्पांचा रंग पालटून गेला.

विषय बदलण्याच्या हेतूनं राम म्हणाला, ''देवराज, या महर्षींमुळेच मी रावणवध करू शकलो. बिभीषणानं मला रावणाचं 'मर्म' दाखवलं हे खरं; पण महर्षींनी अभिमंत्रित करून दिलेल्या 'ब्रह्मदत्त' बाणानं लक्ष्याचा अचूक वेध घेतला!

''देवांनो, ऋषींनो, रावणविजयामागे आपलं तप:कार्य आहे हे मी विनम्रपणे मान्य करतो... समजा माझा राज्याभिषेक झाला तर आपणा सर्वांची तिथे उपस्थिती मला प्रार्थनीय आहे.''

अगस्त्य लगेच म्हणाले, ''झाला तर, असं का म्हणतोस रामा? तुझा हनुमान भरताला भेटला आहे. नंदिग्रामात तो महात्मा भरत तुझ्या आगमनाकडे डोळे लावून बसला आहे... त्यामुळे तू नि:शंक हो... मी तरी तुझ्या राज्याभिषेकाला येणारच आहे.''

माथ्यावरचा सूर्य किंचित पश्चिमेकडे कलला होता.

सर्वांपुढे हात जोडून मग राम म्हणाला, ''मला आता गेलं पाहिजे... भरत माझी प्रतीक्षा करतो आहे-''

आग्रह करून रामाला थांबवण्यात कोणतंही प्रयोजन नव्हतं.

सर्व उपस्थित देव, ऋषी आणि आश्रमीय जनांचा साश्रुपूर्ण निरोप घेऊन राम-लक्ष्मण-सीता हे तिघे वानरसमूहासह निघाले. अगस्त्य-आश्रमापासून थोड्या दूर अंतरावरच्या मैदानाकडे ते सारे जात असताना त्यांना निरोप देण्यासाठी देव-ऋषी आणि आश्रमीय जनही निघाले.

त्या मैदानात रावणाकडून आणलेलं 'पुष्पक' विमान उभं होतं.

ते अवाढव्य विमान पाहून आश्रमीय जन विस्मयचकित होऊन गेले. भूमीवर उतरलेलं विमान त्यांनी कधीच बघितलं नव्हतं. आ वासून ते त्या देवनिर्मित अद्‌भुत विमानाकडे पहात राहिले. त्यांचा भाव ओळखून रामानं सर्वांना ते विमान आतूनही दाखवलं.

विश्वकर्म्यानं ब्रह्मदेवांसाठी तयार केलेलं ते भव्य विमान विविध रत्नांनी विभूषित केलेलं होतं. ब्रह्मदेवांकडून ते कुबेराकडे, त्याच्याकडून रावणाकडे आणि आता रावणाकडून ते रामाकडे आलं होतं. सरळ आकाशात उडणाऱ्या त्या विमानाला सोन्या-रूप्याचे स्तंभ होते. त्या स्तंभांवर लांडग्यांची चित्रं चितारली होती. विमानाला गगनचुंबी अशी अद्‌भुत गृहं होती. ती सर्व बाजूंनी अलंकृत केली होती. सूर्य आणि अग्नी अर्थात सूर्यशक्ती आणि इंधनावर उडणाऱ्या त्या तेजस्वी विमानाला स्फटिकाच्या जाळ्यांचे गवाक्ष होते.

विमानाच्या आत सोन्याचे जिने होते. सुंदर आणि श्रेष्ठ बनावटीच्या बैठका होत्या. त्या बसण्याच्या जागांवर इंद्रनील, महानील आणि इतर श्रेष्ठ रत्नं जडवलेली

होती. विमानातल्या फरसबंदीला पोवळी, महामूल्यवान रत्नं आणि इतर निरुपम रत्नं जडवलेली होती. आतल्या बाजूला आरक्त वर्ण आणि सुवर्णवर्ण पसरलेला होता. अर्थात मंद पिवळसर प्रकाश व्यापून होता. चंदनाच्या सुखद सुवासानं विमानातला अंतर्भाग सुगंधित झाला होता. बालसूर्याप्रमाणे म्हणजेच प्रकाशमान लांबगोलाकृती असं त्याचं स्वरूप होतं.

काही वेळातच विमान सुरू झालं. विमानाच्या गवाक्षातून राम-लक्ष्मण-सीता आणि इतर वानर सर्वांना अभिवादन करत हात हलवत होते.

पाहता पाहता घनगंभीर नाद करीत विमान जागेवरच वर उचललं गेलं आणि आकाशात बिंदूस्वरूप होऊन गेलं. काही वेळ ते आकाशात चमकलं आणि मग अयोध्येकडे मार्गस्थ झालं.

मागे राहिलेल्या भूमीवरच्या जनांनाही राम-राज्याभिषेक समारोहासाठी अयोध्येकडे जाण्याची ओढ लागून राहिली होती!

नंदिग्रामापासून निघालेला रामाचा रथ जेव्हा अयोध्येच्या नगरद्वारापाशी आला तेव्हा तिथे भव्य स्वागत सोहळा संपन्न झाला. त्यावेळी भरताच्या हातात रथाच्या रश्मी होत्या. शत्रुघ्नानं राम-सीतेवर छत्र धरलं होतं. लक्ष्मण त्यांना वाळ्याच्या पंख्यानं वारा घालत होता. राक्षसाधिपती विभीषण श्वेतवर्णी चवरी घेऊन मागे उभा होता.

राम-सीता-लक्ष्मण जेव्हा नंदिग्रामात आले होते तेव्हा भरतानं रामाला कडकडून आलिंगन दिलं होतं. रामाच्या उचित अधिकाराचा अधिक्षेप न करता नंदिग्रामात राहून त्यानं अयोध्येचा राज्यकारभार बघितला होता. राजसिंहासनावर तो कधीच बसला नव्हता. एवढंच नाही तर राम चौदा वर्षांत परत आला नाही तर त्यानं आत्मसमर्पण करण्याची प्रतिज्ञा घेतली होती.

पण राम वेळेत परत आला होता. नंदिग्रामात येताच भरतानं त्या तिघांचं भावपूर्ण अंत:करणानं स्वागत केलं होतं. रामाच्या आणि लक्ष्मणाच्या जटा सोडवण्याची त्यानं व्यवस्था केली होती. सुवासिक तेल, विविध प्रकारची उटणी यांनी त्यांचा स्नानविधी संपन्न झाला होता.

तद्नंतर भरतानं नंदिग्रामापासून अयोध्येपर्यंत राम-सीतेच्या शोभायात्रेचं आयोजन केलं होतं. त्यानुसार ती शोभायात्रा आता अयोध्येच्या नगरद्वाराशी आली होती. त्यावेळी सुवासिनींनी त्या सर्वांचं पूजन केलं. मंत्रघोष करून ऋषिसमुदाय रामाची स्तुती करू लागले. मरुद्गणासह देवांनीही रामाची स्तुती आरंभली.

पूजा-पादप्रक्षालनादी विधी उरकल्यानंतर नगारे, दुंदुभी खंजिऱ्या यांच्या घोषानं आसमंत दुमदुमून केलं. आता त्या शोभायात्रेच्या सर्वात अग्रभागी सुग्रीवाचा 'शत्रुंजय' नामक विशाल गजराज होता. त्याच्या मागे नऊ सहस्र गजांवर मौल्यवान अलंकार

धारण केलेले वानर आरूढ झाले होते. सहस्रो नागरिक रामाच्या रथामागोमाग स्तुतिपर घोषणा देत चालले होते. अमात्यगण, ब्राह्मण आणि पुरोहितवर्ग यांनी रामाचा रथ परिवेष्टित होता. बाजूनं वाजंत्र्या वाजवत वाजंत्री निघाले होते. उत्साही तरुण इक्ष्वाकू कुलाची ध्वजा उंचावत नाचत होते.

त्यावेळी राजप्रासादाकडे जाणाऱ्या मार्गाप्रमाणेच दुतर्फा असणाऱ्या सुंदर आणि रेखीव वास्तूंच्या गवाक्षात-सौधावर नागरिकांनी गर्दी केली होती. रामाचा जयघोष करून ते वरून पुष्पवृष्टी करीत होते. मार्गात गर्दी करून असणाऱ्या पोराटोरांमधे आणि युवकांमधे कोण उत्साह संचारला होता! वाजंत्री, नगारे, खंजिऱ्या यांच्या ठेक्यावर ते भान हरपून नाचत होते. राक्षस-दमन आणि रावण-विजय प्राप्त करून आलेल्या रामाचं राजप्रासादापर्यंत असंच उत्स्फूर्त स्वागत होत होतं.

राजप्रासादात रामाचं तसंच भावपूर्ण स्वागत झालं. कौसल्या त्याला कडकडून भेटली. भावनांचे बंधारे फुटले. तशीच अवस्था लक्ष्मण-सुमित्रा भेटीच्या वेळीही झाली. तदनंतर कैकेयी रामाला भेटायला आली. रामाला आलिंगन देत ती रडू लागली. म्हणाली, ''रामा, मला क्षमा कर... इंद्रानं मला प्रवृत्त केलं रे!''

समजावणीच्या स्वरात राम म्हणाला, ''मी सर्व काही जाणतो माते, तुझा कोणताच दोष नाही. उलट राक्षस निर्दालनाच्या कार्यात तू सर्वांचे वाक्‌बाण सहन केलेस! कदाचित भावी काळातही लोक तुलाच दूषणं देत राहतील... पण एक दिवस सत्य उजेडात येईलच. त्यावेळी लोकांना तुझी महती समजेल - तुझा त्याग कळून चुकेल... पण माते परमेश्वराच्या प्रांतात तू आत्ताच महापुण्यवान ठरली आहेस!''

अशातऱ्हेनं सर्वांच्या भेटी झाल्या. भावमीलन झालं.

त्यावेळी वसिष्ठ ऋषींच्या मार्गदर्शनाखाली ऋत्विज, ब्रह्मगण, ऋषी-मुनीगण आणि पुरोहितवर्ग राज्याभिषेकाच्या सिद्धतेत व्यस्त होते.

राज्याभिषेकासाठी उपस्थित असलेल्या अगस्त्यांना रामानं भावपूर्ण अंत:करणानं वंदन केलं आणि त्यांचे शुभाशीर्वाद घेतले. त्यानंतर त्यानं वसिष्ठऋषींचे आशीर्वाद घेतले. त्याचं शुभचिंतन करून वसिष्ठांनी रामाला आणि सीतेला राजसभेतल्या रत्नमय सिंहासनावर नेऊन बसवलं. मग ऋषिगण पुढे झाला. वसिष्ठांबरोबर विजय, जाबाली, कश्यप, कात्यायन, गौतम आणि वामदेव यांनी सुगंधी जलानं रामाला अभिषेक केला. पाठोपाठ वसिष्ठांनी अनुक्रमे ऋत्विज, ब्राह्मण, कन्या, मंत्री आणि विजयी योद्ध्यांच्या हातून रामाला अभिषेक करवला. पाठोपाठ चार लोकपाल आणि देव यांच्याकडून आलेल्या औषधी रसांसह स्वत: वसिष्ठ ऋषींनी रामाला अभिषेक केला.

त्यानंतर सभास्थानी असलेल्या उत्कृष्ट रत्नांनी आणि मौल्यवान अलंकारांनी सुशोभित असलेल्या सिंहासनावर वसिष्ठांनी रामाला यथाविधी बसवलं. मग त्यांनी ब्रह्मदेवनिर्मित रत्नखचित मुकुट रामाच्या मस्तकावर ठेवला. त्याच वेळी ऋत्विजांनी रामाच्या अंगावर अलंकार चढवले. शत्रुघ्नानं शुभ्र छत्र धरलं. सुग्रीव आणि विभीषण अनुक्रमे चवरी-चामर वारीत राहिले.

राज्याभिषेकासमयी इंद्राच्या वतीनं वायूदेव त्या समारंभात आवर्जून उपस्थित होता. त्यानं हिरे-रत्नांनी सुशोभित केलेला हार आणि शंभर कमलांनीयुक्त अशी सुवर्णमाला रामाच्या गळ्यात घातली.

त्याचवेळी वाद्यांनी गजर केला.

देवगंधर्व गायन करू लागले. राज्याभिषेकासाठी खास उपस्थित असणारे अप्सरांचे समुदाय नृत्य करू लागले. अनेक प्रकारची सुगंधी पुष्पं रामावर उधळली गेली. शुभसंकेत देणारी धान्यंही उधळली गेली.

तो सारा अनुपम सोहळा आपल्या आसनावर बसूनच वृद्ध अगस्त्य ऋषी डोळे भरून पहात होते - नेत्रात साठवून घेत होते. मधूनच उत्तरियानं कपोलांवर ओघळलेले अश्रू टिपत होते. ते अश्रू कृतकृत्यतेचे होते. परमतृप्तीचे होते. ज्या कारणासाठी संपूर्ण आयुष्य तपाचरणात घालवलं होतं त्याची परिपूर्ती डोळ्यांदेखत साकार होत असताना कुणाला आनंद होणार नाही? ते नि:संग ऋषी त्याला अपवाद नव्हते.

राज्याभिषेक विधी यथोचित पार पडल्यानंतर दानविधी करण्यासाठी ऋत्विज आणि पुरोहित रामाला घेऊन राजसभेबाहेर गेले.

आता वसिष्ठांना थोडी उसंत मिळेल असं अगस्त्यांना वाटत होतं. कनिष्ठ बंधूंशी त्यांना खूप खूप बोलायचं होतं. तथापि, भोजनविधी आणि दिवसभराचे इतर कार्यक्रम संपन्न झाल्याशिवाय वसिष्ठांना उसंत मिळणार नव्हती हेही तितकंच खरं होतं.

संध्यासमय सरला तेव्हा कुठे वसिष्ठऋषी मोकळे झाले. मग त्यांच्या प्रासादातच त्या दोन बंधूंची भेट झाली. अगस्त्यांपुढे जाऊन वसिष्ठऋषींनी आपल्या ज्येष्ठ बंधूंचे पाय धरले.

''आयुष्यमान भव!'' त्यांना उठवत अगस्त्यांनी आशीर्वचन दिलं.

''आता आणखी आयुष्य कशासाठी दादा? ज्या कारणासाठी अट्टाहास केला होता ते कारण आता संपुष्टात आलं. आता-''

ते ऐकून अगस्त्यांनी आपल्या कनिष्ठ बंधूला भावातिरेकानं आलिंगन दिलं. दोन शुभ्र मेघ एकरूप होऊन गेल्यासारखं ते दृश्य होतं.

मग दोघेही विशाल आसनांवर सहजासनात स्थिरावले.

अगस्त्य म्हणाले, ''भाऊ, तुझं कार्य अद्याप संपलेलं नाही. रामराज्याची घडी तुला बसवायची आहे. सैन्यबळानं संरक्षित अशा अयोध्येतील समाजाची नवी पिढी राम वनात असताना जन्माला आली. पिढी बदलली की चालीरीती बदलतात. तरुण लवकर भोगवादाकडे आकर्षित होतात. तसं होऊ नये म्हणून तुला आणि रामाला अजून पुष्कळ काम करावं लागणार आहे... मी मात्र-''

''तुम्ही काय?''

''भाऊ, कासव जसं आपली इंद्रियं आत खेचून घेतं तसं मी हळूहळू 'सूक्ष्मा'त जायचं ठरवलं आहे.

''म्हणजे?''

''भाऊ, जीवनाचा कार्यकारणभाव संपला की मग विनाकारण जगत राहण्यात अर्थ नसतो. अतिदीर्घे जीविते को रमेत? भारतवर्षातले माझे सारे आश्रम उत्तम कार्य करीत आहेत. आश्रमशालेतून आत्तापर्यंत काही लक्ष विद्यार्थी शिकून बाहेर पडले. यज्ञ, तप, शिक्षण प्रणाली, आश्रमीय जीवन, तिथली व्यवस्था अशा अनेक गोष्टींची सुनियंत्रित स्वयंशासित आचारसंहिता मी सर्व आश्रमांमधे प्रस्थापित केली आहे. त्या व्यवस्थेच्या बाहेर कुणीही जाऊ शकणार नाही...''

वसिष्ठ म्हणाले, ''ते खरं आहे... पण तुमचं अस्तित्व - तुमचं मार्गदर्शन आश्रमीयांना आवश्यक...''

''भाऊ, माझ्या कार्यात जोडलेल्यांना सदेहस्वरूपात मार्गदर्शन करायला हवं असं थोडंच आहे!''

ते ऐकून वसिष्ठ चपापले.

''ते खरं दादा, पण इध्मवाह-''

''तो विशीत आला आहे. ऋषीय कार्याचं बाळकडू त्याला मिळालं आहे. तोही कार्यरत झाला आहे. आता त्याचं जीवन तो घडवेल! ईशसंकेताप्रमाणे आपण आपलं जीवन व्यतीत केलं...''

''खरं आहे, तुम्ही तर आयुष्यभर अविरत तप केलंत...''

वसिष्ठांची दृष्टी अगस्त्यांच्या पायांकडे गेली.

अगस्त्यांचे पाय सुजले होते. पायांना असंख्य भेगा पडल्या होत्या. त्यांचे संपूर्ण पाय लाकडासारखे कडक झाले होते. सुरकतलेलं शरीर शुष्क बनून गेलं होतं. डोईवर विरळ शुभ्र केस उरले होते. गाल बसले होते. निळसर नेत्रांतलं तेज मात्र किमपि कमी झालं नव्हतं.

अगस्त्य म्हणाले, ''भाऊ, संस्कृती प्रस्थापनेसाठी आणि ईशकार्यासाठी झिजण्यात सर्वाधिक पुण्य सामावलेलं असतं. दुसऱ्या कोणत्याही उपायांनी असं महत्पुण्य लाभत नाही. 'देव'कृपेनं आपल्याला ईशकार्य करण्याचं भाग्य लाभलं-''

मधे थोडा फलाहार झाला. वृद्धत्वाकडे झुकलेली ऊर्जा आपल्या दिरांची विचारपूस करून गेली.

मग पुन्हा मूळ विषयाकडे येत वसिष्ठ म्हणाले, ''दादा, केवढा मोठा कालखंड पटकन् सरकून गेला! आपण 'सुर्य' देशातून पदच्युत झालो आणि आज त्याच देवांना पूज्यही ठरलो!''

''हाच खरा आपल्या उत्कर्षाचा मार्ग होता! तू ध्यानात ठेव! आपलं हे कार्य दीर्घकाळ टिकेल... देहातीत राहून आपण सूक्ष्मरूपानं किंवा अनंत अवकाशातूनही आपल्या कार्याकडे पहात राहू. आपलं ऋषीय कार्य विस्मृतीत जाऊ लागलं तर तिथूनच आपण पुढच्या पिढ्यांना ईशकार्याची प्रेरणा देत राहू...''

विषय पुन्हा पुन्हा देहातीत अवस्थेकडेच येत होता.

वसिष्ठांना 'अनंता'नं दिलेले सारे संकेत कळून चुकले होते.

अगस्त्य निघून गेले तरी त्यांनी दिलेले संकेत त्यांच्या मनात घर करून राहिले होते.

■

३१

अंतराळातील तेजस्वी तारा

एक रज्जूसदृश प्रकाशखंड आसमंत प्रकाशित करीत
अत्यंत वेगानं अवकाशात गेला आणि प्रकाशमान
व्याधाजवळ जाऊन स्थिरावला!
त्या तप:पूत दांपत्यानं एकरूप होऊन आपला सूक्ष्मदेह
गंगोत्रीला ठेवला होता आणि विश्वव्यापक देहानं ते अनंत
अवकाशात 'व्याधा'जवळ जाऊन स्थिरावले होते.

अगस्त्यांच्या अंतःदृष्टीसमोर निळसर-शुभ्र अशा तेजस्वी किरणांचे पदर उलगडू लागले. त्यातून ब्रह्मांडातले असंख्य ग्रह-तारे आणि आकाशगंगा व्यक्त-अव्यक्त होत फिरू लागल्या. तेज:पुंज प्रकाशखंडात ते ग्रह-गोल एकरूप होऊन जात असतानाच त्यात त्यांना काही आकार 'दिसू' लागले. प्रथम ब्रह्मानं त्यांना दर्शन दिलं. ब्रह्माचा आकार प्रकाशखंडात विलीन झाला. निळसर तेजखंडाचे पदर एकरूप होऊन त्यांनी पुन्हा भगवान महादेवांचा आकार धारण केला. आत्यंतिक प्रेमानं तेव्हा महादेव त्यांच्याकडे पहात होते. त्या दिव्य रूपाचा निळसर वर्ण, अर्धोन्मीलित नेत्र, मस्तकावरील चंद्रकोर, गळ्यातील रुद्राक्षमाला, भालप्रदेशावरचं भस्मविलेपन, गळ्यातील फणा काढलेल्या नागाचं वेटोळं, एका हातात धरलेल्या डमरूसह त्रिशूल, जटेतून उसळणारी अद्भुत गंगा हे त्यांचं दिव्य रूप 'पाहून' अगस्त्य भारावून गेले.

त्या रूपाला न्याहाळत असताना ते मनोमन महादेवांना म्हणाले, 'आपण निराकार आहात; पण आपल्या साकार रूपात विविध गुणांचं हे किती नयनरम्य विलोभनीय सम्मीलन झालं आहे! भव्यता, समर्थता, तेजस्विता, शीतलता, उत्तुंगता, नि:संगता, प्रवाहितता, सुरक्षितता, या गुणसमुच्चयाबरोबरच तपस्विता आणि अंतर्मुखताही प्रतीत होते. तुमचे अर्धोन्मीलित नेत्र आत्मिक आणि भौतिक विश्वाकडे एकाच वेळी पहात असतात असं वाटतं. भगवन्, तुमचं हे अलौकिक रूप पाहून मी जणू आनंद-सागरातच डुंबत आहे! आता तुमच्या या आनंद-सागरातच सामावून जाण्याचा मी निर्धार केला आहे...'

महादेवांचं ते रूप सुहास्य मुद्रेनंच म्हणालं, 'पण अजून तुझं कार्य कुठे संपलंय्?'

अंतरंगात उमटलेल्या त्या प्रश्नावर अगस्त्य म्हणाले, 'कार्य संपलं नाही हे खरं, महादेवा! पण या नाशवंत देहाची क्षमता संपली की आता! गात्रं शिथिल पडली आहेत. आयुष्यभर चालून चालून माझे पायही थकले आहेत. कर्ता आणि कार्य यांचा मेळ जमतोच असं नाही, बरोबर ना? ज्या कारणासाठी मी या 'मृत्यु'लोकात आलो त्या कारणाचीही 'इतिश्री' झाली... राम अयोध्येच्या सिंहासनावर बसला आहे! आता 'तो' सारं काही पाहून घेईल!'

रामाला राज्याभिषेक झाल्यानंतर अगस्त्यांनी आपल्या कार्याला खरोखरच विराम द्यायचं ठरवलं होतं. तरीपण पुढे आणखी काही वर्षं ते कार्यरत राहिलेच होते. दक्षिण भारतवर्षातल्या राज्यांची उभारणी आणि व्यवस्था त्यांनी लावली होती. पांड्य, ताम्रवर्णी या राज्यांची प्रस्थापना केली होती. पांड्यांची राजधानी 'मधुरा' इथे त्यांनी काही काळ वास्तव्य केलं होतं. पांड्यांचे कुलगुरू म्हणूनही त्यांनी काही काळ पदभार सांभाळला होता. त्याच वेळी पुन्हा अयोध्येला जाऊन त्यांनी रामाला 'अश्वमेध' यज्ञ करण्याचा सल्ला दिला होता. त्यानुसार रामानं तो यज्ञ यथोचित पार पाडला होता. भारतवर्षात आता ऋषिविरोधी आणि संस्कृतीविरोधी एकही राक्षस शिल्लक उरला नव्हता. जे काही राहिले होते त्यांच्यामधे ऋषिविचारांमुळे संपूर्ण परिवर्तन झालं होतं.

अगस्त्यांचा तरुण पुत्र इध्मवाह हाही त्यांच्याप्रमाणेच ऋषीय कार्य करीत होता. सर्व अगस्त्याश्रमांशी त्याचा नित्य संपर्क असे. इध्मवाहप्रमाणेच अक्षय, शंख, प्रगाथा, सुतीक्ष्ण, गौरांग, षण्मुख आदी अगस्त्यांचे शेकडो शिष्य लाखो आश्रमीयांनी समृद्ध असलेल्या अगस्त्य आश्रमांची व्यवस्था पहात होते. सागरातील अनेक बेटांवरही अगस्त्यऋषींचं कार्य स्थिरावलं होतं.

या कार्याबरोबरच अगस्त्यऋषींनी तमीळ भाषेला व्याकरणबद्ध करण्याचं महत्कार्यही पूर्ण केलं होतं. भावी कालात पुरातन तमीळ भाषेच्या त्या व्याकरणाला लोक 'अगत्तियम' या नावानं ओळखणार होते.

त्यामुळे आता त्या महान महर्षींना तसं कोणतंच प्राप्तव्य उरलं नव्हतं किंवा करायचंही काही राहून गेलं नव्हतं. तप:पूर्ती आणि कार्यपूर्तीमुळे तृप्त होऊन वयाची नव्वदी उलटलेले ते महर्षी मग लोपामुद्रेसह तीर्थयात्रेला गेले होते. त्या भ्रमंतीत त्यांनी वेंकटाचलावर 'श्री' आणि 'भू' या देवींसह श्रीनारायणाचं प्राकट्य केलं होतं. पुढे भारतातील त्यांच्या सर्व आश्रमांना भेट देऊन, त्या आश्रमांची सुनियोजित व्यवस्था लावून ते पुन्हा प्रवरेच्या काठी आले होते.

आता त्या ऋषिदांपत्याचा सारा वेळ ध्यानधारणेत व्यतीत होत होता. निरपेक्ष भावानं ईश्वरी कार्य करण्यासाठी – मानवामानवामधे दैवी भ्रातृभाव निर्माण करण्यासाठी स्वत:हून उचललेल्या दु:ख-कष्टांमुळे 'तप' सिद्ध होत असतं. या निष्काम कर्मामुळे अंतर्यामीचा भगवान सर्वाधिक प्रसन्न होत असतो. अशा तप:पूत व्यक्तीवर तो आत्यंतिक प्रेम करू लागतो. या निष्काम कर्मयोगाची परिणती ईश्वरानुभूतीत होत असते. या निरपेक्ष सत्-कर्मामुळे मनावर चढलेली दूषित पुटं पूर्णत: गळून पडतात आणि मग अशी 'तपस्वी' व्यक्ती चटकन् ध्यानमग्न होऊ शकते. म्हणजेच ध्यान लागण्यासाठी तप करण्याची नितांत आवश्यकता असते; ईश्वरी कार्यासाठी झिजणं आवश्यक असतं.

अगस्त्य पती-पत्नींनी तर आयुष्यभर अविरत तप केलं होतं. माणसा-माणसाला प्रेमानं जोडून एक उज्ज्वल-उन्नत संस्कृती संपूर्ण भारतवर्षात प्रस्थापित करण्यासाठी

ते दोघं झिजले होते. त्या झिजण्यातून त्यांचं मन पूर्णत: शुद्ध बनलं होतं. श्वासन् श्वास शुद्ध झाला होता. त्यामुळे ते दोघेही लगेच ध्यानमग्न होत असत.

एके दिवशी संध्यासमयी अगस्त्य ध्यानस्थ असताना परमतत्त्वानं - श्रीनारायणांनी हयग्रीव स्वरूपात त्यांना दर्शन दिलं. या दर्शनात भगवान विष्णूंचा देह मनुष्याकारात होता तर मुख शुभ्र अश्वाचं होतं. शुद्ध ज्ञानस्वरूपाचंच हे रूपकात्मक दर्शन होतं. अगस्त्यांना मनुष्यदेहातून मुक्ती हवी होती. पुनर्जन्माच्या फेऱ्यात त्यांना अडकायचं नव्हतं. आयुष्यभर त्यांनी अविरत तप केलं होतं. 'कर्मयोग' सिद्ध झाला होता. कर्माचा ताळेबंद शून्यवत् होऊन गेला होता. आता परमतत्त्वाच्या ध्यानातच त्यांना देहत्याग करायचा होता.

पण ते महान ऋषी केवळ स्वत:चाच विचार करणारे थोडेच होते? वैदिकांचं कार्य अनंत काळ स्थिर व्हावं आणि पुढील पिढ्यांनी तपाचरण करून परमतत्त्वाशी योगस्थ व्हावं अशी त्यांची इच्छा होती. म्हणून त्यांनी भावपूर्ण अंत:करणानं त्या शुद्ध ज्ञानस्वरूपापुढे आपलं मन उघड केलं. तेव्हा त्या 'हयग्रीव' स्वरूपानं उपदेश करून त्यांना 'ललितादेवी महात्म्या'चं संकीर्तन करायला सांगितलं. कारण सर्वसामान्यांना त्या महान ऋषींसारखं तप करणं शक्य झालं नसतं. त्यामुळे तपाला नामाचीही जोड देण्याची भगवंतांना आवश्यकता वाटली असावी. दुर्गा, पार्वती, काली, लक्ष्मी, सरस्वती, भगवती आदी नामांचं संकीर्तन करून सामान्य व्यक्ती त्या त्या देवीचे गुण आत्मसात करून आपला उत्कर्ष साधू शकणार होता.

श्रीनारायणांच्या उपदेशाचं अगस्त्यांनी तंतोतंत पालन केलं होतं. परमेश्वराला अपेक्षित सारी कार्यं आता करून झाली होती. सगुण स्वरूपातून मुक्त होण्यासाठी लोपामुद्रेचीही अनुकूलता होती. म्हणून प्रतिदिनी ध्यानमग्न होऊन ते दोघे त्रिदेवांची अनुमती मागत होते. परंतु, सृष्टिचालक त्रिदेव अजूनही अनुकूल होत नव्हते. आश्रमीय जनांनाही त्या दांपत्याचा देहत्यागाचा विचार रुचत नव्हता. ते सारे दु:खी झाले होते. खंतावून गेले होते. आपले परम आदरणीय महर्षी आणि प्रेममय लोपामुद्रा आपल्यात नसणं ही कल्पनाच त्यांना अस्वस्थ करीत होती. काही आश्रमीयांनी त्यांना त्या विचारापासून परावृत्त करण्याचाही प्रयत्न केला होता. पण त्यात त्यांना यश आलं नव्हतं. अगस्त्य-लोपामुद्रा यांचा विचार पक्का होता. त्यात ते कदापि बदल करणार नव्हते.

असं असताना त्रिदेव अजूनही त्यांना अनुकूल होत नव्हते.

त्या रात्री मात्र ध्यानावस्थेत भगवान महादेव अगस्त्यांच्या अंतर्दृष्टीपुढे साकार झाले. त्यांनी अगस्त्यांना अनुकूलता दर्शवली. पाठोपाठ भगवान नारायण त्यांच्या दृष्टीपुढे साकार झाले. त्यांनी अनुकूलता दर्शवताना म्हटलं, 'सगुण देहातून तू मुक्त होण्यासाठी मी अनुज्ञा देतो; पण सूक्ष्मदेहानं तुला या भूमीवर राह्यलाच हवं. अवकाशात राहूनही तू या भूमीवर अनुग्रह करू शकतोस!... कारण, अजून तुझं या पृथ्वीवरचं कार्य पूर्ण झालेलं नाही...'

श्रीनारायणांनी त्यांना शब्दात अडकवलं होतं. तथापि, जडदेह सोडण्याची अनुमती दिली होती. ध्यानातून बाहेर आल्यानंतर अगस्त्यांनी लोपामुद्रेला त्रिदेवांचा निर्णय सांगितला होता. तिलाही तेच संकेत श्रीनारायणांकडून मिळाले होते.

कार्याची गती आणि व्याप्ती वाढवण्यासाठी स्थूलदेह सोडणं आता क्रमप्राप्त होतं!

प्रात:कालापासून अगस्त्य-लोपामुद्रांनी तो दिवस आश्रमीय जनांबरोबर मोठ्या आनंदात घालवला. त्या आनंदसोहळ्यात इध्मवाहलाही सहभागी करून घेतलं होतं. दक्षिणेकडच्या आश्रमातून तो काही सहाध्यायींसह मुद्दाम प्रवरेकाठच्या आश्रमात आला होता. मध्यान्हीच्या सुमारास गोडाधोडाचं स्नेहभोजन झालं. भोजनोत्तर अगस्त्य पाव घटका वामकुक्षी करायचे. पण त्यादिवशी त्यांनी वामकुक्षी घेतली नाही. चिरनिद्रेसाठी निघालेल्या त्या ऋषीला आता वामकुक्षीची काय आवश्यकता होती? अथांग सागरात डुंबायला निघालेल्या व्यक्तीला डबक्यात पोहण्याचं काय अप्रूप वाटणार होतं? जलप्रलय झाल्यावर विहिरीला कोणतं मोल उरणार होतं? विश्वाचं ज्ञान झाल्यावर सामान्य ज्ञानात कितीसा रस वाटणार होता? आत्मज्ञान होताच कर्मकांडात मन कितीसं रमणार होतं?

त्याऐवजी आश्रमीयांमधेच अधिकाधिक रमणं अगस्त्यांनी पसंत केलं होतं. ज्येष्ठ आचार्य, पुरोहित, स्नातक, विद्यार्थी, वानप्रस्थी आदी आश्रमातल्या सर्वांबरोबर त्यांनी सारा दिवस आनंदात घालवला. स्नातकांच्या आधारानं त्यांनी सारा आश्रम फिरून पाहिला. निसर्गाचं आंदण लाभलेला तो आश्रम त्यांनी नेत्रांमधे साठवून घेतला – मनात त्याच्या सुगंधित स्मृती जपून ठेवल्या. आश्रमातील ब्रह्मा, विष्णू, महादेव, विश्वकर्मा, मरुत आदी देवांच्या स्थानांचं त्यांनी भावपूर्ण अंत:करणानं दर्शन घेतलं.

सायंसमयी प्रवरेकाठी जाऊन त्यांनी सूर्यदेवांना अर्घ्य दिलं. हात जोडून ते ताम्रवर्णी सूर्यदेवांकडे कितीतरी वेळ अनिमिष नेत्रांनी पहात राहिले. मनोमन ते सूर्यदेवांना म्हणाले, 'देवा, माझ्या नेत्रांमधलं तेज आता मंदावलं आहे... देहमर्यादा दुसरं काय! पण आता मी अवकाशात राहून तुझं नित्य दर्शन घेतच राहीन... या देहदृष्टीनं मी आज तुझं अखेरचं दर्शन घेत आहे!'

भावविभोर अंत:करणानं सूर्याला अर्घ्य देऊन ते पुन्हा आश्रमात परतले. त्यानंतर सारे आश्रमीय होमशालेत जमले. वेदमंत्राच्या घोषात अग्निहोत्र विधी संपन्न झाला. तद्नंतर भोजनविधी पार पडला. अगस्त्य पती-पत्नी मुद्दाम सहभोजनात सहभागी झाले. अन्यथा विरहाच्या दु:खानं आश्रमीयांनी भोजन करणं टाळलं असतं.

आश्रमीयांसमवेत सारा दिवस अशातऱ्हेनं मोठ्या आनंदात व्यतीत केल्यानंतर अगस्त्यांनी सर्वांना होमशालेसमोरच्या मोकळ्या मैदानात एकत्र केलं. ऋषी पती-पत्नी त्यांच्यासमोर उभे राहिले.

सर्वांवरून आपली प्रेमळ आणि भावपूर्ण दृष्टी फिरवून ते बोलू लागले–

'माझ्या प्रिय जनांनो, हा मांदार्य – हा अगस्त्य आपल्या भार्येसह आपल्या सर्वांचा निरोप घेत आहे...'

त्यांच्या पहिल्या वाक्यानंच आश्रमीयांना हुंदका फुटला. स्त्रिया तर उसासे देत रडू लागल्या.

आपला सुरकुतलेला हात वर करून अगस्त्य म्हणाले, 'तुम्हाला दुःख वाटणं स्वाभाविक आहे... परंतु दुःख करण्यासारखं काहीच नाही. देह धारण केला जातो–फेकला जातो. देह ही तात्पुरती अवस्था आहे. देह सोडल्यानंतरही आपण असतोच असतो, हे तुम्हाला ज्ञात आहे! आणि आम्ही तुम्हाला भेटतच राहणार आहोत – तुमचं कार्य बघतच राहणार आहोत. आम्हाला तुमचा विरह वाटणार नाही कारण तुम्हा सर्वांचं आम्हाला नित्य दर्शन होतच राहणार आहे! तुमचंच नव्हे तर भारतवर्षातल्या सर्व आश्रमीयांचं!

'देहरूपात कदाचित आम्ही तुमच्यासाठी अव्यक्त असू; परंतु आमचं दर्शन तुम्हाला केवळ ऋषीय कार्यातच घडेल! मी तुमच्या हृदयातच असणार आहे! तुमचं कार्य पाहणार आहे – प्रसंगी तुम्हाला मार्गदर्शनही करणार आहे! निसर्गावर आक्रमण न करता उलट निसर्गाशी साहचर्य ठेवून मानवा–मानवाला एकविचार सूत्रात बांधून ठेवण्याचं ईश्वरी कार्य तुम्ही पुढे सुरू ठेवायचं आहे. या कार्यामुळेच तुम्हाला परमेश्वराचं प्रेम लाभू शकेल. पृथ्वीवरच्या भिन्न भिन्न समुदायांमधे परस्पर स्नेहभाव, प्रेमभाव निर्माण झाला तरच मानवाचा खऱ्या अर्थानं सर्वांगीण उत्कर्ष होईल – केवळ भोगाची साधनं निर्माण करून आणि त्या अनुषंगानं अपरिमित उपभोग घेऊन मनुष्य कधीच शांती मिळवू शकणार नाही, हे ध्यानात असू द्या.

'निसर्गाशी साहचर्य ठेवून परस्पर प्रेमभावानं परस्परांना पुष्टी देऊन आणि संयमित उपभोग घेण्यातूनच या पृथ्वीवर शांतता प्रस्थापित होईल. सकारात्मक ऊर्जेनं पृथ्वी प्रभारित होऊन जाईल. सात्विक वृत्तीच्या या जीवनपद्धतीचा प्रसार आणि प्रस्थापना करणं हीच मनुष्य देहाची इतिकर्तव्यता असते. पृथ्वीवर जन्म घेण्याचा हाच हेतू असतो. यातच व्यक्तीचा आंतरिक विकास होत असतो.

'आपल्या हातून हे कार्य होत राहील याबाबत मला मुळीच संदेह वाटत नाही... त्यासाठी मी देहातीत राहून तुम्हाला मार्गदर्शन करीतच राहीन... म्हणून तुम्ही आता दुःख आवरलं पाहिजे–'

सर्वांचे उसासे–हुंदके आता थांबले होते.

मग त्या ऋषिदांपत्यानं सर्वांपुढे हात जोडले.

तेवढ्यात इध्मवाह पुढे सरसावला. आपल्या मातापित्याला बिलगला. त्याला रडू कोसळलं. तेव्हा ते ऋषी–दांपत्यही गहिवरून गेलं. पण त्यांनी पुन्हा स्वतःला सावरलं.

इध्मवाहला दूर करून अगस्त्य म्हणाले, ''तूच जर शोकमग्न झालास तर या आश्रमीयांनी कुणाकडे बघायचं? आमचं अस्तित्व असणारच आहे यावर विश्वास ठेव! उलट ही वृद्ध काया त्यागल्यानंतर आम्ही अधिक सुंदर होणार आहोत-अधिक कार्यरत होणार आहोत! गलितगात्र अवस्थेत-या देहात आम्ही राहणं तुला आवडेल का सुंदर होणं आवडेल?''

त्यांच्या समजावण्यामुळे इध्मवाहनं आपल्या भावनांना आवर घातला.

मग पुन्हा आश्रमीयांना उद्देशून अगस्त्य म्हणाले, 'देह धारण करण्यापूर्वी आम्ही उभयतांनी एकत्र राहण्याचा आणि एकत्रच देह सोडण्याचा निर्णय घेतला होता - हो ना मुद्रा?'

लोपामुद्रेनं संमतीदर्शक मान हलवून म्हटलं, 'खरं आहे ह्यांचं! ते मला मागणी घालायला आले तेव्हाच मला ती *स्मृती* झाली-'

पुन्हा सर्वांना उद्देशून महर्षी म्हणाले, 'पूर्वनियोजित कार्यक्रमानुसारच आम्ही देह धारण केला होता आणि देह सोडत आहोत... वायव्येकडच्या एका भाषेत 'गस्त' हा शब्द पापवाचक आहे. मी 'अ-गस्त' म्हणून ओळखला जातो. निष्पाप जीवन जगण्याचा मी पुरेपूर प्रयत्न केला. ही माझी भार्याही तशीच निष्पाप आहे. तथापि अनवधानानं आमच्याकडून कुणाचा उपमर्द झाला असेल तर-'

त्यांनी आपलं वाक्य पुरं करायच्या आतच सारे आश्रमीय एकसुरात ओरडले, 'नाही महर्षी! उलट आमची पात्रता नसतानाही आपण उभयतांनी आमच्यावर निरतिशय-निरपेक्ष प्रेम केलंत!'

पुन्हा साऱ्यांनी वेगवेगळ्या शब्दात एकाच भावाचा गजर केला- 'आम्हीच आपले कृतज्ञ आहोत!'

आकाशात तेव्हा मृगनक्षत्र माथ्यावर आलं होतं. 'मृगा'चा वेध घेणारा व्याध ताराही पूर्व-दक्षिण अवकाशात बराच वर आला होता. आज त्या ताऱ्याला कमालीचं तेज प्राप्त झालं होतं. आकाशाच्या काळ्या पडद्यावर तेव्हा अगणिक तारे प्रकाशमान झाले होते - जणू प्राजक्त फुलांचा सडाच आकाशात शिंपला गेला होता.

अगस्त्य काही क्षण आकाशाकडे दृष्टी लावून उभे राहिले.

मग पुन्हा आश्रमीयांकडे वळून बघत म्हणाले, 'आम्ही आता आपला निरोप घेतो... खाली... प्रवरेकाठी आम्ही जाऊन बसणार आहोत. आपण कुणीही आमच्या मागोमाग यायचं नाही. इथेच थांबून राह्यचं. हा माझा इध्मवाह तेवढा आम्हाला प्रवरेकाठी सोडून येईल!'

आपल्या वृद्ध मातापित्यांचा हात धरून इध्मवाह त्यांना घेऊन नदीकाठी जाऊ लागला. ते दृश्य पाहून कित्येक आश्रमीयांचे अडवून धरलेले भावनांचे बंधारे फुटले. पण आपल्या गुरूच्या सांगण्यावरून त्यांनी महत्प्रयासानं भावनांना पुन्हा आवर घातला.

प्रवरेचं दर्शन घेऊन अगस्त्य आणि लोपामुद्रा नदीकाठी असलेल्या एका विशाल पाषाणावर - तांदळ्यावर स्थानापन्न झाले. सहजासनात ते जेव्हा ध्यानमग्न होऊन बसले तेव्हा त्यांच्याच आज्ञेचं पालन करून इध्मवाह आश्रमीय समुदायामधे येऊन उभा राहिला.

सारेजण अगस्त्य-लोपामुद्रा बसलेल्या खडकाकडे दुरूनच दृष्टी लावून उभे राहिले. अंधारामुळे त्यांच्या दृष्टीला मात्र काहीच दिसत नव्हतं. कितीतरी वेळ सारे आश्रमीय त्या दिशेकडे बघत उभे होते.

त्यांना फार काळ प्रतीक्षा करावी लागली नाही.

एक रज्जूसदृश प्रकाशखंड आसमंत प्रकाशित करीत अत्यंत वेगानं अवकाशात गेला आणि प्रकाशमान व्याधाजवळ जाऊन स्थिरावला!

त्या तप:पूत दांपत्यानं एकरूप होऊन आपला सूक्ष्मदेह गंगोत्रीला ठेवला होता आणि विश्वव्यापक देहानं ते अनंत अवकाशात 'व्याधा'जवळ जाऊन स्थिरावले होते.

आकाशातला तो तेजस्वी 'अगस्त्य' तारा पृथ्वीवरच्या मानवाकडे बघत राहणार होता-मार्गदर्शन करीत राहणार होता!

।। श्री अगस्त्यार्पणमस्तु ।।

■